மந்திரவாதியின் சீடன்

மந்திரவாதியின் சீடன்

அசதா
மொழிபெயர்ப்பாளர்

அசதா என்கிற அ. சகாய ஆரோக்கியதாஸின் சொந்த ஊர் விழுப்புரம் மாவட்டம் முகையூர். கவிஞர், சிறுகதை ஆசிரியர், மொழிபெயர்ப்பாளர். 'பிஷப்புகளின் ராணி' (கவிதைகள்), 'வார்த்தைப்பாடு' (சிறுகதைகள்) இவரது நூல்கள். 'நீல நாயின் கண்கள்' (சிறுகதைகள்) 'வீழ்த்தப்பட்டவர்கள்,' 'முன்கூறப்பட்ட சாவின் சரித்திரம்,' 'நிலத்தின் விளிம்புக்கு' (நாவல்கள்) ஆகியன இவரது மொழிபெயர்ப்பு ஆக்கங்கள். மொழிபெயர்ப்புக்கென 2003இல் திருப்பூர் தமிழ்ச்சங்க விருதும், 2015இல் *ஆனந்த விகடன்* விருதும் பெற்றவர். 2004ஆம் ஆண்டு சாகித்ய அகாதமியின் 'இளம் எழுத்தாளர்களுக்கான பயண நல்கை' இவருக்கு வழங்கப்பட்டது. ஆங்கிலத்தில் முதுகலைப் பட்டம் பெற்ற இவர் பள்ளி ஆசிரியராகப் பணிபுரிகிறார். விழுப்புரத்தில் வசித்து வருகிறார்.

இவால்ட் ஃப்ளிஸர்

மந்திரவாதியின் சீடன்

ஆங்கிலத்திலிருந்து தமிழில்
அசதா

காலச்சுவடு பதிப்பகம்

● **அன்பார்ந்த வாசகருக்கு,**

வணக்கம்.

காலச்சுவடு நூலை வாங்கியமைக்கு நன்றி.

நூலின் உள்ளடக்கம், உருவாக்கம், அட்டைப்படம் இன்ன பிற அம்சங்கள் பற்றிய உங்கள் கருத்துகளையும் ஆலோசனைகளையும் காலச்சுவடு வரவேற்கிறது. தகவல், எழுத்து, வாக்கியப் பிழைகள் தென்பட்டால் கட்டாயம் தெரிவித்து உதவுங்கள். நூல் தயாரிப்பில் கடும் குறைபாடு இருப்பின் மாற்றுப் பிரதி உங்களுக்குக் கிடைக்கக் காலச்சுவடு ஏற்பாடு செய்யும்.

***மின்னஞ்சல்:* publisher@kalachuvadu.com**

காலச்சுவடு நாகர்கோவில் அலுவலகத்திற்குக் கடிதம் அனுப்பலாம்.

தங்கள்
எஸ்.ஆர். சுந்தரம் (கண்ணன்)
பதிப்பாளர் — நிர்வாக இயக்குநர்

JAK JAVNA AGENCIJA ZA KNJIGO RS

The publication of this book was partly supported by translation and production grants of the Slovenian Book Agency.

Čarovnikov vajenec by Evald Flisar
copyright © Evald Flisar

மந்திரவாதியின் சீடன் ◆ நாவல் ◆ ஆசிரியர்: இவால்ட் ஃப்ளிஸர் ◆ ஆங்கிலத்தில்: இவால்ட் ஃப்ளிஸர், டேவிட் லிமான் ◆ ஆங்கிலத்திலிருந்து தமிழில்: அசதா ◆ முதல் பதிப்பு: டிசம்பர் 2021, ஐந்தாம் பதிப்பு: மே 2024 ◆ வெளியீடு: காலச்சுவடு பப்ளிகேஷன்ஸ் (பி) லிட்., 669, கே.பி. சாலை, நாகர்கோவில் 629001

mantiravaatiyin ciiTan ◆ Novel ◆ Author: Evald Flisar ◆ In English: Evald Flisar and David Limon ◆ Translation from English to Tamil by Asadha ◆ Language: Tamil ◆ First Edition: December 2021, Fifth Edition: May 2024 ◆ Size: Royal ◆ Paper:18.6 kg maplitho ◆ Pages: 288

Published by Kalachuvadu Publications Pvt.Ltd., 669, K.P. Road, Nagercoil 629001, India ◆ Phone: 91-4652-278525 ◆ e-mail: publications@kalachuvadu.com ◆ Printed at Clicto Print, Jaleel Towers,42 KB Dasan Road, Teynampet Chennai 600018

ISBN: 978-93-5523-027-0

05/2024/S.No.1041, kcp 5110, 18.6 (5) uss

தன் மடமையில்
பிடிவாதமாயிருக்கும் முட்டாள்
விவேகியாகிவிடுவான்

வில்லியம் பிளேக்

1

நான் மிகவும் தாமதித்துவிட்டேனா?

செங்குத்துப் பள்ளத்தாக்கின் முடிவில் காஷ்மீரில் ஏராளமாகக் காணப்படும் பனிப்பாலங்களுள் ஒன்றை எனக்குக் காட்டினார் முதியவர். குளிர்காலத்தில் குறுகிய மலையிடுக்குகளும் ஆற்றுப்படுகைகளும் முழுதும் பனியால் நிரம்பி உறைந்துவிடுகையில் அடியில் பனியைக் குடைந்து பாதையமைத்து யார் கண்ணுக்கும் படாமல், பழகிய காதுகளுக்கு மட்டுமே கேட்கும் ஒலியுடன் தண்ணீர் பாய்ந்து செல்கிறது. உறைபனி நொறுங்கி விழுந்துவிடுவோம் என்ற பயமின்றி அதன்மீது ஒருவர் நடந்துசெல்லலாம். ஆனால் பின்கோடையில் பனி உருகத் தொடங்குகையில் தண்ணீரின் குடைவு தொடர்ந்து மெதுவாக அகண்டுகொண்டே போக அதன் மேலிருக்கும் பனிப்பாலம் மெலிவுறும். இறுதியில் பாலத்தின் நடுவில் ஒரு குழிவு தோன்றும். பள்ளம் பெரிதாகும்முன் ஒருவர் இந்தப் பக்கத்திலிருந்து அந்தப் பக்கத்துக்குத் தாவிப் போய்விடலாம். ஆனால் ஜூலை மாத இறுதிவாக்கில் இவ்வாறு செய்வது ஆபத்தானது. செப்டம்பர் இறுதியில், குளிர்காலம் தொடங்கும் முன், இந்தப் பாலங்கள்மீது முட்டாள்கள் மட்டுமே நடக்கத் துணிவார்கள். "நாம் ஒவ்வொருவரும் நமக்கான குளிர்காலத்தைச் சுமக்கிறோம்" என் சகபயணியான முதியவர் சொன்னார். "கூடவே நமது பனிப்பாலத்தையும், அதன் நடுவேயுள்ள குழிவையும்."

பாதிக் கட்டணத்தில் என்னை அமர்நாத் குகைக்கு அழைத்துச்செல்ல முன்வந்திருந்த முதியவரான மட்டக் குதிரையோட்டியின் இந்த வார்த்தைகள் கலக்கமுறச் செய்தன. ஆனால் அவர் சொன்னது உண்மைதான். சட்டென எனக்குத் தோன்றியது, இந்தப் பயணம் என் ஆன்மாவிலிருக்கும் இதேபோன்ற ஒரு குழிவைத் தாவிச்செல்லும் குறியீட்டு முயற்சி. அந்தப் பக்கத்தை அடைந்துவிட வேண்டுமென்ற தாவல்கள், உயரத்திலிருக்கையில் தலைக் கிறுகிறுப்பால் நிகழ்ந்த வீழ்ச்சிகள், அந்தப் பக்கம் செல்ல இடைவெளி மிகவும்

அகண்டிராத இடத்துக்கான தேடல்கள் போன்ற தொடர் முயற்சிகளால் என் அண்மைக்கால வாழ்வு நிறைந்திருந்தது.

கூடுதலாக ஒரு சுயத்தைக் கொண்டிருக்கும் பிரக்ஞையுடையவனாகவே எப்போதும் இருந்தேன். குழந்தைகளாக இருக்கையில் நானும் என் இரண்டாவது சுயமும் நெருக்கமாக இருந்தோம், ஆனால் மெல்ல எங்களுக்கிடையே அவநம்பிக்கை வளர ஆரம்பித்தது. உலகம் எனது புத்திஜீவி 'நான்' பக்கம் நின்றது, என் உள்ளுணர்வோ அடிக்கடி அவமானத்துக்குள்ளாக்கப்பட்டுத் தன்னை உள்ளிழுத்துக்கொண்டது. அது கடைசியாக வந்துநின்ற பரிமாணத்தில் அதற்குச் சம உரிமை வழங்க எனது புத்திஜீவி 'நான்' மறுத்துவிட்டான். அதிகமும் அனுபவத்தின் வழியாக உறுதிப்படுத்திக்கொள்ளப்படுவதாக அது இருந்தபோதிலும் அதைப்பார்க்க அவனுக்குப் புதிரானதாக, அறிவியல்தன்மையற்றதாகத் தோன்றியது.

முதியவரும் நானும் அமர்நாத் குகையை நோக்கிப் பயணத்தைத் தொடர்ந்தபோதுதான் செங்குத்துப் பள்ளத்தாக்கின் எதிர்ப்புறத்தில் யாருடைய இன்மையால் என் வாழ்வு தாங்கவியலாத் துயரமாக மாறியதோ அந்தப் புறக்கணிக்கப்பட்ட என் சுயம் என்னைப் போலவே ஓர் இமாலய மட்டக்குதிரையின் மீதமர்ந்தபடி, நான் பயணிக்கும் திசையிலேயே பயணிப்பதை உணர்ந்தேன். ஆனால் நான் நீண்டகாலம் காத்திருந்துவிட்டேன்; எங்களை ஒன்றுசேர்த்திருக்கக்கூடிய பாலங்கள் உருகிக் கரைந்துவிட்டிருந்தன. இப்போது எங்கள் நடுவே குழிவு தோன்றிவிட்டிருக்கிறது, அவநம்பிக்கைவாதியான என் புத்திஜீவி பெருங்கேடான ஒரு வீழ்ச்சியால் மனநோய்க்குள் அமிழும் அபாயத்தில் இருந்தபடிதான் அந்தக் குழிவைக் கடக்கவியலும்.

இன்னும் மேலேறி வந்தபோது குகைகளைப் பார்த்துவிட்டுத் திரும்பிக் கொண்டிருந்த யாத்திரிகர் கூட்டம் ஒன்றைப் பார்த்தோம். ஆண்களும் பெண்களுமான சிறிய குழுவினர். பிற்பகல் சூரியனில் வியர்த்து நனைந் திருந்த அவர்கள் பாதையோரம் பாறைகளில் ஓய்வாகச் சாய்ந்திருந்தனர். முதியவர் அவர்களைப் பார்த்து காஷ்மீரியில் சில வார்த்தைகள் சொன்னதும் வியப்புக் கலந்த பதில்களும் சிரிப்பும் அவர்களிடமிருந்து வெளிப்பட்டன. நாங்கள் பயணத்தைத் தொடர்ந்தோம். பின்னால் அவர்கள் தங்களுக்குள் ஏளனச் சொற்களைப் பரிமாறிக்கொண்டதை என்னால் கேட்க முடிந்தது.

"மிகவும் தாமதமாகிவிட்டது. இப்போது குகையில் லிங்கம் இல்லை. ஒருமாதம் முன்பாக நீங்கள் வந்திருக்க வேண்டும்" என்றார் முதியவர்.

ஒவ்வொரு கோடையிலும் அமர்நாத் குகையினுள் புரிந்து கொள்ளவியலா வகையில் தோன்றி நிலவின் பயணத்தோடு சேர்ந்து வளர்ந்தும் தேய்ந்தும் வந்து ஆகஸ்ட் மாதத்தில் தனது உச்சபட்ட உயரத்தைத் தொடும் பனி பொங்கூசிப் பாறையை நான் பார்க்கமாட்டே னென்பது எனக்குத் தெரியும். அதுகுறித்து எனக்குக் கவலையும் இல்லை. என்னுடைய புனித யாத்திரைக்கு வேறொரு நோக்கம் இருந்தது. குகைக்குள் முக்கியமான சாமியார் ஒருவரை நான் சந்திப்பேனென்றும் அவர் என்னைத் தன்னுடனே இருக்க அனுமதித்து ஆச்சரியமூட்டுவாரென்றும், என்

ஆன்மாவின் பனிப்பாலக் குழிவைக் கடக்க உதவுவார் என்றும் எனக்குச் சொல்லப்பட்டிருந்தது.

மகாகுணாஸ் கணவாயைக் கடந்தபின் கடல் மட்டத்திலிருந்து பத்தாயிரம் அடி உயரத்திலமைந்த ஒரு சமவெளியை அடைந்தோம். வாழ்வில் எவ்வித அசைவும் இயக்கமுமின்றிக் கழியும் வருடங்கள் விரைவிலோ சற்றுக் கழித்தோ தமக்கான விலையைக் கேட்கும், அதைத் தவிர்க்கவே முடியாது. அந்தக் கணம் வரை லேசான தலைச்சுற்றலை யும் எப்போதாவது வரும் நுரையீரலில் கத்தியைச் செருகியது போன்ற வலியையும் தவிர்த்து வேறெதையும் நான் உணரவில்லை. தரிசாகி எந்த அழகுமற்றுக் காணப்பட்ட சமவெளிக்குள் நாங்கள் இறங்கியபோது என் கண்முன்னால் சாம்பல் வண்ணப் பாறைகளும் நுண்சரளை பாவிய மலைச்சரிவுகளும் சட்டென ஊசலாடின, இருளில் மூழ்கின. கண்களைத் திறந்தபோது முதலில் நான் பார்த்தது குதிரையோட்டியைத்தான், அவர் முகத்தில் கவலையும் எரிச்சலும் கலந்திருந்தன. என் இடது கன்னத்தில் பிசுபிசுவென எதையோ உணர்ந்தேன். உதடுகளை நாவால் தடவியபோது இரத்தச் சுவை. மயக்கமுற்று மட்டக்குதிரையிலிருந்து நான் விழுந்துவிட்டிருக்க வேண்டும். விழுகையில் கல்லில் மோதியிருக்க வேண்டும். என் தலையின் வலப்புறமும் திட்டாக ரத்தப் பிசுபிசுப்பை உணரமுடிந்தது. சிரமத்துடன் மெல்ல நடந்துசென்று அருகே பாறைகள்மீது வேகமாக ஓடிக்கொண்டிருந்த ஓடையின் கடுங்குளிரான நீரில் தலையை வைத்தேன். இரத்தத்தால் நீர் கருமையடைவதைப் பார்த்தேன்.

“நாம் திரும்பிப் போய்விடலாமா?” முதியவர் கேட்டார்.

“வேண்டாம்.”

“உங்களுக்கு உயரமான இடங்கள் ஒத்துக்கொள்வதில்லை.”

அவர் சொன்னது சரிதான். தலைச்சுற்றல், காதுகளில் ரீங்காரம், மூச்சிரைப்பு, கண்களின் பின்புறம் வலி, வேகமான இதயத்துடிப்பு, குமட்டல், தாகம் – இவையெல்லாம் நான் மிக நீண்ட தொலைவை மிக வேகமாக ஏறி வந்திருக்கிறேன் என்பதற்கான அறிகுறிகள். ஆனால் முன்னெப்போதையும்விட என் வாழ்நாள் இலட்சியத்துக்கு மிக அருகில் இருக்கிறேன். இப்படியே திரும்பிவிட்டால் முயற்சியை ஆரம்பத்திலேயே கைவிட்டதாகிவிடும். திரும்பிப்போக வழியேயில்லை. சிறிது ஓய்வுக்குப் பின் சிரமத்துடன் மட்டக்குதிரை மீதேறி சேணத்தைப் பற்றிக்கொண்டேன். எங்கள் பயணம் தொடர்ந்தது. சிறிது தூரம்தான் பயணித்திருப்போம், அதற்குள் குதிரையிலிருந்து இறங்க வேண்டியதாகிவிட்டது. குறுகிய மலைப்பாதை செங்குத்தாக, ஆபத்தான கொடும்பாறைகளின் விளிம்பையொட்டிச் சென்றது. என் கண்களில் மூடுபனி கவிவதை உணர்ந்தேன். “ஓய்வெடுக்கலாம், சிறிது ஓய்வெடுக்கலாம்,” மூச்சிரைத்தபடி சொன்னேன். காதுகளுக்குள் துடிப்பு டமாரமென ஒலிக்க, சுயநினைவின் விளிம்பிலிருந்தபடி தரையில் நழுவினேன். தொலைவில் பிரகாசமாக எதுவோ தெரிந்தது. அது அஸ்தமனச் சூரியன் என்பதை உணரச் சற்று நேரம் பிடித்தது. குளிர் இரும்பையொத்த கடுமைக்குச் சென்றுகொண்டிருந்தது.

"இங்கே நாம் ஓய்வெடுக்க முடியாது" எனக்கு மேல் எங்கேயோ முதியவரின் குரல் ஒலித்தது. "குதிரைகள் கால் தடுமாறி மலை இடுக்குகளுக்குள் விழுந்துவிடும்." குதிரைகளை அவர் உதைத்தும் இழுத்தும் பாதையில் மேலேற்றிக்கொண்டிருந்தார்.

கவிழ்ந்துகொண்டிருந்த இரவின் பசித்த நிழல்களின் முன் அனாதரவாக, குளிரில் நடுங்கியபடி விளிம்புப் பாறையொன்றில் படுத்திருந்தேன். முதியவர் திரும்பிவந்து நான் எழுந்துநிற்க உதவினார். என் கையைப் பிடித்துப் பாதையில் இழுத்துச்செல்ல அவரை அனுமதித்தேன், ஒவ்வொரு மூலையிலும் சற்று ஓய்வு.

"இன்னும் அதிக தொலைவு இல்லை" என்றபடியே வந்தார். காற்றில் அவரது குரல் வெகு தொலைவே கேட்டது. "இன்னும் சில அடிகள், சில அடிகள் மட்டும்தான், முயலுங்கள். என்னைப் பாருங்கள், உங்களைப்போல இரண்டு மடங்கு வயது எனக்கு."

ஒரு மட்டக்குதிரையோட்டியாக, நான் அதைக் கடந்து வரும் பொருட்டு எனது பலவீனத்தை அவர் சொல்லிக்காட்டுவது இது முதல் தடவையன்று. ஆனால் இம்முறை பொறுமையிழக்காமல் அவருக்கு அன்பாகவே பதில் சொன்னேன். காரணம் அவருக்கு வயது எழுபதுக்குமேல் என்பது மட்டுமல்ல, ஒளிவுமறைவற்ற குரூரத்துடன் எங்கள் முன் திறந்துகிடந்த இந்த நிலத்தின் பரிமாணங்களால் அங்கே சட்டென்று எனக்கான முக்கியத்துவம் ஒன்றுமில்லாமல் போயிருந்ததும்தான். இந்நிலம் அதனது அமைப்பில் மிக எளிமையானது, மூச்சுத் திணறும் என் பௌதிக இருப்பு *அதனுள்* இல்லாமல் *அதனில்* இருந்த வகையில் இந்நிலம் மிகவும் மாயத்தன்மைமிக்கது. ஒரு விரல் அது தொடும் புகைப்படத்தினுள் ஊடுருவ இயலாமல் அதன்மீது ஊர்ந்துபோவது போல.

உண்மையாகவே இது கடவுளின் உலகம், அருகிலிருந்தும் தொலைவில் இருப்பது, அதன் இருப்பை உணர்ந்தாலும் நம்மால் அணுக இயலாதது. அந்த உலகின் வெகுதொலைவில் அந்த முதியவரும் நானும் படைப்பின் ஓவியக்கூடத்தில் இயற்கையெனும் மாபெரும் ஓவியத்தின்மீது ஏறிக்கொண்டிருக்கும் ஓய்ந்து தளர்ந்த இரு குள்ள மனிதர்கள்போல் தோன்றினோம். ஒருவழியாகக் கடும் குளிர்காற்றில் நடுங்கிக்கொண்டிருந்த மட்டக்குதிரைகளில் ஏறி எங்கள் பயணத்தைத் தொடர்ந்தோம். விரைவிலேயே நீண்ட பள்ளத்தாக்கு ஒன்றை எங்கள்முன் கண்டோம். மிகக் குறுகிய அந்தப் பள்ளத்தாக்கினை சூரியனால்கூட ஒரு நாளில் இரண்டுமணி நேரம் மட்டுமே ஊடுருவ முடியும். பள்ளத்தாக்கின் இந்த முனை முதல் அந்த முனை வரை அழுக்கான பழுப்புநிறப் பனி மூடியிருந்தது. பின்னால் சரிவில் வீசிக்கொண்டிருந்த காற்றிலிருந்து விலகி பள்ளத்தாக்கினுள் நுழைந்தபோது ஆழ்ந்த அமைதி எங்கள்மீது கவிந்தது. எங்களுக்குக் கேட்ட தெல்லாம் இங்குமங்கும் கற்கள்மீது குளம்புகள் எழுப்பும் சன்னமான ஓசைதான்.

வெளிச்சமின்றிக் குளிர்ந்துகிடந்த இந்தப் பள்ளத்தாக்கு வழியாக நாங்கள் ஒரு திறப்பை அடைந்தோம், அந்தத் திறப்பினூடாக அதன்

அச்சமூட்டும் நிழல் கீழே விழ அமர்நாத் மலையின் அகண்ட முகப்பு எங்கள்முன் எழுந்து நிற்பதைப் பார்த்தோம். வெள்ளைப் பாறைகள் ஆங்காங்கே காணப்பட அம்மலை நான் நினைத்ததை விடவும் வன்சரிவாக இருந்தது. சரிவின் வெகு மேலே புனிதக் குகையின் இருண்ட வாயிலை என்னால் பார்க்கமுடிந்தது.

"அதோ" என்றார் முதியவர், இயற்கை அதிசயம் ஒன்றின் இருப்புக்கு உரிமை கோருபவர் போல. குகை நோக்கிய இறுதி மலையேற்றத்துக்கு முன் நான் மட்டக்குதிரையிலிருந்து கீழே இறங்கினேன். குகை வாயிலை அடைய சற்று நேரமானது. ஈரமான, நீர்க்கசியும் உட்புறத்தில் ஆரம்பத்தில் என் கண்களுக்கு எதுவும் தெரியவில்லை. குளிர் என்னைத் தழுவுவதையும் முகத்தில் பெரிய நாய் ஒன்று நக்குவதனால் ஏற்படுவதுபோன்ற மூச்சுமுட்டலையுமே உணர்ந்தேன். மெதுவாகக் குகையின் உட்புறம் புலப்பட ஆரம்பித்தது. குகை அதிகபட்சமாக ஒரு நூறு அடி உயரமிருக்கும். கடும் சரிவான ஒரு சாய்தளத்தில் பக்கவாட்டுப் பிடிமானக் கம்பியின் உதவியுடன் இறங்கினேன். சாய்தளத்தின் பின்புறம் குவியலாக ஏதோ கிடந்தது – அழுகிய மலர்கள் போலிருந்தது. ஆகஸ்ட் மாதம் புனித யாத்திரை வந்த பக்தர்கள் சிவலிங்கத்துக்குப் படைத்த மாலைகளாக இருக்கலாம். ஈரமான தரையெங்கும் குப்பைகள். நான் மூச்சையடக்கிக் காதைத் தீட்டிக் கவனித்தேன்.

நான் உணர்ந்த அமைதி அங்கே நான் மட்டுமே தனித்திருப்பதை உறுதி செய்தது.

மறைந்துகொண்டிருந்த மாலை வெளிச்சத்துக்குள் வந்தபோது எனக்கு மூச்சுத் திணறியது. நான் சந்திக்கவேண்டுமென்று வந்த அந்தச் சாமியார் எங்கே? அவர் குகையில் இல்லை. குகை வாயிலிலும் அவர் இல்லை. மலையடிவாரத்திலும் இல்லை. இந்தக் கொடும் மலைப்பிரதேசத்தில் எப்படி அவர் வாழ முடியும்?

அருகில் ஒரு கிராமம் அல்லது ஆசிரமம் இருக்க வேண்டும், எதற்கென்றே தெரியாமல் நான் இப்படிக் கற்பனை செய்திருந்தேன். முதலில் லண்டனில், பிறகு டெல்லியில், மீண்டும் ஒருமுறை ஸ்ரீநகரில் என என் நம்பிக்கைக்குரிய பத்து நபர்கள் நான் தேடும் மனிதரை அமர்நாத் குகையில் கண்டடைவேன் என உறுதிபடச் சொல்லியிருந்தார்கள், ஆகவே இந்த ஏமாற்றத்தை நான் எதிர்பார்த்திருக்கவில்லை. பத்துப்பேர் சேர்ந்து ஒரு தவறான தகவலைத் தரமுடியாது என நினைத்தேன்.

தளர்ந்தவனாக மண்டியிட்டு அருகிலிருந்த பாறையில் சாய்ந்தேன். என் கண்கள் குளமாயின; வஞ்சிக்கப்பட்ட குழந்தையின் கண்ணீர் அது. இந்தக் குகை நோக்கி என்னை அழைத்துக்கொண்டிருப்பதாக உணர்ந்தேனே அந்தக் குரல்? யாருடைய குரல் அது? வெறும் மாயையா அது? முட்டாள்த்தனம் எனத் தவிர்த்துவிட்டிருக்கக்கூடிய ஒரு பயணத்தை மேற்கொள்வதற்காக என் உள்மனம் உருவாக்கிய சமாதானமா அக்குரல்?

இமாலயத்தின் கொடுந்தனிமையில் திடீரென இப்போது அது முட்டாள்த்தனமாகவே தோன்றியது. தொடக்கத்திலிருந்து எல்லாமே

மந்திரவாதியின் சீடன்

முட்டாள்த்தனம்: எனது உள—உடல் மாற்றத்துக்கான சிறுபிள்ளைத்தனமான விருப்பம், அது எவ்வாறு எனக்குப் பயனுள்ளதாக இருக்கப்போகிறது என்ற சந்தேகங்கள் ஒருபுறம் இருக்க எனக்கான ஆசானை, குருவை நான் தேட முற்பட்டது, அனைத்துக்கும் மேலாக இப்பயணம் தொடர்பான எனது விசாரணைகள் எல்லாம் சரியானவை, போதுமானவை என நான் உறுதியாக நம்பியது. ஒதுக்குப்புறமான ஒரு மலைக் குகையில் யோகானந்தரை நான் சந்திப்பேன் என்பதை உறுதி செய்வதில் அந்த வயோதிகக் குதிரையோட்டியே இறுதியும் அறுதியுமாக இருப்பார் என்று நான் நம்பத் தலைப்பட்டதும் அதேயளவு முட்டாள்த்தனமானதுதான்.

மலையடிவாரத்தில், ஏற்கெனவே அவர் மட்டக்குதிரைகளிலிருந்து மூட்டைகளை இறக்கிவைத்துவிட்டு, சிறிய கூடாரம் ஒன்றை அடித்துவிட்டு, மண்ணெண்ணெய் அடுப்பை மூட்டி தேநீருக்காகத் தண்ணீரை கொதிக்கவைத்துக் கொண்டிருந்தார்.

“சிவலிங்கத்தைப் பார்த்தீர்களா?” சற்றே வன்மத்துடன் என்னைக் கேட்டார். “நீங்கள் ஆகஸ்டில் வந்திருக்க வேண்டும், இது மிகவும் தாமதம்.”

“உங்களுக்கு நன்றாகத் தெரியும் நான் சிவலிங்கத்தைப் பார்க்க வரவில்லையென்று” வெடுக்கென்று பதிலுரைத்தேன். “நான் யோகானந்தர் என்னும் சாமியாரைப் பார்க்க வந்திருக்கிறேன். அவர் இங்கே இருப்பார் என நீங்கள் சத்தியம் செய்தீர்கள்.”

“அந்தக் குகையில் ஒரு மனிதன் உயிர்வாழ முடியுமா?” வலிந்து வரவழைத்துக்கொண்ட ஆச்சரியத்துடன் அவர் கேட்டார். “அங்கே அவர் எதைச் சாப்பிடுவார்? கோடைக்காலப் புனிதப்பயணத்தின்போது இங்கே நூற்றுக்கணக்கான சாதுக்கள் இருப்பார்கள், எல்லாவகையான யோகிகளும் சாமியார்களும். ஆனால் எல்லோருமே கிளம்பிவிடுவார்கள். அவர்களைப் பிடித்துவைக்க இங்கே எதுவுமில்லை.”

“கிளம்பும் முன்பே இதை ஏன் நீங்கள் சொல்லவில்லை?”

“நீங்கள் உண்மைகளை விரும்பவில்லை” அவர் சாதாரணமாகச் சொன்னார். “நீங்கள் கனவை விரும்பினீர்கள், யதார்த்தத்தை உணராமல் இருக்க என்னை உங்கள் வழிகாட்டியாக வைத்துக்கொண்டீர்கள்.” அவருடைய பேச்சு முன்னெப்போதையும்விட இப்போது விசித்திரமாக இருப்பதைக் கண்டேன், அது அவரது தோற்றத்துக்கும் அவர் செய்யும் தொழிலுக்கும் பொருந்தாத வகையில் இருந்தது.

இருப்பினும் என்னைக் குதிரையோட்டி ஏமாற்றிவிட்டதை உணர்ந்தேன். என்னை, நம்பிக்கையூட்டி உற்சாகத்தில் மிதக்கவிட்டுப் பிறகு காற்றிறங்கிய பலூன் போலாக்கிப் பார்க்கவேண்டுமென்ற ஆசையைத் தவிர வேறெந்தக் காரணமும் அவருக்கு இருக்க முடியாது. அடுப்பில் மும்முரமாக வேலை செய்துகொண்டிருந்த அவருடைய தந்திரமிக்க கண்களில் திருப்தியின் ஒளியையும் முகத்தில் ஏளனப் புன்னகையையும் நான் காணத் தவறவில்லை.

"நீங்கள் ஒரு பொய்யர், ஏமாற்றுக்காரர்", அவரை நோக்கி அடியெடுத்து வைத்தபடி சொன்னேன். "யாரும் என்னை முட்டாளாக்குவதை நான் பொறுத்துக்கொள்வதில்லை."

அவர் முகத்தில் குத்தினேன்.

"உங்களுக்கு நான் கூலியெதுவும் தரப்போவதில்லை, என் இறுதியான முடிவு இது" என்றேன்.

"கூலிக்காக உங்களை நான் இங்கு அழைத்துவரவில்லை" வலிக்கும் தாடையை மெதுவாகத் தடவியபடி அவர் சொன்னார். அவர் வருத்தமுற்றதுபோலத் தெரியவில்லை. "நீங்கள் என்னமாதிரி மனிதர் என்பதை அறிந்துகொள்ளவே இங்கு அழைத்துவந்தேன்."

"அப்படியானால் இப்போது அதை அறிந்துகொண்டிருப்பீர்கள்."

"அறிந்துகொண்டேன்" என்றார். "என்னுடைய கூலியைப்பற்றிக் கவலைப்படாதீர்கள். வருடத்தின் இந்தக் காலத்தில் யோகானந்தரை நீங்கள் பார்க்க விரும்பினால், நீங்கள் நம்பிக்கை வைத்துச் செல்ல வேண்டியது லடாக்கில் இருக்கும் லேவுக்கு."

"உங்களது பேச்சை நான் இனிமேலும் நம்புவேன் என நினைக்கிறீர்களா?"

"உங்கள் நம்பிக்கைக்கும் எனக்கும் எந்த சம்பந்தமும் இல்லை. கொஞ்சம் தேநீர் அருந்துகிறீர்களா?"

மீண்டும் அவரை அடிக்கப்போனேன், ஆனால் அவரது கண்களில் நான் கண்ட ஏதோவொன்று அவர் என்னைத் திருப்பித் தாக்கக்கூடும் என்றது.

"அருந்துகிறேன், நன்றி" என்றேன்.

2

"நீங்கள் என்னைத் தேடுகிறீர்கள், நான் உங்களைக் கண்டடைகிறேன்."

லேவை அடைந்ததுமே சுமாரான ஓர் அறையை எடுத்து லொடலொடத்துக் கிறீச்சிடும் கட்டிலில் விழுந்தேன். மண்டைக்குள் இரைச்சல், நினைவெங்கும் இரண்டுநாள் பேருந்துப் பயணத்தில் நான் கண்ட விசித்திர பால்டி, திபெத்திய, லடாக்கி, இந்திய அதிகாரிகள், இஸ்லாமிய வர்த்தகர்களின் முகங்களும், 'குட்டி திபெத்' என்றழைக்கப்படும் லடாக்கின் தோற்றமென எனக்குச் சொல்லப்பட்டிருந்ததை விடவும் மிகவும் ரம்மியமான வேறொரு உலகைச் சார்ந்ததோ எனத் எண்ணவைத்த காஷ்மீர் பள்ளத்தாக்கின் பசுமையும் நிறைந்திருந்தன.

பேருந்தில் தாடிவைத்த ஒரு காஷ்மீரி முஸ்லீம் வர்த்தகர் எதிலும் எல்லைமீற வேண்டாம் என எச்சரித்திருந்தார். முதல் இரண்டு நாட்களை மூன்று கம்பளிகளுக்கடியில் ஓய்வில் கழிக்க வேண்டும். லடாக்கில் அந்நியர்கள் விசித்திரமானவற்றை எதிர்கொள்ள நேரிடும் என்றார். பகற்பொழுதில் முப்பது டிகிரிக்கும் மேல் வெயில் காயும்போது அவர்கள் தங்கள் ஆடைகளைக் களைகிறார்கள். ஒரு செங்குத்துப் பாறைக்கடியில் நடந்துசெல்கையில் கோடாரியால் வெட்டப்பட்டது போல உணர்கிறார்கள். காரணம் அவர்கள் நிரந்தர நிழல்கோட்டைத் தாண்டிச் செல்வதுதான், அங்கே எப்போதும் மைனஸ் இருபது டிகிரி குளிர். லடாக்கில் காற்றின் அடர்த்தி குறைவு. சாதாரணமாக, விரைந்து சாலையைக் கடந்து அந்தப் பக்கம் போனாலே மூச்சிரைக்கும். ஆனால் உள்ளூர்வாசிகளுக்கு இது பொருந்தாது, அவர்களது இதயத் தசைகள் இயல்பிலேயே பெரியவை, வலுவானவை.

"காரணம், நூற்றாண்டுகளாக அவர்கள் இதற்குப் பழகியிருக்கிறார்கள்," என்றார் அந்த வர்த்தகர். "சில நாட்களிலேயே அவர்களைப்போல மாறிவிடலாம் என்று மட்டும் நினைத்துவிடாதீர்கள்!"

இவால்ட் ஃப்ளிஸர்

பனித்திட்டுகள் உயரமான சமவெளிகளில் காணப்படும் என நினைத்திருந்தேன், ஆனால் பனிக்காலத்திலும்கூட எல்லாப் பக்கங்களிலிருந்தும் வானத்தைத் துளைக்கும் மலைகளின் சரிவுகளில்தான் பெரும்பாலும் பனி இருந்தது. காற்று மூர்க்கமாயிருந்தது, சில நேரங்களில் இதமாகவும் பெரும்பாலான சமயங்களில் குளிராகவும் இருந்தது. அது வெப்பநிலை திடீரென்று தாழ்வதாலும் ஏறுமாறாக மாறுபடுவதாலும் ஏற்படுவது. மரங்கள் குறைவாகவே காணப்பட்டன. அனேக இடங்களில் குற்றுப்புதர்கள்தாம்.

இரவு கவியும் முன்பாகப் படுக்கையிலிருந்து எழுந்து சன்னலருகே சென்றேன். சிந்து நதியையும் என் முன்னே பரந்துகிடந்த லே நகரத்தையும் உற்றுப்பார்த்தேன். பாழடைந்து, முழுவதும் அபாயகரமான விரிசல்களுடன் இருந்த பதினாறாம் நூற்றாண்டு அரண்மனை ஒன்று தெரிந்தது. பழுப்பு, சாம்பல் வண்ணமடித்து செவ்வக சன்னல்கள் வைத்துப் படிவரிசையில் கட்டப்பட்ட வீடுகளால் நிரம்பிய, அழுக்கான, ஆசியத்தன்மை கொண்ட, தன்னகத்தே எந்த ரகசியமும் இல்லை எனத் தோற்றமளிக்கும் ஒரு நகரத்தைப் பார்த்தேன். இங்கே எங்குபோய் நான் யோகானந்தரைத் தேட? பாரம்பரிய லாமாயிஸத்தின் மையமான இந்த இடத்தில், பெருங்கூட்டமான திபெத்திய முகங்களுக்கு நடுவில் அவர், ஓர் இந்தியப் பிராமணர், என்னதான் செய்துகொண்டிருப்பார்? சந்தேகமேயில்லை அந்தக் கிழட்டுக் குதிரையோட்டி என்னை இன்னொரு பொய்யை நம்பவைத்துவிட்டார்.

அடுத்தநாள் காலை என்னிடமிருந்த உணவுப் பதார்த்தங்களை எடுத்துப் பார்த்தேன். சில தகரக்கலன்கள் பீன்ஸ், உலர்ந்த கொத்திறைச்சிக் குழல்கள், சூப் பொட்டலங்கள், உருளைக்கிழங்கு வற்றல்கள், விட்டமின் மாத்திரைகள். நல்லவேளையாக என்னிடம் தேநீர்ப்பைகள் இருந்தன, லடாக்கின் சடையெருமை வெண்ணெய் சேர்த்த தேநீர் எனக்குக் குமட்டியது. என்னவகையான வலிகளிலிருந்து காத்துக்கொள்ள வேண்டும் எனத் திட்டமாகத் தெரியாதபோதும் பாரசிட்டமால் மாத்திரைகளை வைத்திருந்தேன். ஆமாம், கூடவே மூன்று வகையான ஆன்டிபயாடிக்குகள், தேவைப்படுமே என்று. நான் எளிமையாக இருக்க விரும்பினேன், எவ்வளவு சீக்கிரம் முடியுமோ அவ்வளவு சீக்கிரம் உள்ளூர் வாழ்க்கைக்குப் பழகிக் கொள்ள வேண்டும். இந்த மலைக் கிராமங்களில் *ஸாம்ப்பா* எனப்படும் பார்லி கூழைத் தாண்டிச் சிறிது வக்கணையாக ஏதேனும் கிடைக்கலாம், அதிர்ஷ்டமிருந்தால் எப்போதாவது அது ஒரு துண்டுப் பாலடைக் கட்டியாக இருக்கும் என என் நண்பர்கள் எச்சரித்திருந்தபோதும் நான் இந்த முடிவுக்கு வந்தேன்.

தெருவில் உச்சிச் சூரியன் அப்படியே என்னை வாரியணைத்துக் கொண்டது. வளைந்து நெளிந்து போகும் பழைய நகரின் சூரியன் தொடமுடியாத சந்துகளை அடைந்ததில் எனக்குச் சந்தோஷம். எண்ணற்ற சிறு கடைகளைத் தாண்டிச் செல்கையில் குருட்டாம்போக்கில் முயல்வதே என்னிடமிருக்கும் வாய்ப்புகளில் சிறந்தது எனத் தோன்றியது. எனவே, பஞ்சு திணித்த குளிர்ச்சட்டைகள் விற்கும் கடையொன்றில் நுழைந்து கடைக்காரரிடம் யோகானந்தர் என்கிற இந்தியச் சாமியாரைத் தெரியுமா எனக் கேட்டேன். சட்டென்று என் கையைப் பிடித்து வாசலுக்கு

இழுத்துவந்தார். என்னை வெளியே தள்ளப்போகிறார் என நினைத்தேன். ஆனால் அவர் என்னைத் தெருவைக் கடந்து இழுத்துக்கொண்டுபோய் அவரது கடைக்கு நேர் எதிரேயிருந்த கடையில் என்னை நிறுத்தினார். அங்கே கடையின் முன் பருமனான இளம் லடாக்கி ஒருவன் வட்டத் தொப்பியணிந்து அமர்ந்திருந்தான். அவர்களுக்கிடையே உரையாடல் ஆரம்பித்தது, பருமனான இளைஞன் கடைக்காரரின் பேச்சை உற்றுக்கேட்டான், ஆனால் தலையை இப்படியும் அப்படியும் ஆட்டியபடி இருந்தான். அப்போது கண்ணாடி அணிந்த நடுத்தர வயது லாமா ஒருவர் கையில் இரண்டு பயணப்பைகளுடன் வர அவரிடம் ஒரு பத்து நிமிடம் பேசினார் கடைக்காரர். என்னை அவர்கள் மறந்தே போயினர். பேசி முடித்து லாமா கிளம்புகையில் நானும் கிளம்ப ஆயத்தமானேன், ஆனால் கடைக்காரர் என்னைத் தடுத்து நிறுத்தினார்.

"அந்த லாமாவுக்கு யோகானந்தரைத் தெரியும்" என்றார். "நீங்கள் அவரை திக்ஸேயில் உள்ள லாமா மடாலயத்தில் பார்க்கலாம். அல்லது லாமாயுரு மடாலாயத்தில், அல்லது வேறேதாவது மடாலயத்தில். லடாக் வரும்போது அவர் இங்கிருக்கும் லாமா மடாலயங்களில் ஏதாவதொன்றில்தான் தங்குவார்."

லடாக்கில் எத்தனை லாமா மடாலயங்கள் உள்ளன என்பதை அறிய அரசு தகவல் அலுவலகத்துக்கு ஓடினேன். தூங்கிவழிந்த அதிகாரி, ஏறத்தாழ ஒவ்வொரு கிராமத்திலும் ஒரு லாமா மடாலயம் உள்ளது என்றார். சில மடாலயங்களில் மூன்று அல்லது நான்கு துறவிகளுக்கு மேல் இருக்க மாட்டார்கள், ஆனால் பெரிய மடாலயங்களில் நூற்றுக் கணக்கில் இருப்பார்கள். சுணக்கத்துடன் அவர் முக்கியமான மடாலயங் களின் பட்டியல் ஒன்றை அளித்தார். அலுவலகத்துக்கு வெளியே நுழைவாயிலருகே லடாக்கும் ஸன்ஸ்கரும் அடங்கிய வரைபடத்தை விரித்தேன். பெரிய மடாலயங்களில் ஒருசிலவற்றை மட்டும் சென்று பார்க்க வேண்டுமென்றால்கூட அதற்கே மூன்று வாரங்களுக்கு மேலாகிவிடும் என்பது புரிந்தது.

கண்களை மூடிக்கொண்டேன். அருகிலிருக்கும் சுவர் ஒன்றில் சாய்ந்து கொள்ள வேண்டும். எனக்குத் தலைசுற்றியது. கோபம், கையறுநிலை, தன்னிரக்கம் எல்லாம் கலந்து உண்டான தலைச்சுற்றல். அதில் அனைத்தி லும் மேலாய் இருந்தது கோபம். அந்தத் தந்திரக்கார குதிரையோட்டி மட்டும் என் முன்னே வந்தால் அவரை அடித்து வீழ்த்தி முகத்தில் காறி உமிழ்ந்திருப்பேன். சில நிமிடங்கள் கழித்துக் கண்ணைத் திறந்தபோது என் கோபத்தின் தீவிரத்தில் நிஜமாகவே அந்தக் கிழவர் என் முன்னே நிற்பதுபோல உணர்ந்து அதிர்ச்சியடைந்தேன், அவர் ஆர்வமும் ஆச்சரியமுமாக, கொஞ்சம் வேடிக்கையாகவும்கூட என்னைப் பார்த்தார்.

"இவ்வளவு நாட்களாக எங்கே போயிருந்தீர்கள்?" எனக் கேட்டார். "நீங்கள் என்னைத் தேடுகிறீர்கள், நான் உங்களைக் கண்டடைகிறேன். நல்ல தொடக்கமில்லையா இது?"

அவரது குரல் மாயமில்லை, அவருமேகூட. அந்த வயோதிகக் குதிரையோட்டி என் முன்னே நின்றுகொண்டிருந்தார். ஆனால் மிகவும்

வித்தியாசமாக இருந்தார். அலைந்து திரியும் சாமியார்கள் போல வெளுத்த மஞ்சள் அங்கி உடுத்தி கழுத்தில் ருத்ராட்ச மாலை அணிந்திருந்தார். வலதுகையில் பருமனான மூங்கில் கம்பு. தலையில் முண்டாசு இல்லாததால் அவரது உச்சந்தலை வழுக்கையை என்னால் பார்க்க முடிந்தது, அடர்த்தியான நரைமுடி தோள்களில் விழுந்துகிடந்தது. அவர் முன்னிலும் உயரமாகத் தெரிந்தார், தோற்றத்திலும் கண்ணியம் கூடியிருந்தது. அவரது கண்கள்கூட மாறியிருந்தன: குயுக்தி குறைந்து, முன்னிலும் அதிக மதிகூர்மையும் ஆன்மீக நோக்கும் அவற்றில் தென்பட்டன.

சட்டென்று எனக்குள் பொறி தட்டியது. "நீங்கள்தானே அந்த ...?"

நான் முடிக்கும் முன்பே ஆமென்று தலையசைத்தார்.

"ஆனால் ஏன் நீங்கள் ...?"

"மீண்டும் நீங்கள் என்னைத் தாக்க முற்படுவீர்கள் என நினைத்தேன்," மிகவும் நாசூக்காகப் புன்னகைத்தார்.

"என்னை மன்னித்துவிடுங்கள்" என்றேன்.

"எதற்காக?" அவர் சிரித்தார். "முதியவர்களைத் தாக்குவதை ஒரு கொள்கையாக வைத்திருப்பவர் நீங்கள், சரிதானே?"

நிதானம் தவறி இவ்வளவு மரியாதைக் குறைவாக நடந்துகொண்டதற்காக வெட்கப்படுவதாகச் சொன்னேன். என்னை அவர் அமர்நாத் குகைக்கு அழைத்துச் சென்றதற்கு ஒப்புக்கொண்ட கூலியை வட்டியோடு தருவதாகவும் சொன்னேன்.

"கவலைப்படாதீர்கள். முட்டாள்களை மன்னிப்பது எனக்குப் பிடித்தமான பொழுதுபோக்கு" என்றார்.

❍❍❍

ஒருமணி நேரத்தில் நாங்கள் திக்ஸே லாமா மடாலயம் நோக்கிப் போய்க்கொண்டிருந்தோம். யோகானந்தர் சளசளவென்று பேசுவதைக் கைவிட்டிருந்தார். அவ்வப்போது நடையை நிறுத்தித் திரும்பி ஏளனப் புன்னகையுடன் மேலிருந்து கீழாக என்னைப் பார்த்தார். ஒரு எழுபது வயது மனிதருக்கு இத்தனை வலுவா என வியக்கும் வண்ணம் அவரது மெலிந்த தேகத்திலிருந்து அவ்வளவு ஆற்றல் வெளிப்பட்டது. வலுகூட இல்லை, அதிகமும் அது லேசுத்தன்மையும் உடல் ஒத்திசைவும் சார்ந்தது. இதை அந்தக் குதிரையோட்டியில் எப்படி நான் காணத் தவறினேன்.

அவர் மிகவும் வேகமாக நடந்தார். சிறிது நேரத்திலேயே அவரிடமிருந்து பின்தங்கிவிட்டேன், மூச்சிரைப்பு அதிகமானது. ஒப்பீட்டளவில், சாவகாசமாக நடக்க ஏதுவான நதியையொட்டிய சாலையை விடுத்து இந்தச் செங்குத்தான மலைப்பாதைகளை அவர் ஏன் தேர்ந்தெடுத்தார் எனப் புரிந்துகொள்ள முடியவில்லை. ஆனால் முதியவர் நிற்பதுபோலத் தெரியவில்லை. பாதைக்கு மேலாகத் தொங்கிக்கொண்டிருந்த செங்குத்துப் பாறைகளுக்குப் பின்னால் மறைந்துவிட்டார். ஒவ்வொரு அடிக்கும் என் முதுகுப்பை கனம் கூடிக்கொண்டே வந்தது. அந்த முதியவர் நிற்கிறார்ப்போலத் தெரியவில்லை.

நாசமாய்ப் போக என்று மூச்சுவாங்கிக் கொள்வதற்காய் சற்றே நின்றபோது எனக்குள்ளே சொல்லிக்கொண்டேன். வெகு கீழே பாதி சூரியஒளியில் குளித்தும் மீதி நீண்ட நிழலுக்குள் மூழ்கியும் கிடந்த லே நகரை என்னால் காணமுடிந்தது. எனக்கும் மேலே கூரைபோல வளைந்துகிடந்த பாறையின்–லே நகரை மூடியிருந்ததை விடவும் ஆழ்ந்த – நிழலில் நானும், யாவற்றிலும் மிக ஆழ்ந்த நிழலில் ஒருமணி நேரத்துக்கு முன் முகிழ்த்த என் நம்பிக்கைகளும் மூழ்கிக் கிடந்ததைக் கண்டேன். முதியவர் என்மீது இகழ்ச்சி கொண்டிருந்தார், அதிகம் பேசுவதும் இல்லை. அவருக்கு என்னைப் பிடிக்கவில்லை என்று தோன்றியது. என்னுடைய தட்டுத்தடுமாறிய ஆமைவேகப் பயணத்துக்கு ஏற்ப தனது வேகத்தை அவரால் மாற்றிக்கொள்ள முடியவில்லை.

முதுகுப்பையை எடுத்துக்கொண்டு தடுமாற்றமாக நடந்தேன்.

எதிர்ப்பட்ட முதல் வளைவில் விசித்திரமான ஒரு காட்சியைக் கண்டேன். கரடுமுரடான பாதையின் நடுவில் யோகானந்தர் தலைகீழாக நின்றிருந்தார். சற்றும் கோணாமல் நேராக, சிறு அசைவுமின்றி. அவர் இடுப்பைச் சுற்றிச் சுருண்டிருந்த அங்கி மட்டுமே காற்றில் படபடத்துக் கொண்டிருந்தது. உச்சந்தலை தட்டைக்கல் ஒன்றின்மீது நின்றிருந்தது. கால்கள் சற்றே அகட்டி வைக்கப்பட்டிருந்தன.

நான் காத்திருந்தேன். ஐந்து நிமிடங்களுக்குப்பின் மெதுவாக முட்டிகளை மடக்கி முதுகை வளைத்துக் கல்லிலிருந்து தலையை உயர்த்தாமலே பாதங்களால் தரையைத் தொட்டார். பிறகு முட்டிகளைத் தரையில் பதித்தார், எந்தப் பிரயாசையும் இல்லாமல் லகுவாக மீண்டும் எழுந்து நின்றார்.

“இப்போது உங்கள் முறை” என்றார்.

கழுத்தினுள்ளே முதுகெலும்பின் கண்ணியொன்று பலவீனமாயிருப்பதால் நான் ஒருபோதும் தலைகீழாய் நிற்கக்கூடாதென மருத்துவர் சொல்லியிருந்ததை எடுத்துக்கூறினேன். அவர் சத்தம்போட்டுச் சிரித்தார், எவ்வளவு சத்தமாகச் சிரித்தாரென்றால் நடுங்கவைக்கும் அந்தச் சிரிப்போசை மலைச்சரிவில் இறங்கிப்போய் பள்ளத்தாக்கின் மேல் எங்கோ தேய்ந்து மறைந்தது. பின்னால் என்னுடைய புத்திசாலிப் பிதற்றல்கள் என அவர் அழைத்த ஒவ்வொன்றின்போதும் அவரிடமிருந்து வெளிப்பட்ட இந்தச் சிரிப்பை முதல் தடவையாகக் கேட்டது இந்தச் சந்தர்ப்பத்தில்தான். கேட்கும்போதெல்லாம் அச்சிரிப்பு என்னை நடுக்கத்திற்குள்ளாக்கியது. கடூரமான நயமற்ற எகத்தாளச் சிரிப்பு அது.

“ஆக உங்களது மருத்துவரையும் உடன் அழைத்துக்கொண்டு வந்திருக்கிறீர்கள்”, என்றார். “கவலைப்படாதீர்கள், நீங்கள் தலைகீழாகத்தான் *நிற்கிறீர்கள்.* உங்களது வாழ்நாளின் பெரும்பகுதி இப்படித்தான் நின்றிருப்பீர்கள்.”

மூங்கில் கம்பைக் கையிலெடுத்துக்கொண்டு நடையைத் தொடர்ந்தார்.

பாதை சரிவாகச் சென்றதால் என்னால் அவருக்கு இணையாக நடக்கமுடிந்தது. என்னைப் பரிகசிப்பதுபோல அவர் தனது வேகத்தை

வேண்டுமென்றே குறைத்துக்கொண்டார். ஒன்றிரண்டு முறை கவனக்குறைவால் கிட்டத்தட்ட அவர்மீது மோதிக்கொள்ளவிருந்தேன். சட்டென்று எந்த அறிவிப்புமில்லாமல் பாதையோரம் கல்லின்மீது அமர்ந்துவிட்டார்.

"நீங்கள் செல்லுங்கள், எனக்காகக் காத்திருக்க வேண்டாம்" என்றார்.

"நான் உங்களுடனே இருக்கிறேன்" என்றேன்.

"ஏன் ?"

இந்தக் கேள்வியை எதிர்பார்த்தவனாய் பொருத்தமான பதில்கள் பலவற்றை மனதுக்குள் தயாரித்துவைத்திருந்தேன். துரதிருஷ்டவசமாய் அந்தநேரம் பார்த்து ஒரு பதிலும் நினைவுக்கு வரவில்லை. நான் மாற விரும்புகிறேன், வித்தியாசமானவனாக விரும்புகிறேன் என்று மட்டுமே என்னால் சொல்ல முடிந்தது.

"நீங்கள் வித்தியாசமானவராகத்தான் இருக்கிறீர்கள். நீங்கள் என்னவாக இருக்கிறீர்களோ அதுவாக மாற விரும்பினால் மட்டுமே என்னோடு இருப்பதற்கு வழி கிடைக்கும்" என்றார்.

"ஆமாம், அதுதான். என்னுடைய சாராம்சத்தில் என்னைக் காண விரும்புகிறேன். என்னவாக நான் இருந்தேனோ அதுவாக மாற விரும்புகிறேன். என்னுள் இருக்கும் இடைவெளியைக் குணப்படுத்த வேண்டும், மீண்டும் முழுமையடைய வேண்டும்" என்றேன்.

ஏளனமாக அவர் உதட்டைச் சுழித்தார். "உங்களது சாராம்சம் எது? நீங்கள் மனிதரா? உங்களது சாராம்சத்தை உணரும்போது நீங்கள் யாரென்று உணர்வீர்கள். இருப்பது எதுவோ அதுவே உண்மை. உண்மை எதுவென்று தெரியுமா ?"

அதைத் தேடிக்கொண்டிருப்பதாகச் சொன்னேன். அவருடைய உதவியுடன் அதைக் கண்டுபிடிக்க நம்பிக்கை கொண்டிருப்பதகாச் சொன்னேன்.

"உண்மை என்னிடமா இருக்கிறது ?" ஆச்சரியமாகக் கேட்டார். " என் சட்டைப்பையிலா ? என் வயிற்றுக்குள்ளா ? என் கால் விரல்களுக்கிடையிலா ?" வியுப்புடன் கேட்டார்.

"அது திட்பமானதல்ல" என்றேன். "அது அகவிழிப்பின் ஒரு வகை. மனதுக்கு அமைதியைத் தரும் ஓர் அறிதல்." உண்மை என்பது லௌகீகக் கோட்பாடுகளைக் கடந்த ஒன்று, அது கடந்த காலத்தையது, நிகழ், எதிர்காலத்திலுமிருப்பது என்றும் சொன்னேன்.

"என் பிரியத்துக்குரிய நண்பரே, இவையெல்லாம் வெறும் அழகு வார்த்தைகள், இருப்பவற்றிலேயே ஒன்றுக்கும் பிரயோசனப்படாத கவிதைகள்." அவர் சிரித்தார். "ஆகவே நான் சொல்கிறேன்: தேடிப் போகாதீர்கள், கிடைக்காது. தேடாதீர்கள், கண்டுபிடியுங்கள்."

அவர் சத்தமின்றிச் சிரித்தார், நான் பேச்சைத் தொடரக் காத்திருந்தார். இப்போது அவர் என்னைக் கேலி செய்யவில்லை என்பது மிகவும்

வெளிப்படையாகவே தெரிந்தது. ஆனால் அவரது பேச்சுக்கள் புதிரீடுகளாக இருந்தன, என்னுடைய அறிவின் வேலிகளை உடைத்து அவை உள்ளே செல்லவில்லை. அவர் சொல்வது எனக்குப் புரிந்தும் புரியவில்லை என்றேன்.

என்னை அடிக்க வருவதுபோல, "ஏன்?" என்றார். "உங்களுக்குப் புரிகிறது, அதனாலேயே நீங்கள் புரிந்துகொள்வதில்லை. இதைவிட எளிமையாக என்னால் சொல்லமுடியாது. மன அமைதி என்பது ஆன்மீக, அறிவார்ந்த வழிகளில் வருவது அல்ல, உடல் வழியாக வருவது. நீங்கள் ஒன்றைச் செய்யும்போது அதைத் தொடர்ந்து இன்னொன்று வருகிறது. இப்படியே தொடர்கையில் மனம் அமைதி கொள்கிறது."

"அதற்காகத்தான் இங்கு வந்திருக்கிறேன்" என்றேன்.

கண்களை இடுக்கிக்கொண்டு நெற்றி சுருங்க என்னைப் பார்த்தார். "உங்களிடம் வெகுளித்தனம் குறைவு. பெருகி வளரும் களைகளைப்போல கோட்பாடுகளும் தத்துவங்களும் உங்களில் முளைத்துக் கிடக்கின்றன. காற்று உங்களிடம் கொண்டுவந்த எல்லா வித்துக்களையும் விதைத்து விட்டிருக்கிறீர்கள், எதையுமே புறக்கணிக்கவில்லை. மடமையின் காடு உங்களில் சடைத்து வளர்ந்துவிட்டது. அந்தக் காட்டை எரிக்கத் தயாராக இருக்கிறீர்களா? இல்லையாயின் எந்த வழியும் உங்களுக்கு ஒத்துவராது. எதுவுமே இன்னொரு களையாகத்தான் உங்களில் சேரும்."

பலவற்றையும் இழக்கத் தயாராயிருக்கிறேன் என்றேன், அவர் சொன்ன அந்தக் களைமண்டிய என் தோட்டத்தையும் சேர்த்து. நிஜத்தில் அவை என்னுள் சேகரமான அனுபவங்கள், உலகைப்பற்றிய என் அறிவு. ஆமாம், அவற்றையும் நான் இழந்துவிடத் தயாராக இருக்கிறேன். அவற்றை முற்றிலுமாக அழித்துவிட வேண்டுமென்றில்லை, இனி அவற்றுக்கு அதிக முக்கியத்துவம் தரமாட்டேன்.

நடுங்கவைக்கும் சிரிப்புடன் இடைமறித்தார்.

"நீங்கள் ஏன் லே கடைவீதிக்குப் போகக்கூடாது? அங்கே நீங்கள் நன்றாக பணத்தை மிச்சம் பிடிக்கலாம். ஆனால் என் சிறு நண்பரே, இந்தக் கடைவீதியில், பேரம் கிடையாது. விலைகளும் மிக அதிகம்! இந்த விளையாட்டில் உங்களிடமிருப்பவற்றையெல்லாம் மேசையில் வைத்துவிட வேண்டும். அவற்றை நீங்கள் இழக்கமாட்டீர்களென்று எந்த உத்தரவாதமும் கிடையாது. எப்படியிருந்தாலும் அந்தக் களைகளைத் தவிர வேறு எதையும் நீங்கள் இழக்கப்போவதில்லை."

இமயமலையின் உயரத்தில் திறந்துகிடந்த அந்த இரவில் நிலவொளி மெல்ல எங்களைப் போர்த்தி மூடியது. சிறு அசைவுமற்ற அந்தப் பொழுதில் என் சுவாசத்தை,நுரையீரலின் அசைவை, இந்தக் காற்றுக்கு நான் எவ்வளவு கடன்பட்டிருக்கிறேன் என்பதை உணரத்தொடங்கினேன்.

உறங்கும் பைக்குள் என்னை இறுகப் பொதிந்து வைத்துக்கொண்டேன். முழங்கால்மீது கிடந்த போர்வையே என் குருநாதருக்குப் போதுமானதாயிருந்தது. கொடும் புலியின் கண்களைப்போல அவர் கண்கள் நிலவொளியில் ஒளிர்ந்தன. எட்டு வருடங்களுக்கு முன்பு முதன்முறையாக இமாலயத்துக்கு வந்தபோது திபெத்திய ரகசியங்களையும், உடலை அகநெருப்பினால்

சூடுபடுத்திக்கொள்ளும் *தம்மோ* என்னும் யோகமுறையையும் கற்றுக் கொள்ள முயன்றதை அவரிடம் சொன்னேன். எதையும் மேலாட்டமாகப் பார்க்கும், புலனின்ப நாட்டமுடையவனாக இருந்ததனால் அதில் தோற்றுப்போனதையும் சொன்னேன்.

"இப்போது மாறிவிட்டீர்களா?"

ஆமாம் என்றேன். என்னுடைய தேடல் இனியும் ஓர் அறிவார்ந்த விளையாட்டாக இருக்காது, எனவே நான் வேறுபட்டவன். காணும் இவ்வுலகின் விரிவைப் பற்றிய ஆர்வமின்றி அதன் ஆழத்துக்குள் இறங்க விரும்புவதால் நான் வேறுபட்டவன் என்றேன். நீண்டகாலமாக எனது துயரம் ஒருபோதும் அருகில் வராத புயலின் தொலைவே கேட்கும் ஆர்ப்பரிப்புப் போலிருந்தது. இப்போது நான் புயல் மையத்தில் இருக்கிறேன். இப்போது என் துயரம் உண்மையானது, அதைப்பற்றிப் பேசுவதுகூட வலிமிக்கதாய் இருக்கிறது.

தன்னைக் காப்பாற்றும் ஏதோவொன்றின் விதையை அல்லது ஏதாவதொன்றின் விதையை எதிர்பார்த்திருக்கும் உழுத வயல்போல இருக்கிறேன். தீராநோயுள்ளவன் தனது பிணியைத் தீர்க்கும் எதையும் ஏற்றுக்கொள்ளத் தயாராய் இருப்பதுபோல இருக்கிறேன்.

"புட்டத்தில் ஓர் உதையையுமா?" அரையிருட்டினூடாக அவர் குரல் என்னிடம் வந்தது. "இந்த அஞ்ஞானச் சுமையிலிருந்து உங்களை அது விடுவிக்கும் என்ற உத்தரவாதத்துடன் கொடுக்கப்படும்போது?"

யதார்த்தத்தில் என்னுடைய துயரம் இந்தப் புத்திசாலிப் பிதற்றல் களின் சுமையன்றி வேறில்லை, அவை என்னை மூச்சுமுட்டச் செய்தன. புட்டத்தில் ஒரு உதை கொடுத்தால் எல்லாம் சரியாகிவிடும் என அவர் உத்தரவாதம் தரும்போது நான் என்ன செய்ய?

சரி என்றேன். புட்டத்தில் ஓர் உதையே என்றாலும் ஏற்றுக்கொள்கிறேன், அல்லது அதற்கு அர்த்தம் வேறெதுவாக இருந்தாலும்.

"புட்டத்தில் உதைத்தல் என்றால் உங்களைக் குப்புற விழவைக்கும் உதை என்று அர்த்தம்" அவர் சிரித்தார். "உங்களுடைய இந்த மிகைப்பேச்சுக்களை என்னால் புரிந்துகொள்ள முடியவில்லை, நீங்கள் பேசுவது ஒன்றாகவும் அதன் அர்த்தம் வேறொன்றாகவும் இருக்கிறது. நான் செயல்களுக்குப் பதில் வார்த்தைகளைப் பயன்படுத்துவது ஏனென்றால் நீங்கள் இன்னும் செயல்களுக்குத் தயாராகவில்லை. நீங்கள் மட்டும் வார்த்தைகளால் குருடாகாமல் இருந்திருப்பீர்களென்றால் முன்பே உங்களைப் புட்டத்தில் உதைத்திருப்பேன். அப்போது நீங்கள் புரிந்துகொண்டிருப்பீர்கள்."

மிகவும் எளிது என நான் நினைத்தேன். ஆனால் அது அவ்வளவு எளிதா?

நான் பேச ஆரம்பித்தேன், விளக்க ஆரம்பித்தேன், அவருக்காக இல்லை எனக்காக, மீண்டும் எனது நிலையை ஒருமுறை மீள்பார்வை செய்துகொள்ளும் முகமாக. விஞ்ஞானப் பொருள்முதல்வாத உலகிலிருந்து

ஒதுக்கப்பட்டவன் நான், அகதி. அங்கே என்னால் பொருந்தி வாழ முடியவில்லை. என் அறிவுக்குக் குறைவில்லை, ஆனால் இந்த என் அறிவு ஆழ்ந்ததோ புரிதலின் அடிப்படையில் அமைந்ததோ அல்ல. பலவகை யான தகவல்கள், கருத்துகள், பழக்கங்களின் செழுமை, சிந்தனையின் விரைவான எதிர்வினைகளால் ஆனது. நானிருக்கும் அறிவியல்பூர்வ புறவய மேற்குலகு அகவயப் பதில்களை மட்டுமே கொண்ட கேள்விகளை அனுமதிப்பதில்லை.

நான் தொடர்ந்தேன். எனது மதிப்பீடுகள் எல்லாம் சூழலின் அச்சுறுத்தலுக்கு நான் ஆற்றும் எதிர்வினைகளேயன்றி வேறில்லை என 'புறவய' விஞ்ஞானிகள் தங்களால் இயன்ற அளவுக்கு என்னை நம்பவைக்க முயல்கின்றனர். எனது மதிப்பீடுகளின் தொகுப்பு மகிழ்ச்சிக்கான எனது ஏக்கத்தின் விளைவேயன்றி வேறில்லை, ஆகவே அது தூய மாயை எதுவெனவும் எனது மகிழ்வின்மைக்கான மூலம் எதுவெனவும் நிரூபிக்க முயலுவதும்கூட. என்னுடைய உலகத்தில் அகவொளி, மீட்பு போன்ற வார்த்தைகளைக் குறிப்பிட்டாலே போதும் என்னைப் பார்த்து அவர்கள் சிரிப்பர். மீட்பு என்பது முதிர்ச்சியின்மை, கூடுதலாக எந்தப் பரிமாணமுமற்ற ஓர் உயிர்வேதி இயந்திரம் நான் என்பதை ஏற்றுக் கொள்ளும் தைரியமின்மை என அவர்கள் சொன்னார்கள்.

இந்த உலகின் வெளித்தோற்றத்தை மட்டுமல்லாது அதன் மறைந்திருக்கும் அத்தனை பரிமாணங்களையும் உள்ளடக்கிய ஓர் அறிவை அடையவே ஏங்குகிறேன். புலனாகாத யாவற்றையும் ஊடுருவவும், கண்ணுக்குத் தெரிவதனையும் தாண்டி இந்த உலகின் ஆழத்தை அடையவும், அந்த மறைபரிமாணத்தோடு எப்போதும் தொடர்பிலிருக்கவும் ஏங்குகிறேன்.

"சிந்திக்கிறேன் அதனால் இருக்கிறேன்" என்று சொல்லித் தகுதி வாய்ந்த அனுபவங்களை எண்ணிக்கைக்கும் அளந்தறிதலுக்குமாகக் குறுக்கி விட்ட தெகார்தே எனும் மனிதனது உலகிலிருந்து வரும் அகதி நான்–

"இப்போது" குறுக்கிட்டார் யோகானந்தர், "உங்களை நான் காப்பாற்ற வேண்டுமில்லையா? அப்போதுதான் நீங்கள் உங்களது மக்களைக் காப்பாற்ற முடியும், அவர்களால் இந்த உலகைக் காப்பாற்ற முடியும், இல்லையா?"

நான் ஒன்றுமறியாத அப்பாவியோ முட்டாளோ அல்ல. எனக்குத் தேவை ஒரு வழிகாட்டி. ஏனென்றால் எடுத்துவைக்கும் முதல் அடி மிகவும் முக்கியமானது, என்றேன்.

"முதலடியை நீங்கள் எடுத்துவைத்துவிட்டீர்கள். உங்களது காரணகாரிய அறிவுலகு ஏற்றுக்கொள்ளாத முறைகளைக் கையாண்டு புரிதலை அடையலாம் என நினைக்கிறீர்கள். பிறகெதற்குப் பிச்சைக்காரனைப் போலிருக்கும், நாளுக்கு இருமுறை தலைகீழாய் நிற்கும் ஒரு கிழவனைத் தேடி நீங்கள் வந்தீர்கள்?" என்றார்.

3

அடி

கடுமையான குளிர், என்னால் உறங்க முடியவில்லை. நிழல்த் திரளாகத் தோன்றிய மலைகளின் பின் நிலவு இறங்கிக் கொண்டிருந்தது. அமைதியாகவும் பேருவகையோடுமிருந்தார் யோகானந்தர். தற்கணத்தின் ஆசான். நான் அப்படியில்லை. என்னுடைய அனுமதியின்றியே என்னுள் வழக்கமான குழம்பிய நினைவுகளும் கவலைகளும் ஆழ்ந்த யோசனை களும் நுரைத்துப் பொங்கின. சில சிந்தனைகள் எந்த ஒழுங்கும் ஆழமும் இன்றித் தம்போக்கில் கேள்விகளாயின, மற்றவை அவற்றுக்குப் பதில்களாயின. தொடர்ந்து நிகழ்ந்த ஒன்றோடொன்று தொடர்பற்ற இந்த மூளை வெடிப்புகளை நான் விலகிநின்று பார்த்துக்கொண்டிருந்தேன்.

இதைப் பார்த்துக்கொண்டிருப்பவன் யார்? நான் உணரும் அந்த சிந்தனையற்ற 'நான்', கட்டுப்படுத்த முடியா தனது மூளையின் நடனத்துக்குச் சாட்சியாக நிற்கும் அந்த 'நான்' யார்? அது நிகழ்வது யாருடைய மூளையில்?

"உங்களுக்கு என்னதான் வேண்டும்?" திடீரெனக் கேட்டார் யோகானந்தர், அவர் ஆழ்ந்து உறங்கியிருக்கவில்லை.

தயக்கமின்றிச் சொன்னேன் "முழுமை. நான் என்னுடனும் எனது உலக அனுபவத்துடனும் ஒன்றித்திருத்தல்."

"குழந்தைப்பருவம்?"

"அதுவும்தான். எனது குழந்தைப் பருவத்துச் சாத்தியங் களில் அனேகம் இன்னமும் அப்படியே உள்ளன என்பதால் அல்ல, இந்த உலகம் அற்புதங்களுக்கான இடம், வாழ்க்கை கிளர்ச்சி ஆர்வத்தின் எல்லையற்ற கடல் என்பதால்."

சிறுவனாக உலகையும் வாழ்வையும், இவ்விரண்டிலு மாக என்னையும், வெளியே நின்று என் செயல்களை எடைபோடாமல் அனுபவித்திருக்கிறேன். பிறகு என்னவோ நடந்தது, என்னவென்று இப்போதுவரை தெரியாது என்றேன்.

"உலகை நீங்கள் இழந்துவிட்டீர்கள்" என்றார். "உலகும் உங்களை இழந்தது."

இருக்கலாம் என்றேன். என்னால் நிச்சயமாகச் சொல்ல முடிந்ததெல் லாம் கடந்த இருபது வருடங்களாக இழப்புக் குறித்த எண்ணம் என்னைப் பீடித்திருக்கிறது என்பதைத்தான். வருடம் ஆக ஆக இந்த எண்ணம் வலுப்பெற்றது. ஓர் இளைஞனாகப் புலனின்பங்களிலும் லௌகீக விஷயங்களிலும் மூழ்கித் திளைப்பது அல்லது வெளியே சொல்லவியலாத மனதின் இருண்ட பகுதிகளுக்குள் நுழைந்து ஆராய்வது என எதைச் செய்தாலும் எனது எல்லா முயற்சிகளுமே, ஏன் எனது சேட்டைகளுமேகூட, ஏதோ ஒரு தேடல் பயணத்துக்கு ஒப்புக்கொடுக்கப்பட்டவை என்பதாகவே உணர்ந்தேன். நான் கண்டறிய விரும்பியது எதுவென்றே நெடுங்காலம் எனக்குப் புலப்படவில்லை. எனது மன உலைவு புதிய ஒன்றுக்கான விருப்பமில்லை, நீண்ட காலமாக நானறிந்த ஆனால் தொலைத்துவிட்ட ஒன்றை மீண்டும் கண்டடைவதற்கான உந்துதல் என்பதை மெதுவாகவே அறியத் தொடங்கினேன்.

"ஒருவேளை," அவர் சொன்னார், "உங்களது ஆன்மா மீட்கப்பட்டு விட்டிருக்கலாம், அது குறித்து நீங்கள் செய்யவேண்டியது ஒன்றுமில்லை."

அவர் சொன்னதை நீண்ட நேரம் யோசித்தேன்.

பிறகு நான் கேட்டேன், "மீட்படைந்த ஆன்மா குறித்து நிச்சயமாக அந்த ஆன்மாவுக்குரியவருக்குத் தெரிந்திருக்கும் இல்லையா?"

பதிலில்லை. யோகானந்தர் ஆழ்ந்து உறங்கிவிட்டிருந்தார்.

❍❍❍

"காலை வணக்கம்," ஏழுமணி நேரம் கழித்து என் உறங்கும் பையிலிருந்து வெளியே வரும்போது சொன்னேன். உடம்பெல்லாம் விறைத்துக் கிடந்தது. மேலும்கீழும் குதித்தேன், கைகளால் தொடைகளை அறைந்தேன். யோகானந்தர் என்னை ஆர்வமுடன் பார்த்துக்கொண்டிருந்தார். ஏன் இதைச் செய்கிறீர்கள் எனக் கேட்டார்.

இது என் காலை உடற்பயிற்சி, என் மூட்டுக்களைத் தளர்த்தவும், ரத்தவோட்டத்தை மேம்படுத்தவும், உடற்செல்களை ஊக்கவும் செய்வது என்றேன்.

"ஒரு புலியோ அல்லது நாயோ மேலும் கீழும் குதிப்பதையோ தன்னையே அறைந்துகொள்வதையோ பார்த்திருக்கிறீர்களா?"

இல்லை என்றேன். ஒரு விலங்கு எழுந்ததும் தனது உடலை நீட்டி உடனே விழிப்புநிலைக்கு வந்துவிடுகிறது. ஆழ் உறக்கத்திலிருந்து ஒரு சுருள்வில் விரிவதைப்போல எழும் புலி எந்த முயற்சியுமின்றி உடனே தன்னை ஒரு தாக்குதலிலோ தப்பியோடுதலிலோ ஈடுபடுத்திக்கொள்கிறது. புலி யோசிப்பதில்லை, கணக்கீடுகள் செய்வதில்லை. அது ஒருநாளைக்கு எட்டுமணி நேரம் மேசையில் அமர்ந்திருப்பதில்லை. அதற்கு அன்பு வெறுப்பு, கடந்தகாலம் எதிர்காலம் இதெல்லாம் தெரியாது. ஆனால்

நானோ என்னைக்குறித்து விழிப்புடன் இருப்பதோடு மட்டுல்லாமல், என்னைக் குறித்து விழிப்பாயிருப்பது குறித்தும் விழிப்பாயிருக்கிறேன். எனது யதார்த்தம் எனக்கும் எனது சூழலுக்கும் நடுவே அடித்து நிறுத்தப்பட்டிருக்கிறது. எப்படி என்னை நான் ஒரு புலியுடன் ஒப்பிட்டுக் கொள்ள முடியும்?

"முடியாது" என்றார் யோகானந்தர். "புலி தனது மையத்தில் வாழ்கிறது, நீங்கள் உங்களது விளிம்பில் வாழ்கிறீர்கள்."

அவரது பெரும்பாலான கூற்றுகளைப்போலவே இதுவும் என் சிந்தனை ஓட்டத்தைச் சட்டென்று தடுத்து நிறுத்தியது. சற்றுநேரத்துக்கு அச்சமூட்டும் எனது வெறுமைக்குள் நான் தள்ளப்பட்டேன். என்னைப் பார்த்துக்கொண்டிருந்தவர் நானடைந்த அதிர்ச்சியைக் கண்டு ஆச்சரியப்பட்டார்.

"புலிக்கு சுவாசிக்கத் தெரியும்" என்றார். "உங்களுக்குத் தெரியாது."

"எனக்குத் தெரியும்" என்றேன்.

கண்களை மூடி நுரையீரல் வரை அதன் பாதையை உணர்ந்து மெதுவாக ஆழ ஒரு மூச்செடுத்தேன். அப்படியே மெதுவாக மூச்சை வெளியேற்றினேன். இப்படிச் செய்துகொண்டிருக்கையில் எதுவோ கடுமையாக என் முதுகைத் தாக்கியது. கண்களைத் திறந்தபோது கிழவர் தனது மூங்கில் கம்பை உயர்த்தி இன்னொரு அடியை இறக்குவதற்குத் தயாராக இருந்தார். நான் அவரிடமிருந்து வேகமாக விலகினேன்.

"என்ன?" அவர் இளக்காரமாகச் சிரித்தார். "கதவுக்கு அருகில் சென்றதுபோல இருந்ததா?"

"எந்தக் கதவு?" கண்ணீரை அடக்கியவனாகக் கத்தினேன்.

"இந்தக் கணம் நீங்கள் நுழைய முடிகிற கதவு. அது உங்களது ஒரேயொரு வாழ்கணம்."

பனிமூட்டம் மறைத்த பள்ளத்தாக்கை நோக்கிய வளைந்து நெளிந்த பாதையில் நாங்கள் தொடர்ந்து நடந்தோம்.

அவர் ஏன் அப்படிச் செய்தார்?

"நீங்கள் விழித்தெழ விரும்பினேன்" என்றார்.

சிலநேரம் இது சாத்தியமாவதும் உண்டு, அவர் விளக்கினார். குரு தனது முன்னேற்றத்தில் திருப்தியடைந்துவிட்டார் என நினைத்துச் சீடன் மெத்தனம் கொள்ளும்போது, அதிலும் குறிப்பாக அம்முன்னேற்றத்துக்குக் குருவினது அங்கீகாரத்தைக் கோரி நிற்கும்போது கம்பால் திடீரெனக் கொடுக்கும் ஓர் அடி அவனுக்கு ஒரு கதவைக் காட்டும், அந்தக் கதவினூடாக அந்தப்பக்கம் அவனைத் தன்னையறிதல் என்னும் ஒளியில் தள்ளும். என் விஷயத்தில் அவரது முயற்சி பலிக்கவில்லை. அந்தக் கதவை நான் கண்டிருக்க முடியும், ஆனால் என்னுடைய அறிவுக் கவசம் மிகவும் கனமாகவும் சிக்கலாகவும் இருந்ததால் அது நிகழ்வதை நான் உணரும் முன்பே சிறு சுவடுமின்றி அது மறைந்தது.

இப்போது மிகத் தாமதமாகிவிட்டது. கம்பு இனி உதவாது. ஒவ்வொரு அடிக்கும் எனது முதல் எதிர்வினை இப்படிப்பட்ட சிந்தனையாகத்தான் இருக்கும்: "சரி, இந்தக் கிழவன் என்னை விழிப்புக்குள் தள்ளுகிறான்." சிந்தனை என்பது கதவோ வேறு வெளியேறும் வழியோ இல்லாத ஒரு சுவர்.

உட்சுவாசத்துக்கும் வெளிச்சுவாசத்துக்கும் நடுவிலுள்ள இடைவெளி பற்றி அவர் சொன்னார். ஆமாம் அப்படியொன்று இருக்கிறது, அதை நான் கவனிக்கத் தவறிவிட்டேன். அப்படித்தான் புத்தர் புத்தரானது. ஒருநாள் தனது சுவாசத்தை ஆழ்ந்து கவனித்துக்கொண்டிருந்தவர் எதிர்பாராதவிதமாகத் தான் சுவாசமற்றிருக்கும் ஒரு சிறுபொழுதைக் கண்டறிந்தார். அதன்வழி நிகழ்கணத்துக்குள் நுழைந்தார், அங்கேயே நிலைத்தார். நிகழச் சாத்தியமுள்ளது என எனது அறிவு ஏற்றுக் கொள்வனவற்றுக்கு எதிரானது இது. வலியுடன் சிறுகச்சிறுக முன்னேறி படிப்படியாகத்தான் முக்கிய இலக்குகள் அடையப்பெறுகின்றன என நினைக்கிறேன். ஆனால் புத்தர் எப்படி அனுபூதியின் ஒளித்தெறிப்பில் சட்டென்று ஞானமடைந்தார்? முயற்சியினால் கிடைக்கும் பலன்களே மதிப்புடையவை, முயற்சியின் கடுமை கூடக்கூட பலனின் மதிப்பும் உயர்வடைகிறது. என்னைப் பொருத்தவரை ஞானத்தைத் தேடிச் செல்லும் வழி ஒறுத்தல்களும் கடும் உழைப்பும் வாசிப்பும் தத்துவமும் நிறைந்த முட்பாதை. இந்தக் கணமே, இதோ இந்தக் கணமே என்னுள் உண்மை முகிழ்த்துவிட்டது என்று ஒருவர் சொல்வதை ஏற்றுக்கொள்ள முடியாது.

"உங்களால் அது முடியுமா?" அவர் கேட்டார்.

"ஆமாம், முடியாது" நான் ஒப்புக்கொண்டேன். "இது ஒரு பெரிய பிரச்சனையா?"

காரணகாரிய அறிவுடன் அணுகும்வரை அது முடியாது என்றார். காரணகாரிய அறிவுடைய மனதுக்கு எல்லாமே பிரச்சனைதான். ஒரு பிரச்சனைக்கான எந்தத் தீர்வும் இன்னொரு பிரச்சனையை உருவாக்குகிறது. தன்னளவில் யதார்த்தம் பிரச்சனையற்றது. அதுகுறித்த என் பார்வைதான் பிரச்சனையானது. எல்லாமே என் மூளைக்குள் நுழைந்து விடுகின்றன. என் மூளை ஒரு தேச எல்லைபோல. என் அறிவு சுங்க அதிகாரிபோல உள்ளே வரும் விலைமதிப்பற்றவற்றில் பெரும்பாலான வற்றையும், புதுமையான, அந்நிய தேசத்துக்குரிய யாவற்றையும், வித்தியாச மானவை, நிலைகுலைய வைப்பவை எனத்தோன்றும் யாவற்றையும் கைப்பற்றிவிடுகிறது. ஒழுங்கமைவைப் பாதுகாப்பதே அறிவின் கடமை. அதுதான் மரபு. வெளியே பார்க்க ஜனநாயகவாதி; உள்ளேயோ ஒருபோதும் கண்ணுறங்காத தந்திரமிகு சர்வாதிகாரி.

இதனாலேயே மூங்கில் கம்பு அடி என்னை ஞானமடையும் நிலைக்குத் தள்ள முடியுமென நான் நம்பத் துணியவில்லை. என்னுடைய அறிவைப் பொருத்தவரை அப்படி நிகழ்வது சரணாகதி. பலவருட ஆராய்ச்சி, வாசிப்பு, தகவல் திரட்டலும் சரிபார்த்தலும், சிந்தனைகள், கருத்துகள்! நான் சேகரித்த இந்தச் செல்வங்கள் எனக்கு மிக முக்கியமானவை. போகிற போக்கில் அவற்றைத் தூக்கியெறிந்துவிட முடியாது.

“வாஸ்தவம்தான்” என்றார் அவர். “அவற்றைத் தூக்கியெறிய முடியாது. அது சுலபமில்லை. அதைச் செய்ய சரியான வழிமுறை அவசியம். அந்த வழிமுறையை மேம்போக்காக முயன்றுபார்க்கவும் கூடாது. சட்டென்று வெறுமையின் மையத்தில் உங்களை நீங்களே காணநேரும் அதிர்ச்சி உங்களை மாய்த்துவிடவும் கூடும்.”

ஆனால் நான் அச்சப்படக்கூடாது, சிரித்தபடியே அவர் சொன்னார். எனது அறிவு மிகவும் தந்திரமானது, ஒரு திடீர் வழிமுறை சிறப்பாக நிகழ அது அனுமதிக்காது. நாம் முயன்றோம், ஆனால் தோற்றுப்போனோம். எனது சுங்க இலாகா மனசாட்சியை மீறாதது.

“பிறகு?” நான் கேட்டேன். “இந்த திடீர் வழிமுறை இனியும் பயன்தராது எனும்போது, வேறு வழிதான் என்ன?”

மெல்ல முன்னேறும் வழி என்றார். இந்த வழி விசேஷத் திறமைகள், இன்னபிற விஷயங்களை வளர்த்துக்கொள்ள உதவும் வழியல்ல. பௌத்த நூல்களைக் கற்று நானொரு பௌத்த அறிஞராகலாம் ஆனால் புத்தராக முடியாது. புத்தராக விரும்பினால் அது நிகழ்வதற்காக நான் காத்திருக்க வேண்டும்.

“எவ்வளவு காலம்?”

“ஐந்து வினாடிகள் தொடங்கி மூவாயிரம் வருடங்கள் வரை, ஏதாவதொரு கால அளவு” என்றார்.

4

ஐயப்பாட்டின் தருணம்

பள்ளத்தாக்கில், வயல்கள் புல்வெளிகளுக்கிடையே உள்ளூர் மக்களால் செனார் என அழைக்கப்பட்ட பாப்லார் போலத் தோன்றும் மரங்கள் விரவிக்கிடந்த பரந்த சோலையை அடைந்தோம். அருகே ஓர் ஆற்றின் கரையில் அங்கொன்றும் இங்கொன்றுமாய்ச் சடையெருமைகள் மேய்ந்துகொண்டிருந்தன. சூரியன் சுட்டெரிக்க ஆரம்பித்தது. என் முதுகுப்பைக்குள் துழாவி வெயில் களிம்பை எடுத்தேன். வெளியே கேட்காத சிரிப்பில் யோகானந்தரின் கிழட்டு முகம் கோணியது.

"இதைப் பூசிக்கொள்ளுங்கள்" என்றவர் குனிந்து கை நிறைய பழுப்புநிற ஈரமண்ணை எடுத்தார். நான் சுதாரித்து நகரும் முன்பே தனது இடது கையை என் பின்கழுத்தில் வைத்து இழுத்து வலது கையால் என் முகம் முழுவதும் பூசிவிட்டார்.

அவர் சிரித்தார். "இப்போதுதான் நீங்கள் இந்த ஊர்க்காரர் போல இருக்கிறீர்கள்."

கோபத்தை அடக்கிக்கொண்டு, என் களிம்பைவிட இந்தச் சேறு வெயிலுக்கு நல்ல பாதுகாப்பு என்பதுபோல பலவீனமாகப் புன்னகைக்கவும் செய்தேன். ஆனால் ஆழமற்று ஓடிக்கொண்டிருந்த ஆற்றை அடைந்ததும் இந்தச் சேற்றுக் களிம்பு எனக்குப் பிடிக்கவில்லை, தண்ணீரில் கழுவிவிடப் போகிறேன் என்றேன். குனிந்து வேகமாக ஓடிக் கொண்டிருந்த நீரில் கைகளை வைத்தேன் – நான் போட்ட கூச்சல் என் சகபயணியைப் பீதிக்குள்ளாக்கியிருக்கும்.

ஆனால் அவர் சிரித்தார். "சில்லென்று இருக்கிறது, இல்லையா?" வெயிலில் என் தலை எரிந்துகொண்டிருந்தது, ஆனால் அந்தக் குளிர்ந்த தண்ணீரைத் தொட்டால் மின்சாரம் தாக்கியது போலிருந்தது. மூச்சுவாங்கியபடி முகத்தில் நாறிய சேற்றை தேய்த்துக் கழுவினேன்.

குளிர்காலத்தில் இங்கு எப்படி வாழ்வார்கள் என நினைத்தேன்.

"பையா," யோகானந்தர் சிரித்தார். "அப்போது இங்கு எல்லாமே உறைந்துபோகும். பனியை உடைத்துத்தான் தண்ணீரை எடுக்க வேண்டியிருக்கும், அதுவும் பெரிய ஆறுகளில்தான்; சிற்றாறுகள் அடிவரை உறைந்துவிடும். சமவெளியெங்கும் கடும் குளிர்காற்று வீசும். பனிப்பொழிவு மோசமாக இருக்கும், பக்கத்துக்கு வீட்டுக்குக்கூடப் போகமுடியாது. மக்கள் உறைபனியை வெட்டிக் குறுகலான பாதைகளை அமைப்பர். ஓநாய்கள் அடிக்கடி வந்து அண்டும் இந்த நடைபாதைகள்தாம் நீண்ட குளிர்காலம் முழுக்க வயல்களுக்கும் கிராமங்களுக்கும் இடையிலான ஒரே இணைப்பாக இருக்கும்."

கண்ணுக்கெட்டிய தூரம்வரை பாறைகள் நிறைந்த மலைப்பகுதியில் கொத்தாக ஒட்டிக்கொண்டிருந்த வெள்ளையடிக்கப்பட்ட செவ்வக வடிவ வீடுகளை நோக்கி நடந்தோம். பௌத்த மடாலய வளாகத்தின் நுழைவாயிலாக அறியப்படும் தூபியை அடைந்தோம். பௌத்த இமாலயம் இதுபோன்ற தூபிகளால் நிறைந்தது. பண்டைய இந்தியக் கல்லறைகளை நினைவுபடுத்தும் அவை யதார்த்தம் பற்றிய பௌத்தக் கோட்பாட்டின் குறியீடுகள். செவ்வக அடிப்புறம் பூமியைக் குறிக்கிறது, குவிமாடம் தண்ணீரின் குறியீடு, அதன் மேலே சிறிய சிவப்புக் கோபுரம் தீயின் குறியீடு, அதன் உச்சியிலிருக்கும் குடை காற்றின் குறியீடு. மனிதனுக்கும் உலகுக்கும் அடிப்படையான நான்கு மூலகத்துவங்கள்.

தூபியின் பின்னால் பாதை இரண்டாகப் பிரிந்து மேற்புறம் தட்டையான பிரார்த்தனைக் கற்களால் மூடப்பட்ட பாறைக்குவியலொன்றின் இருபுறமும் சென்றது. எல்லாக் கற்களிலும் *ஓம் மணி பத்மே ஹூம்* – 'தாமரையில் வீற்றிருக்கும் ஆபரணமே வாழ்க' என பொறிக்கப்பட்டிருந்தது. 'பரமண்டலங்களில் இருக்கிற எங்கள் பிதாவே'வுக்கு இணையான திபெத்திய பிரார்த்தனை. அனேகமாக இது எழுதப்படாத இடமே இல்லை; வழியோரப் பாறைகள், மலையின் பக்கங்கள், வீடுகள் ஆலயங்களின் சுவர்கள் என எல்லா இடங்களிலும் இது காணப்பட்டது. பிரார்த்தனைகளின்போது பிக்குகள் அதனைத் திரும்பத்திரும்ப உச்சரித்தனர், அது ஆற்றல்மிக்க தியான மந்திரம் என்றும் சொல்லப்பட்டது.

வாய்நிறையப் புன்னகைத்தும் பணிவாகத் தலைவணங்கியும் பிக்குகள் எங்களை வரவேற்றனர். என்ன செய்வதெனத் தெரியாமல் சிரித்தபடி தலையை ஆட்டிக்கொண்டிருந்தேன். பிக்குகள் என்னை ஒரு ரகசிய ஆர்வத்துடன் பார்ப்பதைக் கவனித்தேன். பெரிய பிரார்த்தனைக் கூடத்தின் சுவர்கள் பௌத்த தொன்மக் காட்சிகள் வரையப்பெற்ற நேர்த்தியான திபெத்திய *டாங்கா*க்களால் நிறைந்திருந்தது. இடப்புறச் சுவரோரம் பழுப்பேறிய பௌத்த நூல்கள் அடுக்கப்பட்டிருந்தன, அவற்றில் பெரும்பாலானவை நூறு வருடங்களுக்கு முன் திபெத்தில் அச்சிடப்பட்டவை.

கூடத்தின் முடிவில் பெரிய கணப்பில் சுடர்ந்த ஜுவாலை கூரையிலும் சுற்றியிருந்த சுவர்களிலும் நடுங்கும் நிழல்களை உருவாக்கியது. எங்களைச் சுற்றியிருந்த இருபத்துச் சொச்சம் பிக்குகளில் அனேகர் மிகவும் இளம்

வயதினர், சிறார் பருவத்தைத் தாண்டாதவர்கள். ஏனையோர் முதியவர்கள், அதில் சிலர் முதுமையின் காரணமாகக் கூன்விழுந்தவர்கள்.

சம்பிரதாய முகமன்களுக்குப் பின் யோகானந்தர் என் முழங்கையைப் பற்றிக் கூடத்தின் மையத்துக்கு அழைத்துச்சென்றார். சரளப் பேச்சில் நாடகீயமாக என்னை அறிமுகப்படுத்தத் தொடங்கினார். அவர் திபெத்திய மொழியில் பேசியதால் என்ன பேசுகிறார் என்பதை அங்கிருந்த பிக்குகளின் முகபாவத்தை வைத்து யூகிக்க முயன்றேன். கஷ்டமான காரியம்தான். எனது விருப்பத்துக்கு மாறாக அங்கே அனைவரது கவனத்துக்கும் ஆளாகி நின்றேன், ஆயினும் என்னைப்பற்றி என்ன சொல்லப்படுகிறது என்பது தெரியவில்லை. இப்போது நான் இங்கு எப்படி நிற்கவேண்டும்? பணிவுடனா? தன்னடக்கத்துடனா? செருக்குடனா? எந்த உணர்ச்சியுமின்றியா? ஒருவேளை தீவிர பாவனையைக் கைக்கொள்ள வேண்டுமா? கடுமை தோன்றவா? சாந்தமாகவா? எல்லாம் தெரியுமென்ற தோரணையிலா? எல்லையற்ற தேர்வுகள் என்முன் இருந்தன, எனவே என் பாதங்களைப் பார்த்தவாறே எப்போது இந்த வலிமிகு கணங்கள் முடியும் என நின்றிருந்தேன். வாழ்வில் முதல்முறையாகத் தர்மசங்கடம் என்பது ஒரு கையறுநிலை என்று அறிந்தேன், அதனை உடல்வலியாகவும் உணர்ந்தேன்.

கிழவர் தனது அறிமுகத்தை முடித்ததும் அவர்களிடம் என்ன சொன்னீர்கள் எனக் கேட்டேன்.

“ஏன் அதைத் தெரிந்துகொள்ள விரும்புகிறீர்கள்?” என்றவர் என்னை வியுப்புடன் பார்த்தார்.

“அவர்கள் என்னைப்பற்றி என்ன நினைக்கிறார்கள் என்பது தெரியாமல் எனக்குச் சங்கடமாக இருக்கிறது” என்றேன்.

ஒருவார்த்தையும் பதில்பேசாமல் திரும்பி அருகே நின்றிருந்த முதிய லாமாவிடம் பேச ஆரம்பித்தார். ஒருநிமிடம்கூட ஆகியிருக்காது என் பின்னால் வெடிச்சிரிப்புக் கேட்டது.

“வாருங்கள், போகலாம்” என்றார் யோகானந்தர். பாதி மந்திரத்துக்குக் கட்டுப்பட்டவனாக மீதி கனவுநிலையில் ஆழ்ந்தவனாகப் பிரார்த்தனைக் கூடத்திலிருந்து அவர் பின்னால் சென்றேன். இளைய பிக்குவான லாமா லோப்ஸாங் என்னுடைய முதுகுப்பையை அவர் சுமந்து வருவதாகக் கூறி எடுத்துக்கொண்டார்.

சித்திரம் எழுதிய சுவர்களும் சிலைகளும் காணப்பட்ட அறைகளையும், மிரளவைக்கும் சடங்கு முகமூடிகள், வாள்கள், பழங்காலத் துப்பாக்கிகள் இருந்த கூடங்களையும் பிறகு மேளங்கள், எக்காளங்கள், புத்தகங்கள் இருந்த அறைகளையும் கடந்துவந்தோம். இறுதியாக நீண்ட தளஅடுக்குக் கூரையை அடைந்தோம், அங்கே பிக்குகளின் குறுகலான அறைகளுக்குள் செல்லும் கதவுகள் இருந்தன.

லாமா லோப்ஸாங் வரிசையில் எட்டாவது கதவைத் திறந்தார்.

“ஓய்வெடுங்கள்” என்றார் யோகானந்தர்.

அவர்களது செருப்புகளின் ஓசை தளஅடுக்குக் கூரையில் விலகிச் சென்று மறைந்தது. அறையின் சிறிய சன்னலருகே சென்றேன். குளிர்காற்று வேகமாக உள்ளே வந்தது, என் முகத்தின் மீதும் வீசியது. சன்னல் கதவில் பலகை இல்லை. நாங்கள் கடந்துவந்த பள்ளத்தாக்கைப் பார்த்தேன், அது சூரியவொளியில் பிரகாசித்தது. அருகே நிழல் கவிந்த நீல—சாம்பல் வண்ண மலைகளையும் அவற்றுக்குப் பின்னால் வெகு தொலைவில் இமயமலைத் தொடரின் பனிமூடிய சிகரங்களையும் பார்த்தேன்.

திடீரென ஏதோ ஓசை கேட்டுத் திரும்பினேன். என் பின்னே யோகானந்தர் நின்றிருந்தார்.

“சொல்லுங்கள்” என்றார். “உங்களைப் பிக்குகளிடம் அறிமுகப் படுத்திக் கொண்டிருந்தபோது நான் அவர்களிடம் என்ன சொல்லிக் கொண்டிருந்தேன் எனத் தெரிந்துகொள்ள விரும்பினீர்கள், அப்போதுதான் அவர்கள் உங்களைப்பற்றி என்ன நினைக்கிறார்கள் எனத் தெரிந்துகொள்ள முடியும், அதைக் கொண்டு நீங்கள் யாரென்று ஒரு முடிவுக்கு வரமுடியும், இல்லையா? நீங்கள் யாரென்று உங்களுக்குத் தெரியாதா?”

நான் தலையைக் கவிழ்ந்துகொண்டேன். “உண்மைதான், அவ்வப்போது நான் மிகவும் இயந்திரத்தனமாக நடந்துகொள்கிறேன் ...”

“மாயவலை,” என்று கிட்டத்தட்ட கத்தினார். “ஒளி, நிழல்கள் இவற்றின் நாடகம். நீங்கள் யாரென்று தெரிந்துகொள்ள விரும்புகிறேன். ஏன் நீங்கள் என்னோடு இருக்க விரும்புகிறீர்கள். நானொரு விசித்திரக் கிழவன், குறிக்கோளோ நோக்கமோ இல்லாமல் அலைந்து திரிபவன். இதுதான் என் வாழ்க்கை, எனக்கு உகந்த வாழ்க்கை. ஆனால் நீங்கள் என்னோடு சேர்ந்து திரிய ஆரம்பித்திருக்கிறீர்கள். ஏன்? அது ஏனென்று உங்களுக்குத் தெரியாவிடில் நாம் தொடர்ந்து இப்படியே செல்வதில் அர்த்தமில்லை.”

சட்டென்று திரும்பி அறையை விட்டு வெளியேறினார்.

கீழே இருக்கும் கட்டடத்திலிருந்து வெண்கல மணியின் ஓங்காரம் கேட்டது. அனேகமாக அது பிக்குகளை உணவருந்த அழைக்கும் மணி, அல்லது பிரார்த்தனைக்கு அழைப்பதாகவும் இருக்கலாம். நான் எண்ணிப்பார்த்தேன், இந்த இடம், நானறிந்த உலகத்திலிருந்து, எனது சொந்த இடம் என நான் அழைக்கும் இடத்திலிருந்து வெகு தொலைவே இருக்கிறது இல்லையா?

இந்தக் கலாச்சார இடைவெளியை உணர்ந்து நான் அதிர்ந்தேன். குளிக்கும் பழக்கமற்றவர்களாய், பெரும்பாலும் கூழை மட்டுமே குடித்து வாழும், கிழிந்த கொடிகளையும் சுழலும் சக்கரங்களையும் கொண்டு தமக்காகப் பிரார்த்திக்கும் இந்த மலைவாசிகளுக்கு மத்தியில் நான் என்ன செய்துகொண்டிருக்கிறேன்.

நான் மாற வேண்டும், மலர வேண்டும், விரிவும் ஆழமும் கொள்ள வேண்டும் என்ற உந்துதல். எங்கிருந்து வந்தது அது? நடைமுறைக்கு ஒவ்வாத விஷயமல்லவா? இந்த உந்துதல் விடுதலையை நோக்கி

அல்லாமல், ஒருவிதப் பைத்தியக்காரத்தனத்தை நோக்கியும், உலகுக்கு நெருக்கமாக அல்லாமல் அதனின்று இன்னும் தொலைவாகவும் கொண்டுசென்றுவிட்டால்? இந்த உந்துதலின் இயல்பு என்ன? இது மதம் சார்ந்ததா? தத்துவார்த்தமானதா? நான் மறைஞானியாக விரும்புகிறேனா? மறைஞானி, விஞ்ஞானி, தத்துவஞானி, கவிஞர், இசை கோர்ப்பவர் – இவை எல்லாமே அர்த்தமற்ற உலகில் அர்த்தங்களை உருவாக்க வேண்டுமெனும் உந்துதலிலிருந்து ஊக்கம் பெறுபவை. இவர்களிலிருந்து மீட்பைத் தேடிப்போகும் மறைஞானி வேறுபடுகிறான், இரவிலிருந்து பகலின் ஒளியில் விழித்தெழ விரும்புகிறான்.

யோகானந்தரிடம் நான் சொல்ல வேண்டியது இதுதானா? நான் விழிப்படைய விரும்புகிறேன். புத்தர் எனும் சொல் 'புத்' என்ற சமஸ்கிருத மூலத்திலிருந்து வந்தது. அதற்கு அறிதல், விழிப்படைதல் எனப் பொருளுண்டு. உண்மையாகவே விழிப்படையும்போது நான் புத்தராகிறேன். அதுவும் புத்தரைப்போலச் சிந்திக்கவும் வாழவும் தொடங்குகிறேன் என்ற வகையில்தான்.

பௌத்த சிந்தனை செயற்பாங்குகளைச் சாதனங்களாகவும் நிகழ்வு களைப் பருப்பொருட்களாகவும் மாற்றுவதில்லை. சிலர் எவ்வளவு வெறுத்தாலும் சரி பௌத்தம் என்பது தத்துவம் உளவியல் ஆகியவற்றின் மறுக்கவியலாச் சேர்க்கை, இவ்வுலகில் ஒருவர் தனது வகிபாகத்தையும் பெறுமானத்தையும் அறியத்தரும் சிக்கலான வழிமுறை. அதேநேரத்தில் அது மெய்யான யதார்த்தத்துடன் தொடர்புகொள்ள உதவும் கலையாகவும் இருக்கிறது. இதன் அர்த்தம் ஆன்மீக விழிப்பென்பது ஆகச் சிறந்த மனநலனன்றி வேறில்லை என்பதா?

எனது அய்ரோப்பிய கலாச்சார வார்ப்புக்குப் பலியானவனாக நான் யோகானந்தரிடம் வந்தேன் – இருத்தல், வாழ்வின் அர்த்தம் ஆகியன குறித்த கோட்பாடுகளின் விநியோகஸ்தர்களான அரிஸ்டாட்டில், பிளேட்டோ, தெகார்தே, ஹெகல், நீட்ஷே, ஹைடெக்கர், சார்த்தர், தெரிதா போன்றோரது பிள்ளை நான். இந்தப் பாரம்பரியத்தைத் தாண்டிச் செல்ல வேண்டும் அதன் மூச்சுமுட்ட வைக்கும் பிடியிலிருந்து தப்பிக்க வேண்டும்; அதனின்று ஒரு விலகலை உருவாக்க வேண்டும், அவ்விலகல் எனது சுதந்திரத்தை அளக்கும் கருவியாய் இருக்கும்.

யோகானந்தரிடமிருந்து எனக்கு என்ன தேவை என்பது தெளிவானது! சிகிச்சை! அவரிடம் நோயாளியாக வந்திருக்கிறேன்–பிளவுண்டு, மனக்கோளாறுகளுடன், எதிலும் நம்பிக்கையற்று, பொறுமையிழந்து, 'பிரயோசனப்படாத கவிதைகளால்' நிறைந்து, மீமெய்யியல் குப்பைகள் சூழ, பழக்கங்களின்–புகட்டப்பட்ட மறிவினைகளின் அடிமையாய், ஒன்றுக்கொன்று முரண்படும் மருட்சிகளின் சிலுவையில் அறையப்பட்டு. அப்படித்தானே?

ஒவ்வொரு அறையாக யோகானந்தரைத் தேடி வேகமாக ஓடினேன், ஒருவழியாக அவரிடமிருந்து எனக்கு என்ன தேவை என்பதைத் தெரிந்து கொண்டேன் என்று சொல்ல. என்னை அவர் என்ன வேண்டுமானாலும் செய்யட்டும். எத்தனை விருப்பமோ அத்தனை துண்டுகளாக என்னை

வெட்டட்டும், தனக்கு உகந்தது எனத் தோன்றும் வகையில் அத்துண்டுகளை அவர் மீள இணைக்கட்டும்.

நடைவழியின் முடிவில் லாமா லோப்ஸாங்கைப் பார்த்தேன், உங்கள் நண்பரைத் தேடி வந்தீர்களா என்றார்.

நான் தலையசைத்து ஆமோதித்தேன்.

"துரதிர்ஷ்டவசமாக அவர் இங்கேயில்லை. ஸன்ஸ்கர் பள்ளத்தாக்குக்குச் சென்றுவிட்டார்."

அதன் உச்சிகள் வெண்மேகங்களுக்கிடையே புதைந்திருந்த நீல-சாம்பல் மலைத்தொடரை நோக்கிக் கைகாட்டினார்.

5

ஸன்ஸ்கர் நோக்கி ஒரு பயணம்

பரவாயில்லை, என்னுள்ளிருந்த அவமானப்பட்ட சிறுவன் சொன்னான். நாசமாய்ப் போகட்டும். தலைகீழாய் நில்லுங்கள், காலை தொடங்கி மாலை வரை இந்த மலைகளில் சுற்றித்திரியுங்கள், ஆனால் யாரையாவது அவமதித்துவிட்டுப் போய்விடுங்கள். உண்மையிலேயே நீங்கள் பெரிய மகானாக இருங்கள், ஆனால் பொறுமை சிறிதும் இல்லாவிடில் உங்கள் ஞானத்தால் பைசா பிரயோசனமில்லை. ஏமாற்றுக்காரன்தான் போய்வருகிறேன் என ஒருவார்த்தையும் சொல்லாமல் மறைவான்.

லேவுக்கும் ஸ்ரீநகருக்கும் செல்ல வேண்டியவர்கள் இரவைக் கழிக்க வேண்டிய இடமான கார்கிலைப் பேருந்து அடைந்தபோது, ஒருவழியாக இங்கிருந்து கிளம்புகிறோம் என்ற மகிழ்ச்சி என்னில் ஏற்பட்டுவிட்டிருந்தது. நாகரீக வாழ்வின் அனுகூலங்களை எண்ணிப்பார்க்கத் தொடங்கி விட்டேன்: சுவையான உணவு, நல்ல ஒயின், தினப்படி குளியல், புத்தகங்கள், அறிவார்ந்த உரையாடல்கள், மொஸார்ட். அப்புறம் கலவி.

ஆனால் அடுத்தநாள் காலை ஏதோவொரு இனம்புரியா சக்தி என்னை உதயத்துக்கும் முன்பே எழுப்பிப் பேருந்தைத் தாண்டிச் சாலையோரம் கொத்தாக அமைக்கப்பட்டிருந்த கூடாரங்களை நோக்கிச் செலுத்தியது. வட பிரான்சின் லியலிலிருந்து ஒரு சிறு மலையேறும் குழு அங்கு முகாமிட் டிருந்தது. முந்தைய இரவிலிருந்து அவர்கள் ஸன்ஸ்கர் நோக்கிய பயணத்திலிருப்பதாகக் குழுவினரில் ஒருவர் சொன்னார். ஆரம்பத் தயக்கங்களுக்குப் பிறகு தங்களது ஜீப் ஒன்றில் ஒரு நபருக்கான கூடுதல் இடமிருப்பதாகச் சொன்னார்கள். என்னை அவர்கள் ரிங்தம் வரைக்கும்தான் அழைத்துச் செல்ல முடியும் என்றனர். அந்த இடத்தோடு சாலை முடிவடைந்துவிடும், பிறகு மட்டக்குதிரைகளில் பயணம் தொடரும்.

இவால்ட் ஃப்ளிஸர்

நான் பேருந்திலிருந்து என் முதுகுப்பையை எடுத்துவர ஓடினேன்.

அரைமணி நேரத்தில் நான்கு லொடலொட ஜீப்புகள் கடகடத்தும் கிறீச்சிட்டும் தென்கிழக்குத் திசை நோக்கிக் குறுகிய சாலையில் பயணித்தன. விரைவிலேயே நாங்கள் சுரு ஆற்றுப் பள்ளத்தாக்கை அடைந்தோம். அது தாவரங்களற்று வெறிச்சோடிக் காணப்பட்டது; உச்சியிலிருக்கும் பெரும் பனிப்பாளங்களை நோக்கி நீண்ட வன்சரிவின் பாறைகள் நடுவேயிருந்து ஒரு சிறு கொப்பும் துளிர்த்து வரவில்லை. பள்ளத்தாக்கின் மிகச்சில கிராமங்கள் மட்டும் சிறிது பசுமையைக் கொண்டிருந்தன. ஆற்றையொட்டி வளைந்து நெளிந்து சென்றது சாலை. பலமணிநேரப் பயணத்தின் கடைசிவரை இருபுறமும் அணிவகுப்பு மரியாதைபோல வெண்ணிற மலைச் சிகரங்கள் எங்கள் கூடவே வந்தன.

எனது பயணத்திட்டத்தில் நிகழ்ந்த மாற்றங்கள் குறித்து யோசிக்காமல் இருக்க முயன்றேன். ஆனால் ஒரு காரணத்தைக் கண்டுபிடிக்க வேண்டியிருந்தது, எனவே எனக்கு நானே சொல்லிக்கொண்டேன்: ஏன் இன்னும் சிறிது தொலைவு பயணிக்கக்கூடாது, இப்போது இங்கே இருப்பதால் வித்தியாசமான இந்த இடங்களை ஏன் நான் பார்க்கக்கூடாது? வெளிநாட்டினர் வந்து பார்க்க வேண்டுமென்பதற்காகத்தானே சில ஆண்டுகளுக்கு முன் இந்திய அரசாங்கம் இவற்றைத் திறந்துவிட்டது. யோகானந்தர் ஸன்ஸ்கர் சென்றதும் தற்செயல்தான், இதற்கு அர்த்தம் நான் அவரைத் தேடிச் செல்கிறேன் என்பதன்று. முன்னூறு கிலோமீட்டர் நீளமுள்ள இந்தப் பள்ளத்தாக்கில் அவரை எங்கேயென்று தேடுவேன்.

“மேற்கத்தியரான நாம் முட்டாள்கள்,” பிரெஞ்சுக் குழுவிலிருந்த ஜூஹுல் சொன்னார். “இந்த பௌத்த *கோம்பா*க்களில் நாம் காண்பது மடாலயங்களை. ஆனால் நிஜத்தில் அவை இளம் பிக்குகளை மாணவர்களாகக் கொண்டு, முதிர்ந்த பிக்குகள் ஞானம் போதிக்கும் பள்ளிக்கூடங்கள்.”

“பிரார்த்தனைக் கொடிகளை, பிரார்த்தனைச் சக்கரங்களை, மண்டலங்களைப் பார்த்து நாம் நகைக்கிறோம். அவை குறியீடுகள் என நமக்குப் புரிவதில்லை. பிரெஞ்சுக் கொடியைப்போல. குறியீடுகளின் மகத்துவத்தை அறியாதவர்களுக்குப் பிரெஞ்சுக் கொடியுமேகூட வெறும் துணிதான்” அவர் தொடர்ந்தார்.

“அதுதான் நம் பிரச்சனை” அவர் நிறுத்துவதாக இல்லை. “பௌத்தக் குறியீடுகளின் பின்னிருக்கும் யதார்த்தம் நமக்குப் பிடிபடுவதில்லை. ஒரு லடாக்கியர் நாள் முழுக்கத் தனது பிரார்த்தனைச் சக்கரத்தைச் சுழற்றிக்கொண்டிருப்பதைப் பார்த்து மூடநம்பிக்கை என்கிறோம். அந்தத் தினசரிச் சடங்கினால் நரம்புக்கோளாறு குணமாகிறது என நிரூபணமாகும்போது அது உளவியல் சார்பானது என்று வியக்கிறோம்!”

மாலை நெருங்கும்போது ரிங்தம் பள்ளத்தாக்கில் நின்றோம், பிரெஞ்சுக்காரர்கள் காபி தயாரித்தார்கள். அஸ்தமனச் சூரியனால் எங்களுக்கு மேலேயிருந்த பனிப்பாளங்கள் பொன்னிறம் கொண்டு விளங்கின. பள்ளத்தாக்கெங்கும் பொன்னிற நிழல் பரவியது. ஜூஹுல் வரைபடத்தை விரித்துக்கொண்டு கிழக்கே பார்த்தார்.

“அதோ அங்கே” எங்களுக்கு மேலே வானில் மிதப்பதுபோல ஒளிர்ந்துகொண்டிருந்த இரண்டு பனிச்சிகரங்களைக் காட்டினார். ஸன்ஸ்கர் மலைத்தொடரின் மிக உயரமான இரண்டு மலைகள், நன், குன். இந்த இரண்டு மலைகளுக்கிடையேதான் வெண்செம்பு பள்ளத்தாக்குக்குச் செல்லும் கணவாய் அமைந்திருக்கிறது.

சிறிய கலந்தாலோசனைக்குப் பின் மேலே பயணத்தைத் தொடராமல் கூடாரங்கள் அமைத்து ஆற்றோரம் இரவைக் கழிப்பது என முடிவானது. அது புத்திசாலித்தனமான முடிவு. கூடாரப் பணிகள் முடிவடைந்தபோது நன்னும் குன்னும் அந்தியின் அடர்ந்த நிழலில் மறைந்துபோயிருந்தன, பள்ளத்தாக்கின் கீழ்ப்பகுதி ஊடுருவிப் பார்க்கக்கூடியவொரு இருளில் மூழ்கியிருந்தது. மேலே வானில் பெரும் நட்சத்திரக் கூட்டம் மின்னியது. நீண்ட பயணத்தின் களைப்பிலிருந்தோம், எங்கள் முகாம் விரைவிலேயே மௌனத்துள் மூழ்கியது. இங்கொன்றும் அங்கொன்றுமாகக் கிசுகிசுப்பு, அடங்கிய சிரிப்பு, எப்போதாவது கேட்கும் இருமும் ஓசை. பிறகு குறட்டை ஒலிகள். அருகில் அடங்கிய சலசலப்புடன் ஓடிக்கொண்டிருந்தது ஆறு.

இரவு மனஉலைவைக் கொண்டுவந்தது, உடன் கோபத்தையும். ஒருநாள் முன்புகூட இம்மலைகளிடமிருந்து வெறுமனே தோளைக் குலுக்கி விடைபெற்றுப் போய்விடலாம் எனத் தன்னையே ஏமாற்றிக் கொண்டிருந்த, ஞானம் தேடிவந்த மாணவனிடத்தில் ஏமாற்றத்தையும் கொண்டுவந்தது. தன்னையே ஏமாற்றிக்கொள்வதை அவன் அறிந்திருந்தான். ஆனால், அதை தன் ஆழ்மனதிடம் ஒப்புக்கொள்ளும் துணிவு அவனுக்கு இல்லை. “அடக் கேவலமானவனே!” உறங்கும்பையின் கதகதப்புக்குள் இருந்தபடி என்னையே நான் வசைபாடிக்கொண்டிருந்தேன். “அடக் கேவலமானவனே!”

தன்னையே கேவலப்படுத்திக்கொள்ளும் அந்த நபர் யார்? தலையை வெளியே நீட்டி வானத்தைப் பார்த்தேன்.

சட்டென்று சுற்றியிருந்த மலைகள் அனைத்தும் சரிந்து என்மேல் விழுந்ததுபோல அது எனக்கு உரைத்தது. நான் தேடுவது யாரென்று தெளிவாகத் தெரியவில்லையா? எனக்குள் இருக்கும் ஆசானைத்தான். எனக்குள்ளே ஒருவரோடு ஒருவர் சண்டைபிடித்தபடி பல ‘நான்’கள், விளையாடிக் களித்தபடியிருக்கும் பல ஃப்ளிஸர்கள். காரணமே இல்லாமல் எரிந்துவிழுபவன், சிறிய விஷயத்தையும்–எவ்வளவு சிறியதானாலும்– மறக்காதவன், தனது ஓட்டுக்குள்ளிருந்து வெளியே வராது முடங்கிக் கிடக்கும் துயர்பீடித்தவன், மெல்லிய பனியோட்டின்மீது நடனமாடத் தொடங்கும் புத்தியற்ற நம்பிக்கைவாதி, ஒரு கோட்பாட்டின்மீது பிரியம்கொண்டு அதற்கேற்ப உலகை மாற்றியமைக்க முயல்பவன், தற்கணத்திடம் சரணடைந்து மகிழ்ந்திருப்பவன்.

இந்த ‘நான்’களுக்கெல்லாம் ஆசான் யார்?

இவர்களைக் கட்டுப்படுத்தி வைத்திருப்பது, எல்லைமீறும்போது இவர்களைத் தட்டிவைப்பது யார்? நீண்ட தொலைவு போய்விடும்போது

திரும்ப இழுத்துக்கொண்டு வருவது யார்? ஆசான் இல்லாத இடத்தில் ஒழுங்கு இல்லை, ஒழுங்கீனம் ஆளுமிடத்தில் ஆசான் இருப்பதில்லை.

வெண்செம்பு நிலத்தின் நுழைவாயிலில் ஆள் யாருமற்ற நிலமாக நான் நின்றேன். தகாதவழியில் ஒருவரிடமிருந்து மற்றவருக்கு ஆட்சியதிகாரம் மாறும் தேசம் நான். எனது 'நான்'களுக்குத் தேவை ஓர் ஆசான்.

காலையில் கூடாரங்களை விட்டு வெளியே வந்தபோது அவை மெல்லிய பனியால் மூடப்பட்டிருப்பதைப் பார்த்தோம். பிரெஞ்சு மலையேறிகள் தீவிரக் காலை உடற்பயிற்சியில் ஈடுபட்டனர். அவர்களோடு சேர்ந்து அடக்கத்துடன் சில தண்டால்கள் மட்டும் எடுத்தேன். நுரையீரல்கள் இரைக்கத் தொடங்கியதும் சற்றுத் தொலைவில் இருந்த ஒற்றைத் தூபியை நோக்கி நடந்தேன். மலையின் இந்த உயரத்துக்கு நான் இன்னும் பழகவில்லை, காற்றின் அழுத்தக்குறைவால் எனக்குக் கிறுகிறுப்பும் சோர்வும் உண்டாயின. கிழக்கே நன், குன் மலைகளின் உச்சிகள் காலைச் சூரியனின் கிரணத்தில் ஒளிர ஆரம்பித்துவிட்டிருந்ததைப் பார்த்தேன். அம்மலைகளுக்கு இடையிலமைந்த பென்ஸி–லா கணவாய் இன்னும் இருண்டேயிருந்தது. கடல் மட்டத்திலிருந்து நாலாயிரத்து ஐநூறு மீட்டர் உயரத்திலிருந்த பென்ஸி–லாதான் ஸன்ஸ்கருக்குச் செல்வதற்கென்று இருந்த ஒரே வழி. உலகின் மிகுந்த மர்மமான இடங்களில் ஸன்ஸ்கரும் ஒன்று என்றார் ஜூஹுல். அது இரண்டு அரசர்கள் தங்களுக்குள் ஒப்பந்தம் செய்துகொண்டு அதிகாரத்தைப் பகிர்ந்து ஆளும், பள்ளத்தாக்கு கிராமங்களையும், மலைச்சரிவுகளில் குடைந்து உண்டாக்கிய மடாலயங்களையும் விகாரைகளையும், மலையாற்றுப் படுகைகளையும், ஆட்டங்காணும் பாலங்கள் மேலே வளைந்து தொங்கக் கீழே வேகமாக நகரும் ஆறுகளையும் அடக்கிய பௌத்த ஆட்சிப்பரப்பு. அது புராதனச் சடங்குகளின் பள்ளத்தாக்கு, மிகச் செழித்த கற்பனையும்கூட அதன் யதார்த்தத்துடன் போட்டியிடவியலா வகையிலமைந்த ஒரு தேவதைக்கதை உலகம்.

ஏதோ மந்திரம்போல மலையெங்கும் சூரியன் தனது கதிர்களை அனுப்பிப் பள்ளத்தாக்கின் சோர்வூட்டும் நிழலை விரட்டியது. மலையடிவாரத்தில் ஒரு வட்டவடிவக் குன்றின்மீது சிவப்புத் திட்டாய் அமைந்திருந்த ரிங்தம் லாமா மடாலயம் தெளிவாகத் தெரிந்தது. மடாலயத்தை நோக்கிச்செல்லும் கனத்த பொதிகள் ஏற்றப்பட்ட சடையெருமைகளின் மட்டக்குதிரைகளின் நீண்ட வரிசையையும் உடன் நீளமான அடர் சிவப்பு வண்ணக் கோட்டுகள் அணிந்து செல்லும் மந்தையோட்டிகள் குழுவையும் பார்த்தேன். இமயமலைத் தொடரின் வடபகுதியில் வெயில் வழக்கத்தைவிட கடுமையாக காணப்பட்டது. காரணம், காற்று மிகவும் வறண்டு தூசி தும்பற்று இருந்தது. நூறு மைல்களுக்கு அப்பாலிருந்த மலைகளும் இயல்பைவிட மிக அருகில் இருப்பதுபோலத் தோன்றின. உலகமே நம்மை நெருங்கி வந்துவிட்டதுபோலும், நம்மை முட்டிக்கொண்டு நிற்பதுபோலும் கையை நீட்டினாலே மலையுச்சியிலுள்ள பனியைத் தொட்டுவிட முடியும் என்பதுபோலும் உணர்வு ஏற்படும்.

திரிந்த புலனுணர்வுகள் என்னை இயற்கையின் நெசவில் ஓர் இழையாக, பருப்பொருளும் ஆற்றலும் சேர்ந்தாடும் நடனத்தின் ஒரு பகுதியாக உணர வைத்தன. எனக்கு மரணமில்லை, நான் எப்போதும் இருப்பவன், இதே உருவிலும் வடிவிலும் இல்லையென்றாலும்கூட, இனியும் இருப்பேன். குறைந்தது கணப் பொழுதேனும் எனது 'நான்'களின் காட்டுத் தர்பாரிலிருந்து விலகி, விலகமுடியா வகையில் நான் பிணைந்திருக்கும் யதார்த்த உலகுடன் என்னை இணைத்துக்கொள்ள முடிந்தது.

நான் எண்ணிப்பார்த்தேன். இப்போது யோகானந்தர் என்னைப் பிடிக்க நேர்ந்தால் அவரால் வெறும் காற்றைத்தான் பற்றிப்பிடிக்க முடியும்.

பிரெஞ்சுக்காரர்களிடம் விடைபெற்றுக்கொண்டு நான் ரிங்தம் நோக்கி நடக்க ஆரம்பித்தேன். ஆச்சரியப்படும் வகையில் விரைந்துசென்று அந்தச் சடையெருமை, மட்டக்குதிரை மந்தையுடன் சென்றுகொண் டிருந்தவர்களைப் பிடித்துவிட்டேன். அவர்களில் ஒருவருக்கும் ஆங்கிலம் தெரியவில்லை, ஆயினும் அவர்கள் என்னை இன்முகத்துடன் வரவேற்றனர். என் முதுகுப்பையை எடுத்து இருந்தவற்றிலேயே மிக வலுவான மட்டக்குதிரையின் முதுகில் கட்டிவிட்டனர்.

"ஸன்ஸ்கர், ஸன்ஸ்கர்" மந்தையோட்டிகளின் தலைவர் பொக்கை வாயால் திரும்பத்திரும்பச் சொன்னபடி நன், குன் மலைகளைக் காட்டிக்கொண்டிருந்தார்.

"ஸன்ஸ்கர், ஸன்ஸ்கர்" நான் போகவேண்டிய இடமும் அதுதான் என்பதை விளக்கும்முகமாக பதிலுக்கு அதையே திரும்பத்திரும்பச் சொன்னேன்.

❍❍❍

அது மிக நீண்ட பயணம். என்னளவில் பயணத்தின் தெளிவான நினைவுகள் என்றால், பயணத்தின் அசுவாரஸ்யத்தைக் குலைத்த சம்பவங்கள்தாம். மட்டக்குதிரை ஒன்று எனது இடது புட்டத்தைக் கடிக்க வெயிலில் கன்றிய அந்த திபெத்திய முகங்கள் சட்டென்று–பரிவு தோன்றவே–சிரித்தன. முரட்டு சேணத்தினால் எனது பின்புறம் நொந்து நான் மட்டக்குதிரையை விட்டிறங்கி நடக்க ஆரம்பித்தது. குப்புறத் தள்ளியதோடல்லாமல் குழியும் பறித்த கதையாய் என்னைக் கடித்த மட்டக்குதிரை நன்கு குறிபார்த்து ஓர் உதையும் விட, அது அங்குலத்துக்கும் குறைவான இடைவெளியில் என் முட்டியைப் பதம்பார்க்காமல் கடந்தது. அவர்களில் சாங்ஸ்டன் என்பவனுக்குப் பாறைகள் நிறைந்த பாதையில் நடக்கையில் கணுக்கால் சுளுக்கிக்கொண்டதும் அவனை மட்டக்குதிரை யில் ஏற்றியபோது வலியையும் மீறி அவன் முகம் புன்னகைத்தபடியே இருந்தது.

கணவாயை ஒட்டிய சரிவுகளில் நரிகளைப்போல புசுபுசுவென ரோமம் கொண்ட விலங்குகள் வளைகளின் வாயில்களில் தங்களது வால்மீது அமர்ந்து எங்களை ஆச்சரியத்துடன் பார்த்ததும், உடனே பைத்தியம் பிடித்ததுபோல "ஃபீயூ, ஃபீயூ, ஃபீயூ" என விசிலடிக்கும் ஒலியில்

கத்திக்கொண்டு மறைந்துபோனதும். அவர்கள் அந்த விலங்கின் பெயர் ஃபீயூ என்றார்கள், ஆனால் அவை எனக்கு மலை அணில்கள்போலத் தோன்றின.

நண்பகலையொட்டி நாங்கள் பயணத்தை நிறுத்தினோம். அவர்கள் குதிரை வறட்டிகளைக் கொண்டு நெருப்புமூட்டி தண்ணீரைக் கொதிக்கவைத்தனர், அதில் கொஞ்சம் தேயிலையைப் போட்டனர், கடைசியில் நான்கு கைப்பிடியளவு பார்லி மாவைச் சேர்த்தனர். "*ஸாம்ப்பா*" என்று சொன்னார்கள். இந்தப் பகுதியில் பிரதான உணவான *ஸாம்ப்பா* எனக்குப் பிடித்தமானதாக இல்லை. மக்காச்சோளம் சேர்த்த மாட்டிறைச்சித் தகரக்கலன் ஒன்றைத் திறந்தேன். நாகரிகம் கருதியும், அவர்கள் வேண்டாமெனச் சொல்வார்கள் என்ற நினைப்பிலும் "இதைக் கொஞ்சம் சாப்பிட்டுப் பாருங்கள்" என்றேன். நிமிடத்தில் தங்கள் கரண்டிகளால் அவர்கள் கலனைக் காலி செய்தனர். பிறகு நிஜமான நன்றியுணர்வோடு தாங்கள் தயாரித்த *ஸாம்ப்பா*வில் பாதியை எனக்குத் தந்தார்கள்.

பிற்பகல் சூரியனுக்கடியில் பாதிவிழிப்பும் பாதி கிறக்கமுமான உறக்கத்தில் கிடந்தது நினைவிலிருக்கிறது – அருகாமைச் சரிவுகளின் நீல மற்றும் வெண்ணிற மலர்கள், அலையலையாய்ப் பரவும் பனிச்சிகரங்களின் கடல், மந்தை தனது பயணத்தைத் தொடர்ந்த பாறைகள் நிறைந்த மலைப்பாதையின் விடாப்பிடியான தனிமை, மலைச்செம்மறிகளும் மலையாடுகளும், பாறைகளுக்கிடையே விரைந்து நகர்ந்த அவற்றின் திருகலான கொம்புகளும்.

கணவாயின் உச்சியை அடைந்து ஏராளமான மஞ்சள், வெள்ளை, நீல வண்ணப் பிரார்த்தனைக் கொடிகளால் அலங்கரிக்கப்பட்ட ஒரு பெரிய பாறைக்குவியலருகே நின்றோம். விலைமதிப்புமிக்க தங்களது விலங்குகளில் ஒன்றையும் இந்த மோசமான மலைப்பாதை காவுகொள்ளாமல் விட்டதற்கு நன்றிகூறும் முகமாக ஸாங்லா மன்னரின் வியாபாரத் தூதுவர்கள் அங்கிருந்த கொடிகளோடு தங்களது கொடி ஒன்றையும் நட்டுவைத்ததைப் பார்த்தது நினைவிலிருக்கிறது.

ஆனால் ஒரு கொடி போதவில்லை போலிருக்கிறது. மாலைப்பொழுதில் மலையின் பாறைச்சரிவில் வெட்டி ஏற்படுத்திய குறுகலான பாதையில் அவர்கள் தங்கள் விலங்குகளை இளைப்பாற அவிழ்த்துவிட்டபோது மட்டக்குதிரை ஒன்றின் கால் இடறியதில் செங்குத்துச்சரிவின் ஓரத்திலிருந்த பெரிய பாறை உருண்டு பெரும் சத்தத்துடன் கீழே பள்ளத்தாக்கின் ஆழத்துள் விழுந்தது. சத்தம் மட்டக்குதிரையை வெருட்ட அது பக்கவாட்டில் குதித்துச் சரிவில் இன்னும் பல பாறைகளை உருட்டிவிட்டுத் தடுமாறி உருண்டு தன் முதுகுச் சுமைகளோடு தானும் ஆழமான மலையிடுக்கில் விழுந்தது.

கணவாயின் ஓரம் சிறு புல்திட்டைக் கண்டு இரவுக்கான எங்கள் கூடாரங்களை அமைத்தோம். மந்தையோட்டிகள் ஐவரில் இருவர் அந்தப் பாவப்பட்ட மட்டக்குதிரையின் முதுகில் கட்டியிருந்த பைகளை எடுத்துவரச் சென்றனர். மற்ற மூவரும் பிற விலங்குகளின் முதுகிலிருந்த பைகளை அவிழ்த்தனர். அந்தப் பைகளையும் சேணங்களையும்

மரப்பெட்டிகளையும் கொண்டு ஒரு தடுப்பு அமைத்தனர், தாழ வீசும் காற்றிலிருந்து எங்களைக் காப்பாற்றவென்று.

மறுநாள் காலை எங்களுக்கு மேலே, பனிப்பாளம் உருகி உண்டான மலையோடை தடதடத்து ஓடுவதைப் பார்த்தோம். அது யாருமற்ற மலைச்சரிவுகள்வழி இறங்கிக் கீழே சமவெளியை அடைந்தது. நாங்கள் வெண்செம்பு நிலமான ஸன்ஸ்கரின் மேற்கு மாகாணத்தை அடைந்துவிட்டிருந்தோம்.

விரைவிலேயே எல்லையோரக் கிராமங்களை வந்தடைந்தோம். அவை லடாக்கின் கிராமங்களிலிருந்து அதிகம் வேறுபட்டிருக்கவில்லை; தட்டைக் கூரையும் சிறிய சன்னல்களும் அமைந்த செவ்வக வீடுகள், அபூர்வமாகக் காணும் பசும்பரப்புகளில் அமைந்தவை. சில உயரமான மலைச்சரிவுகளின் கீழும் மற்றவை செங்குத்துப் பாறைகளின் பக்கவாட்டிலும் கட்டப்பட்டவை. இன்னுமொருமுறை இரவை திறந்த வெளியில் கழித்தோம்.

அடுத்தநாள் காலை வானெங்கும் மழைமேகங்கள் திரண்டிருப் பதைப் பார்த்தோம். காற்று வெம்மையாகவும் உணரத்தக்க அளவு ஈரப்பதத்துடனும் இருந்தது. ஸாங்லா மன்னரின் வியாபாரத் தூதுவர்களது முகத்தில் நிம்மதியையும் புத்துணர்வையும் கண்டேன். இமாலயத்தின் வடபகுதியில் மழை என்பது கடவுளது கருணையின் அறிகுறி.

ஒருவேளை பனி பெய்யப் போகிறதோ?

இந்த எண்ணம் எனக்கு மகிழ்வைத் தரவில்லை. பனி ஸன்ஸ்கரை உலகத்திலிருந்து எட்டு மாதங்கள் பிரித்துவைக்கிறது. நாங்கள் கடந்துவந்த கிராமங்களின் பெயர்களைக் குறித்துக்கொண்டேன். அர்ஷோ, அப்ராங், குசுல், பாஹர்ஸே, ரெமாலா, பெ, ட்ரோக்தா, அட்டிங், ட்ரோகாங், ராம்தஷா. ஒரு சடையெருமை மந்தையும் அதன் மேய்ப்பனும் பரிதாபமான பார்வையோடு எங்கள் பின்னாலேயே வந்தது எனக்கு நினைவிருக்கிறது. கிராமங்களை நெருங்குகையில் எங்களைப் பார்த்துக் குரைத்த மெலிந்த நாய்கள், சாலையோரத் தூபிகள், ஆலயங்கள், மலைச்சரிவுகளில் அமைந்த லாமா மடாலயங்களையும்.

அநேக கிராமங்கள் சமீபத்தில் பார்லி அறுவைடையாகி மஞ்சள் வண்ணமாகிக் கொண்டிருந்த வயல்களால் சூழப்பட்டிருந்தன. நான் கண்டவரை ஒரேயொரு மரம்கூட இல்லை. கடல் மட்டத்திலிருந்து நாலாயிரத்து ஐநூறு மீட்டர் மேலேயிருக்கும் இந்தக் கிராமங்கள் உலகிலேயே மிக உயரத்தில் அமைந்தவை. அந்தி சாயும்போது நாங்கள் அடைந்த கிராமத்தில் மரங்கள் இருந்தன. மேலே பனியாறுகளிலிருந்து அடிவாரத்தில் தள அடுக்கில் அமைந்த வயல்களுக்குத் தண்ணீர் கொண்டுவரும் குறுகலான வாய்க்கால்கள் ஓரம் வரிசையாக பாப்லாரும் வில்லோவும் வளர்ந்திருந்தன.

மழைபெய்ய ஆரம்பித்தது. மந்தை தொடர்ந்து சென்றபடியிருந்தது. மாலை மங்கும் நேரம், மழை வலுத்து எங்கள் முகத்தில் அறையத் தொடங்கியபோது மந்தையோட்டிகளின் தலைவர் கவிழ ஆரம்பித்திருந்த இருளில் பாதி மறைந்திருந்த ஒரு கிராமத்தை நோக்கி எங்களை

இடங்கள். அங்கிருக்கும் பிக்குகள் தம்மால் இயன்ற வழிகளில் தமது வாழ்வை அமைத்துக்கொள்ளலாம். சிலர் தமது பெற்றோரிடமிருந்து உதவி பெற்றனர், மற்றவர்கள் மடாலயத்தில் சமையலர், துப்புரவாளர், விவசாயப் பணியாளர் என ஏதேனும் ஒரு வேலை செய்து வாழ்ந்தனர். மடாலயம் செல்வம் மிக்கதாய் இருந்தால் அது வறிய பிக்குகளுக்கு ஆண்டுதோறும் உதவித்தொகை அளிக்கிறது. இளம் பிக்குகள் தேர்வுகளில் தேற வேண்டும். அவர்கள் படித்துப் பட்டம் பெறலாம். எந்தப் பிக்குவும் வாழ்நாள் முழுக்க மடாலயத்தில் இருக்கலாம், ஆனால் சிலர் தங்கள் குடும்பத்துக்குத் திரும்பி, திருமணம் முடித்து இயல்பு வாழ்க்கை வாழ்கிறார்கள். பிக்குகள் நீத்தார் சடங்குகளை நிறைவேற்றுகிறார்கள், வீடுகள் வயல்களை ஆசீர்வதிக்கிறார்கள், பேய்களை ஓட்டுகிறார்கள். அவர்கள் மருத்துவர்கள், குணமளிப்பவர்கள், மூலிகை விற்பன்னர்கள், ஏன் மனநல மருத்துவர்களும்கூட.

"உங்களுடைய உலகத்திற்கும் இதற்கும் வித்தியாசமெதுவுமில்லை" யோகானந்தர் சொன்னார். "இங்கு எல்லாம் எளிமையாய் இருக்கும், அவ்வளவுதான்."

"ஆனால் எனக்கென்னவோ இங்கு எல்லாமே சிக்கலானவையாகத் தோன்றுகின்றன" நான் சொன்னேன்.

"நிறைய விஷயங்கள் உங்களுக்கு தோன்றுகின்றன" என்றார் அவர். "அது எனக்கு இப்படித் தோன்றுகிறது, இது எனக்கு அப்படித் தோன்று கிறது, உங்களிடமிருந்து இதைக் கேட்டபடி இருக்கிறேன். உங்களுக்கும் நிகழ்வுகளுக்கும், உங்களுக்கும் உலகத்துக்கும் இடையே ஒரு பாதுகாப்பான தொலைவைக் கடைப்பிடிக்க இது நல்ல வழி. ஒரு விஷயம் உங்களுக்கு 'தோன்றுகையில்' எடுக்கப்படும் தவறான முடிவுகளுக்கு உங்களது தெளிவற்ற உணர்வுகள்மீது நீங்கள் பழிபோட்டு விடலாம். அது வசதியானது; ஆனால், கோழைத்தனமானது. எப்போது நீங்கள், எனக்குத் தோன்ற வில்லை மாறாக எனக்குத் தெரியும் என்று சொல்கிறீர்களோ அப்போதுதான் உங்களது புகலிடத்திலிருந்து வெளியேறி யுத்தக் களத்துக்கு வருகிறீர்கள். அங்கு என்ன வேண்டுமானாலும் நிகழலாம். ஆனால், அங்கு நீங்கள் தனது யுத்தங்களைக் கற்பனையில் புரியும் வீரன். அனேகமாக அங்கும் நீங்கள் தோற்றுத்தான் போகிறீர்கள்."

ஆனால் அதுபோல இல்லை, நான் மறுத்தேன். ஒரு விஷயத்தைப்பற்றி 'தோன்றுகிறது' என நான் சொல்லும்போது நான் நேர்மையானவனாக இருக்கிறேன். எனக்குள்ளே சண்டையிட்டுக்கொண்டிருக்கும் பல 'நான்'களை என்னால் நம்ப முடிவதில்லை. அவர்களைப் பொதுவான ஒரு விதியின்கீழ்க் கொண்டுவரும்போது எனது உணர்வுகள் எனது அறிவாக, எனது தீர்மானங்களாக மாறும். பிறகு ஆள்பவரின் உணர்வுகள் ஆளப்படுவோரின் செயல்பாடுகளாக மாறும். எனது பிரச்சனை பொதுவான ஒரு விதியின்றி இருப்பதுதான். எனக்குள் எனது ஆசான் இல்லாது தவிக்கிறேன். எனது சிந்தனை பலநூறு மாகாணங்களைக் கொண்ட ஒரு தேசத்தைப்போல, நான் அவற்றை ஒன்றிணைக்க, ஒரு பொதுவிதியின்கீழ் கொண்டுவர விரும்புகிறேன்.

“ஏன் நீங்கள், இந்த மாகாண ஆளுநர்களுள் ஒருவரை உங்களது தேசத்தின் மன்னராக்கக் கூடாது?” அவர் கேட்டார்.

எப்போதும் அவர்களுள் யாரோ ஒருவர் அல்லது மற்றவர் அரியணையில் இருக்கவே செய்கிறார். சிலநேரம் அந்த ஒருவர் மற்றவர்களால் விதிகளின்படி தேர்ந்தெடுக்கப்பட்டவராக இருக்கிறார். சிலநேரம் அவர் மற்றவர்களால் வலுக்கட்டாயமாக அரியணையில் ஏற்றப்படுகிறார். தேர்ந்தெடுக்கப்பட்டவரோ, வற்புறுத்தி அரியணையில் அமரவைக்கப்பட்டவரோ, அவர் ஆணையிடும்போதுதான் பிரச்சனை. ஆணையை நிறைவேற்றுவதற்குப் பதிலாக எனக்குள்ளிருக்கும் பாராளுமன்றம் அதை விவாதிக்கவும் விமர்சிக்கவும் தொடங்கி இறுதியில் தள்ளுபடி செய்துவிடுகிறது.

இந்தப் பாராளுமன்ற விவாதங்கள் என் சிந்தனைக்குள் இரவுபகலாக ஓய்வின்றி நடக்கின்றன. சிலநேரம் உறுப்பினர் ஒருவர் ஏதோவொரு கருத்தை முன்வைக்க அனைவரும் அதை ஏகமனதாக ஏற்று அது செயல்பாடாக மாறுகிறது. மற்ற நேரங்களில் அவர்களுள் ஐந்தாறு பேர் ஒரே நேரத்தில் துள்ளியெழுந்து ஒவ்வொருவரும் தனது கருத்தை ஏற்றாக வேண்டும் எனக் கோருவார்கள். பிறகு மோதல்கள், சண்டைகள், கடும் உளப்போராட்டம். கடைசியில் எல்லாம் செயலற்று முடக்கப்படுவதில் சென்று இது முடியும். அதன் பின்னர் உறுப்பினர் ஒருவர் சத்தமின்றி இடத்தைக் காலி செய்வார் அல்லது மற்றவர்கள் சேர்ந்து அவரை வெளியேற்றுவர்.

திடீரென்று எங்கிருந்தோ புதிய உறுப்பினர்கள் உள்ளே வருவதும் நடக்கும். அல்லது அவர்கள் கதவைத் தட்ட ஆரம்பிப்பார்கள், முதலில் மெதுவாகப் பிறகு வலுவாக, உள்ளே அனுமதிக்கப்படும்வரை ஓயமாட்டார்கள். சிலர் கத்திக்கத்திக் களைத்துப்போய் கடைசியில் அவர்கள் சொல்வது மற்றவருக்குக் கேட்காத அளவுக்குப் போய்விடும். இடையில் சிலர் குரலை உயர்த்துவார்கள், நரித்தனம் செய்வார்கள், வன்முறையிலும் ஈடுபடுவார்கள். இவர்கள் சர்வாதிகாரிகளாகிறார்கள். ஆனால் எல்லாம் சிறிது நேரம்தான். கிட்டத்தட்ட மற்றவர்கள் எல்லோரும் ஒன்றுசேர்ந்து இவர்களை விரட்டிவிடுவார்கள்.

யோகானந்தர் என்னைக் கனிவுடன் பார்த்தார். “இந்த உறுப்பினர்கள் யார்? அவர்கள் யாருக்காக இதையெல்லாம் செய்கிறார்கள் என்று உங்களுக்குத் தெரியுமா?”

சிறிதுநேர யோசனைக்குப் பின் சொன்னேன், “இந்தச் சண்டைக்கார உறுப்பினர்கள் என் மன உந்துதல்கள், நான் குழந்தையாக இருந்தபோது என் சிந்தனையில் ஊன்றப்பட்ட கோட்பாடுகள், நிறைவேற்றியாக வேண்டும் என நிர்ப்பந்திக்கும் விருப்பங்கள், எனது இணைநிலையினரால் எனக்குள் நடப்பட்ட மீமெய்யியல் யூக விளையாட்டுகள்; எனது மரபு, உடலியல் சார்புகள், பழக்கங்கள், நினைவுகள், மகிழ்வான – திரும்ப நான் ஈடுபட விரும்பும் – என் அனுபவங்கள். அதோடு நானே உருவாக்கிய, நான் வலுப்படுத்த விரும்பும் என் சுய பிம்பங்கள். இவையனைத்தும் தத்தமது உரிமைகளுக்காகவும் சலுகைகளுக்காகவும் என்னுள் போராடிக்

கொண்டிருக்கின்றன. இந்த முடிவற்ற விவாதங்களும் போராட்டங்களும் சம்பவங்கள் மற்றும் சம்பவமல்லாதவற்றின் ஒரு தொடரை உருவாக்கின்றன, இத்தொடரே இவ்வுலகில் எனது இருப்பின் வரலாறு. இந்த வரலாறே என் வாழ்வு."

"உங்களை யாரென்று நீங்கள் நினைக்கிறீர்களோ அதுவே நீங்கள் என்ற மாயையை சமுதாயம் உங்களுக்குத் தந்திருக்கிறது" என்றார்.

நான் மறுத்தேன். அதைத் தவிர்த்த யதார்த்தம் வேறு இல்லையே. நான் வெற்றுவெளியில் வாழவில்லை. என்னுடைய அடையாளமும் என் வாழ்வின் அர்த்தமும் மற்றவர்களுடனான எனது இடையீட்டின் வழியாகவே உருவாகி வருகின்றன. எனது இருப்பின் அடிப்படைப் பரிமாணமான ஒன்றை எப்படி நான் ஒதுக்கித்தள்ள முடியும், எனது சுயத்தை அழிக்காமல் அது இயலாது.

என் பிரக்ஞையைத் தீர்மானிப்பது சமுதாயம். இந்தப் பிரக்ஞை, இந்த யதார்த்தக் *கட்டுமானம்*, வெளியிலிருந்து வரும் தூண்டல்களுக்கு எதிர்வினையாற்றும் வாய்ப்பை மறுத்துவிடுகிறது. எனது பிரக்ஞை ஒரு பாதுகாப்பு வடிகட்டி. இந்த உலகை நான் உணர்கிறேன், அனுபவிக்கிறேன் ஆனால் அந்த அனுபவம் முழுமையானதல்ல, அது எனது வடிகட்டியினால் உள்ளே அனுமதிக்கப்பட்ட துண்டுதுண்டான அனுபவங்களைக் கொண்டு உருவாக்கப்பட்ட அனுபவம். இந்த வடிகட்டி அற்புதமாக வேலை செய்வதனால், ஆழ்ந்த உண்மையான யதார்த்தத்தை விவரிக்க முடியாத ஏக்கத்தின் வடிவத்திலேயே அறிகிறேன். எனது 'நானை' விட்டு தப்பிக்க முயன்றாலோ அல்லது சத்தமின்றி அதனிடமிருந்து நழுவிவிட நினைத்தாலோ என்னால் முடிவதில்லை. நான் என்ன செய்யப்போகிறேன் என்பது என் மனதுக்குத் தெரிந்துவிடும், அது எல்லா இடத்திலும் ஒற்றர்களை வைத்துள்ளது. வெளியேற வழியே இல்லை. என் சிந்தனை என் மூளைக்கு அடிமை. ஆனால் மூளையின்றி நான் இல்லை.

"நீங்கள் சுழல்வட்டப் பாதைகளில் பயணிக்கிறீர்கள்" என்றார் யோகானந்தர். "பௌத்தத்தில் இதனை *சம்சாரா* என்கிறார்கள். புறப்பட்ட இடத்துக்கே திரும்பத்திரும்ப வந்து சேருதல். நீங்கள் செய்யவேண்டியதெல்லாம் *சம்சாரா*விலிருந்து மாயைகளிலிருந்து, நிர்வாணத்துக்கு விழிப்புநிலைக்குச் செல்வதுதான். பிறகு உங்களுக்குப் புரியும், நீங்கள் நினைப்பதல்ல நீங்கள், உங்கள் நினைவே நீங்கள்."

லாமா மடாலயத்துக்குக் கீழே வீடுகளைக் கடந்து ஓடிவரும் ஓடையருகே சென்று தனது காலணிகளைக் கழற்றினார். அவர் தனது பாதங்களைக் கழுவப்போகிறார் என்று நினைத்தேன். ஆனால் அவர் ஆழமற்று ஓடிக்கொண்டிருந்த தண்ணீருக்குள் இறங்காமல் தனது பையிலிருந்து தகரக் குவளையொன்றை எடுத்துக்கொண்டு என்னை அருகில் வருமாறு அழைத்தார்.

"குவளையில் நீர் நிரப்பிக்கொண்டு வாருங்கள்" என்றார்.

என் பையை இறக்கிவைத்துவிட்டு அவர் சொன்னபடி செய்தேன்.

“நான் தலைகீழாய் நிற்கப்போகிறேன்” என்றார். “அப்படி நான் நிற்கும்போது என் பாதங்களில் இந்தத் தண்ணீரைச் சொட்டுச்சொட்டாக நீங்கள் விட வேண்டும். மிகவும் மெதுவாக, நிமிடத்துக்கு ஒரு சொட்டு என்ற அளவில்.”

அவர் சொன்னது எனக்கு விளங்கும் முன்பே எனக்குப் பக்கத்தில் தலைகீழாய் நின்றுவிட்டார். அவரது கால்கள் சற்றே துவண்டன, ஆனால் அடுத்த நொடியே அவர் அசைவற்று, உறைந்துபோனவர்போல நின்றார். வியக்கத்தக்க வகையில் அவரது உள்ளங்கால் மென்மையாக, மிருதுவாக குழந்தையுடையதைப்போல இருந்தது. மிகவும் கவனமாகக் குவளையைச் சாய்த்து ஒரு துளிநீர் அவரது இடது உள்ளங்காலில் விழும்படி செய்தேன். அவரது பாதம் சற்று வெட்டி இழுத்தது. பிறகு அவரது வலது உள்ளங்காலில் துளிநீரை விட்டேன் அதுவும் சற்றுக் கோணி இழுத்தது.

நான் ஒரு நிமிடம் காத்திருந்தேன். இடது உள்ளங்காலில் இரண்டாவது துளி விழுந்தபோது அது சற்றும் அசையவில்லை. அந்தக் கிழவரும் அசையவில்லை. பிறகு தண்ணீர் அவரது கணுக்காலில் இறங்கி முட்டியருகே சுருண்டிருந்த அவரது கால்சராயினால் உறிஞ்சப்பட்டபோதும் அவர் ரத்தமும் சதையுமான ஒரு மனிதன் என்பதற்கான அறிகுறி ஏதுமில்லை. அவரது மூச்சு சீராக லயத்துடன் வந்தது, கண்கள் மூடியிருந்தன.

அரைமணி நேரம் கடந்தபின் குவளையை என் இடதுகைக்கு மாற்றிக்கொண்டேன், வலதுகை கிட்டத்தட்ட விறைத்துப் போய் விட்டிருந்தது. எனக்குள் பொறுமையின்மை கூடிக்கொண்டே வந்தது. பொறுமையின்மையின் உணர்கொம்புகள் என் உடல் முழுவதும் பரவின, மூச்சுமுட்டியது. கிழவர் பொருளற்ற இந்தச் செய்கையில் சோர்வுற்றுக் கைவிட்டுவிடுவார் என்ற எதிர்பார்ப்பு மனதில் ஓட இந்தப் பொறுமையின்மை உள்ளுக்குள் உயர்ந்துவருவதில் என் மனம் குவிந்திருந்தது.

எனக்குள்ளிருந்து ஒரு தீக்குரல் கிசுகிசுக்க ஆரம்பித்தது, “நிமிடங்களைக் குறை, துளிகளைப் பெரிதாக்கு. கொஞ்சம் தண்ணீரைக் கீழே சிந்திவிடு.”

என் அகப் பாராளுமன்றத்தின் உறுப்பினர்களில் யார் இதைக் கிசுகிசுத்தது? பிறகுதான் இதன் பின்னால் ஒரு கட்சியே இருப்பது தெரிந்தது. எதையும் நின்று நிதானித்துப் பார்க்க நேரமில்லாத, அடையவேண்டிய இலக்கு அருகில் இருந்தாலொழிய அதற்காக முயல்வதை விரும்பாத ‘வா சீக்கிரம் கிளம்புவோம்’ கட்சிதான் அது. இக்கட்சி விடாமுயற்சி என்ற விஷயத்தைக் கேள்விப்பட்டதே கிடையாது. இது பந்தய வீரன் வெற்றிக் கம்பத்தை அடைய இன்னும் கால்வாசி தூரம் இருக்கையில் அவனைக் கைவிடுட்டுவிடும் கட்சி. கலைஞன் இன்னும் சிறிது முயன்றால் தனது தலைசிறந்த படைப்பை உருவாக்கி விடுவான் என்ற நிலையில் அவனது ஊக்கத்தைக் குலைத்துவிடும் கட்சி. ஒரு விஷயத்தில் சுவாரஸ்யம் குன்றும்போது அதிலிருந்து விடுவித்துக் கொள்ள நமக்குக் காரணங்களை வழங்கும் கட்சி. இது அரைக்கிணறு தாண்டும் நாயகர்கள், தமது மகிழ்வே பிரதானமெனும் வேடதாரிகளைக் கொண்ட கட்சி.

திடீரென்று இந்தக் கட்சி அதிகார அறிவிப்புகளை வெளியிட ஆரம்பித்தது. "ஒரு கிழவரின் உள்ளங்கால்களில் தண்ணீரைச் சொட்டுவது பைத்தியக்காரத்தனம். உன்னை இப்படியெல்லாம் நடத்துவதற்கு அவர் யார்? எங்கிருந்து அவருக்கு இந்தத் தைரியம் வந்தது? கொஞ்சம் தண்ணீரைச் சிந்திவிடு. அவர் பார்க்கப்போவதில்லை. பார்த்தாலும் ஒன்றும் சொல்லப்போவதில்லை. அப்படி ஏதாவது சொன்னால், இதற்கு மேலும் என்னால் பொறுக்க முடியாது என்று சொல்லிவிடு."

இக்கட்சியினருக்கான எதிர்க்குரல் முதலில் மிகவும் பலவீனமாக, காதில் விழாத அளவுக்கு ஒலித்தது, ஆனால் அது உயர்ந்துகொண்டே வந்தது. விரைவிலேயே எனக்குள் இருந்த இந்த இருதரப்புக்குமிடையே முழு அளவிலான விவாதம் தொடங்கியது. இது பைத்தியக்காரத்தன மாகத் தோன்றினால் அது ஒன்றும் பெரிய விஷயமில்லை என்றது 'நிலைமாறாதோர்' கட்சி. தான் செய்வது என்னவென்று அந்தக் கிழவருக்குத் தெரியும். அவர் ஓர் உதவி கேட்டார், ஒருமுறை செய்வதாக வாக்களித்துவிட்டால் அதிலிருந்து மாறக்கூடாது. அவ்வளவுதான் விஷயம்.

அப்போது 'வா சீக்கிரம் கிளம்புவோம்' கட்சிக்கு எதிர்பாராத வகையில் கூட்டாளிகள் கிடைத்தனர். கந்தையுடுத்திய சிறுவர்கள் அங்கிருந்த வீடுகளிலிருந்து சிறு கூட்டமாய்க் கிளம்பிவந்தனர். எங்களுக்குச் சில அடிகள் முன்னால் நின்று எங்களை வேடிக்கை பார்த்தனர். ஒரு சிறுவன் ஏதோ சொல்ல பதிலுக்கு மற்ற மூவரும் சிரித்தனர். நான் அச்சிறுவர்களது கண்கொண்டு எங்களைப் பார்த்தேன், உடனே சங்கடமாக உணர்ந்தேன். சிறுவர்கள் கேலிப்பேச்சைத் தொடர்ந்தனர். பிறகு ஒருவரையொருவர் சீண்டியபடியும் கத்திக் கூச்சலிட்டபடியும் எங்கள் இருவரையும் சுற்றி வட்டமாக ஓட ஆரம்பித்தனர். இந்தக் கூச்சல் யோகானந்தரின் தியானத்தைக் கலைத்துவிடும் என நினைத்தேன்.

அது அவரைக் கலைக்கவில்லை, அவர் சற்றும் அசையாமல் நின்றார்.

ஒருவழியாகச் சிறுவர்கள் வீடுகளுக்குள் சென்றுமறைந்தனர். மாலை இருளின் அதிகரித்துக்கொண்டே வந்த குளிரில் இன்னும் இருபது நிமிடங்கள் கிழவருக்குப் பக்கத்தில் நின்றபடி அவரது உள்ளங்கால்களில் தண்ணீர்விட்டபடி இருந்தேன். எனது நம்பிக்கைக்கு ஏற்பட்ட நெருக்கடியைக் கடந்துவந்தபின் இந்தச் செயலில் ஏதாவது அர்த்தமிருக் கிறதா என எனக்கு நானே கேட்டுக்கொள்வதை நிறுத்திக்கொண்டேன். அது எனக்குச் சுலபமானது, போகப்போகச் சுவாரஸ்யமான விளையாட்டாக வும் மாறியது. குவளையின் கடைசித்துளி சொட்டியபோது எனக்குள் அமையுதியணர்வும் ஆழ்ந்த நிறைவும் ஏற்பட்டது. லகுவாகக் கரணமடித்து நேராக நின்றார் யோகானந்தர் (குவளை காலியானது எப்படி அவருக்குத் தெரியும்?). ஒரு குசும்புச் சிரிப்பால் எனக்கு நன்றி சொன்னார்.

நாங்கள் மீண்டும் நடக்கத் தொடங்கியபோது அந்த நீர்த்துளிகள் அவருக்குத் தியானத்தில் உதவிகரமாக இருந்தனவா எனக் கேட்டேன்.

"எனக்கா?" அவர் வியப்புடன் என்னை திரும்பிப் பார்த்தார். "அத்துளிகள் உங்களது தியானத்துக்கு உதவத்தான். அது உங்களுக்கான

வெள்ளோட்டம் என நான் சொல்லியிருந்தால் அதைத் தீவிரமாக முயன்றிருப்பீர்கள், அதன் முடிவில் உங்களைப் பற்றிய உண்மை எனக்குத் தெரிந்திருக்காது. இப்போது எனது சீடானாகும் தகுதி உங்களிடம் இருப்பதைத் தெரிந்துகொண்டேன். அதுவே போதும்."

இதுபோன்ற தேர்வுகளை இன்னுமதிகம் நான் எதிர்பார்க்கலாமா என்று கேட்டேன்.

அவர் சிரித்தார். "என்னிடம் ஒரு கைத்துப்பாக்கி இருப்பதாகவும் அதைக் கொண்டு உங்களை நான் சுடவிருப்பதாகவும் நினைத்துக் கொள்ளுங்கள். நான் எங்கேயிருக்கிறேன் என உங்களுக்குத் தெரியாது, ஆனால் உங்களை நான் பின்தொடர்ந்தபடியே இருக்கிறேன், உங்களுக்கு மிக அருகில் இருக்கிறேன், எப்போது வேண்டுமானாலும் ஒரு தோட்டா சீறிவரும். நான் இங்கே இருக்கிறேன், கவனமாக இருங்கள் என நான் கத்த வேண்டுமென எதிர்பார்க்கிறீர்களா? நமது விளையாட்டு வித்தியாசமானது என்பதை நீங்கள் புரிந்துகொள்ள வேண்டும். நான் எச்சரித்தால் எனது எச்சரிக்கைகளைச் சார்ந்திருக்க ஆரம்பித்து விடுவீர்கள், கவனமாக இருக்கமாட்டீர்கள் விழிப்புடன் இருக்கமாட்டீர்கள். எந்த நேரமும் தோட்டா சீறிவரலாம். சிறு முன்னறிவிப்புமின்றி எந்த நேரமும் நீங்கள் சோதிக்கப்படலாம். சோதனையில் தேறவில்லையாயின் அதோடு நீங்கள் கிளம்ப வேண்டியதுதான்."

நாங்கள் தொடர்ந்து நடந்தோம். சிறிது தொலைவு நடந்தபின் திரும்பி என்னைப் பார்த்து அவர் சொன்னார் "நான் உங்களுடைய தாதி இல்லை. உங்களது நண்பன். ஆனால் ஆபத்தான நண்பன்."

7

புத்திசாலியானதால் முட்டாளாய் இருக்கிறேனா நான்?

நீண்டிருந்த எங்கள் நிழல்கள் படிப்படியாகக் குறைந்துகொண்டே வந்து, எங்களுக்கு முன்னால் நடந்தன. யோகானந்தர் வைத்த அடிகள் லேசாகவும் சுலபமாகவும் இருந்தன. அவரது லயத்துடன் இயைந்து நடக்க முயன்றேன், ஆனால் அவரது கால்கள் நீண்டவை. முதுகில் கனமான பையும் இல்லையென்பதால் அவர் லகுவாகவும் சாவகாசமாகவும் நடந்தார். எனது காலடிகளை அவருடையதுடன் சேர்த்து வைக்க முயன்றதுமே எனது லயத்தை நான் இழந்தேன். தீவிரமாக முயன்றாலும் பத்துப் பதினைந்து அடிகளுக்கு மேல் அது இயவில்லை, மறுபடி முதலிலிருந்து தொடங்குவேன்.

தனக்குப் பின்னால் கேட்கும் வினோத காலடி ஓசைகளை அவர் உணர்ந்தார். திரும்பி என் பாதங்களைப் பார்த்தார், "உனது சப்பாத்துகளில் ஏதாவது பிரச்சனையா?"

சங்கடத்துடன் இல்லையென்று தலையசைத்தேன்.

"இப்படி வாருங்கள்" என்றவர் ஓரமாக ஒதுங்கிநின்று, "நீங்கள் முன்னால் செல்லுங்கள்" என்றார்.

நான் அவருக்கு முன்னால் நடந்தேன், விரைவில் எனது காலடி ஓசைகளில் அவரது காலடிகள் இயைந்து அமிழ்ந்தன. நாங்கள் இருவரும் சேர்ந்து ஒரு நாலுகால் விலங்கைப்போல நடந்தோம். இருவரது சுவாசத்தையும் தனது தாளலயத்தில் சேர்த்துக்கொண்ட ஒரு பாடலாக எங்கள் காலடியோசை மாறியது. விரைவிலேயே முழு உலகும் எங்களது லகுவான தாளலயத்துக்கேற்ப அதிர்வுறத் தொடங்கியது.

எங்கோ தொலைவிலிருந்து வருவதுபோல யோகானந்தரின் குரல் என்னை வந்தடைந்தது. "உங்களது காலடியோசையின் தாளத்தில் எல்லாமே அசைவுறுகின்றன. நிபந்தனைகளின்றி இயைந்துபோகும் ஓர் உலகில் வாழ்வது மிகவும் சிறப்பானது இல்லையா?"

நான் நடனமாடத் தொடங்கினேன். ஏதோ விசித்திர சக்தி என் பாதங்களைப் பிடித்து இப்படியும் அப்படியும் ஆட்டியது. என் பின்னால் எனது ஆபத்தான நண்பரும் ஆடத் தொடங்கினார், என்னோடு சேர்ந்து நான் குதிப்பதுபோலவே குதித்தார், என்னைப்போலவே சத்தம் போட்டுச் சிரித்தார், இப்போதுதான் சூரியன் விலக ஆரம்பித்திருந்த சமவெளி யெங்கும் எங்கள் சிரிப்பு அதிர்ந்தது. வானமும் எங்களோடு சேர்ந்து சிரித்தது, மலைச்சரிவுகளும் பனிச்சிகரங்களும்கூட.

“இதுதான் உங்களுக்குத் தேவை” என்றார் யோகானந்தர்.

பாதை ஒரு சரிவில் வளைந்து வளைந்து மேலேறியது, வன்சரிவு ஆகையால் பத்து நிமிடங்களுக்கு ஒருமுறை நின்று மூச்சுவாங்கிக் கொண்டோம். கீழே கண்களுக்குப் புலப்பட ஆரம்பித்த பள்ளத்தாக்கு கவிழத் தொடங்கியிருந்த இருளில் மறைய ஆரம்பித்தது. இரவு நெருங்கிக்கொண்டிருந்தது. கடைசியில் தளஅடுக்கு வயல்கள் நடுவே பசுந்திடலில் அமைந்திருந்த தனித்த வீட்டை அடைந்தோம். தட்டைக்கூரை யுடன், ஜன்னல்கள் மூடி, பாழடைந்துபோய், மலைச்சரிவிலிருந்து தோண்டிப் பாதியில் விட்டுவிட்டது போன்ற தோற்றத்தில் இருந்தது அந்த வீடு. வீட்டுக்கு மேலே பனிப்பாறைகளிலிருந்து குளிர்காற்று வீசிக்கொண்டிருந்தது.

வளைந்துவளைந்து சென்ற பாதையில் ஏறி வீட்டுக்கு மேலேயிருந்த தொங்குப்பாறையை அடைந்தோம். அங்கிருந்து லொடலொடத்த மர ஏணியின் வழியாக வீட்டின் மண்கூரையில் இறங்கினோம். உங்கள் முதுகுப்பையையும் கூடாரத் துணியையும் இறக்கிவையுங்கள், இங்கேயே உட்கார்ந்து சற்றுநேரம் காத்திருங்கள் என்றார். தட்டைக்கூரையின் நடுவே சதுரமான ஓட்டை, அங்கிருந்து வீட்டுக்குள் இறங்க இன்னொரு ஏணி இருந்தது. யோகானந்தர் ஏணியின் முதல்படியில் கவனமாகக் கால்வைத்தார், அடுத்து ஒவ்வொரு படியாக இறங்கி உள்ளே மறைந்தார்.

கூரையில் வாயில் அமைந்த வீடொன்றை அப்போதுதான் பார்த்தேன். கூரையின் ஒரு மூலையில் கட்டுக்கட்டாய் விறகுகள் குவிக்கப்பட்டிருந்தன. உலகின் பார்வைமாடத்தில் நின்றுகொண் டிருக்கிறோம் என உணர்ச்சிமேலிட எண்ணிக்கொண்டேன். என் முன்னே மேற்கு இமயமலைத் தொடர் அலையலையாய்ப் பரவியிருந்தது. கீழே சமவெளியில் கொத்துக்கொத்தாய் மலைக்கிராமங்கள் சிதறிக் காணப்பட்டன. வீட்டைச் சுற்றியிருந்த சரிவான வயல்களை இரண்டு ஓடைகள் பிரித்தன.

ஓட்டை வழியே யோகானந்தரின் தலை மேலே வந்து என்னை வீட்டுக்குள் வா என அழைத்தது. என் முதுகுப்பையையும் கூடாரத்துணியை யும் அந்த ஓட்டை வழி உள்ளே இறக்கி லொலொட ஏணிவழி கொண்டுசெல்லச் சிறிது நேரம் பிடித்தது. உள்ளே ஜன்னல் எதுவுமற்ற ஓர் அறைக்குள் நானிருந்தேன். சிட்டம் படிந்த கணப்புக்கு முன்னால் சமையல் பாத்திரங்களுக்கு நடுவே இரண்டு பொக்கைவாய்க் கிழவிகள் அமர்ந்திருந்தனர். ஏணிக்குப் பக்கத்தில் தலைமுடியை ஒட்டவெட்டிய

ஒரு நடுத்தர வயது ஆண் நின்றிருந்தார், அவர் என்னை நோக்கித் திரும்பி "நவங்" என்றார்.

யோகானந்தர் அது அவரது பெயர் என விளக்கினார். அந்தப் பெண்கள் அவரது பெரியம்மாக்கள், அவர் பார்லி பீர் தயாரிப்பதற்கான மரத்தொட்டிகள் செய்தும் இமாலய மட்டக்குதிரைகளை வாங்கி விற்றும் வாழ்க்கையை ஓட்டுகிறார் என்றார். அதோடு வீட்டைச் சுற்றியுள்ள வயல்களில் விளைவனவற்றை வைத்தும், அவையொன்றும் அதிகமில்லை, அவர்கள் வாழ்வைக் கடத்துகிறார்கள் என்றார். அவரது குடும்பம் வறியது, மிகவும் வறியது என்று வலியுறுத்திச் சொன்னார். இருந்தாலும் அங்கு நாம் எவ்வளவு நாட்கள் வேண்டுமானாலும் தங்கலாம் என்றார்.

கையில் பணம் வைத்திருப்பதை எப்போதோ விட்டுவிட்டேன் என்றவர், விரும்பினால் நான் கொண்டுவந்திருக்கும் அய்ரோப்பியச் செல்வத்தில் சிறிதை அவர்களுக்குக் கொடுத்து உதவலாம் என்றார், அதையும் துவக்கத்திலே செய்ய வேண்டும் என்றார். இப்படிச் செய்வதால் அது ஒரு வரவேற்புப் பரிசாக அமையும், கிளம்பும்போது தருவதென்றால் பெற்றுக்கொண்ட சேவைகளுக்கான கட்டணம் என்றாகிவிடும். கட்டணத்தைப் பணிவுடன் உறுதியாக மறுக்கலாம், ஆனால் பரிசை மறுப்பது பணிவாகாது. நவங்குக்கு இப்போது தேவைப்படுவதெல்லாம் பணம்தான். காசு. அவருக்கு முன்னூறு ரூபாய் கொடுத்தால் அடுத்த ஏழு நாட்கள் அவர் இன்பக்கனவுகள் காண்பார், அவரது பெரியம்மாக்கள் அவ்வளவாகச் சுவையற்ற பார்லிக் கூழை தங்களது சமையல் திறமைக்கு அப்பாற்பட்ட ஒரு ஆர்வத்துடன் காய்ச்சுவர்.

சிறிதும் தயங்காமல் என் சட்டைப்பையைத் துழாவி முன்னூறு ரூபாயை எடுத்தேன். முன்கூட்டியே சில செலவுகள் இருக்கும் நிலையில் இந்தப்பணம் பரிசாக அல்லாமல் விருந்தோம்புனருக்குச் சிறுமையை ஏற்படுத்தும் ஒன்றாகிவிடும், ஆகவே நான் இன்னொரு நூறு ரூபாயைச் சேர்த்துக் கொடுத்தேன். ரூபாய்த்தாள்களை தயங்கிநின்ற நவங்கின் கைகளில் திணித்தேன். அவரது பெரியம்மாக்கள் இருவரும் பொக்கைவாயைத் திறந்து சிரித்துத் தங்களது நன்றியைத் தெரிவித்தனர்.

யோகானந்தர் எழுந்தார். நவங் எங்களை ஈரமண்ணின் மூச்சுமுட்டும் மட்கல் வாசனையடிக்கும் ஒரு சிறிய அறைக்கு அழைத்துச்சென்றார். ஜன்னல் கதவுகளைத் தள்ளித் திறந்தார். பள்ளத்தாக்கு, பனிமூடிய சிகரங்களின் காட்சி எங்கள் முன் விரிந்தது.

"இங்குதான் நாம் உறங்கப்போகிறோம்" என்றார் யோகானந்தர்.

நவங் இரண்டு மெத்தைகளைக் கொண்டுவந்து தரையில் விசிறிப் போட்டார். ஜன்னல்வழியே குளிர்காற்று வீசியது. இரவில் நல்ல குளிராக இருக்கும் என நினைத்துக்கொண்டேன். அப்போது அறையின் ஒரு மூலையில் தரையோடு அமைக்கப்பட்ட கதவொன்றைத் திறந்தார் நவங், கீழிருந்து வெம்மையான காற்று பாய்ந்துவந்தது. அந்த அறை 'இமாலய மைய வெப்பமூட்டி'யைக் கொண்டிருந்தது. அறையின் கீழே குதிரை லாயம் இருந்தது.

இப்போது நானும் யோகானந்தரும் மட்டும் இருந்தோம்.

“இந்த நான்கு நட்சத்திரத் தங்குமிடம் எப்படியிருக்கிறது?” என்றார் யோகானந்தர்.

○○○

மதிய உணவுக்குப்பின் ஒரு மரத்தொட்டியில் வீட்டில் தயாரித்த பார்லி பீர் கொண்டுவந்தார் நவங். மரக்குவளைகளில் ஊற்றிக் குடித்தோம், அந்த முதிய பெண்கள் இருவரும்கூடக் குடித்தனர், அதில் ஒருவர் எனது குளிர்ச் சட்டையைத் தொட்டுப் பார்த்தார். நவங் என்னவோ பேசிக்கொண்டிருந்தார், கடவுளுக்குத்தான் தெரியும் என்னவென்று. யோகானந்தர் அதைக் கேட்டுத் தலையாட்டிக் கொண்டிருந்தார், அதை எனக்கு மொழிபெயர்த்துச் சொல்லவேண்டுமென அவருக்குத் தோன்றவில்லை.

நான் எழுந்து மேலே கூரைக்குப் போவதாகச் சொன்னேன், எனக்குப் புழங்குவதற்குத் தாராளமான இடம் தேவைப்பட்டது, மலைக்காட்சிகளைக் காண வேண்டுமென்றிருந்தது.

கதகதப்பான போர்வைபோலச் சூரியன் என்னைத் தழுவியது. பனிச்சிகரங்கள் வெண்மையாய் ஒளிர்ந்தன. மனம் முரண்பாடான எண்ணங்களின் கலவையால் நிறைந்திருந்தது. உயர்ந்துநின்ற இந்த மலைகளின் விரிகாட்சியை என் கண்கள் தழுவியபடியிருக்க என் வாழ்நாள் முழுக்க இந்தக் கூரைமேல் அமர்ந்திருக்க விரும்பினேன், என்னையது கிரகித்துக்கொண்டு நானொரு மலையாக, பனியாக, பாறையாக, இந்த இமயத்தின் ஒரு அங்கமாக மாறும்வரை. அதுபோதும். எதுவும் தேவையில்லை. வேறெதுவும் தேவையில்லை.

மனிதனாக இருப்பது எனக்கு அலுத்துவிட்டதா?

சற்றுநேரத்தில் யோகானந்தர் என்னுடன் சேர்ந்துகொண்டார். கூரைமீது அமர்ந்தபடி கீழே சூரியனால் ஒளியூட்டப்பட்ட சமவெளியைப் பார்த்தோம். எங்களிடையே ஒருவித தொலையுணர் ஆற்றல் அதிர்வுற்றது.

“பார்த்தீர்களா நீங்கள் ஆபத்துகளை உணரத் தொடங்கிவிட்டீர்கள்” என்றார்.

ஆமாம் என்றேன். ஒருவர் தன்னைத் தேடுவது, தனது நிஜமான ‘நான்’ஐத் தேடுவது, ‘பழக்கமாகிவிடும்’ என்றால் என்ன என்ற கேள்விக்குப் பதிலைத் தேடுவது. அதுவொரு மனப்பீடிப்பாகலாம். ஒரு வழமை என்றாகிவிடலாம். தேடலை மேற்கொள்பவன் இயந்திரமாகிவிடக்கூடும். அதே பாத்திரத்தைத் திரும்பத்திரும்ப வேறுவேறு மேடைகளில் நடிக்கும் ஒரு நடிகனாகிவிடக்கூடும். தானே தனது மிக மோசமான போலியாகவும் அவன் மாறலாம். தேடுவது நல்லது, கண்டடைவது அதைவிட நல்லது. கண்டடையக்கூடியதன் ஒரு சிறு பகுதியையாவது கண்டடைவது நல்லது. அனேக நேரம் நான் அதிகம் கண்டடைந்தபோதும் அவற்றுள் நிலையானது எதுவுமில்லை. எனது ஆன்மீக சாகசங்கள் குறித்துப் புத்தகங்கள்

எழுதியுள்ளேன், நான் 'அதை'க் கண்டடைந்துவிட்டேன், எனது தேடல் முடிவுக்கு வந்துவிட்டது என்று உறுதிபடச் சொன்னேன்.

ஆனால் எப்படி நான் இங்கு, வெண்செம்பு நிலத்திலமைந்த ஸன்ஸ்கர் தேசத்தின் மத்தியச் சமவெளிக்கு மேலே இருக்கும் ஒரு வீட்டின் கூரைக்கு, வந்துசேர்ந்தேன்? வறட்டு அரசியல் சித்தாந்தங்களில் அடைக்கலம் தேடிக்கொள்ளாத, அறிவு சந்தர்ப்பவாதத்தைக் கைக்கொள்ளாத, நுகரியத்தின் ஆற்றுப்படுத்தும் மாயைக்குள் தப்பிச்செல்லாத, சதா அலைவுறும் மனம்கொண்ட இளைஞனான நான் எப்படி இங்கே? வீடின்றி நிரந்தரமாக அலைந்து திரிவதை எண்ணி அஞ்சும், உண்மையைச் சொன்னால் பீதியுறும் நான் இங்கு என்ன செய்துகொண்டிருக்கிறேன்?

நான் உள்ளொளி தரிசனத்துக்காக வந்திருக்கிறேன் எனத் தோன்றுகிறது. இங்கே, இந்த உலகில், இந்தக் கணம் நான் இருப்பதன் நோக்கமென்ன என்னும் கேள்விக்கு அறுதியான ஒரு பதிலைத் தேடிவந்திருக்கிறேன். ஆக, இந்த நோக்கத்தை நான் நிறைவேற்ற முடியும். ஒருவேளை நோக்கமெதுவும் இல்லாமல் போனால்— நல்லது, சற்றுப் பொறுத்திருந்து பார்ப்போம்.

ஆனால் நான் மிக பயப்படுவது இந்தத் தேடலை, என்னிடமேகூட, *நியாயப்படுத்துவதற்கான* என் உந்துதலிடம்தான். நான் ஏதோ செய்யக்கூடாததைச் செய்வதுபோல. ஒரு வளர்ந்த மனிதனுக்குப் பொருத்தமில்லாத தேடல் இது என்பதுபோல. எனது அமைதியற்ற மனம் என்னுடைய முதிர்ச்சியின்மை, உளநோய் ஆகியவற்றின் அறிகுறி என்பதுபோல. நான் இதுவரை எழுதியவற்றுள் பெரும்பான்மையும், வேறெதையும்விட எனது இலக்குகளையும் குறிக்கோள்களையும் அடையவியலாமல் போனதற்கான மறைமுக மன்னிப்புக்கோரல்தான். ஏன்?

"ஏனென்றால் நீங்களொரு முட்டாள்" ஆர்வமிகு எனது ஒப்புதல் வாக்குமூலத்தை இடைவெட்டினார் யோகானந்தர். "ஏனென்றால் நாமொரு முட்டாளாயிருக்க முடியாது என நினைக்குமளவுக்குப் புத்திசாலி நீங்கள்." முட்டாள்த்தனம் என்பது வெறும் முட்டாள்த்தனம்தான், ஆனால் உலகின் எல்லைகள் எதுவரையோ, வாழ்வின் எல்லைகள் எதுவரையோ அதுவரை தான் விரிந்து பரந்திருப்பதாக நினைக்கும் புத்திசாலித்தனம் ஒரு கேலிக்கூத்து. உங்களது புத்திசாலித்தனத்தில் தாழ்ச்சி இல்லை. உங்களது சிந்தனைச் சிறையிலிருந்து தப்பிக்க நினைக்கிறீர்கள், ஆனால் ஒரு விடுதலை விரும்பி வேடமிட்டு, உங்களது புத்தியின் துணிவை வியந்தவராய்த் தப்பித்தல் என்னும் செயலில் மையல் கொண்டுவிடுகிறீர்கள். இதோ இங்கே, நிஜமாகவே எப்போதும் உங்களுடையதாக இருக்கக் கூடிய ஒன்றான இயற்கையின் அழகை வியந்து பார்த்தபடி வருகிறோம், ஆனால் நீங்கள் என்ன செய்கிறீர்கள்? உளறிக்கொண்டு வருகிறீர்கள். உங்களுக்கு இன்னும் புரியாதது புத்தருக்கும் சாதாரண மனிதனுக்கும் இடையே, ஞானமடைந்தவனுக்கும் ஏதுமறியாதவனுக்கும் இடையே எந்த வித்தியாசமும் இல்லை என்பது. சாதாரண மனிதன் அதை அறியாதபோது புத்தர் அதை அறிந்திருந்தார் என்பதுதான் ஒரே வித்தியாசம். புத்தியில்லாததால் அல்ல அது இருப்பதனாலேயே நீங்கள் முட்டாளாயிருக்கிறீர்கள்."

நான் காட்டமாகக் கேட்டேன், முட்டாளாயிருப்பதை எப்படி நான் தவிர்க்கலாம்?

"கவனமாக இருப்பதன்வழி" எனது ஆபத்தான நண்பர் சொன்னார். "அதுவே நீங்கள் தேடும் ஞானம். உங்களது எண்ணங்கள் சுழித்தோடுவதைக் கவனியுங்கள், அவற்றில் ஒன்றும் தப்பிச்செல்லாத அளவுக்குக் உற்றுக் கவனியுங்கள். பிறகு ஒரு போக்குவரத்துக் காவலனாக மாறுங்கள். இடம், வலம் என்று உங்களது சிந்தனையோட்டத்தைத் திருப்பிவிடுங்கள், நில் என்ற சமிக்ஞையைக் காட்டி அவையனைத்தையும் நகராமல் நிற்கவையுங்கள். அப்போது உங்களது சிந்தனையின் ஒழுங்கின்மை மறையும். அமைதி கிடைக்கும். அந்த அமைதியில் பிரபஞ்சத்துக்கான ஒரு கதவு திறக்கும்."

அதை அப்போதே, அங்கேயே அந்தக் கூரையிலேயே தொடங்கலாம் என்றார். முதலில் சுற்றிலுமான ஒலிகளை, காதை அடையும் மிகச் சன்னமான சப்தத்தையும் விடாமல் கேட்கலாம் என்றார். அந்த ஒலிகளைப் பிடித்து நிறுத்த வேண்டும், தனித்தனியாகப் பிரிக்க வேண்டும், ஆராய வேண்டும், அவற்றின் மூலம் எதுவென்று கண்டுபிடிக்க வேண்டும். ஒலிகள் அவற்றின் மூலங்களின் உருவாக மாறியதும் அவ்வுருக்களை மனதில் ஏற்றிக்கொள்ள வேண்டும். அவை பிடிகொடுக்காமல் நழுவும். ஆனால் நேருக்குநேர் காண்பதுபோன்ற துல்லியம் கொள்ளும்வரை அவற்றைப் பிடித்துவைத்திருக்க வேண்டும். இதைச் செய்துவிட்டால் எனது சிந்தனைக் குழப்பங்கள் மறையும்.

பிறகு: நிசப்தம்!

கண்களை மூடிக்கொண்டேன். யோகானந்தர் விலகி நடந்து செல்லும் மெல்லிய காலடியோசை கேட்டது. நிசப்தம் என்னை நோக்கி மிதந்துவந்தது. எப்போதுமே கொந்தளிப்பாக இருக்கும் என் மனதின் நிசப்தம் இல்லையது. அது என் காதுகளின் நிசப்தம், முதலில் அவற்றுக்கு எந்தச் சப்தமும் கேட்கவில்லை. பிறகே அவை கேட்கத் தொடங்கின. மரங்களில் காற்றின் மெல்லிய சரசரப்பு. ஓடையின் முணுமுணுப்பு. எனது சுவாசம். கீழே அறைகளில் கேட்ட அடங்கிய பேச்சொலி. ஆடுகளின் கனைப்பு.

மூடிய கண்களின் இருட்டில் ஒலிகளின் தெளிவற்ற மூல உருவங் களைக் காண ஆரம்பித்தேன். ஆனால் எவ்வளவு முயன்றும் அவற்றை என்னால் துல்லியமாகக் காண முடியவில்லை. அவை மலை, ஓடை, ஆடு இவற்றின் உருவங்களாக இல்லாமல் புகைமூட்டமாக, நினைவின் வேகநகர்வில் பிடித்த ஒரு கணமாகத் தெரிந்தன. என் மூச்சில் கவனம் செலுத்தத் தொடங்கினேன். உள்ளே செல்கையிலும் வெளியேறுகையிலும் அதனைப் பின்தொடர்ந்தேன்.

சட்டென்று என்னுள் எதுவோ அசைந்தது, இரண்டாய்க் கிழிந்தது. கிழிபடும் ஓசை எனக்குக் கேட்கக்கூடச் செய்தது. அதுபோன்ற ஒன்றை இதற்குமுன் நான் கேட்டதில்லை. நான் என் உடலைவிட்டுச் செல்வதுபோல உணர்ந்தேன். தொலைவிலிருந்து என்னையே என்னால் பார்க்கமுடிந்தது. வடக்கு இமாலயத்தின் ஒரு மலைவீட்டின்

தட்டைக்கூரைமீது சம்மணமிட்டு அமர்ந்திருக்கும் ஓர் இளைஞனைப் பார்த்தேன். சேறுபடிந்த, எளிதில் வளையும் ரப்பர் அடிப்பகுதியைக் கொண்ட மிகவும் நைந்துபோன ஒரு ஜோடி மலைச்சப்பாத்துக்களில் அவன் பாதங்கள் ஒடுங்கியிருந்தன. தளர்வான கம்பளிக் கால்சராய்களும் ஒரு பழுப்புவண்ண கம்பளிச் சட்டையும் அணிந்திருந்தான். ஒடுங்கிய முகம் வெயிலில் ஆங்காங்கே கன்றியிருந்தது. மலையின் வன்சரிவுகளில் கனத்த முதுகுப்பையுடன் ஏறியிறங்க லாயக்கற்றவன் என்பதைச் சொல்வனபோல் அமைந்த சரிந்த தோள்கள்.

என் காதுக்குள் கேட்ட ஒலிகளும் வித்தியாசமாய் இருந்தன. கேட்ட மாத்திரத்தில் கையால் தொடமுடியும் எனும் அளவுக்கு அவை தெளிவுறத் தோன்றின. ஆடு கனைத்தபோது அதன் அசட்டுப் பார்வையை அல்லாமல் வளைந்த அதன் முதுகைக் கண்டேன். ஆடு குனிந்து புல்லைத் தின்பதை என்னால் பார்க்க முடிந்தது. மலைச்சரிவின் இன்னும் கீழே நாய் ஒன்று குரைத்தபோது அதன் வாய்வழியே வெளியேறும் வெண்ணிற சுவாசத்தைப் பார்த்தேன். அது தன் காதுகளை விடைத்ததையும், வாலை ஆட்டியதையும், தரையை முகர்ந்ததையும், உடலை வாகான ஓர் ஓய்வு நிலைக்குக் கொண்டுவந்ததையும் பார்த்தேன்.

வழமையான ஒலிகளை ஊடுருவி ஒரு சிறிய மணி ஒலிப்பது மிகச் சன்னமான மரத்தின் கிறீச்சிடலுடன் சேர்ந்து கேட்டது. இவ்விரண்டு ஒலிகளும் ஆழப்பாயும் நீரின் ஒலியினுள் பொதிந்து ஒலித்தன. மரத்தின் கிறீச்சிடல் எனக்கு நீர் இறைக்கும் சக்கரம் சற்றே தனது அச்சில் சிக்கிக்கொண்டு சுழல்வதை நினைவூட்டியது.

இவை அருகே, ஓடையின் நீரால் உந்தப்பட்டுச் சுழலும் நவங்கின் *மணிச்சக்கரத்திலி*ருந்து எழுந்த ஒலிகள் என்பதை அறிந்தேன். மற்றெல்லா ஒலிகளும் விலகின. அவற்றை நான் கேட்டேன், ஆனால் அவையனைத்தும் பின்னணியில் நின்றன. எனது கவனமெல்லாம் தண்ணீரால் சுழலும், ஒவ்வொரு சுழற்சியின்போதும் சிறிய வெண்கல மணியை ஒலிக்கச் செய்யும் அந்தப் பிரார்த்தனைச் சக்கரத்தில் குவிந்தது. என் கண்களுக்குப் பின்னிருந்த இருட்டில் அந்தச் சக்கரத்தைத் தெளிவாகப் பார்த்தேன். அதன் ஆரப்பட்டைகளில் நீர் பொழிந்து அளவான உந்துதல்களால் சக்கரத்தைச் சுழலச் செய்வதைப் பார்த்தேன். சக்கரத்தில் பச்சை வண்ணத்தில் பூஞ்சைத் தடங்கள் காணப்பட்டன. சக்கரத்தின் நடுவில் நவங்கின் மந்திரம்–பிரார்த்தனை அடங்கிய உருளை இருந்தது. ஒவ்வொரு சுழற்சியின்போதும் திரும்பத்திரும்ப அது ஒலித்தது.

மந்திரத்தைத் திரும்பத்திரும்பச் சொல்வதன் மூலம் ஒரு பௌத்தர் தனது ஆன்மாவை சுத்தப்படுத்திக்கொள்கிறார், நேர்மையாக வாழ்வதென்னும் தனது பிரதிக்ஞையைப் புதுப்பித்துக்கொள்கிறார், தன்னலம் வன்முறை இவற்றைக் கைவிடுகிறார். சக்கரம் சுழன்று மணி ஒலிக்கும் ஒவ்வொருமுறையும் அதைக் கேட்பவர்கள் தங்களது மனதில் *ஓம் மணி பத்மே ஹூம்*ஐ உச்சரிக்கிறார்கள். பத்மம் – தாமரை, அவர்களது இதயம். மணி என்பது ஆபரணம் அதாவது அவர்களது இதயத்துள்ளிருக்கும் புத்தர்.

உடல்—உள்ள உலகில் அடிப்படை விதி சுழற்சி. திபெத்திய பிரார்த்தனைச் சக்கரமான மணிச்சக்கரம் இவ்விதியின் குறியீடு. சிறு மணி ஒலிக்க, சுழன்றபடி நமது கவனத்தைத் தன்பால் இழுக்கும் இந்தக் குறியீடு மனோவசியம் மூலம் பிரபஞ்சத்தின் அனைத்துக் கோள்கள், விண்மீன்திரள்கள் ஆகியவற்றின் சுழற்சியை நமக்கு உணர்த்துகிறது. அவ்வாறே நமது ஆன்மீக அச்சு, அன்பு, நல்லெண்ணத்தில் நாம் கொண்டுள்ள நம்பிக்கை இவற்றின் சுழற்சியையும்.

சட்டெனக் காற்றில் எழும்பிச் சமவெளிக்கு மேல் மிதக்க ஆரம்பித்தேன். மலைகளுக்கிடையே எதிரொலித்தேன். அது பிரபஞ்சத்தின் ஓசை என்று எண்ணினேன். உலகம் மொத்தமும் எனக்குள் அதிர்ந்தது. பிரபஞ்ச ஆற்றலின் லயத்தை உணர்ந்து அதன் ஒரு பகுதியானேன். இன்னும் மேலே எழும்பினேன். கீழே வெண்மேகங்கள் சிதறிக்கிடந்த கிராமப்புறத்தைக் கண்டேன். மேகங்கள் சுழித்தன, ஒன்றுசேர்ந்தன, பிரிந்தன, ஒன்றையொன்று முந்தி விரைந்தன, பருத்தன, கூம்பின, அகன்றன, விரவிப் படர்ந்தன. இவற்றுக்கிடையே அவை ஒரு பனித்திட்டு, இருண்ட மலையாற்றோடை, வயல்களாலான பள்ளத்தாக்கு, குதித்திறங்கும் அருவி, ஏரி ஆகியவற்றையும் எனக்குக் காட்டின. வண்ணங்கள் மிகவும் துலக்கமாகத் தோன்றின, முன்னெப்போதையும்விடத் தெளிவாகவும். எனக்கு மேலே வானம் ஆழ்நீலமாக இருந்தது. வானம் உள்ளீடற்றது என எண்ணத் தோன்றவில்லை. ஆக்ரோஷச் சிவப்பு, மஞ்சள் செங்குத்துப்பாறைகளின் கண்கவர் காட்சி, இவற்றுக்கு மேலே ஒரு நீலப்பட்டுத் திரை, அதைத் தொட்டுணர முடியும்போல இருந்தது.

எனக்குப் புதுவிதக் கால ஓர்மை ஏற்பட்டது. நிமிடங்கள், மணிகள், நொடிகள் கொண்ட காலம் இல்லையது, சூரியன் நிலவு விண்மீன்களது லயத்தில் அமைந்த காலம். வான்கோள்கள் எப்படி பூமியின் துடிப்பை ஒழுங்கு செய்கின்றன என்பதை என்னால் உணர முடிந்தது. பனிச்சிகரங்களைக் கடந்து மேகங்களினூடாக, பனியாய் உறைந்த ஏரிகளையும் இருண்ட மலையாற்றோடைகளையும் தாண்டித் தாடிவைத்த ஓர் இளைஞன் கண்களை மூடித் தனக்குள்ளிருந்த உலகின் விரிவை வியந்து பார்த்துக் கொண்டிருந்த அந்தத் தட்டைக்கூரைக்கு மிதந்து வந்துகொண்டிருந்தேன்.

ஆன்மா உடலுக்குத் திரும்பிக்கொண்டிருந்தது. ஆனால் அது திரும்ப உடலை அடையும்முன் அந்த இளைஞனுக்குப் பின்னால் அமர்ந்து அவனது முதுகைத் தீவிரமாய் வெறித்துக்கொண்டிருந்த யோகானந்தரைப் பார்த்தது. அதுவொரு மறக்கவியலாத் தருணம். என் உடல் கூரைமீது, என் ஆன்மா மலைகளுக்கு மேல், யோகானந்தர் எனக்குப் பின்னால், அவரது கண்கள் என்மீது. அது கணப்பொழுதுதான், பிறகு உடலும் ஆன்மாவும் மீளவும் இணைந்துவிட்டன.

கண்களைத் திறந்து திரும்பிப் பார்த்தேன். அது கனவு இல்லை. யோகானந்தர் உண்மையிலேயே எனக்குப் பின்னால் அமர்ந்திருந்தார்! எப்படியிருந்தது என வினவுவதுபோல ஒரு புன்னகை. வழக்கத்துக்கு மாறாக அவர் தளர்ந்து காணப்பட்டார், மிகவும் களைத்திருந்தார். அப்போது நான் கண்டு திரும்பியிருந்த அற்புதக் காட்சி ஒரு மாயத்தோற்றம்

இல்லையென்று உணர்ந்தேன். அது மந்திரஜாலம், அவரது மந்திரஜாலம். எனக்குப் பின்னால் அமர்ந்து ஓரெல்லைவரை நிஜம்போல அமைந்த, அவர் உருவாக்கிய ஓர் அனுபவத்தில் என் எண்ணங்களையும் உணர்வுகளையும் தொலையுணர்வு வழி நெறிப்படுத்தியிருக்கிறார்.

அச்சத்தினாலும் அவர்மீதான மரியாதையினாலும் அப்படியே உறைந்துபோனேன். எழுந்தேன், அவரை நோக்கிச் சில அடிகள் வைத்தேன், மண்டியிட்டு நெற்றி தரையில்பட அவருக்கு முன்னால் விழுந்து வணங்கினேன்.

"என்ன நடந்தது?" என்றேன்.

"விசேஷமாக எதுவுமில்லை" என்றார். "உங்களுக்கு அசாதாரண சக்திகள் உள்ளன, அவற்றை உங்களால் பயன்படுத்திக்கொள்ள முடியும் என்பதைக் காட்ட விரும்பினேன். உங்கள் மரண பரியந்தம் எந்த நற்செயலுக்கு வேண்டுமானாலும் இவற்றைப் பயன்படுத்திக் கொள்ளலாம். கெட்ட காரியமென்றால் ஒன்றேயொன்றுக்கு மட்டும், ஏனென்றால் அதோடு அந்தச் சக்திகளை நீங்கள் இழந்துபோவீர்கள். நான் என்பது நீங்கள் நினைக்கும் நான் அல்ல. நீங்கள் தாகமாக இருக்கையில் உங்களது தாகம் தணிக்கும் தண்ணீராக என்னை நினைக்கிறீர்கள். நான் தண்ணீர் அல்ல, வெறும் கலயம். கலயம் காலியாக இல்லை, அதில் தண்ணீர் இருக்கிறது, அந்தத் தண்ணீர்தான் புத்தர். புத்தரால் மட்டுமே உங்களது தாகத்தைத் தணிக்கவியலும் என்பதை உங்களுக்கு உணர்த்த விரும்பினேன். நீங்கள் அருந்த முடிகிற கலயம் நான். எப்படிக் குடிப்பது எவ்வளவு குடிப்பதென்பது உங்களுடைய விருப்பம். கவனம், தண்ணீரைச் சிந்திவிடாதீர்கள்."

சமவெளியில் மாலைக்காற்று வீசியது, அது தன்னுடன் ஆறுகளின், தவழ்ந்திறங்கும் ஓடைகளின் ஒலிகளைக் கொண்டுவந்தது. மாலைக் குளிரில் நான் நடுங்கத் தொடங்கினேன். ஏணியில் இறங்கிப்போய் உள்ளே கணப்பருகே அமர்ந்துகொள்ள விரும்பினேன், ஆனால் ஏணியில் கால்வைத்ததும் கிழவர் என்னைப் பின்னே இழுத்தார்.

"இங்கேயே இருங்கள்" என்றார்.

வெப்பமூட்டும் ஆடைகளை நான் அணிய விரும்புகிறேன் என விளக்கினேன். மீண்டும் என்னையவர் மேலே இழுத்தார். "உங்களுக்குக் குளிருகிறது என்றால் அது ஒரு கருத்தாக்கம் மட்டுமே. அதை உங்கள் மூளைக்குள் அழுத்திவையுங்கள், நீங்கள் கதகதப்பாவீர்கள்."

"நிச்சயமாகக் குளிர் என்பது ஒரு கருத்தாக்கம் இல்லை, அது என் உடல் அனுபவிக்கும் நிஜமான உணர்வு" என்றேன்.

"அதோ மலைகளுக்கு மேலே ஒளிரும் ஆபரணத்தை உங்களால் பார்க்க முடிகிறதா?"

"அது ஒரு நட்சத்திரம், ஆபரணம் இல்லை" என்றேன்.

"உங்களுக்கெப்படி அது தெரியும்?"

"விஷயங்களைத் தொடர்புறுத்துவதனால்" என்றேன். என் நினைவு சொல்கிறது வானத்தில் சிறு பொட்டுகளாய் ஒளிரும் அவை நட்சத்திரங்கள், சில சமயம் கோள்களாகவும் இருக்கலாம். நிச்சயமாக அவை ஆபரணங்கள் இல்லை. நீங்கள் சொல்வதை ஒரு குழந்தைதான் நம்பும்.

"தொடர்புறுத்துவதன் மூலம் விஷயங்களை அறிய உதவும் மூளைச் செயல்பாடு எது? கடிதங்கள், இதர ஆவணங்களைப்போல அவற்றைக் கோப்பில் வைப்பதா?"

நான் யோசித்துப் பார்த்தேன், இந்தத் திறன் மட்டும் இல்லை யானால் உலகமே எனக்குப் பெரும் குழப்பமாகிவிடும். எல்லைக்கோடுகள் வரைந்து விஷயங்களைப் பிரித்துவைக்காவிடில் என்னால் வாழ இயலாது. நான் அறிந்த இந்த உலகை ஒழுங்குபடுத்தி வைப்பது எனது கருத்தாக்கத் திறனே. ஓர் இயந்திர மனிதனாக மாறாதவரை இதுவொரு அற்புதமான திறன். இது விரைவிலோ சற்றுக் கழித்தோ நடந்துவிடுகிறது. உலகை நேரடியாகவும் முழுமையாகவும் அறிவதற்குப் பதிலாக அதனைச் சிறுசிறு துண்டுகளாக உடைத்துப் பெயர்வில்லைகள் ஒட்டப்பட்ட மேசை இழுப்பறைகளில் நிரப்பி வைக்கிறேன். முதற்காதலைக் கண்டுணர்வது நான், நிஜமான 'நான்'. இரண்டாவது காதலை உணர்வது ஏற்கெனவே முதற்காதலை (அதை ஒரு கோப்பாக்கி இழுப்பறைக்குள் வைத்தாயிற்று) உணர்ந்தவன். ஒரு இயந்திர மனிதன், காதல் என்னும் கருத்தாக்கம். இந்தத் திறன் எனக்கென ஒரு வாழ்வை அமைத்துக்கொள்ள உதவுகிறது. ஆனால் இதை ஒரு கட்டுக்குள் வைக்கவில்லையென்றால் என் வாழ்வு சலித்துப்போய்விடும், அதே புளித்துப்போன கதைகளின் தொடராகிவிடும்.

"அபாரம்" என்றார் யோகானந்தர். "நாம் போய்த் தூங்கலாம்."

8

பூகம்பத்தின் முன்னதிர்வுகள்

உறங்கும் பைக்குள் நுழைந்ததுமே கதகதப்பாக உணர ஆரம்பித்தேன். தரைமட்டக் கதவு வழியாக மிதந்து மேலேவந்த சாண வாசனை என்னை உறக்கத்தில் ஆழ்த்தியது. திடீரென யோகானந்தர் சொன்னார் "நாம் நிசப்தத்தைச் செவியுற்று இருளை உற்றுநோக்கப் போகிறோம்."

சுற்றியிருந்த இருளில் உற்றுப்பார்த்தவாறே காதுகளைத் தீட்டிக்கொண்டேன்.

"என்ன கேட்கிறது, எதைப் பார்க்கிறீர்கள்?"

நிசப்தம் பூரணமாக இல்லையென்றேன். ஏனென்றால் ஓடைகளின் சலசலப்பை, பிரார்த்தனைச் சக்கரத்தின் முனகலை, கீழே கொட்டகையில் கால்நடைகள் அசைவதை என்னால் கேட்க முடிகிறது. இருட்டும்கூட ஊடுருவிப் பார்க்கவியலாததாய் இல்லை. சன்னல் பிளவு வழியே நிலவொளியின் ஒரு கீற்றுத் தெரிகிறது, அதன் வெளிச்சத்தில் சுவரின் ஒரு சிறு பகுதியையும், நிலவொளி உள்ளே வரும் பிளவின் வடிவத்தையும் என்னால் பார்க்க முடிகிறது. என்னால் நிசப்தத்தைச் செவியுற முடியவில்லை, ஆனால் அதனுள் கேட்கும் சன்னமான ஒலிகளைச் செவியுற முடிகிறது. என்னால் இருட்டை உற்றுநோக்க முடியவில்லை, ஆனால், அவ்விருட்டில் காணும் சிறு ஒளித்துண்டை உற்றுக் கவனிக்கிறேன்.

"நல்லது" என்றார் அவர். "இப்போது அந்த ஒலிகளை வெளியே தள்ளுங்கள். அந்த ஒலிகளால் தொந்தரவுக்குள்ளாகும் விஷயங்களை மட்டும் கவனியுங்கள்."

என்னால் இயலவில்லை. கணப்பொழுது அந்த ஒலிகளைப் பின்தள்ள முடிந்தால் அடுத்த கணமே அவற்றைப் பற்றிய நினைவு மேலெழுந்து வந்துவிடும், அல்லது அவை வருவதற்காக நான் காத்திருக்க ஆரம்பித்தேன். இந்த மனப்போராட்டம் ஒரு பத்து நிமிடம் நீடித்தது. பிறகு நான் முயற்சியைக் கைவிட்டேன். எனது பிரக்ஞை கொடும்

மிருகங்களால் தாக்கப்படும் திக்கற்ற மான் என்றேன். அவ்விலங்குகள் மானை எல்லாத் திசையிலும் பிய்த்து இழுக்கின்றன.

"காரணம் என்னவென்றால் நீங்கள் உண்மையாக உற்றுக் கவனிக்கவில்லை" என்றார். "உங்களால் இயன்றதெல்லாம் எதிர்மறை மனநிலைகள்தாம்."

சினம், செருக்கு, தற்பெருமை, சோம்பல், அச்சம், பொறாமை, காமம், சஞ்சலம், ஐயப்பாடு, கழிவிரக்கம், குரோதம், சலிப்பு, சிடுசிடுப்பு, விரக்தி, பதற்றம், மிகையுணர்வு, நம்பிக்கை, அவநம்பிக்கை, மனச்சோர்வு, வெறுப்பு. இவற்றில் நானறியாத ஏதும் உண்டா?

இந்த மனநிலைகள்தானே ஒரு மனிதனின் இயல்பான ஆளுமையின் கூறுகள் என அவரைக் கேட்டேன். ஒவ்வொரு மனிதனது வாழ்விலும் இத் தருணங்கள் இருக்கின்றன. மனச்சோர்வு இயற்கை எனும்போது ஒருவர் நிரந்தரக் களிப்பில் இருக்க முடியாது.

"ஏன் முடியாது? களிப்பின் உண்மை இயல்பை அறிந்தால் உங்களால் அது முடியும். லாட்டரியில் வெல்லும்போது அல்லது உங்களது படைப்புக்கு விருது கிடைக்கும்போது உண்டாகும் உவகையுணர்வுதான் களிப்பு என நினைக்கிறீர்கள். உங்களில் எந்தப் பகுதி அப்போது மகிழ்வுறுகிறது? உங்களது தன்முனைப்பு. அது களிப்புச் சேற்றில் கிடக்கும் அணிகலன். அது உங்களுக்குள்ளேயே இருக்கிறது, ஆனால் உங்களால் அதை அனுபவிக்க முடிவதில்லை. நேர்மறை எண்ணங்களில் அது உறைந்திருக் கிறது. அவற்றில் எதையாவது உங்களுக்குத் தெரியுமா?"

"ஏன் தெரியாது?" என்றேன். "அன்பு, பரிவுணர்வு, மகிழ்ச்சி. அதோடு சாந்தம், அமைதி ஆகிய உணர்வுகளும். எல்லாம் சரியாக, அவற்றுக்குரிய இடங்களில் இருக்கையில் அங்கே அச்சமும் எதிர்பார்ப்பும் கிடையாது."

"சரி" என்றார். "இதுதான் களிப்பு என்றால் ஏன் அதை அடைவது அத்தனைச் சிரமமாயிருக்கிறது?"

"ஏனென்றால் இந்த உணர்வுகளை அப்படியே பிடித்து வைத்துக் கொள்ள முடியாது," என்றேன். எப்போதும் இவற்றினிடத்தை எதிர்மறை எண்ணங்கள் வந்து பிடித்துக்கொண்டு விடுகின்றன.

"அவை தன்முனைப்பினால் நஞ்சூட்டப்பட்டுவிடுகின்றன" என்றார். "ஒரு உணர்வு தன்முனைப்புடன் பிரக்ஞைத் தளத்துக்குள் நழுவும்போது பொய்யென ஆகிறது, தானே தனது கேலிச்சித்திரமாகிறது. அன்பு பொறாமையாக, காமம் தன்னுடைமையாக மாறுகிறது. பரிவுணர்வு உணர்ச்சிப் பசப்பலாக, உள்ளமைதி ஈடுபாடின்மையாக மாறுகிறது. மகிழ்வு குருட்டு உற்சாகமாக, சுயதிருப்தியுற்ற உவகையாக மாறுகிறது. உயர்நிலைகளிலிருந்து கீழ்நோக்கி நழுவும் இந்தச் செயல்பாடு தொடர்ந்து நடக்கிறது."

"எப்படி இதை நான் தடுக்க முடியும்?"

என்னுடைய சிந்தனையைக் கூர்ந்து கவனிப்பதன் மூலம் என்றார். அவை எப்படி உருவாகின்றன, எப்படி ஒரு சங்கிலித்தொடராகின்றன,

எப்படி நினைவின் ஆழத்திலிருந்து மேலே வருகின்றன என்பதை நான் கவனிக்க வேண்டும். என்னுள் அச்சங்கள், ஆசைகள் தோன்றும் விதத்தை உற்றுநோக்க வேண்டும். விரைவிலோ அல்லது நேரம் கழித்தோ அவை கலைந்து மறைவதையும் காண்பேன். போகப்போக அவற்றின் எண்ணிக்கை குறையும், கடைசியில் அவற்றில் எதுவுமே எஞ்சியிருக்காது. என் பிரச்சனைகள் அனைத்தும் ஓரிடத்தில் குவிந்ததும், உரிய கோப்புகளில் சேர்க்கவேண்டிய கடிதங்களைப்போல அவை ஒவ்வொன்றையும் என்னால் பிரிக்கவியலும். அச்சமூட்டும் வகையில் மலையாகக் குவிந்து அவை எனக்கு மூச்சுமுட்ட வைக்காது. ஒரு பிரச்சனையாக இல்லாத எதை நோக்கியும் நான் மனம் திறப்பேன். என் எதிர்மறை எண்ணங்கள் அனைத்தும் மாயமாகும். சேற்றுக்குப் பதில் என் சிரசுக்குள் தெளிந்த நீர் இருக்கும்.

“நீங்கள் கண்டறிவீர்கள்” என்றார். “ஒன்றை அறியும் கணத்திற்கும் அதற்கு எதிர்வினையாற்றும் கணத்திற்கும் இடைப்பட்ட காலம் மிகவும் குறுகியது, அமைதியான மனமே அதனை உணரும் என்பதை நீங்கள் கண்டறிவீர்கள். இந்த இடைநிறுத்தமே உங்களது வாய்ப்பு. எவ்வளவு குறுகியதாக இருந்தாலும் இந்த இடைநிறுத்த நேரத்தில் உங்களது பழக்கங்களைத் தாண்டிவந்து முற்றிலும் புதிய வழியில் நீங்கள் எதிர்வினையாற்றலாம். பிறகு உங்களது சாரத்தின்மீது தேவையற்ற விஷயங்களைச் சுமையேற்றுவதை நிறுத்துவீர்கள், அவ்விஷயங்கள் தமக்கான தீர்வுகளைத் தாமே அடையும்படி விட்டுவிடுவீர்கள். உங்களது மனம் மீண்டும் இளமையடையும், கபடமற்றதாகும், தீங்கற்றதாகும். தீங்கற்ற மனம் உள்ளதை உள்ளவாறே காணும், நிஜம் எதுவென்று, நிகழ்வது எதுவென்று. எது நிகழ்கிறதோ அதுவே உண்மையின் அழகு.

உங்களுக்கொரு ரகசிய வார்த்தையைத் தருகிறேன். அதற்கு அர்த்தமில்லை. அதுவொரு தூய ஒலி, இரண்டே அசைகள். கண்களை மூடி உங்கள் சிரசின் மத்தியில் அதை வையுங்கள். உங்கள் மூளையின் ஒரு துண்டாக அதைக் கற்பனை செய்துகொள்ளுங்கள், ஈக்களைப் பிடிக்கும் ஒரு பசைதடவிய துண்டுப் பட்டையாக. உங்கள் எண்ணங்கள் அதைச் சுற்றி ரீங்கரிக்கட்டும், அதில் ஒட்டிக்கொள்ளட்டும். உங்களில் எழும் எல்லா எண்ணங்களும் அதில் விழட்டும். உங்கள் தலைக்குள் இந்த வார்த்தையை ஓர் ஓசையாகவும், பசைதடவிய பட்டையாகவும் வைத்திருக்க முயலுங்கள். தோன்றும்போதெல்லாம் இதைச் செய்யுங்கள், ஆனால் பத்து நிமிடங்கள் என ஒரு நாளைக்குக் குறைந்தது இரண்டு முறை. விரைவிலோ, சற்றுக் காலம் கழித்தோ உங்களது எண்ணங்கள் அனைத்தும் அதில் ஒட்டிக்கொள்ளும் தருணம் வரும். அப்போது அந்தப் பசைத் துண்டை அழித்துவிடுங்கள். ஒரு மெழுகுவர்த்தியைப்போல.”

அந்த ரகசிய வார்த்தையை அவர் எனக்குத் தந்தார், நான் ‘ஈக்களை’ப் பிடிக்க ஆரம்பித்தேன்.

○○○

மறுநாள் காலை எனக்கு ஆறு யோகாசனங்களைக் கற்றுத் தந்தார். முதலில் சவாசனம். சவம்போலக் கிடத்தல். மல்லாந்து படுத்து இயல்பாக,

சீராக மூச்சுவிடுதல். என் உடல் இயல்பைவிடவும் ஐந்து மடங்கு எடைகூடி தரைக்குள் அமிழ்வதாக எண்ணிக்கொண்டேன். பிறகு வேண்டுமென்றே எனது தசைகளைத் தளர்த்திக்கொண்டேன். முதலில் தலை. பிறகு கழுத்து, தோள்பட்டைகள், மார்பு. பிறகு புஜங்கள், கைகள், விரல்கள் இப்படியே கால்விரல்கள் வரை. என்னைத் தூக்கி வீசப்பட்ட ஒரு துண்டுக் கயிறாக, ஒரு காய்ந்த சுள்ளியாக, குவியல் மண்ணாகக் கற்பனை செய்துகொள்ள முயன்றேன். வானத்தில் கண்ட மேகங்களை உறுத்துப் பார்த்தேன். பிறகு கண்களை மூடி நினைவில் அந்த மேகங்களை நோக்கினேன். தலையிலிருந்து பாதம் வரை மீண்டும் படிப்படியாகத் தளர்த்தி எனது தனிப்பட்ட பதற்ற முடிச்சுகளை அவிழ்க்க முயன்றேன்.

ஆனால் ஆச்சரியப்படும்விதமாக என் உடலில் பதற்றம் ஒரு மாறாத நிலை என்பதை அறிந்தேன். உடலின் தனிப்பட்ட தசைகள் தாமாகவே முறுக்கிக்கொள்வதை என்னால் உணர முடிந்தது. ஒரு நிரந்தரத் தயார்நிலையில் நான் வாழ்ந்துகொண்டிருப்பதை அறிந்தேன்: தாக்குதலை எதிர்கொள்ள, திருப்பித் தாக்க, தப்பியோட. தொடர்ந்த தற்காப்பு எச்சரிக்கையில் வாழ்ந்துகொண்டிருக்கிறேன். தற்காப்புணர்வை இழந்தால் எனது வாழ்வின் கட்டமைப்பு முழுவதும் அப்படியே சரிந்துபோகும் என்ற அச்சம் மன ஆழத்தில் இருப்பதையும் அறிந்தேன்.

இரண்டாவது ஆசனத்தின் நோக்கம் தளர்தல் அல்ல கவனம் குவித்தல். அது பத்மாசனம், புத்தாசனம் அல்லது தாமரையாசனம் என்றும் பெயர். புத்தர் எப்போதுமே கால்களை முன்னே மடக்கி, கைகளை கால்முட்டிகள்மீது வைத்து, உள்ளங்கைகள் மேல்நோக்கித் திறந்திருக்க அமர்ந்திருப்பதாகச் சித்திரிக்கப்பட்டிருப்பார். பார்க்க எளிதாகத் தோன்றும் பத்மாசனம் உண்மையில் ஆசனங்கள் அனைத்திலும் மிகவும் கடினமானது. மிகவும் பயன்தரக்கூடிய ஆசனமும் இதுவே என்றார் யோகானந்தர்.

வருந்தத்தக்க வகையில், சில முயற்சிகளிலேயே இந்த ஆசனம் எனக்கு எந்தப் பயனையும் தராது என்ற முடிவுக்கு வந்துவிட்டேன். என் கால் முட்டிகள் வளைந்துகொடுக்கவில்லை. கணுக்கால்களும் அப்படியே. இடுப்பைப்பற்றிச் சொல்லவே தேவையில்லை.

யோகானந்தர் தரையில் அமர்ந்து கால்களை மடக்கிக்கொண்டார். வலது கணுக்காலை இரண்டு கைகளாலும் பிடித்துக்கொண்டு வலது பாதத்தை பிடித்து இடது தொடைமீது வைத்தார். உள்ளங்கால் மேல் நோக்கக் குதிகால் உடலின் நேர்க்குத்து மையத்துக்கு அருகிலும் கால் கட்டைவிரல் புடைப்பு தொடையின் மேற்புறத்துக்குக் கிடைமட்டக் கோட்டிலும் இருந்தது. அவர் இடது பாதத்தை இறுகப்பற்றி, வலது பாதத்தைப் போலவே, தனது வலதுதொடைமீது வைத்தார். மணிக்கட்டுகளைக் கால் முட்டிகள்மீது வைத்தார், உள்ளங்கைகளை மேல்நோக்கித் திறந்தவர் கட்டைவிரலையும் நடுவிரலையும் சேர்த்து ஒரு வளையத்தை அமைத்தார்.

அவரது கால்முட்டிகள் தரையைத் தொட்டுக்கொண்டிருந்தன. ஆனால் என்னுடையவை பிடிவாதமாகத் தரைக்கு ஐந்து அங்குலங்கள் மேலேயே நின்றன. கைகளால் அழுத்தாமலன்றி எவ்வளவு முயன்றும் அவற்றைக்

கீழேயிறக்க முடியவில்லை. கைகளது அழுத்தம் குறைந்ததும் மீண்டும் அவை துள்ளி மேலே வந்தன.

"அவற்றைக் கீழே அழுத்திக்கொண்டேயிருங்கள்" என்றார் யோகானந்தர். "அவற்றோடு ஒத்துழையுங்கள். உங்கள் மூட்டுகள் தளர்ந்து தசைநாண்கள் விரியும். ஐந்து அல்லது ஆறு மாதங்கள் எடுத்துக்கொள்ளுங்கள். இந்த ஆசனத்தைத் திறம்படக் கற்றுக்கொண்டால் மட்டுமே உங்களுக்குக் கவனம் குவித்தல் வாய்க்கும். அதற்கு ஒரு நிமிடம் முன்புவரைகூட வாய்ப்பில்லை".

மூன்றாவது உஸ்த்ராசனம் அல்லது ஒட்டக ஆசனம். அதைச் சரியாகச் செய்ய முயன்று தோற்றேன். உஸ்த்ராசனம் போலத் தோன்றிய ஒன்றைச் சிரமப்பட்டுச் செய்தேன். இப்படிச் செய்வதால் உரிய பலன் கிடைக்காது போவது மட்டுமல்ல உபத்திரவமும் உண்டாகும் என எச்சரித்தார் கிழவர். ஆசனங்களைச் சரியாகச் செய்யும்போதே அவற்றுக்குண்டான பலன்கள் கிடைக்கும். நான் மீண்டும் முயன்றேன். கால்களைச் சேர்த்துவைத்து மண்டியிட்டு என் புட்டங்களை உள்பாதங்களில் இருத்தினேன். கைகளைப் பாதங்களருகே வைத்துப் பின்னோக்கிச் சாய்ந்தேன். எவ்வளவு முடியுமோ அவ்வளவு கழுத்தை நீட்டி என் பிடரி வலிக்கும்வரை தலையைப் பின்னே சாய்த்தேன். மெதுவாக மூச்சையிழுத்தேன். அப்படியே பாதங்களிலிருந்து என் புட்டங்களை உயர்த்தி முதுகை வளைத்தேன். அசையாமல் நின்று மூச்சை அடக்கினேன். சற்றுக் கழித்து ஆரம்பநிலைக்குத் திரும்பினேன், முன்னோக்கி வளைந்து மூச்சை வெளியிட்டேன்.

நான்காவது புஜங்காசனம் அல்லது நாக ஆசனம். நெற்றி தரையில்பட கவிழ்ந்து படுத்தேன். கைகளை மடக்கித் தோளுக்கடியில் வைத்தேன். கால்களை நீட்டினேன். பிறகு மிக மெதுவாக உடலை மேலே தூக்கினேன். கைகளை ஊன்றி தலையையும் மார்புப் பகுதியையும் உயர்த்தினேன், அதேநேரம் இடுப்பு முறியப்போகிறது என்பதுவரை முதுகைப் பின்னோக்கி வளைத்தேன்.

இரங்கத்தக்க நாகமாகக் காட்சியளிக்கிறீர்கள் என்றார் யோகானந்தர். கொப்பூழுக்குக் கீழிருக்கும் உடல்பகுதி தரையோடு அழுந்தியிருக்க வேண்டும், அதற்கு மேலிருக்கும் பகுதி ஏறத்தாழ செங்குத்தாக நிற்க வேண்டும். அவர் செய்து காட்டினார். நொடியில் அவர் சரியான ஆசனநிலைக்கு தனது உடலைக் கொண்டுவந்தார். வியக்கத்தக்க அவரது உடலின் நெகிழ்வுத்தன்மை என்னை பொறாமையும் மனக்கசப்பும் கலந்த ஓர் உணர்வால் நிரப்பியது.

கடைசியாக அவர் 'ராஜ ஆசன'த்தை, தலைகீழாய் நிற்கும் சிரசாசனத்தைச் செய்துகாட்டினார். கழுத்தெலும்பு பாதிப்புக்குள்ளாகும் என்ற எனது அச்சத்தை உணர்ந்தவர் அதை எப்படி படிப்படியாகச் செய்வது என்று விளக்கினார். குழந்தைப் பருவத்தில் எத்தனை முறை தலைகீழாய் நின்றிருக்கிறேன் என்பதை நினைத்துப்பார்த்தபோது என் மனதில் வேதனை நிறைந்தது. யோகானந்தர் இளைஞரல்லர், என்னைப்போல இருமடங்கு வயதானவர், எழுபதையொட்டி இருக்கும். ஆனால்

எங்கள் மனநிலைகளை வைத்துப் பார்க்க நான் கிழவனாகவும் அவர் இளைஞனாகவும் இருந்தார். எப்படி அவருக்கு இது சாத்தியமாகிறது?

“அதேதான்” தனது ஈரமான, ஒளிமின்னும் கண்களால் என்னைப் பார்த்தபடி சொன்னார். “தலைகீழாய் நிற்க நீங்கள் கற்றுக்கொள்ள வேண்டும். உங்களிடம் இல்லையென்று நீங்கள் நினைப்பதை அடைவதற்கான மிகச் சுலபமான வழி அதுவே. உங்களது இளமை. இந்த ஆசனம் உங்கள் மூளைக்குள் ரத்தத்தைச் செலுத்திச் சுத்தப்படுத்துகிறது. உங்களது பார்க்கும் கேட்கும் திறன்களை மேம்படுத்துகிறது, உங்களது புலன்களைக் கூர்மையாக்குகிறது, உங்களது நரம்பமைப்பை சீராக்குகிறது. அது வழமையான சுமைகளிலிருந்து மனதுக்கு விடுதலை தந்து உங்களது ஆயுளை நீட்டிக்கிறது. இன்னும் உண்டு! இந்தப் பாதங்களால் பூமியோடு சிறைபட்டிருக்கிறோம் என்ற உணர்விலிருந்து அது உங்களை விடுவிக்கிறது. இந்த உணர்வு உங்களைவிட்டு அகலும்போது உங்களால் காற்றில் மிதக்கவியலும்.”

மிதக்கவியலாமல் போனது மட்டுமல்ல நான் மிகவேகமாக மூழ்குவதாகவும் உணர்ந்தேன். மறந்த பிரச்சனைகளும் புதைத்துவைத்த வலிகளின் பாதாளங்களும் என்னில் திறந்துகொண்டன. ஒவ்வொரு இரவும் என் கனவுகள் கடும் பீதியூட்டுவனவாக இருந்தன. ஒருவித பைத்தியநிலைக்குள் மெல்ல வீழ்ந்துகொண்டிருப்பதாகத் தோன்றியது. எனக்கு மிக நெருக்கமான உலகு குறித்த தோற்றங்கள் இற்று வீழ்வதைக் கண்டு நான் அஞ்சினேன். ஆனால் தடுப்புச் சுவர்களின் இடைவெளிகள் வழியே ஒரு விசித்திர ஒளி, நான் இதுவரை காணாத ஓர் ஒளி, உள்ளே வந்தபோது வெளியே தளையின்மையில் எனக்காகக் காத்திருந்த வெறுமையைக் கண்டுதான் எனக்கு அச்சம் என்பதை உணர்ந்தேன். அது ஒன்றுமின்மையின் வெறுமை, ஏதுமின்மையின் தனிமை.

“நான் என்னையே இழந்துகொண்டிருக்கிறேன்,” இந்தப் பீதியுணர்வை இனியும் தாங்கவியலாது என்றானபோது நான் சொன்னேன். “மரணித்துக் கொண்டிருப்பதுபோல் உணர்கிறேன்”.

“அதை அப்படியே தொடருங்கள், தொடருங்கள்” முகம் திருப்தியில் மின்ன அவர் என்னை ஊக்கினார். “உங்களையே நீங்கள் கொல்லுங்கள். அழியுங்கள். நிகழ்கணத்தில் காத்துக்கொண்டிருக்கிறேன். வந்து என்னோடு சேர்ந்துகொள்ளுங்கள்.”

அச்சத்தினால் நான் செயலற்றுப் போயிருப்பதை அறிந்த அவர் என்னைத் தேற்றத் தொடங்கினார். எல்லாவற்றையும் விட்டொழித்த பின்னும், இழந்துகொண்டிருப்பவற்றைக் கொண்டிருப்பீர்கள் என்றார். அப்போதும் நினைவுகள் மீதமிருக்கும். ஒரேயொரு வித்தியாசம், நான் நினைவுகளின் அடிமையாய் இருக்கமாட்டேன். நினைவு தகவல் களின் பண்டகசாலை, அது சரிதான். எது சரியில்லையென்றால், இந்தத் தகவல்களை வாழ்வின் தூண்டல்களுக்கான எதிர்வினைகளைத் தீர்மானிக்கும் கடும் சுமையாக என் மனம் காண்பதுதான்.

என் மூளைக்குள் பதியவைக்கப்பட்டிருக்கும் மிக அபாயகரமான ‘தகவல்கள்’ என் வாழ்வைத் தவறான நோக்கில் பார்க்கச்செய்யும்

உணர்ச்சிநிலைகள். இந்த அல்லது அந்த உணர்ச்சித் தொட்டியில் குதித்து ஆட்டம் போடவில்லையாயின், நான் உயிரோடிருப்பதுபோன்ற உணர்வே இருப்பதில்லை. துன்பம், ஏமாற்றம் இவற்றைக்கூட விடாது பிடித்துக்கொள்கிறேன், ஏனென்றால் என் வாழ்க்கைக்குத் தேவை 'அர்த்தம்', புரிந்துகொள்ளக்கூடிய ஒரு வடிவம். ஏனென்றால் ஒன்றுமின்மை என்னைப் பீதிக்குள்ளாக்குகிறது.

"நினைவைத் துறந்து பெரும் வெறுமையை எதிர்கொள்வதற்கு மட்டும் நான் அஞ்சவில்லை, என் எதிர்காலத்தையும், நாளைய தினம் வெறுமையாக இல்லாமல் ஏராளம் பல்வகைப்பட்ட சாத்தியங்களால் நிறைந்திருக்கும் என்ற நம்பிக்கையை இழக்கவும் அஞ்சுகிறேன்" என்றேன்.

"சாத்தியங்கள் நிஜமானவை என்பதுபோலப் பேசுகிறீர்கள்" என்றார் யோகானந்தர். "அவை கணிப்புகளேயன்றி வேறல்ல. வெறும் நினைவின் வடிவங்கள். எதிர்காலம் என நீங்கள் அழைக்கும் வெறுமையில் கொக்கிகளை வீசி, அவற்றோடு இணைந்த கயிற்றைப் பிடித்துக்கொண்டு நாளை என நீங்கள் அழைக்கும் ஒன்றை நோக்கி ஏறுகிறீர்கள். இந்தக் கொக்கிகள் உங்களது விருப்பங்களின் கணிப்புகளேயன்றி வேறில்லை."

"பிறகு எஞ்சியிருப்பது என்ன?" நான் கேட்டேன். "என்னால் துறக்க முடியாத நான் துறக்க விரும்பாத விஷயங்கள், நபர்கள், விருப்பங்கள், குறிக்கோள்கள் இருக்கின்றன."

"துறத்தல் என்பது விட்டுவிடுதல் அல்ல. அவற்றை நீங்கள் எப்போதும் வைத்திருக்க முடியாது என்ற உணர்தலே."

சரியான வழியை மனதில் கொண்டால் இவ்விஷயங்கள் முக்கியமானவையல்ல என்பதை உணர்வேன் என்றார் அவர். யதார்த்தத்தில் நான் உடல்நலனையோ வருவாயையோ புத்தகங்களையோ நற்பெயரையோ அன்பையோ அறிவையோ அங்கீகாரத்தையோ சார்ந்திருக்கவில்லை, ஆனால் இவையில்லாவிடில் வாழ்வதில் அர்த்தமில்லை என்ற கருத்தைச் சார்ந்திருக்கிறேன். எனது நம்பிக்கைகளைச் சார்ந்திருக்கிறேன். என் பார்வையில் காணும் உலகு எனது சிந்தனையின் அடிமை. நான் கவனமுடன் இருக்கும்போது இந்த அடிமைத்தனம் மறையும், கவனம் தன்னியல்பை உருவாக்கும்.

இதன் பொருள் கவனம் குவித்தலின் பலனாகப் பேரானந்தம் அடைவேன் என்பதல்ல, அல்லது மீண்டும் நான் கோபப்படவோ ஏமாற்றமடையவோ மனிதத்தன்மையற்று நடந்துகொள்ளவோ நிராகரிக்கப்பட்டவனாக உணரவோ மாட்டேன் என்பதுமல்ல. நிச்சயமாக, இவ்வாறெல்லாம் உணரவே செய்வேன். வித்தியாசம் என்னவென்றால் இந்த உணர்வுகளைப்பற்றிய பற்றிய என் அனுபவமே. இனியும் அவை என்னைப் பிறாண்டாது. நான் கோபப்படுவேன், ஆனால் கோபம் ஒரு நாய்க்குட்டியைப்போலச் சங்கிலியால் தன்னை என்னோடு பிணைத்துக் கொள்ளாது. இனியும் ஏமாற்றம் என்னை இருள் சிறைக்குள் தள்ளாது. எல்லாம் தொலைவாக நகர்ந்துபோகும், என் வழியில் அவை வராது.

"பிறகு?" அவரைக் கேட்டேன்.

“வாழ்வாதாரத்தை இழந்துவிடுவோமோ என்ற அச்சம் உங்களுக்கிருக்காது. அடுத்தவர் நம்மைத் தவறாக நினைப்பார்களோ என்ற அச்சமும் இருக்காது. மரணம், மரணத்துக்குப் பின் நிகழ்வது குறித்தெல்லாம் இனியும் நீங்கள் அச்சப்படமாட்டீர்கள். வாழ்வில் உங்களுக்கு நேரவிருக்கும் யாவற்றைக் குறித்த அச்சத்தையும் கைவிடுவீர்கள். இந்த அச்சங்களின் பிடியிலிருந்து விடுபடும்போது உங்களது வாழ்க்கை எப்படியிருக்கும் தெரியுமா? நீங்கள் ஒரு கழுகைப் போலாவீர்கள்!”

இந்த இமாலயத் தனிமையை விட்டு என் மக்களிடம் நான் திரும்பும்போது என்ன நடக்கும்? இங்கிருக்கையில் நான் கைவிட வேண்டிய விஷயங்களனைத்தையும் வலியுறுத்தித் தன்னைப் புதுப்பித்துக்கொள்ளும் ஒரு சமுதாயத்தின் ஆழ் மையத்துள் நான் செல்லும்போது என்ன நடக்கும்? வாழ்வின் அர்த்தம் துறத்தலில் அல்ல, எவ்வளவு முடியுமோ அவ்வளவு விஷயங்களை அடைவதில் இருக்கிறது என எனது சமூகம் சொல்கிறது. அடை, சொந்தமாக்கு, அதனுடன் உன்னைப் பிணைத்துக்கொள்! – நான் திரும்பிச்செல்லவிருக்கும் சமுதாயத்தின் வெளிப்படையாக அறிவிக்கப்படாத உத்தரவுகள் இவைதாம்.

“எல்லாச் சமூகங்களுமே உங்களை மாயையால் நிறைக்கின்றன, பிறகு அவற்றை நிலைநாட்டுகின்றன, வலுவாக்குகின்றன. அதனாலேயே நீங்கள் யார் பார்வையும் படாத ஓர் இடத்துக்குச் சென்று விலகித் தனித்திருக்க வேண்டும். அங்குதான் நீங்கள் உங்களது ஆடைகளை விலக்க முடியும். உங்களைப் பற்றிய மாயைகளை யார் முன் நீங்கள் காப்பாற்றிக்கொள்ள விரும்புவீர்கள்? இமாலய உழுகுடிகளின் முன்பாகவா? பிக்குகள், சடையெருமைகள், ஆடுகள் முன்பாகவா? என் முன்பாகவா? நீங்கள் யாரென்பதை நானறிவேன். உங்களது நிர்வாணத்தின் உள்மையம் வெளிப்படும்வரை நீங்கள் ஆடையகற்ற வேண்டும். உங்களது சமூகத்தாரிடம் நீங்கள் திரும்பும்போது இந்த உள்மையத்தை நீங்கள் மறவாதிருப்பீர்கள்.”

அவர் பரிந்துரைத்த உள–உடல் பயிற்சிகளுக்கு ஒரே நோக்கம்தான் என்றார். என்னைத் தளர்த்தி என் கட்டுகளை அவிழ்த்தல். ஆனால் செயல்முறை முரண்பட்டிருந்தது. விலகுதலும் பின்வாங்குதலும்கூட அதில் உண்டு. முன்னேறிச் செல்லும் முன் ஒன்றோ இரண்டோ அடிகள் பின்னோக்கி வைக்க வேண்டியிருந்தது. எப்போதுமே பின்னோக்கிய ஓர் அடி ஏற்கெனவே முன்வைத்த ஓர் அடிதான். பின்வைக்கும் ஓர் அடி எப்போதும் பால்யத்துக்குத் திரும்புவது. ஆனால் பலநேரம் அது இருள், மனச்சோர்வு, மனநோய் ஆகியவற்றின் ஆழத்தில் சென்று விழுவதாகிறது. மனநோய், மனநலத்தின் முன் நிபந்தனையான அக மறுசீரமைப்பின் அறிகுறி. வழியில் எனக்கு நேரவிருப்பவற்றில் சிலவற்றை என்னால் முன்கூட்டியே அறிய முடியும். அச்சமாக இருந்தால் என் மனதை நான் மாற்றிக்கொள்ளலாம்.

அப்படி நான் செய்தால் அவர் என்ன சொல்வார்?

அவர் என்னைப் பார்த்தார். “காலம் மிகக் கடந்த பின்பே நீங்கள் உங்கள் மனதை மாற்றிக்கொள்வீர்கள்.”

9

சிலந்திவலைகளை அகற்றுதல்

என் பாதங்களடியிலிருந்து இன்னும் அதிக நிலம் நழுவிச் செல்லச்செல்ல, வலைபின்னுவதுபோலத் தன்னையே பின்னிக்கொள்ளும் ஒரு சிலந்தியாக என்னை உணர்வது அதிகரித்துக்கொண்டே வந்தது. கீழிருக்கும் நிலம் முடிவற்றது, நான் போய் ஒரு கொடும்பாறையில் முட்டிக்கொள்ள மாட்டேன் என்ற உத்தரவாதம் தேவைப்பட்டது. பிடி நழுவுவதுபோலத் தோன்றிய ஒவ்வொரு முறையும் நான் நிலத்தை அகலப்படுத்தினேன், நிலத்துடன் இன்னும் கொஞ்சம் இடத்தைச் சேர்த்தேன், அதனுடன் இன்னும் கொஞ்சம் இடம், அதனுடன் இன்னும் கொஞ்சம், இப்படியே முடிவற்ற ஒரு குரூரச் சுழலாக அது மாறியது.

இருப்பது என்ன என்பது குறித்த அறியாமையிலிருந்து எனது சுய ஏய்ப்புத் தொடங்குகிறது என்றார் யோகானந்தர். எதுவும் இல்லை. வேறு வார்த்தைகளில் சொன்னால், இருப்பதெல்லாம் சூன்யம்தான். உருவத்தைக் கொண்டு சூன்யத்தை நிரப்ப முயன்றேன் என்பதை நான் அறிந்திருக்கவில்லை (அல்லது அதை நான் நம்பவில்லை). உலகின் இயல்பு பற்றிய என் அறியாமை காரணமாக நான் கோட்பாடுகளை வகுத்தேன், கட்டமைப்புகளை உருவாக்கினேன். எப்படியிருப்பினும், சூன்யம் (ஒரு நிலைத்த பொருளாக நான் இல்லாதிருத்தல்) ஒரு வெற்றிடமாயிருப்பதால் வெற்றிடம் குறித்த என் அனுபவங்களை உறையவைத்து உருவங்களை மட்டுமே என்னால் உருவாக்க இயலும். சூன்யத்தைக் கண்டு பீதியுற்று, பற்றிக்கொள்ளக் கயிறுகளை உருவாக்கியபடி இருந்தேன். அவை என் கலங்களைக் கரைசேர்க்கும் கலங்கரை விளக்கங்கள். இத்தகு தோற்றங்கள் நான் இருக்கிறேன் என்ற உணர்வைத் தந்தன, இந்த உணர்வு புதிய தோற்றங்களை உருவாக்கியபடி தொடர்ந்து தன்னை உறுதிப்படுத்திக்கொண்டிருந்தது.

இந்தச் செயல்பாட்டிலிருந்து உருவாகி வந்ததுதான் எனது "நான்", எனது தன்முனைப்பு, எனது அனுபவம் எனும்

தேசத்தின் பேரரசன். இந்த அரசன் மூன்று வியூகங்களை வகுத்தான். ஆர்வமின்மை, பேராசை, வலியச் சண்டை செய்தல். அரசன் ரகசியச் செய்திப் பிரிவு ஒன்றை அமைத்தான், அது நிகழ்வுகளை அறிந்து சொன்னபடி இருந்தது. நிகழ்வுகள் மற்றும் எனது மனநிலைகள் குறித்த முழுமையான விவரத் தொகுப்பை அவன் வைத்திருந்தான். ஆர்வமின்மை, அக்கறையின்மை ஆகிய வியூகங்கள், செயல்பாடு தேவையற்றவை. இந்தச் செயலின்மை உவப்பற்ற விஷயங்களின் மட்டிலும், காயப்படுத்தக்கூடிய, சலனப்படுத்தக்கூடிய அல்லது தடுமாறச் செய்யக்கூடியவற்றின் மட்டிலும் கண்களை மூடிக்கொள்ளும் எனது திறமையில் வெளிப்பட்டது. இதுவே குறிப்பிட்ட சூழ்நிலைகள் மீதான பொய் அதிகாரத்தின், போலி ஆண்மையின், கள்ள அதிகாரத்தின் வியூகம்.

வறுமை குறித்த அச்சத்திலிருந்தும், நான் உயிரோடு சுதந்திரமாக வெற்றியார்ந்தவனாக இருக்கிறேன் என்ற உணர்வைத் தரும் பொருட்கள் போதிய அளவு இல்லாமையினால் உண்டான அச்சத்திலிருந்தும் பேராசை உருவானது. இது அனுபவங்கள், உண்மைகள், நிகழ்வுகள், ‘புரிதல்கள்’ ஆகியன கண்மூடித்தனமாக ஒன்று கலந்து திரண்டு நிற்பதில், யாவற்றுக்குமான தீவிர வேட்கையில், வெளிப்பட்டது. செழிப்பான காலத்தில் வறிய நாட்களுக்காகச் சேமித்துவைக்கத் தீவிரமாக முயல்கிறேன். சுயநீக்கத்தைக் கண்டு அஞ்சி, மலைமலையாக பொருளார்ந்ததும் ஆன்மீக மயமானதுமான உணவுகளைக் (விசேஷமாக ஆன்மீக உணவுகளை) குவிக்கிறேன், எனது நம்பிக்கையின் பொய்யான அடித்தளமாக. ஆனால் இந்தச் சேமிப்புகள் எப்போதுமே போதுமானவையாக இருந்ததில்லை. எனக்கு இன்னும் அதிகம் தேவைப்பட்டது. ஒருபோதும் நிர்வாணமாகவோ பசியுடனோ இருக்கமாட்டேன் என்ற உத்தரவாதம் தேவைப்பட்டது. அப்போதுதான் உலகை நான் சிறப்பாகப் ‘புரிந்துகொள்ளவும்’ ‘அறியவும்’ முடியும்.

தனது எல்லையைப் பாதுகாக்க எனது அரசனான தன்முனைப்பு பயன்படுத்திய வியூகம் அதன் இயல்பூக்கத்தின் பாற்பட்டது. வியூகம் பரவலானதாகவும் சிக்கலானதாகவும் இருந்ததால் எனது தன்முனைப்புக்கு ஒரு பாதுகாப்புப் படை தேவைப்பட்டது. பொருட்களை அவற்றின் பெயர்களைக் கொண்டு பிரித்தறியும் திறன் தேவைப்பட்டது. ஆனால் உருவாகி வந்ததோ மதிநுட்பம். அது ஒருவகையான குரூர வெறியர்களது ரகசியப் படையானது, தமது கடமைகளுக்கு அப்பாலும் அரசருக்கு–தன்முனைப்புக்கு விசுவாசமாக இருந்தது அப்படை. அது தேசத்துக்குள் ஒரு தேசமாக, ஒரேநேரத்தில் மதக்குற்ற விசாரணை மன்றமாகவும் உயர்நிலை ஆன்மீகமாகவும் இருந்தது. அதன் அறிவுப் படைகள் எப்போதும் ஆயத்த நிலையில் இருந்தன, எல்லா சதித்திட்டங்களும் முளையிலேயே கிள்ளியெறியப்பட்டன.

இருந்தும் தன்முனைப்புப் பேரரசு ஓர் ஒழுங்குமிக்க தேசமாக இல்லை. பாதுகாப்பு அமைப்பில் குழப்பங்கள், முரண்பாடுகள், ஊதாரித்தனம். தன்முனைப்பு தனது உயர்நிலைப் பாதுகாப்புப் படையை வைதுகொண்டேயிருந்தது, களைத்துப் போகும்வரை அவர்களை வேலை வாங்கியது, இப்படிப் போ, அப்படிப் போ என விரட்டியது, அவர்களுள்

ஒருவர் மற்றவரை வேவுபார்க்கச் செய்தது, முடித்த வேலைகளைத் திரும்பச் செய்யவைத்தது, ஒருவர் மற்றவரைப்பற்றி அறிக்கை சமர்ப்பிக்கச் சொன்னது. எனது 'நான்' என்ற பிரதேசம் வழிநடத்துவதற்குத் தளகர்த்தர்கள் அற்ற போர்க்களத்தைப் போன்றிருந்தது. பெரும் கூச்சல், குழப்பம், ஒரு முனையிலிருந்து இன்னொன்றுக்கு ஓடியபடி வீரர்கள். பொருளாதாரப் பிரச்சனைகளிலிருந்து பாலியல் கற்பனைகளுக்கு, கடவுளை நோக்கி, நண்பர்களது மரியாதையை வேண்டி, முதிர் வயதை நோக்கி. எல்லா விடத்தும் ஆபத்துச் சூழ்ந்திருந்தது.

என்ன ஆபத்து? கட்டமைக்கப்பட்ட யதார்த்தப் பேரரசில் ஒரு விரிசல் தோன்றும், அந்த விரிசல் வழியே என் தன்முனைப்பு நான் என்னென்னவாக இருக்கிறேன் எனச் சொல்லும் அனைத்தினது மாயத் தோற்றங்களையும் எதிர்கொள்ள வேண்டுமோ? சூன்யம் எனும் உண்மையை எதிர்கொள்ள வேண்டுமோ? நான் சூன்யம் எனும் யதார்த்தத்தை எதிர்கொள்ள வேண்டுமோ?

எனக்குள் என்ன நடக்கிறது என யோகானந்தர் கேட்டார்: நடக்கிறதென்று நான் நினைப்பதை, உணர்வதை, உண்மையை அவரிடம் சொல்ல முடியாது. எனது உணர்வுகளை, நடப்பவை குறித்த எனது எண்ணங்களை மட்டுமே சொல்ல முடியும். எனது ஆன்மீகப் போர்க்களத்தில் என்ன நடக்கிறது என எனது அறிவின் ரகசியப் புலனாய்வுப் பிரிவு மட்டுமே அறிக்கையளிக்க முடியும். இவை சுதந்திரமான சாட்சிகளின் அறிக்கைகளல்ல, வழியே போனவர்கள் அறிவுத் தணிக்கையாளரால் கடத்திவரப்பட்டு அவருக்கேற்ற வகையில் அவர்களிடமிருந்து பெறப்பட்ட அறிக்கைகள்.

"என்னால் உண்மையைச் சொல்ல முடியாது" நான் ஒப்புக்கொண்டேன். "எனது வெளிப்பாடுகளை எனது அறிவு முழுமையாக ஆக்கிரமித்துள்ளது. நான் சொல்ல விரும்புபவையெல்லாம் அதன் வாய்க்கால்கள் வழி ஓடிவருகின்றன, அதன் வார்ப்புகளில் ஊற்றப்படுகின்றன, அதன் வார்த்தைகளைக் கடந்துவருகின்றன. எனக்குள் என்ன நிகழ்கிறதென்ற உண்மையை நிஜமாகவே என்னால் சொல்ல முடியாது."

"வார்த்தைகளை விடுங்கள். காட்டுங்கள்" என்றார் அவர்.

இந்த இரண்டக நிலையைக் குழந்தைத்தனமான ஒரு நகைச்சுவையால் விளக்க முயன்றேன். "அது சாலையில் காணும் பள்ளங்களையெல்லாம் எடுத்து ஒரு பாரவண்டியில் ஏற்றுவதுபோல. எல்லாவற்றையும் ஏற்றியாயிற்று, ஒன்றைத் தவிர. வண்டியைத் திரும்ப ஓட்டிச்சென்று அதை எடுத்துவர முயலும் ஒவ்வொரு முறையும் அந்தப் பள்ளத்துக்குள் நான் விழுந்துவிடுகிறேன்."

சப்பாத்துக்களின் நாடாவைச் சரிசெய்வதன் மூலம் என்னையே நான் சரிசெய்துகொள்ள முயல்வதாக அவர் சொன்னார். எனது தியானம் எனக்குள் நான் மூழ்குவது. நான், எனது இருப்பு, எனது தன்முனைப்பு இவற்றிலிருந்து தப்பிச்செல்ல விரும்புபவன். மீண்டும் ஒருமுறை இவற்றை உறுதிப்படுத்திக்கொள்ளவே தியானத்தில் ஈடுபடுகிறேன். எனது மனச் செயல்பாடுகளால் உருவாகிவந்த செயல்முறையைப் பொருத்த

மட்டில் "எல்லாமும் அல்லது எதுவுமில்லை" என்பதே என் நிலைப்பாடு. வென்றே தீருவேன் என்ற தீவிர நம்பிக்கை என்னை நிறைத்திருக்கிறது, அந்த நம்பிக்கையின்மீது ஓர் உண்ணியைப்போல ஒட்டிக்கொண்டிருக் கிறேன். தோற்றுப்போவேன் என்ற அச்சம் என்னை நிறைத்திருக்கிறது, இந்த அச்சமும் என்மேல் ஓர் உண்ணியைப்போல ஒட்டிக்கொண்டுள்ளது.

இதுபோல நடந்தால் நான் வழக்கத்துக்கு மாறாக 'உயர்', மேம்பட்ட ஆன்மீக நிலையை எட்டுவேன். நான் ஒருவகையான பேரின்ப நிலையை அடையலாம், எனது தன்முனைப்பு (என் சார்பாகப் பேரின்ப நிலையை விரும்புவது) நான் 'வீடுபேறு' அடைந்துவிட்டதாக அறிவிக்கும். கடைசியில் பிரம்மாண்டமான நெகிழிப் பூக்கள் கடை ஒன்று எனக்குக் கிடைக்கும். அவை நிஜப் பூக்கள் இல்லையென்பதை யாவரும் அறிவர்; என்னைத் தவிர யாவரும். எனது முயற்சிகளின் பலனாய் விளைந்தது ஒரு போலியைத் தவிர்த்து வேறில்லை என்பதை எனது தன்முனைப்பு ஏற்றுக்கொள்ளாது. எனது தியான முறை புதிய சங்கிலிகளை உருவாக்கும் செயல்முறைதான். எனது தன்முனைப்பு தன்னுடன் சேர்த்து என்னைப் பிணைக்கும் சங்கிலிகள் அவை.

"எனக்குத் தெரியவில்லை" நிராசையுடன் சொன்னேன். "எனக்குத் தெரியவே இல்லை. எனது முயற்சிகள் வெறும் காலவிரயம் என்றால் நான் அவற்றைக் கைவிட வேண்டியதுதான்."

"உங்கள் கூற்று அபத்தமானது" என்று என் பேச்சை வெட்டினார். "தனது வலைகளை அகற்ற முயலும் ஒரு சிலந்தியாக நீங்கள் இருக்கையில், சிக்கிக்கொள்ள இன்னொரு புதிய வலையைப் பின்னும் சிலந்தியாக இருக்காதீர்கள். நீங்கள் விடுபட விரும்பும் இழைகள் தாமாகவே உங்களிடமிருந்து விலக அனுமதியுங்கள். தேர்வு எழுதும் பள்ளிச் சிறுவனைப்போல உங்களையே நீங்கள் உசுப்பிக்கொண்டிருக்காதீர்கள். கடுமையாக முயன்றால்தான் அது நடக்கும் என எண்ணாதீர்கள். எப்போதும் புலம்பியபடி இருக்காதீர்கள். கடவுளே, இப்போது என்ன செய்ய, இப்போது என்ன செய்ய? மாயயதார்த்தம் கலையும் செயல்முறையை மனங்கொள்ளுங்கள். தனது விருப்பங்களுக்கு ஏற்ப இந்தச் செயல்முறையைக் கைப்பற்றி நடத்த உங்களது தன்முனைப்பு மேற்கொள்ளும் முயற்சிகளையும் மனங்கொள்ளுங்கள்."

எனது பயிற்சிகளைத் தொடர்ந்தேன். நான் இருமடங்கு மனம் குவித்திருந்தேன். எனது உணர்ச்சிகள், எண்ணங்கள், உணர்வுகளில் மட்டுமல்லாது எனது மனக்குவிப்பு முறையிலும்.

முதியவரின் எச்சரிக்கைகள் எவ்வளவு பொருத்தமானவை என விரைவிலேயே உணர்ந்தேன். எனது தன்முனைப்பு என்ன செய்கிறது என்பதை என்னால் பார்க்க முடிந்தது. அது மார்தட்டியபடி சுற்றிச்சுற்றி ஓடிவந்து அறிவித்தது. "பழைய சட்டங்கள் அழிந்துகொண்டிருக்கின்றன, புதியன உருவாகிக்கொண்டிருக்கின்றன, எல்லாம் என்னால்தான்!" தன்னைத் தூக்கியெறிவதற்காக உருவான புரட்சியை என் தன்முனைப்பு தந்திரமாக தனதாக்கிக்கொள்வதையும் அந்தப் புரட்சி வெல்வதை உறுதி

செய்யக்கூடிய ஒரே நபர் தான்தானென்று நிறுவிக்கொள்வதையும் பார்த்தேன். என் தன்முனைப்பின் பாதுகாவலர்கள் எல்லா வழிகளிலும் நிற்பதை, பிரதான வீதிகளில் தடுப்புகள் அமைக்கப்படுவதை, எல்லா இடங்களிலும் உளவாளிகள் நிறுத்தப்படுவதைக் கண்டேன். தீவிரமாக அது கூட்டாளிகளைத் தேடுவதை, புதிய உத்திகளுக்காகவும் சாத்தியங்களுக்காகவும் கடுமையாக முயல்வதைப் பார்த்தேன். அது நிராகரிக்கப்பட்ட சிந்தனைகளை உயிர்ப்பித்து அவற்றுக்குப் புதிய வடிவங்கள் கொடுத்து முடிவற்ற திட்டங்களை வகுத்தபடி இருந்தது. அது அச்சமுற்றிருப்பதை அறிந்தேன். தனது உயிரைக் காப்பாற்றிக்கொள்ள ஆயிரம் சூழ்ச்சிமிகு வழிகளில் போராடிக்கொண்டிருப்பதைப் பார்த்தேன்.

எனது சூழ்நிலை மோசமாவதை உணர்ந்தேன். எனது சிந்தனைகள், உணர்வுகளின் உரிமையாளர் எனது தன்முனைப்பு. அதுவே எனது திட்டங்களைக் கட்டமைப்பது, எனது சதித்திட்டங்களுக்குத் தலைமை ஏற்பது. ஆகவே (சிலந்தி வலையினை அகற்றும் செயல் உட்பட) எனக்குள் நிகழும் யாவும் அது தன்னை நியாயப்படுத்திக்கொள்ள உதவும் செயலன்றி வேறில்லை. என் தன்முனைப்பு மீதான ஒவ்வொரு தாக்குதலும் உடனே அதற்கான ஒரு தற்காப்பு வடிவமாக மாறிவிடுகிறது. இதற்கு அர்த்தம் ஒரு செயலைச் செய்வதன் வழியாக அதனை நான் விட்டொழிக்க விரும்புகிறேன் என்பதாகும். இதன் அர்த்தம் நான் செய்வது முட்டாள்த்தனம் என்பதாகும்.

என் தன்முனைப்பு என்னைக் கேலி செய்தபடி இருக்க, இங்கே அமர்ந்து உள–உடல் பயிற்சிகளைச் செய்கிறேன். நானென்ன முட்டாளா?

யோகானந்தர் என்னைப் பார்த்துப் பரிவாகப் புன்னகைத்தார். “சரியாகச் சொன்னீர்கள். உங்களது கைகால்களைக் கோணல்மாணலாக வளைக்கிறீர்கள், உள்ள ஆழத்துள் வெறித்துப் பார்க்கிறீர்கள், மூச்சுப் பயிற்சிகளை மேற்கொள்கிறீர்கள், விசித்திரமான மந்திரங்களை உச்சாடனம் செய்கிறீர்கள். ஒரு முட்டாள்தான் இதுபோன்ற விஷயங் களைச் செய்வான். நீங்கள் முட்டாளென்பது எல்லோருக்கும் தெரிய வேண்டும். ஆனால் உங்களது தன்முனைப்பு இதுவரை அதை வெளித்தெரிய அனுமதிக்கவில்லை. இப்போது உங்களது முதல் வெற்றியை அடைந்துவிட்டீர்கள். தாழ்ச்சியுடனும் தன்னடக்கத்துடனும் நீங்களொரு முட்டாளென்பதை ஒப்புக்கொண்டுவிட்டீர்கள், உங்கள் எதிரே இருக்கும் பாதை தடையற்றதாகிவிட்டது. உங்களது பயிற்சிகளுக்கு இனி நீங்கள் மறைபொருள் விளக்கங்கள் அளிக்கமாட்டீர்கள். சிகிச்சையின் ஆரம்பக் கட்டத்திலிருக்கும் நோயாளி நடப்பதற்கு உதவும் வெறும் ஊன்றுகோல் அது என்பதை உணர்வீர்கள். நன்றாக நடக்கத் தொடங்கியதும் அவன் அதைத் தூர எறிந்துவிடுவான். தன்முனைப்பு உங்களது செயல்களை மட்டுமன்று அந்தச் செயல்களின் அர்த்தம் குறித்த உங்களது எண்ணங்களையும் திருடிக்கொண்டு விடுகிறது. அந்த எண்ணங்களைத் துறந்துவிடுங்கள். பற்றிக்கொள்ள உங்களது தன்முனைப்புக்கு எதுவும் இருக்காது. எளிமையானவனாக இருங்கள், உங்களை இன்னுமதிக புத்திசாலியாக, இன்னுமதிக ஒழுக்கவானாக மேம்படுத்திக்கொள்ள முயலாதீர்கள். உங்களது குறைகளை ஏற்றுக்கொள்ளுங்கள், அவையே

உங்களது தொடக்கப்புள்ளி. அவற்றைக் கடந்துவர நினைக்கும்வரை அவை உங்களது பாதையில் தடைக்கற்களாக இருக்கும். அவற்றை ஏற்றுக்கொள்ளும்போது அவை உங்களது பாதையின் ஒரு பகுதியாக மாறும்.”

ooo

கீழே பள்ளத்தாக்கு சூரிய ஒளியால் நிறைந்ததும் அந்த வீட்டைக் கடந்து விரையும் ஓடையை நோக்கி நடக்கிறேன், உடைகளைக் களைகிறேன், தலை முதல் கால்வரை சோப்புப் போடுகிறேன், தண்ணீருக்குள் இறங்குகிறேன். நீருக்குள் மண்டியிடுகிறேன். உறையவைக்கும் குளிர்நீர். காதைக் கிழிக்கும் ஒரு கூச்சல் என்னிடமிருந்து வெளிப்படுகிறது. இந்தச் செயல்களை இன்னொரு சுற்று செய்கிறேன். வேகமாக மூச்சுவிடுகிறேன், மூச்சு முட்டுகிறது, கத்துகிறேன். தைரியம் வந்ததும் கைகளை விரித்துத் தலைகுப்புற நீருக்குள் விழுகிறேன். விரையும் ஓடை என்னுடலில் மோதித் தெறிக்கிறது. சளி பிடித்துக்கொள்ளும், அறிவு என்னை எச்சரித்தபடி இருக்கிறது. காய்ச்சல் வரும், இறந்துபோவாய்.

வாயை மூடு, அறிவு எனக்குச் சொல்லவருவதைக் கேட்க மறுக்கிறேன். உளப்பூர்வமாக குளிர்நீருக்கு என்னை ஒப்புக்கொடுக்கிறேன். மயக்கம் வரப்போகிறது என்ற நிலையில் ஓடையிலிருந்து தடுமாற்றத்துடன் வெளியே வந்து எவ்வளவு முடியுமோ அவ்வளவு அழுத்தமாகத் துவாலையால் துடைத்துக்கொள்கிறேன். நவங்கின் பெரியம்மா ஒருவருக்கு என் கூச்சல்கள் கேட்டுவிட்டிருக்கிறது. கூரைமீது நின்றபடி எனக்கு என்னவோ ஆகிவிட்டது என்பதுபோலப் பார்க்கிறார்.

உன் அந்தரங்க இடத்தைத் துவாலையால் மூடு, அறிவு என் காதுகளில் கிசுகிசுக்கிறது. புன்னகைத்தபடி அந்த முதியவளிடம் ‘காலை வணக்கம், இரவு நல்ல உறக்கம்தானே?’ எனக் கேள். நீ மரியாதை தெரிந்தவன், நல்லவழியில் வளர்க்கப்பட்டவன், பெரியவர்களை மதிப்பவன், அவர்களது விருந்தோம்பலுக்கு நன்றியுடையவனாக இருப்பவன் என்பதை அவளுக்குத் தெரியப்படுத்து.

நீயும் உன் அறிவுரையும், என் அறிவிடம் சொல்கிறேன். “இங்கே என்ன பார்வை, திருட்டுக்கிழவி?” திபெத்திய மொழியில் ஒரு வார்த்தையும் தெரியாதாகையால் தோல் சுருங்கிய அந்த முதியவளைப் பார்த்து ஸ்லோவீனில் கத்துகிறேன். துவாலையை நீக்கித் தொங்கும் எனது உறுப்பை இடவலமாக ஆட்டிக்காட்டுகிறேன். அதிர்ந்துபோன அந்த முதியவள் அங்கிருந்து மறைந்துபோகிறாள்.

தொங்குபாறையின் விளிம்பில் நிற்கும் பலருக்கும் அங்கிருந்து கீழே குதித்துவிட வேண்டும் என்ற எண்ணம் திடீரென ஏற்படுவதுண்டு. அது மரணம் குறித்த ஆர்வத்தினால் அல்ல, அவர்கள் தாமே எதிர்பாராத ஒன்றைச் செய்துவிட வேண்டும் என்ற உந்துதலால் ஏற்படுவது. அறிவை ஏமாற்றி, ஒரு அதிரடிச் செய்கையினால் அதன் பிடியிலிருந்து தப்புவது. எனது செய்கையும் இதுபோன்ற ஓர் இடத்திலிருந்து உருவானதே. நான் வேறு யாரையும் அல்ல, என்னையே அதிர்ச்சிக்குள்ளாக்கிக்கொள்ள விரும்பினேன். என்னை நானே தடம்பிறழச் செய்துகொள்ள விரும்பினேன்.

வீட்டுக்குத் திரும்பிக் காலை உணவு வேண்டுமென்கிறேன். நவங்கின் பெரியம்மா முகத்தைத் திருப்பிக்கொண்டு என்னைத் தவிர்க்கிறார். கணப்பு முன் அமர்ந்து அவரது பங்கு *ஸாம்ப்பாவை* சத்தம் போட்டுச் சாப்பிட்டுக்கொண்டிருக்கிறார் யோகானந்தர். அவரும் என்னைத் தவிர்க்கிறார். அமர்ந்திருக்கும் நவங் எழுந்து ஒரு வார்த்தையும் பேசாமல் தனது பணிமனைக்குச் செல்கிறார். அவரது இன்னொரு பெரியம்மா எங்கேயென்று தெரியவில்லை, அவர் கிராமத்துக்குப் போயிருக்க வேண்டும்.

கதவுக்குப் பின்னால் தாறுமாறாய்க் கிடக்கும் பாத்திரங்களிலிருந்து ஒரு மரக்கிண்ணத்தைக் கண்டுபிடித்துச் சமையல் பாத்திரத்திலிருந்து கொஞ்சம் பார்லி கூழை ஊற்றிக்கொள்கிறேன். யோகானந்தர் முன் அமர்ந்து முறைக்கும் பார்வையால் அவருக்குச் சவால் விட்டபடியே ஒரு பன்றியைப்போலக் கூழைக் குடிக்க ஆரம்பிக்கிறேன்.

"என்ன பிரச்சனை முதியவரே?" ஸ்லோவீனில் கேட்கிறேன். "எப்படி என்னுடைய முன்னேற்றம்? எப்படியிருந்தாலும் அதுபற்றி நீர் என்ன நினைக்கிறீர் எனக் கிஞ்சித்தும் நான் கவலைப்படவில்லை. நான் உம்மைச் சார்ந்திருக்கவில்லை. உம்மை நான் மதிக்கிறேன் என நினைக்கிறீரா? உண்மையில் உம்மைப் பெரிய கோமாளியாகத்தான் பார்க்கிறேன். திடீரென ஏன் செவிடானதுபோல நடிக்கிறீர்? இனிமேலும் நீர் எனக்குத் தேவையில்லை. சொல்வது கேட்கிறதா முட்டாளே? சிறைப்பட்ட மனதின் தோற்றங்களான நன்றியுணர்வு, மரியாதை போன்ற விஷயங் களைத் துறக்கிறேன். உமது அல்லது எனது எதிர்பார்ப்புகளை நிறைவேற்ற நான் ஆயத்தமாய் இருக்கிறேன் என நீர் நினைத்தால் உமக்கு ஓர் ஆச்சரியம் காத்திருக்கிறது. நான் விடுதலையாகிவிட்டேன். எனது அகராதியிலிருந்து பொறுப்புணர்வு என்ற சொல் மறைந்துவிட்டது."

பரிகாசத்துடன் என் கோப்பைக்குள் இருப்பவற்றை அவர் தலைமீது கொட்டுகிறேன். அவரது நெற்றி, அங்கிருந்து கண்கள், தோள்பட்டைக்குப் பின்னிருக்கும் தலைமுடி இவற்றின்மீது *ஸாம்ப்பா* மெல்ல இறங்குகிறது. ஒரு வார்த்தையும் பேசாது அவர் எழுகிறார். கணப்புப் பக்கம்போய் அழுக்கான ஒரு கந்தைத் துணியை எடுக்கிறார். முகம், முடி, கழுத்து இவற்றைத் துடைத்துக்கொள்கிறார். பிறகு மௌனமாக முன்னறைக்கு நடக்கிறார்.

நான் வெளியே வந்து கிராமத்தை நோக்கிய சரிவில் ஓடுகிறேன். வீடுகளுக்கிடையே நாய்களும் சிறுவர்களும் எதிர்ப்படுகின்றனர். அருகேயிருக்கும் வீட்டின் கதவைத் தட்டுகிறேன். கதவு திறந்து பழுப்பு வண்ண திபெத்திய முகம் வெளிப்படுகிறது. நான் திரும்பி நின்று சத்தமாகக் குசுவிடுகிறேன்.

அடுத்த வீட்டுக்குச் செல்கிறேன். என்னுடைய செயலைப் பார்த்து உற்சாகமடைந்த சில அழுக்குச் சிறுவர்கள் பின்னாலேயே வருகிறார்கள். கதவைத் தட்டுகிறேன். சிவந்த முகத்துடன் ஒரு மனிதன் வீட்டின் வாசலில் தோன்றுகிறான். அவனுக்குக் கைகொடுக்கிறேன். "காலை வணக்கம், மரியாதைக்குரிய பேராசிரியரே. வாழ்வின் அர்த்தம் குறித்த தங்களது

கேள்விக்கு என்னுடைய பதில் ப்ர்ர்ர்ட்–ஜிய்ய்ங்–ட்லீஸ்ஸ்ஸ்ப்ல்–ட்ஸ்ட்ரிக்ஃபிட்ஸ்பன்லெப்–ட்ரெப்ட்ப்ரட்வன்ட்ர்–பேட்ர்ன்ட்ர்ட்ர்–அப்ரெவிஜோட்ர்காட்ர்பின்ட்ர்–சக்கட்ர்லர்பென்ட்ட்ர்–பாராடட்ர்ர்ட்ட்ரெட்ஸெட்ரா."

அவரிடம் என் நாக்கைத் துருத்திக் காண்பிக்கிறேன்.

சன்னல்களிலிருந்தும் வீட்டுவாசலில் வந்துநின்றும் கிராமத்தவர் என்னைப் பார்க்கின்றனர். அங்கேயிருக்கும் சிறு சதுக்கத்தின் மத்தியில் போய் நின்று சுற்றிலும் தலைதாழ்த்தி வணங்குகிறேன். எனது கால்சராயை இறக்கிச் சுற்றியிருப்பவர்களுக்கு என் பின்புறத்தைக் காட்டுகிறேன். சிறுவர்கள் உற்சாகக் கூக்குரலிடுகின்றனர். திடீரெனச் சில நாய்கள் குரைக்கின்றன, சில பெரியவர்கள் தர்மசங்கடமாகச் சிரிக்கின்றனர்.

எனது கால்சாராயை இடுப்பு வார்ப்பட்டியால் கட்டுகிறேன், எவ்வளவு முடியுமோ அவ்வளவுக்குத் தலையை உயர்த்தியபடி கிராமத்தைவிட்டு விலகிவந்து மீண்டும் சரிவில் மேலேறுகிறேன். சிறுவர்கள் என் பின்னாலேயே ஓடிவருகின்றனர், அவர்களுள் சிலர் விளையாட்டாகத் தங்கள் பின்புறத்தைக் காட்டியபடி ஓடிவருகிறார்கள். அவர்களுக்கு இது ஒரு விளையாட்டு, கிடைத்த ஒரு கோமாளியைத் தவறவிடக்கூடாது என நினைத்தபடி ஓடிவருகிறார்கள்.

நான் நின்று அவர்களை நோக்கிக் கற்களை வீசுகிறேன்.

அவர்களுக்கு வியப்பு, சற்றே அச்சமடைந்தவர்களாய் அவர்கள் திரும்பக் கிராமத்தை நோக்கி ஓடுகிறார்கள். நான் நவங்கின் வீட்டை நோக்கிச் சரிவில் ஏறுகிறேன். திரும்பிக் கீழே மெல்லிய பச்சையும் இடையிடையே மங்கலான பழுப்புமாய்க் காணும் பள்ளத்தாக்கைப் பார்த்தவாறே பின்புறமாக நடக்கிறேன். தடுமாறிக் கீழே விழுகிறேன். அப்படியே தரையில் கிடக்கிறேன்.

கண்களை மூடுகிறேன்.

என் மனதில் வானத்தின் மேகங்களினூடாக மிதக்கிறேன். கர்ஷா பள்ளத்தாக்கின்மீது பறந்தபடி பிக்குகள் தங்கள் காலைச் சடங்குகளில் ஈடுபட்டிருப்பதைப் பார்க்கிறேன். நிமிர்ந்த சிகரங்களை, அவற்றின் கரடுமுரடான பின்புறங்களை, பனியாறுகளை, காற்றினால் துடைத்துச் சுத்தமாக்கப்பட்ட செங்குத்துப் பாறைகளைப் பார்த்தபடி மலை உச்சிகளைச் சுற்றிப் பறக்கிறேன். ஒரு செங்குத்துப் பாறையின் விளிம்பில் இறங்கிக் கீழேயிருக்கும் இருண்ட பள்ளத்தாக்கைப் பார்க்கிறேன். தலைகுப்புற அதில் விழுகிறேன். விழுந்துகொண்டே இருக்கிறேன். காற்றில் என உடல் எழுப்பும் சீழ்க்கையொலியைக் கேட்கிறேன். பள்ளத்தாக்கின் அடிப்புறத்தை நெருங்குகிறேன். நாங்கள் மோதிக்கொள்கிறோம். ஒரு பந்தைப்போலத் திரும்ப எறியப்படுகிறேன். மீண்டும் செங்குத்துப்பாறையின் விளிம்பை அடையும் அளவுக்கு எறியப்படுகிறேன். அங்கிருந்து மீண்டும் வானில் பறக்கிறேன்.

திடீரெனச் சிரிப்புச் சத்தம் கேட்கிறது. கண்களைத் திறக்கிறேன். சிவந்த கன்னமுடைய இரு இளம்பெண்கள் மூச்சுவாங்கியபடி சரிவில் ஏறி வந்துகொண்டிருக்கிறார்கள். பதினாறு அல்லது பதினேழைத் தாண்டாத வயது. இருவரது தலையிலும் மாவு மூட்டைகள். மூட்டையின் கனத்தால் அவர்கள் பாதங்களுக்கு முன்னுள்ள தரையைப் பார்த்தபடி நடக்கிறார்கள்.

அவர்களைப் பார்த்து ஹலோ சொல் என்கிறது அறிவு. அவர்கள் எவ்வளவு அழகாக இருக்கிறார்கள் என்று சொல், சென்று அவர்களுக்கு உதவு. அவை கனமான மூட்டைகள், நீ ஓர் ஆண்மகன். கேடுகெட்ட உன் வாயை மூடு, அறிவின் உத்தரவுகளுக்குப் பதிலுரைத்தேன். லொடலொடக்கும் உருளை ஆர்மோனியமே உன் வாயை மூடு. பெண்கள் அருகே வருவதைப் பார்த்ததுமே உன் போக்கில் உத்தரவுகளைப் பிறப்பிக்கிறாய். நட்பாகப் பேசு, உதவு, வீரப்பெருந்தகையைப்போல நடந்துகொள், கவரும்படி இரு, 'தயைகூர்ந்து' 'என்னை அனுமதியுங்கள்' 'நன்றி' ஆகிய சொற்களைப் பயன்படுத்து என்கிறாய். பிறகு நன்கு மசகிட்ட பொம்மலாட்டப் பாவையைப்போல நான் நடிக்க வேண்டுமென எதிர்பார்க்கிறாய்.

என்னை என்னவென்று நினைத்துக்கொண்டிருக்கிறாய்? உன்னை யாரென்று நீ எண்ணிக்கொண்டிருக்கிறாய்?

பொத்தான்களைக் கழற்றிக் கால்சராயைக் கீழே இறக்குகிறேன், ஒரு முழங்கையை ஊன்றிப் பின்னால் சாய்ந்தபடி கரமைதுனம் செய்ய ஆரம்பிக்கிறேன். அந்தப் பெண்கள் மிக அருகே வந்துவிட்டனர். இந்தக் காட்சியைப் பார்த்து அவர்கள் எப்படி வியப்புறுவார்கள் என்ற யோசனையில் பருமன் கூடிக்கொண்டே போகிறது. முதலாமவள் என்னைப் பார்த்ததும் நிற்கிறாள். வேகமாகச் சத்தத்துடன் மூச்சையிழுக்கிறாள். மற்றவள் அவளுக்குப் பின்னாலிருந்து பார்க்கிறாள். என்னைப் பார்த்ததும் இந்தக் காட்சியை நம்பமுடியாதவளாகச் சத்தமாக அலறுகிறாள். மின்தாக்குதலுக்கு ஆளானவர்கள்போல அவர்கள் வாயைப் பிளந்தவர்களாக என் கைக்குள்ளிருக்கும் புடைத்த உறுப்பைப் பார்க்கிறார்கள்.

அவர்களது கண்களுக்குள் பார்த்தவனாக எனது கை அசைவுகளைத் தொடர்கிறேன். பிறகு இதை ஏன் நான் செய்கிறேன் என ஸ்லோவீனில் விளக்க ஆரம்பிக்கிறேன். "வழக்கமாக என்னவாக என்னை நான் நினைக்கிறேனோ அதனின்றும் என்னால் விலகியிருக்க முடியும், வழக்கமாக இதுவரை நான் செய்யவே துணியாதவற்றை, இதற்குப் பின்னும் செய்ய முடியாவதற்றைச் செய்ய முடியும் என்பதை நிரூபிக்க முயல்கிறேன். ஆனால் நான் நானாக, வழக்கமான நானாக, இருப்பதில் சமரசமின்றி இவற்றை நிரூபிக்க முயல்கிறேன். எனது சுயபிம்பத்துக்கும் எனக்கும் நடுவே ஓர் இடைவெளியை உருவாக்கிக்கொண்டிருக்கிறேன்."

முதலாமவள் அதிர்ச்சியிலிருந்து மீண்டு ஏதோ சொல்கிறாள். நான் ஒரு பைத்தியம் என்பதைக் குறிக்கும்விதமாக அடுத்தவள் தனது நெற்றியில் வலதுகை விரல் முட்டிகளால் வேகமாகக் கொட்டிக்கொள்கிறாள். மூட்டைகளைக் கைகளால் பிடித்துக்கொண்டு திரும்பி அவர்கள் சரிவில் வேகமாக இறங்குகிறார்கள்.

நான் எழுந்துநின்று அவர்கள் ஒரு பாறைக்குவியலுக்குப் பின்னால் மறையும்வரை பார்த்துக்கொண்டிருந்தேன். பள்ளத்தாக்கின் குறுக்காய் காற்று வலுவாக வீசிக்கொண்டிருந்தது. வடக்கே கறுத்த மேகங்களைப் பார்க்க முடிந்தது. குளிர்காலம் வந்துகொண்டிருந்தது. பனிபெய்து என்னை எட்டு மாதங்களுக்கு இந்த உலகத்திடமிருந்து பிரித்துவைக்கும். அற்புதம்!

கண்களை மூடிக்கொண்டு ஈக்களைப் பிடிக்க ஆரம்பிக்கிறேன். என் மூளையின் மையத்தில் இரண்டு சொல் மந்திரத்தை வைக்கிறேன். எனது மந்திரம். ஒரு துண்டுப் பசைநாடா. என் எண்ணங்கள் அதை மொய்க்கின்றன, ஒவ்வொன்றாக நாடாவில் ஒட்டிகொள்கின்றன. எனது எண்ணங்கள் அடுக்கடுக்காய் அதைச் சுற்றிப் படிந்து கட்டுண்டு அசைவற்று நிற்கும்வரை என் மூளைக்குள் அந்த மந்திரத்தை வைத்திருக்கிறேன். பிறகு அதை அழித்துவிடுகிறேன்.

சூன்யத்தை வெறிக்கிறேன்.

திபெத்தியர்கள் *குன்ஜி* என அழைக்கும் மனநிலை என் நினைவுக்கு வருகிறது. என் அனுபவங்களின் அடிப்படை அதுவே. உலகம் குறித்தும் என்னைக் குறித்துமான என் எண்ணங்களை நான் பிம்பங்களாக வீழ்த்திப் பார்க்கும் திரை அது. *குன்ஜி* எனது சாராம்சத்தின் எதிரொலி. எல்லா நேரமும் அது என் சாராம்சத்தைப் போன்றே இருப்பதில்லை, சிலநேரம் அதைவிட ஆழமாகவும் கனமாகவும் இருக்கும் மற்ற நேரங்களில் லேசானதாகவும் லகுவானதாகவும். இதுவொரு உணர்வெழுச்சி நிலையன்று. இது உணர்வுகளும் சிந்தனைகளும் தாம் தோன்றும் கணமே வேர்விடும் நிலம். இது மறைந்திருப்பதன்று, எந்நேரமும் அதன் இருப்பை நான் உணர்கிறேன்.

சற்றுக் கழித்து, இந்த முன்–விழிப்புநிலையின் விழிப்புநிலையிலிருந்து விழித்தெழுந்த பின், நான் இருக்கிறேன் என்ற மாயைக்குள் என்னை இழுத்துக்கொண்டுவிட்ட ஒரு பொறியை மீண்டும் (மீண்டும் ஒருமுறை, மீண்டும் ஒருமுறை) நான் கட்டமைத்துவிட்டிருந்ததைத் திடீரென உணர்ந்தேன்.

நவங்கின் வீட்டை நோக்கி நடக்கையில் உற்சாகம் வடிந்து ஒவ்வொரு அடிக்கும் என் கால்கள் கனம்கூடிக்கொண்டே வருகின்றன. வீட்டை நெருங்குகையில் நான் ஊர்ந்து செல்ல ஆரம்பித்துவிடுகிறேன். இதயம் துடித்துத் தொண்டைவழி வெளியே வருவது போலிருக்கிறது. சீக்கிரமே வெடித்துப் பள்ளத்தாக்கெங்கும் சிதறிப்போவேன் என்பதுபோல உணர்கிறேன். யோகானந்தர் எனக்காகக் கூரைமீது காத்திருக்கிறார். அவரை நெருங்கியதும் நீங்கள் இந்தக் கோலத்தில் உங்களையே இழுத்துக்கொண்டு திரும்ப என் காலடியில் வந்து நிற்பீர்கள் என எனக்குத் தெரியும் எனச் சொல்வது போல மந்தகாசமாகப் புன்னகைக்கிறார்.

“எனக்கு உதவுங்கள்.” நான் அவர் கைகளை இறுகப் பற்றிக்கொள்கிறேன். “ஒருவித மனச்சிதைவுக்குள் மூழ்கிக்கொண்டிருக்கிறேன். தாமதிக்காமல் என்னை மேலே இழுங்கள்!”

“உங்களுக்கு என்னவானால் எனக்கென்ன?” என்கிறார். “மூழ்கி ஒழிந்துபோங்கள். நீங்கள் பைத்தியமாக விரும்பினால் உங்கள் விருப்பம் நிறைவேற்றப்படும். எல்லாவற்றுக்கும் மேலாக, நீங்கள் விடுதலையாகிவிட்டீர்கள், அப்படித்தானே? உங்களுக்கு நீங்களே நிரூபிக்க முயன்றது அதைத்தான். நீங்கள் செய்வதெல்லாமே சுதந்திரமான உங்களது தேர்வின் பலன்தான். ஆனால் நண்பரே யதார்த்தத்தில் இது சுதந்திரத் தேர்வின் சாத்தியத்தை மறுப்பதாகாதா? சுயகாதலுடன் ஒரு கலகச் செயலா? இதுபோல யார் வேண்டுமானாலும் சுதந்திரமானவராக இருக்கலாமே. நான்கூட. நான் சொல்வதை நீங்கள் நம்பவில்லையா?”

என் தோள்களை இறுகப் பற்றிக்கொண்டு தனது கால் முட்டியால் என் தொடைகளுக்கிடையே வலுவாக எற்றுகிறார். வலியில் மூச்சுமுட்ட அப்படியே உடலை மடக்கிச் சாய்கிறேன். சரிந்து விழுந்தவன் முனகியபடி, வசைகூறியபடி, தேம்பியழுதபடி கூரைமீது உருள்கிறேன். முகத்தில் வஞ்சப் புன்னகையுடன் எனக்கும் மேலே நிற்கிறார் யோகானந்தர்.

“வலிக்கிறதா?” பொய்யான வியப்புடன் கேட்கிறார். “உங்களது வலியே எனது சுதந்திரத்தின் அளவுகோல். உங்களது எதிர்பார்ப்புகளின் அடிமையல்ல நான் என்பதை நிரூபித்துவிட்டேன். பரிவுணர்வுக்கும் நான் அடிமையில்லை என்பதை நிரூபிக்க வேண்டுமென்று விரும்புகிறீர்களா?”

என்னைத் தூக்கிப் பிடித்து நிறுத்தி முகத்தில் குத்தினார். என் மூக்கில் ரத்தம் வடியத் தொடங்குகிறது.

“நீடு வாழ்க சுதந்திரம்” என்றபடி அவர் தனது வலது முஷ்டியால் என் வயிற்றில் குத்துகிறார். என் வலக் கண்ணில் இறங்கும் இடது முஷ்டி ஏறத்தாழ என்னைக் குருடாக்குகிறது. பிறகு அவரது வலது முஷ்டி எவ்வளவு வலுவாக என் நெற்றிப்பொட்டில் இறங்கியது என்றால் உடனே நான் மயங்கி விழுந்தேன்.

சூன்யத்திலிருந்து மீள எழுந்துவரும்போது கூரைமேல் படுத்துக் கிடப்பதை உணர்கிறேன். கருமேகங்களைப் பள்ளத்தாக்கு நோக்கி விரட்டிவிட்டிருந்த காற்றில் போர்வைகள் ஏதுமின்றிக் கிடக்கிறேன். உடலைத் துளைப்பதுபோன்ற காற்று, அதில் பனிவாசனை அடித்தது.

என்னையே நான் ஆபத்துக்குள் தள்ளிவிட்டிருந்தேன். ஆன்மீக யோகத்தைத் தேர்ந்தெடுத்த பலர் மனச்சமநிலை இழந்துபோனதை அறிவேன். ஆனால் இந்த ஆபத்திலிருந்து தப்பிவிடுவேன் என்றே எப்போதும் நம்பிவந்தேன். என்னைக் காப்பாற்றும் அகவலிமை எனக்கில்லை என்பதை இப்போது உணர்கிறேன். உள்ளே ஒன்றுமில்லாமல் பிழிந்து காயப்போடப்பட்ட பழைய கரித்துணிபோலக் கூரைமீது கிடக்கிறேன்.

அழுகிறேன்.

10

சாத்தானின் குளியலுக்குத் தயாராக

கடந்த இரண்டு நாட்களாக மழை பெய்து கொண்டிருக்கிறது. சிலநேரம் சிறு தூறல்தான், ஆனால் அவ்வப்போது கடும் காற்று கூரைச்சிம்புகள், அடைப்புப்பலகைகள், சுவரில் உள்ள இடைவெளிகள் வழி மழைநீரைப் பீய்ச்சியடித்தபடி பள்ளத்தாக்கில் சுழன்று அடிக்கிறது. அந்தத் தட்டைக்கூரை பல இடங்களில் ஊறிப்போய் மழைத்துளிகள் தலைமீது, கணப்புக்கு முன்னிருந்த பானைகள்மீது, நவங்கின் பட்டறையிலிருந்த மரங்கள்மீது எனச் சொட்டின.

இமாலயத்தின் வடக்குச்சரிவில் மழை என்பது ஒரு அபூர்வம். சுள்ளிகள் மரப்பட்டைகளுடன் குழைத்த சேறு கலந்து அமைக்கப்பட்ட இந்தத் தட்டைக்கூரைகள் சாதாரண மாகப் போதுமான பாதுகாப்பு அளிப்பவை, ஆனால் மழைக்காலத்தில் அல்ல. அவ்வப்போது ஏதேனும் பழைய கூரை உள்வாங்கிக் கொள்ளும் அல்லது முழு வீடுமே இடிந்து சரிவில் இழுத்துச் செல்லப்பட்டுப் பள்ளத்தாக்குக்குப் போய்விடும். இந்த ஆபத்து பற்றி நன்றாக அறிந்திருந்தும் நவங் பதற்றமின்றி இருந்தார். அவருடைய ஒரே கவலை மழைநீர் சொட்டி பீர் தொட்டிகள் செய்யவைத்திருக்கும் மரங்கள் சேதப்பட்டுவிடக் கூடாதென்பதுதான். அங்கொன்றும் இங்கொன்றுமாக மிகக் குறைந்த மரங்களையே கொண் டிருக்கும் இந்தப் பள்ளத்தாக்கில் மரம் ஒரு விலைமதிப்பில்லா பொருள்.

கூரை வழியே தண்ணீர் சொட்டும் ஒவ்வொரு முறையும் நாங்கள் ஓடிப்போய் அவர் செய்துமுடித்திருந்த மரத்தொட்டிகளை ஒழுகாத இடமாகப் பார்த்து நகர்த்தி வைப்போம், ஆனால் சீக்கிரமே அந்த இடத்திலும் தண்ணீர் சொட்டத் தொடங்கிவிடும். கடைசியில் தொட்டிகளை ஒன்றன்மீது ஒன்றாக அடுக்கி அதன்மீது மரங்களையும் அடுக்கி அவற்றை என்னுடைய உறங்கும் பையினால் மூடி வைக்கிறோம்.

நவங் நிம்மதிப் பெருமூச்சு விடுகிறார். பார்லி பீர் கொண்டுவருகிறார். நாங்கள் பீரை அருந்தியபடி காத்திருக்கிறோம்.

அடாவடித்தனமாக நடந்துகொண்டிருந்தாலும் நான் இயல்பாக இருப்பதாகக் காட்டிக்கொள்ள இந்த மழை உதவியது. மீண்டும் கூரை எப்போது ஒழுகும் மறுபடி ஏதாவது பொருட்களை ஒழுகாத இடம் நோக்கி எப்போது நகர்த்துவோம் என்று பரபரப்புடன் காத்திருக்க ஆரம்பித்தேன். நான் அவர்களுக்கு எந்த அளவுக்கு உதவிகரமாக இருக்கிறேனோ அந்த அளவுக்கு விரைவாக என்னுடைய பைத்தியக்காரத் தனத்தை அவர்கள் மறந்துவிடுவார்கள் என்று நம்புகிறேன்.

யோகானந்தர் என்னைத் தனது ஒளிரும் விழிகளால் பார்த்தார், அவரது மந்தகாசப் புன்னகை மழையைக் கூட்டாளியாக்கிக் கொள்ள முயலும் என்னுடைய தந்திரத்தை அங்கீகரிப்பது போலிருக்கிறது. எல்லாமும் மன்னிக்கப்பெறும்வரை நாங்கள் இங்கிருந்து கிளம்ப முடியாது என்பது அவருக்குத் தெரியும், அது மட்டும் போதாது என்பதும் (அது எனக்குத் தெரியும் என்பதும்) அவருக்குத் தெரியும். அங்குள்ள மக்களை நான் அவமானமின்றி நேருக்குநேர் பார்க்கும்போதுகூட அடுத்து எங்கே போவது என்ற கேள்வி எஞ்சி இருக்கும். ஏன் போக வேண்டும் என்ற கேள்வியும்.

மழை நின்று மென்தூறலாக மாறியபோது அவரைப் பின்தொடர்ந்து வீட்டுக்கு மேற்புறமுள்ள சரிவில் நிற்கும் செங்குத்துப்பாறைகளை நோக்கிச் செல்கிறேன். பாதை குறுகலாக இருக்கிறது, சில இடங்களில் மிகச் செங்குத்தாகவும். கீழே பள்ளத்தாக்கு அடர்ந்த மூடுபனியால் மறைக்கப்பட்டிருக்க, நவங்கின் வீட்டைக் கடந்து உதிரி மேகங்கள் நகர்ந்தபடி இருக்கின்றன. விரைவில் நாங்கள் செங்குத்துப் பாறைகளுக்கும் மேகங்களுக்கும் நடுவே நிற்கிறோம். பனிப்புகை சூழ்ந்த கொடும்பாறைக்கு மேல் இயற்கையாக அமைந்த முகப்புமாடம் போலிருந்த அகன்ற பாறையின் ஓரமாக வந்து நிற்கிறோம்.

"பாருங்கள்," என்று கையை வீசிக் காண்பிக்கிறார். "என்ன பார்க்கிறீர்கள், ஒன்றுமேயில்லை. நாம் மேகங்களுக்கிடையே நிற்கிறோம், இரண்டு தேவதூதர்களைப்போல, அல்லது சாத்தான்களைப் போலவா?"

நாங்கள் பாறை விளிம்பை அடைகிறோம், கண்ணுக்குத் தெரியாத செங்குத்துப் பாறைகளின் மேலாகக் கால்களைத் தொங்கவிட்டபடி அமர்கிறோம்.

"பயமாக இருக்கிறதா?" அவர் என்னைப் பார்க்கிறார்.

இல்லை என்று மெதுவாகத் தலையாட்டுகிறேன்.

"பயமில்லையா?" வியப்புடன் கேட்கிறார். "அப்படியென்றால் குதியுங்கள், கீழிருக்கும் மூடுபனிக்குள் குதித்துவிடுங்கள்."

எதற்காக என்று நான் கேட்கிறேன்.

"நீங்கள் ஏமாற்றுக்காரர் இல்லை என்பதை நிரூபிக்க. உண்மையாகவே நீங்கள் என்னை உங்களது குருவாக ஏற்றுக்கொண்டிருக்கிறீர்கள் என்பதை

நிரூபிக்க. உங்களை எச்சரித்திருக்கிறேன், ஒருநாள் எனக்கு நிரூபணம் தேவைப்படும் என்று. அந்தநாள் இதுதான். உங்களது கீழ்ப்படிதலை வெளிப்படுத்தும் நாள்.”

அதை நான் ஆபத்துக் குறைவான வழியில் செய்ய முடியாதா? தனது கண் முன் என்னை நான் மாய்த்துக்கொள்வதை அவர் எதிர்பார்க்க வில்லை. கீழ்ப்படிதல் என்பது முட்டாள்த்தனம் அல்ல, அவருக்கு நிரூபணம் தேவைப்பட்டால் அவர் விரும்பும் எதை வேண்டுமானாலும் நான் செய்வேன்.

“எதை வேண்டுமானாலுமா?” அவர் சற்றுச் சீற்றத்துடன் கேட்டார். “நான் உண்மையாக விரும்பும் ஒன்றைத் தவிர எதை வேண்டுமானாலுமா?”

நான் சொல்கிறேன், இந்த இருண்ட பள்ளத்தாக்கில் மறுயோசனை யின்றி என்னால் குதிக்க முடியாது என்று நான் சொல்லவில்லை. என்னால் அது முடியும், பலமுறை நான் செய்ய ஆசைப்பட்ட விஷயம் அது. ஆனால் ஒருபோதும் அதை என்னால் செய்ய முடியவில்லை, இனியும் செய்ய முடியாது. அதற்கு ஏற்றதொரு காரணம் எப்போதுமே எனக்குக் கிடைக்காது என நினைக்கிறேன். இப்போது அதைச் செய்தால் அதற்கு அர்த்தமிருக்காது.

“வாழ்க்கை நீங்கள் பிரதான பாத்திரமேற்று நடிக்கும் ஒரு நாடகம் என்று நினைத்துக்கொண்டிருக்கிறீர்கள். அது நாயகப் பாத்திரம். பொருள்மிக்கதொரு வாழ்க்கையை வாழ்ந்துகொண்டிருக்கிறோம் என்ற தனது மாயைக்கு வலுசேர்க்கும் வகையிலமைந்த அனைத்துப் பாத்திரங்களையும் ஏற்று நடிக்க விரும்பும் ஒரு நடிகன்தான் இந்த நாயகன். அதேநேரம் அவன் முன்வரிசையில் அமர்ந்து அந்த நாடகத்தைப் பார்த்துக்கொண்டிருக்கிறான். அவனே அவனது நாயகன், அவனே அவனது பார்வையாளன். இந்த மாயையை உடையுங்கள். அது உங்கள் மூளைக்குள் உள்ளது, உங்கள் மண்டையை உடையுங்கள், உங்களது மாயை விலகும்.”

“அப்புறம்?” அவரை நான் கேட்கிறேன். எப்படி அறிவார்த்தமாக வாழ்வது என்பதைக் கற்பிப்பார் என்ற நம்பிக்கையில் அவரிடம் வந்திருக்கிறேன். மரணிப்பது சுலபம். எனது விசுவாசம் ஓர் ஆசிரியராக அவர்மீது நான் வைத்திருக்கும் மரியாதை. அவரது பாடங்களைச் செயல்முறைப்படுத்த நான் மிக முயல்கிறேன். அவ்வப்போது எல்லை மீறிவிடுகிறேன், அதை அவரும் எதிர்பார்த்தேயிருப்பார். மிகச்சரியான ஒரு சமநிலையைக் கண்டடைவது சுலபமில்லை. நான் அவருக்கு நன்றிக்கடன் பட்டிருக்கிறேன், இந்த நன்றியுமே கூட அவர் மீதான மரியாதையின் ஓர் அங்கம்தான். நான் வந்திருப்பது எதற்கென்றால்—

“நீங்கள் எதற்கு வந்திருக்கிறீர்கள் என்பது பற்றி எனக்கு அக்கறை யில்லை,” அவர் என்னை இடைமறிக்கிறார். என்மீது நீங்கள் நிபந்தனையின்றி விசுவாசம் வைத்திருக்கிறீர்கள் என்பதற்கு நிரூபணம் கொடுங்கள். வார்த்தைகளில் அல்ல, செயல்களில். உங்களைப் பொருத்தவரை நான் ரத்தமும் சதையுமான மனிதன் அல்ல. உங்களது நாடகத்தில் தற்காலிகப் பாத்திரம் ஏற்றிருக்கும் ஓர் அந்நியன், ஓர் உதிரி நடிகன். நீங்கள் என்னை ஒரு கருவியாகப் பயன்படுத்திக்கொண்டிருக்கிறீர்கள்.”

நான் உங்களை மிக மதிக்கிறேன், என்கிறேன். நீங்கள் கொண்டிருக்கும் அனைத்தையும் நானும் பெற விரும்புகிறேன். புரிதல், உள்ளமைதி, நிகழ்வுகள் பொருட்கள் இவற்றிடமிருந்து விலகியிருத்தல், நம்பிக்கைகளும் ஏமாற்றங்களுமின்றி வாழ்வை அனுபவித்தலும், உங்களது மூளையும் உடல் சுறுசுறுப்பும்–

"உங்களில் நான் என்ன பார்த்தேன் தெரியுமா? நீங்கள் எனது அபிமானத்தைப் பெற முயல்கிறீர்கள். இந்த ஆசிரியனுக்கு ஏற்ற மாணவன் நீங்கள் என நிரூபிக்க முயல்கிறீர்கள். இல்லையென்றால் பின்புறத்தில் ஒரு உதை கொடுத்து உங்களை வீட்டுக்கு அனுப்பிவிடுவேன் என்று நினைக்கிறீர்கள்."

உங்களைக் கண்டால் எனக்கு அச்சமாக இருக்கிறது, என்கிறேன். எப்படி முயன்றாலும் நீங்கள் அசைக்க முடியாதவர், வலுவானவர். தறிகெட்டு ஓடும் ரயிலைப்போல என்மீது பாய்கிறீர்கள். உண்மைதான் நான் கலகம் செய்கிறேன், கோபம் கொள்கிறேன், ஆனால் இறுதியில் நீங்கள் என்மேல் ஏறிக் கடந்துபோவீர்கள் என்பதை உணர்ந்தே இவற்றைச் செய்கிறேன்.

"என்னை உங்களால் ஏமாற்ற முடியவில்லை, அதனால் என்னை வெறுக்கிறீர்கள். நான் உங்களைத் தாக்கிக்கொண்டே இருக்கிறேன், உங்களுக்குத் திருப்பித் தாக்கத் தைரியமில்லை. நீங்கள் ஒரு கோழை. என்னிடம் என்ன எதிர்பார்க்கிறீர்கள்? உங்களைத் துண்டுதுண்டாக வெட்டிப் பிறகு மீண்டும் ஒன்றுசேர்க்க வேண்டும் என்றா? எப்படி எனக்குக் கைம்மாறு செய்வீர்கள்? எனக்கு ஊதியம் தேவை. அது முழுமையாக உங்களை என்னிடம் ஒப்புக்கொடுப்பதே. நன்றிக்கடன், மரியாதை பற்றிய வெற்று வார்த்தைகளை அல்ல, நீங்கள் மிகவும் விரும்புவதை எனக்குக் கொடுங்கள். அவ்வார்த்தைகள் மரியாதையை அல்ல அச்சத்தையே வெளிப்படுத்துகின்றன. எதிர்காலத்தின்மீது நீங்கள் வைத்திருக்கும் நம்பிக்கையைக் கொடுங்கள். உங்களது எதிர்காலத்தை எனக்கு விட்டுக்கொடுங்கள். இந்த இருண்ட பள்ளத்தாக்கில் குதியுங்கள்."

அவர் சும்மா விளையாடுகிறார் என்று நினைக்கிறேன். நிச்சயமாக அவர் என்னைச் சீண்டுகிறார். இந்த விளிம்பிலிருந்து சட்டென்று நான் உருண்டு விழுந்துவிட்டால் என்ன செய்வார்?

"அப்படியென்றால் உங்களுடைய தன்முனைப்பைக் கொடுங்கள், அது உங்களுக்கு ஆபத்து இல்லாததாக முடியும். உங்களுக்குக் காயம்படாது, நீங்கள் செத்துப்போக மாட்டீர்கள். எனக்கு ஒரு பரிசு கொடுங்கள், உங்களுடைய தன்முனைப்பைக் கொடுங்கள்."

என்னால் முடியும் என்றேன். தாழ்ச்சி வேண்டி நான் ஏங்குகிறேன். தாழ்ச்சி மூளைச் சுறுசுறுப்பின் தாய். எனது தன்முனைப்பை அவரிடம் தருகிறேன். அதை வைத்து என்ன வேண்டுமானாலும் அவர் செய்துகொள்ளட்டும். எனக்கு அது தேவையில்லை.

சிரித்தபடி அவர் எழுந்து நிற்கிறார். "தேனொழுகும் பேச்சிலும் வெற்று வாக்குறுதிகளிலும் தேர்ச்சி கண்டவரால் செயலில் தனது திறமையைக் காட்ட முடிகிறதா பார்ப்போம்." அவர் தனது கால்சராயைக் கீழே

இழுத்துவிடுகிறார். "என் புட்டங்களை நக்குங்கள்," என்கிறார். "உங்களது நாவால் அவற்றைச் சுத்தப்படுத்துங்கள், மலை மலர்களைப்போல அவை ஒளிரட்டும், மணம் வீசட்டும்."

இளித்தவாறே என்னை உற்றுப் பார்த்துக்கொண்டிருக்கிறார். "ஏன் தயங்குகிறீர்கள்? உங்களது வாழ்வைத் தரமாட்டீர்களா, உங்களது தன்முனைப்பை எனக்குத் தரமாட்டீர்களா? அப்படியானால் எதை எனக்குத் தரத் தயாராக இருக்கிறீர்கள்? உங்களுக்கு உதவாத ஒன்றையா?"

கால்சராயை இழுத்து மேலே விட்டுக்கொண்டு விலகி நடக்கிறார்.

சாத்தியமில்லாதவற்றைக் கேட்கிறீர்கள், அவரை நோக்கிக் கத்துகிறேன். உங்களுடைய புட்டங்களை நக்கி நான் எதை நிரூபிக்கப் போகிறேன். தாழ்ச்சி வேறு, அவமதிப்பு வேறு. இதற்கு, எனது தன்முனைப்பைத் தருவதற்கு நான் தயாராயில்லை என்று அர்த்தமில்லை. அது அடிப்படை மனிதக் கண்ணியம் சார்ந்த விஷயம். அதை நான் உங்களிடம் தந்துவிடுவ தாக இல்லை.

"உங்களுக்கு ஒன்று தெரியுமா?" அவர் திரும்பிப் பார்க்கிறார். "நீங்கள் என்னைக் கடும் மன உளைச்சலுக்கு ஆளாக்குகிறீர்கள். என் புட்டங்கள் உங்களுக்கு அழுக்காகத் தெரிகின்றன. அதனாலேயே எல்லாநேரமும் உங்கள் வாயிலிருந்து மலம் தள்ளிக்கொண்டிருக்கிறது. அதுபற்றி உங்களுக்குக் கவலையில்லை. மிகக் கண்ணியமான மலம் மிகக் கண்ணியமான முறையில் உங்களது வாய்வழியே கொட்டிக்கொண்டிருக் கிறது. இன்னும் கொஞ்சம் கூடுதலாக. போதும், ஏராளம் அனுபவித்தாயிற்று. எந்த வழியிலாவது குழப்பங்களிலிருந்து தோண்டி உங்களை வெளியே கொண்டுவந்துவிடுங்கள்."

பாறை விளிம்போரம் போய் நிற்கிறார், கைகளை விரிக்கிறார், முதுகுத் தண்டைச் சில்லிடவைக்கும் ஒரு சிரிப்பு. தலைகீழாகப் பள்ளத்தாக்கில் குதிக்கிறார். மூடுபனி அமைதியாக அவரை விழுங்கிக்கொள்கிறது.

எனக்கு அப்போது தோன்றியதெல்லாம் அவருக்குப் பின்னால் அப்படியே குதித்துவிட வேண்டும் என்பதுதான். பள்ளங்களைக் காண்பதைவிட மேகங்களால் சூழப்பட்டிருப்பதையே உணர்கிறேன். அவை என் நினைவில் நான் சுமந்துசெல்லும் இருட்பள்ளத்தாக்குகளின் ஒன்றுகலந்த சித்திரம். சொரசொரப்பான பாறைகள், நொறுங்கிக்கொண்டிருக்கும் செங்குத்துப் பாறைகள், கூரான பாறைகள் நிறைந்து சரளை பாவிய அடிப்பகுதி.

கீழே பாறைகள்மீது உருக்குலைந்த யோகானந்தரின் உடல். கழுத்து உடைந்து, முகத்தில் ரத்தம் தெறித்து, கண்கள் விரிந்து எங்கோ பார்க்கப் பக்கத்தில் என்னுடைய உடல். தட்டையாகி, திருகிக்கொண்டு, உருத்திரிந்து. மூடுபனிக்குள் கூரிய அலகுகொண்ட மலைப் பறவைகளின் குரலைக் கேட்க முடிகிறது. அவை என்னைக் குத்திக் கிழித்துத் துண்டுகளாக்கி எடுத்துக்கொண்டு ஆயிரமாயிரம் திசைகளில் பறந்துவிடும். மூடுபனியினூ டாகப் பார்க்கக் கூடிய வகையில் தளர்ந்த உடல்களுடன் நடந்துவரும் மலைப்புலிகள் பறவைகளைத் துரத்திவிடலாம். என் தலை தொடங்கி

எல்லாவற்றையும் அப்புலிகள் நகங்களால் கிழித்து விழுங்கும். என்னைச் செரித்துவிடும், பிறகு மலைச்சரிவுகளில் மலமாக என்னை வெளியேற்றும். அங்கிருந்து மழை என்னை அடித்துச்செல்லும், காற்று பள்ளத்தாக்கெங்கும் என்னைத் தூவும்.

அப்போது என்னுடைய 'நான்' எங்கேயிருப்பேன், என்னுடைய வீடு எங்கிருக்கும்.

என்னுடையவை என நான் குறிப்பிடுவனவற்றின் மதிப்பு என்னவாயிருக்கும்?

இருட்பள்ளத்தாக்கின் விளிம்பிலிருந்து திரும்பி நடக்க விரும்புகிறேன், ஆனால் அதற்கு எனக்கு வலுவில்லை. மனத்திடம் என்னைவிட்டுப் போய்விட்டது, ஒரு முடிவை விரும்பும் விசித்திர ஏக்கத்திடம் அது சரணடைந்துவிட்டது. மீளவியலா ஒரு தீர்க்கமான முடிவின் விளிம்பில் நான் நின்றேன்.

இதுவரை எனக்குத் தெரியாத ஒன்று அப்போது சட்டெனப் புலப்பட்டது. நான் தீவினையை அஞ்சுகிறேன். என் மனதிலிருக்கும் தீவினையை. எனது முயற்சிகளில் ஏராளமானவற்றை எனது இயல்பின் இருண்ட பக்கத்திலிருந்து கிளம்பும் உந்துதல்களை அடக்குவதிலேயே செலவிட்டிருக்கிறேன். கவனமாகக் கட்டமைக்கப்பட்ட பொறுப்பும் ஒழுக்கமும் மிக்க ஒரு அய்ரோப்பியன் என்ற பிம்பத்திற்கு உறுதுணையாக இல்லாமல் தனது இருட்டைத் தடை எதுவுமின்றி இஷ்டம்போல உபயோகித்துப் பார்க்க விரும்பும் பக்கம் அது.

யதார்த்தம் மனதின் மாயை. அது தனக்கும் தனக்குப் புறத்தே இருப்பவற்றுக்குமிடையே ஒரு தொலைவை உருவாக்கிக்கொள்கிறது, பிறகு தான்தான் அதனை உருவாக்கியது என்பதை மறந்துவிடுகிறது. உலகைப் பற்றித் தானே ஒரு சித்திரத்தை வரைந்துகொண்டு அதை யதார்த்தம் என அழைக்கிறது. வாழ்வினூடாகக் கடந்துசெல்லும் பிரபஞ்ச நிகழ்வில் வாழ்தல் இறத்தல் இவற்றுக்கிடையில் எந்த வித்தியாசமும் இல்லை. பிறப்பும் இறப்பும் இந்த நிகழ்வில் உள்ளடங்கிய இரண்டு நிலைகள், அவ்வளவே. நிலைகள் என்பவைகூட மனதினால் உருவாக்கப்பட்டவை, இயற்கையில் நிலைகள் இல்லை ஒழுக்குப்போன்ற தொடர்ச்சியான நகர்வுதான்.

வாழ்வும் உலகமும் நான் விழுந்துகொண்டிருக்கும் மேகங்கள்போல, உருவமற்றவை. ஆனால் மனதுக்குக் கண்டிப்பாக உருவங்கள் தேவை, அதுவரையும் சுற்றுப்புறம், தன் முக்கியத்துவம் ஆகிய ஓவியங்களுக்குச் சட்டங்கள் அவசியம். மனம் ஒரு சலிப்புறாத பறவை, தனக்குத் தகுதியான, தான் சொகுசாக வாழ உதவும் ஒரு கூட்டை அது கட்டிக்கொண்டே இருக்கிறது. மாயைகளின் கூடு.

விளிம்பில் தடுமாறிச் செங்குத்துப்பாறையின் முனையில் முன்னோக்கிச் சாய்கிறேன். விழவிருக்கும் கணத்தில் வலுவான ஒரு ஜோடிக் கைகள் என் இடுப்பைப் பிடித்துப் பின்னால் இழுக்கின்றன. என்னைத் திரும்பி நிற்கவைக்கின்றன. என் முன்னால் முதியவர் யோகானந்தரின் புன்னகை

தவழும் முகம். பின்னாலிருக்கும் பாறையில் மெதுவாக என்னைச் சாய்த்து நிற்கவைக்கிறார்.

"தாந்திரீகம்." அவர் சொல்கிறார், "தாந்திரீகம் உங்களை விடுவிக்கும்."

தொட்டுப் பார்க்கிறேன். அவர் நிஜமாகவே அங்கிருக்கிறார்.

"அங்கே பாருங்கள்." செங்குத்துப் பாறையில் விளிம்பைத் தாண்டிச் சுட்டுகிறார். மழை கலந்த மூடுபனி விலகிவிட்டிருந்தது, 'இருட் பள்ளத்தாக்கின்' அடிப்புறத்தை என்னால் பார்க்க முடிந்தது. அங்கே பாறைகள் இல்லை. மணல் நிரம்பிய மிருதுவான தரை, சிறிதளவே வளர்ந்த புற்கள் அதை இன்னும் மென்மையான தளமாக மாற்றியிருந்தன. அங்கிருந்து ஒரு வளைந்து நெளிந்து கிளம்பிய ஒரு பாதை இந்தப் பாறையில் வந்துமுடிந்தது.

"உங்களது மனதின் இருட்பள்ளத்தாக்கில்தான் நீங்கள் குதித்தது," முதியவர் சொல்கிறார். "நீங்களே உங்களுக்குக் கேடாக இருக்கிறீர்கள், அக் கேட்டிலிருந்து உங்களைக் காத்துக்கொள்ளத் தாந்திரீகம் மட்டுமே உதவும் என்பதை இப்போது தெரிந்துகொண்டேன். உங்களது மனது அடைபட்டிருக்கும் சிறையின் சுவர்கள் மிகத் தடிமனானவை, அவற்றை உங்களால் தகர்க்கவே முடியாது. உங்களது தீவினைமிக்க மனத்துள் நீங்கள் குதிக்க வேண்டும். உங்களை அழிக்காதபட்சத்தில் மறுபுறமிருக்கும் ஒளியை நோக்கிச் செல்ல அது அனுமதிக்கும்."

எங்களுக்குக் கீழேயிருந்த வீடும் பள்ளத்தாக்கு மொத்தமும் சட்டென சூரிய ஒளியில் பிரகாசமடைந்தன. விலகிச்செல்லும் மேகவரிசையின் மேல் சொரசொரப்பான பனிச்சிகரங்களைப் பார்த்தேன். கூரைக்குத் திரும்பினோம், அங்கே நவங் தனது நனைந்த உடைமைகளைப் பரப்பி வைத்திருந்தார்.

"அவரது விருந்தோம்பலுக்கு நன்றி சொல்லுங்கள்," என்கிறார் யோகானந்தர்.

என் உறங்கும்பையைச் சுருட்டிக்கொள்கிறேன், என் சிறிய கூடாரத்தை மடித்து இறுக்கி வைத்துக்கொள்கிறேன். இரண்டையும் முதுகுப்பையில் கட்டுகிறேன். நவங்கிடமும் சிரித்தபடி இருக்கும் அவரது பெரியம்மாக்களிடமும் "போய்வருகிறேன்" என்கிறேன். நான் கிளம்புவதில் அவர்களுக்குச் சந்தோஷம். யோகானந்தர் அதற்குள் கிராமத்துக்குப்போகும் பாதையின் ஓரிடத்தில் இறங்கி மறைந்துவிட்டிருந்தார்.

அவரைப் பிடித்தபோது குறும்பாகச் சிரித்தபடி, "எங்கே போகிறோம் எனத் தெரிந்துகொள்ள விரும்புகிறீர்களா?"

"இல்லை," என்கிறேன். பாறையுச்சியில் என்னை அப்படி அவர் திகிலுக்கு உள்ளாக்கிவிட்டதன் கோபம் இன்னும் தீரவில்லை.

"நாம் தீவினையைத் தேடப்போகிறோம். சாத்தானின் குளியலுக்கு நல்ல ஆயத்த நிலையில் இருக்கிறீர்கள். ஆனால் ஓர் எச்சரிக்கை, முட்டாள்த்தனமான கேள்விகள் கேட்காதீர்கள். ஒவ்வொரு கேள்விக்கும்

உங்களை வாயிலேயே உதைப்பேன். என் கைமீது கருணை வையுங்கள், அதற்கு ஓய்வு கொடுங்கள். அங்கே பாறையுச்சியில் இருக்கையில் உங்களது மனதில் என்னென்ன ஓடின? நான் செத்துப்போய்விட்டேன் என நினைத்தீர்களா?"

நான் உடனே பேசத்தொடங்கி அரைமணி நேரம் பேசிக்கொண்டிருந்தேன். அங்கே உச்சியில் நடந்தவை பற்றியல்ல, எனது புதிய கண்டுபிடிப்புகளை அவரிடம் சொல்லவேண்டுமென்ற உந்துதல். நான் சொல்கிறேன், "இயற்கையில் தூய்மை அசுத்தம், நன்மை தீமை என்ற வேறுபாடுகள் இல்லை. உடம்புக்குள் சிறைபட்டிருக்கும் மனம் லௌகீக வாழ்வில் இயங்குவதற்கு ஏதுவாக எதிரிடைகளைத் தேடுகையில் இந்த வேறுபாடுகளை உருவாக்குகிறது. இருமையின் இழைகள் கொண்டு யதார்த்தம் என்னும் மாயையை நெய்கிறது. வெறும் வெள்ளை இழையைக் கொண்டு அதனால் வடிவப்பாங்குகளை உருவாக்க முடியாது, வேறுபடுத்திக்காட்ட கறுப்பு இழையும் தேவை. அப்போதுதான் இரண்டுமே கண்ணுக்குத் தெரியும்."

நான் தொடர்ந்து பேச விரும்பினேன், ஆனால் எதிர்பாராத கணத்தில் யோகானந்தரின் முஷ்டி என்னை நோக்கிப் பக்கவாட்டில் பறந்து வருகிறது. பற்கள் உடையாதது அதிசயம். உதட்டைச் சுவைக்கிறேன், நாக்கில் இரத்தம்.

"உங்களுடைய புதுப்பயணம் குறித்து மிகவும் கிளர்ச்சி யுற்றிருக்கிறீர்கள்போல. புதிய இடங்கள், புதிய சாகசங்களுக்காகப் பரபரத்துக் காத்திருக்கிறீர்கள். உங்களது அச்சங்களுடனும் நம்பிக்கைகளுடனும் நீங்கள் ஒட்டிக்கொண்டிருக்கும் வரை உங்களது மூளை செயல்படும் விதத்தை அறிந்துகொள்ள விரும்பும் உங்களது முயற்சி ஏற்கெனவே நீங்கள் உடைக்க விரும்பும் சங்கிலிகளோடு இன்னுமொரு சங்கிலியாகத்தான் சேர்ந்துகொள்ளும். நாம் பாதையில் நடக்கிறோம், தீவினையின் பாதையில். நிறைய விஷயங்கள் நமக்காகக் காத்திருக்கின்றன. ஆனால் உங்களை எச்சரிக்கிறேன் – எதையும் எதிர்பார்க்காதீர்கள். எவ்வளவோ நடக்கும், ஆனால் அது அவ்வளவு முக்கியமில்லை, தொடர்ந்து பயணத்தில் இருப்பதே முக்கியம்."

11

கனவுகள் ஒற்றறியும்

கல்லாஞ்சரடான ஒரு நிலப்பகுதியைக் கடந்தபின் கிட்டத்தட்ட செங்குத்தாகப் பாய்ந்திறங்கும் ஸன்ஸ்கர் ஆற்றின் கரையை அடைந்தோம். நொப்பும் நுரையுமாகப் பாறைப்படுகையில் பாய்ந்து வருகையில் உடன் பாறைத் துண்டுகளும் அடித்துவரப்பட்டதால் ஆறு பெரும் உறுமலுடன் நகர்ந்தது. தென்பகுதியின் மழையினால் திரண்டு இருகரைதொட்டு நகர்ந்த ஆறு வடக்கே சிந்து நதியை நோக்கிய தனது பயணத்தின் ஆவலில் மலையிடுக்குகள் வழியாகச் சீற்றத்துடன் இறங்கியது. பாதை அவ்வப்போது எங்களை ஆற்றின் விளிம்புக்கு அழைத்துச்சென்றது, அங்கெல்லாம் ஆற்றின் உறுமல் காதைச் செவிடாக்கும் இடியோசைபோல ஒலித்தது. மேல் தெறித்த சில்லிட்ட நீர் மேலிருந்து கால்வரை எங்களை நனைத்தது.

பாதை மேலேறத் தொடங்கி நாங்கள் ஆற்றின் வன்போக்கிலிருந்து விலகியபோது எனக்கு நிம்மதியாக இருந்தது. ஆனால் அங்கேயும் மலையின் பின்னால் மறைந்த சூரியனால் நிழல்பரவி எங்களைக் குளிர் சூழ்ந்தது. சொற்ப மரங்களையும் அவற்றுக்கு நடுவே கைவிடப்பட்டது போன்ற துயருடன் தனிமையில் அமர்ந்திருந்த ஒரு கிராமத்தையும் கொண்ட இன்னொரு சமவெளியை அடைந்தபோது ஏறத்தாழ மாலையாகிவிட்டிருந்தது.

“இங்கேதான் இரவைக் கழிக்கவிருக்கிறோம்,” யோகானந்தர் சொன்னார். ஐந்து மணிநேர நீண்ட நடைக்குப் பின் அவர் பேசிய முதல் வார்த்தைகள் இவை.

அருகே இருந்த வீட்டை நோக்கி நடந்தோம். கூச்சலும் விளையாட்டுமாய்ச் கந்தையுடைகளுடன் மேலெல்லாம் புழுதிபடிந்த ஒரு சிறுவர் கூட்டம் எங்களை நோக்கி வந்தது, அவர்களோடு துள்ளிக் குரைத்தபடி நாய்களும் வந்தன. சிறுவர்கள் எங்கள் கைகளையும் சட்டையையும் இறுகப் பிடித்தவர்களாய் அங்கிருந்த மிகப்பெரிய வீடு நோக்கி

அழைத்துச்சென்றனர். ஸன்ஸ்கரின் வழக்கப்படி நாங்கள் தொழுவத்தில் நுழைந்து ஏணி வழியாக வீட்டினர் வசிக்கும் முதல் தளத்துக்குச் சென்றோம். வீட்டுச் சொந்தக்காரர் விருந்தோம்பலுடன் எங்களைக் கணப்புக்கு அருகில் அழைத்தார். அங்கே நாங்கள் மட்டுமே விருந்தினர்கள் இல்லை என்பதை உணர்ந்தோம். தலைப்பாகை அணிந்த நெடிய உருவம் கொண்ட ஓர் இந்தியர் முக்காலியில் அமர்ந்து *ஸாம்ப்பா*வை உள்ளே தள்ளிக்கொண்டிருந்தார். அவர் முகத்தில் இருந்த ஏதோவொன்று அவரை எனக்குப் பிடிக்கவொட்டாமல் செய்தது. மினுக்மினுக்கென ஒளிவிட்டுக்கொண்டிருந்த மெழுகுதிரிகளின் வெளிச்சத்தில் எங்களது வரவை அவர் விரும்பவில்லையென்பதை என்னால் உணரமுடிந்தது.

ஸாம்ப்பா கிண்ணத்தை அவர் கீழேவைத்துவிட்டுத் தன் முழு உயரத்துக்கும் எழுந்துநின்றார். தலை போய் கூரையில் முட்டுவது போலிருந்தது. இந்திய முறைப்படி கைகளைக் குவித்து யோகானந்தரைப் பார்த்து "நமஸ்தே" என்றார். என்னை ஒரு பொருட்டாகவே எண்ணாமல் அமர்ந்து மீண்டும் சாப்பாட்டைத் தொடர்ந்தார்.

அந்த உயரமான இந்தியரின் முன்னிலையில் இருக்கையில் ஏதோ விசித்திரமான ஒன்று என் மனதை நிறைத்தது. இது எங்களது கடைசிச் சந்திப்பு அல்ல, மாறாக விதி பின்னவிருக்கும் என பயணமெனும் சித்திரத் தொங்கலாடையின் முதல் முடிச்சு. யோகானந்தரை அவர் வணங்கியது (எல்லா சாதுக்களுக்கும் மரபாக அளிக்கப்படும் மரியாதை அது) போலியாகத் தோன்றியது.

அதேநேரம் இதை நான் மிகைப்படுத்திக்கொள்கிறேனோ என்றொரு எண்ணமும் ஓடியது. சூரியத் தாக்குதலுக்கு ஆளானதன் ஆரம்ப அறிகுறிகள்போல எனக்குக் கடும் சோர்வும் தலைச்சுற்றலும் ஏற்பட்டது. ஒரு கோப்பை வெண்ணெய்த் தேநீருக்குப் பின் சமநிலை மீண்டது, அதிலும் குறிப்பாக யோகானந்தரும் கறுத்த சருமம் கொண்ட அந்த இந்தியரும் இந்தியில் இயல்பாக உரையாட ஆரம்பித்தபோது.

*ஸாம்ப்பா*வுக்குப் பின் உள்ளூர் பியரான *சாங்*கைக் குடித்தோம். சற்றே போதை, அதோடு பீடித்திருந்த அச்சங்களும் விலகிவிட்டிருக்க என் கவனத்தைச் சட்டிபானைகளை உருட்டியபடி கணப்புக்கு இப்படி அப்படிப் போய்வந்துகொண்டிருந்த வீட்டுச் சொந்தக்காரரின் இளம் மனைவிமீது திருப்பினேன். திரண்டு தளும்பிய இடை, திடகாத்திரமான உடம்பு, பாரம்பரிய அலங்காரத் தலை அணியின் முடிவில் கொத்தாக வண்ண மணிக்கற்கள்.

நீண்ட காலத்துக்குப்பின் சிற்றின்ப எண்ணம் என் மனதுக்குள் மீண்டும் நுழைந்தது. கணப்பில் எரிந்த நறுமணமிக்க மரங்களின் வெம்மையில் நானும் அப்பெண்ணும் சேர்ந்து யோகானந்தரே வியக்குமளவுக்கு யோகாசனங்கள் செய்வதுபோன்ற கற்பனையில் மூழ்கினேன். அறையைவிட்டு வெளியேறும் முன் அவள் நைச்சியமாக என்னை ஓர் ஓரக்கண் பார்வை பார்த்தாள், உன் மனதில் என்னோடு என்ன செய்துகொண்டிருக்கிறாய் என்பது எனக்குத் தெரியும் என்பதுபோல.

துரதிர்ஷ்டவசமாக அவள் நான்கு பிள்ளைகளுக்குத் தாய், வீட்டுச் சொந்தக்காரரின் மனைவி. ஸன்ஸ்காரிகள் எஸ்கிமோக்களைப்போல விருந்தோம்பல் தெரிந்தவர்கள் அல்லர், விருந்தாளி விரும்பினால், விருந்துக்குப் பிறகு தரும் இனிப்பைப்போல, அவருக்குத் தம் மனைவியை அளிப்பார்கள் எஸ்கிமோக்கள். அந்த ஓயிலாள் வீட்டுச் சொந்தக்காரருக்கு மட்டுமல்ல அந்த மாலைநேரத்தில் வெளியே போயிருந்த அவரது தம்பிக்கும் மனைவியாம். அந்தக் குழந்தைகளும் (சிலவாவது) அந்தத் தம்பியுடையவைதானாம். அவை மூத்தவரைப் பெரியப்பா என்றும் இளைய சகோதரரைச் சித்தப்பா என்னும் அழைத்தன.

நடு இரவில் உறங்கும் பைக்குள்ளிருந்து வெளியேறி என் கைவிளக்கை இறுகப் பிடித்தேன். சலனமற்றுக் கிடந்த யோகானந்தரின் உடலை மிதித்துக்கொண்டு கழிவறை என்று அழைக்கப்பட்ட இடத்தைத் தேடிச் சென்றேன். ஸன்ஸ்கரில் வழக்கமாக அவை முதல் தளத்தில் அமைந்திருக்கும், மனிதர்களுக்கென ஒதுக்கப்பட்டிருக்கும். மூலையில் ஒரு சதுரவடிவப் பள்ளம். அதன்மீது ஏறிக் குத்துக்காலிட்டு உட்கார்ந்து வேலையை முடிக்க வேண்டும். பிறகு மண்வெட்டியை எடுத்து அருகே கூடையில் வைக்கப்பட்டிருக்கும் உலர்ந்த மண்ணை அள்ளிப்போட்டு அதிலிருந்து கிளம்பும் கெட்ட வாடையை மறைக்க வேண்டும். சில வீடுகளில் மண்ணுக்குப் பதில் பொடியாக நறுக்கிய வைக்கோல் வைக்கப்படிருக்கும். வீட்டிலிருக்கும் நபர்களின் எண்ணிக்கையைப் பொறுத்துப் பள்ளத்துக்குக் கீழே சேருவதை வாரத்துக்கு இருமுறை என்ற கணக்கில் சுத்தம் செய்வார்கள். பணக்கார வீடுகளில் இதைப் பண்ணையாட்கள் செய்தார்கள். கழிவை அவர்கள் உரமாக வயல்களில் விசிறிவிடுவார்கள், இந்தப் பகுதியில் கிடைக்கும் ஒரே உரம் இதுதான். சடையெருமை மற்றுமுள்ள விலங்குகள் கழிக்கும் சமாச்சாரங்களைப் பொறுப்பாகச் சேகரித்துத் தட்டிக் காயவைத்து அடுப்பெரிக்கப் பயன்படுத்துவார்கள். மரங்களை எரிபொருளாகப் பயன்படுத்தினால் பள்ளத்தாக்கு சீக்கிரமே தரிசாகிவிடும்.

கழிவறைப் பள்ளத்துக்கு மேல் குத்துக்காலிட்டு அமர்ந்திருந்தேன். லாமா ஒருவர் தன் பின்பக்கத்தை ஓடைப்பக்கம் காண்பிக்க மறுகணமே சொத்தென்று மலம் தண்ணீருக்குள் விழுந்த சத்தம்கேட்டு அவர் ஞானம் அடைந்தார் என்று அங்கு காலம் காலமாக வழங்கப்பட்டுவரும் கதையொன்று என் நினைவுக்கு வந்தது. புரிந்துகொள்பவர்களுக்கு எல்லாமே புனிதம்தான்.

ஆனால் நான் விதிவிலக்கு. முன்பைவிடவும் ஞானம் கிட்டுவதற்குத் தொலைவில் இருந்தேன். எப்போதையும்விட, துடுக்குத்தனம், ஆசைகள், தீவினை குறித்த முன்னுணர்தல் எல்லாம் ஒன்றுடனொன்று முறுக்கிக்கொள்ளும் ஓர் உளநோய்த் தொகுப்பாக என்னை உணர்ந்தேன். தன்னை மாற்றும் எந்த விஷயத்தையும் நிகழ்த்திக்கொள்ள முடியாமல் அறிவின் முனையில் நின்றபடி கீழே அதளபாதாளத்தில் விரிந்துகிடந்த பித்துத்தன்மையை எட்டிப்பார்ப்பவன்.

கவனமாக அடிகள் வைத்து யோகானந்தரோடு நான் உறங்கிக்கொண்டிருந்த அறைக்குத் திரும்பிக்கொண்டிருந்தபோது, கணப்பில் மாலை மூட்டிய தீயின் மிச்சமிருந்த சொற்பக் கங்குகளுக்கு முன்னால் அந்த

உயரமான இந்தியர் அமர்ந்திருப்பதன் நிழலுருவைப் பார்த்தேன். அவரது விசித்திரமான கையசைவுகளைப் பார்த்துத் திடுக்கிட்டு நின்றேன். கைவிளக்கை அணைத்துவிட்டுச் சுவரோடு ஒட்டிக்கொண்டேன். அவர் தனது முக்காலியில் அமர்ந்து நீண்ட குழாய் கொண்ட துப்பாக்கியைச் சுத்தம் செய்துகொண்டிருந்தார்.

குளிர்ந்த நீரலைபோல அச்சம் திரும்பிவந்து என்னைப் புரட்டிப் போட்டது. உறங்கும் பைக்குத் திரும்பி யோகானந்தரைத் தோளைப் பிடித்து உலுக்கி அங்கே கணப்புக்கு முன் உட்கார்ந்திருக்கும் கொள்ளைக்காரன் நம்மிடமிருப்பவற்றைப் பிடுங்கிக்கொண்டு நம்மைக் கொல்லப் போகிறான் என்று காதில் கிசுகிசுத்தேன்.

"உங்களை மட்டும்தான், நம்மையில்லை," என்று பாதி உறக்கத்தில் முணுமுணுத்தார். "துப்பாக்கிக் கட்டையால் உங்களது தலையிலடிப்பார். அவர் ஒரு வேட்டைக்காரர், நீலச் செம்மறிகளை மட்டுமே கொல்வார்."

அந்த நள்ளிரவில் பன்னிரண்டு தலைகள் கொண்ட ஒரு கோர உருவம் என்முன் தோன்றியது. அதன் உடலெங்கும் கண்ணாடிபோல ஒளிர்ந்த பச்சைச் செதில்களில் என் முகம் வளைந்து திரிந்த நூறு பிம்பங்களாகப் பிரதிபலித்தது. எனக்கு மேலே நல்ல கொழுத்த கைகள் அசைந்துகொண்டிருந்தன, அவற்றின் எண்ணற்ற விரல்கள் ஒரே நேரத்தில் என்னை அழைக்கவும் எனக்குப் பீதியூட்டவும் செய்தன.

பன்னிரண்டில் உடம்பின் கீழ்ப்புறத்தில் கடைசியாக அமைந்திருந்த தலை, பற்களைக் கொடூரமாகக் காட்டி நிற்கும் கறுப்பு எருதின் தலையைப் போன்றிருந்தது. அத் தலையிலிருந்து கிளம்பியிருந்த சிறிய தலைகள் இளிக்கும் திராட்சைகளைப்போலத் தோன்றின (அவற்றினும் சிறிய தலைகள் நெற்றியிலிருந்து சதைப்புடைப்புகள் போல நீட்டிக்கொண் டிருந்தன). அதன் சிறிய கூரான நாக்கு வாய்க்குள் தீப்பிழம்புபோல அசைந்தது. ஒரு சிவப்பு பிசாசுத் தலை, கறைபடிந்த தன் கடைவாய்ப் பற்களைக் காட்டியபடி அதன் பல கொம்புகள் வழியாக என்னை முறைத்தது. வாய்பிளந்த மண்டையோடுகள் அதன் தலையுச்சியிலிருந்து நீட்டிக்கொண்டிருந்தன. இப்படி நடுக்குறவைக்கும் முகங்கள் ஒன்றன்மீது ஒன்றாக அமைந்திருந்தாலும் உச்சியில் தெய்வாம்சம் பொருந்திய, புரிதலும் அமைதியும் தவழும் முகம் ஒன்று இருந்தது.

என் முன்னே அந்த அரக்க உருவம் நடனமாடியது, ஏராளமான அதன் அருவருப்பூட்டும் வண்ணங்களின் பிரதிபலிப்பில் உடம்பை வளைத்துக் குலுக்கியது. அவற்றில் என் முகத்தின் கோணல்மாணலான பிரதிபலிப்புகளும் இருந்தன. அது தன் கைகளை நாற்புறமும் சுழற்றியபடி, உளுத்துப்போய் வளைந்துகொண்டிருக்கும் கழிகளாலான ஏராளம் ஓட்டைகள் கொண்ட தொங்குபாலத்தை நோக்கி என்னைத் தள்ளியது. காற்று வலுத்து வீசுகையில் அச்சமூட்டும் வகையில் பாலம் ஊசலாடியது. எருதின் வாயிலிருந்து கடும் மூச்சு, நரகத்தின் நெருப்புப்போல.

"நான் அந்தப் பக்கம் போக விரும்பவில்லை," அரக்க உருவத்தின் பச்சைச் செதில்களில் பிரதிபலித்த நூற்றுக்கணக்கான முகங்கள் கதறின. வெறுப்பு தொடங்கித் திகில் வரை, பரிகாசம் தொட்டுக் கசப்புணர்வு வரை,

அலட்சியபாவம் முதல் கிளர்ச்சி வரை அரக்க உருவத்தின் உணர்ச்சிகளைப் பிரதிபலித்தாற்போன்று இம்முகங்கள் ஒவ்வொன்றும் மற்றதனின்றும் சற்றே வேறுபட்டுக் காணப்பட்டன.

எடையற்ற தன்மை என்னை ஆட்கொண்டது, காற்றில் மிதப்பதை உணர்ந்தேன். விசிறியடிக்கும் வன்காற்றுடன் சேர்ந்து செங்குத்துப் பள்ளத்தாக்குகளில் பெரும் ஓசையுடன் விழுந்துகொண்டிருந்த அருவிகளைக் கடந்து பறந்துகொண்டிருந்தேன். பாறைகளுக்கிடையே தன் வளைந்துநெளிந்த பாதையில் கொந்தளித்து நகர்ந்த ஆற்றையொட்டிப் பறந்துகொண்டிருந்தேன். அணில் போன்று தோற்றமளித்த மயிரடர்ந்த மிருகங்கள் பெரியபெரிய கூட்டங்களாக மேய்ந்துகொண்டிருந்த பசும் மலைச்சரிவுகளைத் தாண்டிப் பறந்துகொண்டிருந்தேன். பிறகு மேகங்களைக் கடந்து வேகமாக ஒரு கணவாயை நோக்கிக் கீழிறங்கத் தொடங்கினேன். உறையவைக்கும் மூடுபனியைக் கிழித்தபடி நான் அந்தப் பக்கம் தோன்றினேன். கண்ட நிலத்தோற்றம் என்னை நெகிழச் செய்தது, சொல்லப்போனால் அதிர்ச்சிக்குள்ளாக்கியது.

வானத்தை முட்டும் சிகரங்களைக் கொண்டு உயர்ந்துநின்ற மலைகளும் பெரும் பாறைகளும் கற்களும், அலைபோலப் புரளும் பரந்த மஞ்சள்வெளியும், உயிர்வாழ்வதற்கான சிறு தடயத்தையும் கொண்டிராத சிவப்பும் இளஞ்சிவப்புமான மலைச்சரிவுகளும் அமைந்த, கடவுள் படைப்பின் முதல் நாள் போன்று வெறும் வானும் மண்ணும் மட்டுமே காணப்பட்ட ஒரு நிலப்பகுதி.

என் பறத்தல் முடியவில்லை. இன்னும் குறையாத வேகத்துடன் காற்றைக் கிழித்துப் போய்க்கொண்டிருந்தேன். கீழே தெரிந்த பள்ளத்தாக்கு களில் அங்கொன்றும் இங்கொன்றுமாகச் சதுரவடிவ வீடுகளையும், பார்லி வயல்களையும், மினுக்கும் பாம்புகள் போன்ற நதிகளையும் ஓடைகளையும், பாறை நிறைந்த வன்சரிவின் முனைகளில் சிதிலமடைந்து கொண்டிருந்த பெரிய கோட்டைகளையும், மலையின் செங்குத்துச் சரிவுகளில் பாதி செதுக்கிவைத்தாற் போன்று தோன்றிய லாமா மடாலயங்களையும், இந்தக் குரூரமான எந்தச் சுவாரஸ்யமும் இல்லாத நிலப்பகுதியில் வாழநேர்ந்துவிட்ட அபூர்வமான, மிக அபூர்வமான மனிதர்களையும் பார்த்தேன். பிறகு நடுவில் குழிந்து இருபுறமும் உயர்ந்திருந்த ஒரு மலைப்பாதையின் மேலே சென்று கீழே கண்ணுக்குத் தெரியாத பள்ளத்தாக்குகளை நோக்கி மெல்லிய கோடுகளாய்ப் பல திசைகளிலும் நகரும் ஓடைகள் உற்பத்தியாகிற ஒளியில் மின்னும் பசும் பனியாற்றின்மீது பறந்தேன். இன்னுமின்னும் மேலே பறந்த நான் மிகவும் கீழே ஸ்வஸ்திகா வடிவில் பனிச் சிகரங்கள் அமைந்திருந்தது கண்ணில் பட்டவுடன் நின்றேன். பனிமூடிய சிகரங்கள் முறுக்கிய கைகளாக அமைந்திருக்க நடுவே பெரும் சிலந்திகள்போலப் பரவியிருந்த பனிப்பாளங்கள் அவற்றை இணைத்து ஒரு தெளிவான வடிவத்தைத் தந்திருந்தன. நம்ப முடியாதவனாக இந்த இயற்கை அதிசயத்தைச் சுற்றி மேலே பறந்தேன். இதுபோன்ற ஒன்று இங்கே எப்படி ?

நிலவு முளைக்கத் தொடங்கியிருந்த திசையில் கண்ணுக்குத் தெரியாத ஒரு சக்தி என்னைத் தள்ளியது. அந்த நிலவு வேறொன்றுமில்லை, ஒரு

வட்டமான மலையின் குவிந்த பனியுச்சி என்பதை உணர்ந்தேன். எனக்குள் ஒருவித எழுச்சியுணர்வு உண்டானது, இந்த மலைதான் உண்மையிலே நான் தேடிக்கொண்டிருந்தது.

சட்டென்று எல்லாமே மறைந்துபோயின, நான் கண்களைத் திறந்தேன். ஸன்ஸ்கர் ஆற்றுக்கு அருகில் அந்நியர்கள் நிறைந்த ஒரு வீட்டின் அடைசலான முன்னறையில் உறங்கும் பைக்குள் குறட்டை விட்டுக்கொண்டிருந்த யோகானந்தருக்கு அருகில் படுத்துக்கொண் டிருந்தேன்.

கிழவர் விழித்தெழுந்ததும் என் கனவில் கண்டவற்றை ஒன்றுவிடாமல் அவரிடம் சொன்னேன்.

நீண்ட நேரத்துக்கு அவர் பேசாமலிருந்தார். மறுபடியும் உறங்கி விட்டார் என நினைத்தேன். ஆனால் அவர் பேசத் தொடங்கினார். வழக்கத்துக்கு மாறாக அவரது குரலில் பரிவு வெளிப்பட்டது.

எனக்கு ஒரு அறிகுறி தென்பட்டிருப்பதாகச் சொன்னார். அந்தப் பன்னிரண்டு தலைகள் கொண்ட அரக்கன் பெயர் எமாந்தகன், மரணத்தைக் கொல்பவன். தாந்திரீகப் புராணத்தில் மிகவும் சக்திவாய்ந்த அசுரக் கடவுள். எருமைத் தலை மரணத்தின் கடவுளான எமனைக் குறிக்கிறது. யமன் உண்மையில் கருணைமிக்கக் கடவுளான அவலோகிதேஸ்வரன் ஆவான், இறந்தோரின் தலைவனும் அவர்களுக்குத் தீர்ப்பிடுபவனும் அவனே. துயருறுதல்வழி மக்களை மாயையின் எல்லைகள் தாண்டி விழிப்புநிலைக்கு அழைத்துச்செல்பவன். குரூர உருவங்களின் உச்சியில் நீ கண்டது மஞ்சுஸ்ரீயின் தலை, மரணமே கூட ஒரு மாயையன்றி வேறில்லை என்பதைத் தொடர்ந்து உறுதிப்படுத்திக்கொண்டிருப்பவள்.

எமாந்தகன் மனிதரின் இருமை நிலையைப் பிரதிபலிப்பவன். எருமைத் தலை உடலும் இயல்பூக்கங்களும் கலந்த மிருகநிலை. மஞ்சுஸ்ரீ மனிதனின் ஆன்மீக நிலை. உடலாக மனிதன் அழிந்துபடக்கூடியவன், ஆனால், ஆன்மாவாக மரணமற்றவன் என்றார் யோகானந்தர். ஒவ்வொரு மனிதனும் – மற்றனைவரும், என்னிலும் குறைந்தவரல்லர். எமாந்தகன் ஒரு மிருகம், பேய் மற்றும் கடவுள். ஆக்கமும் அழிக்கவும் செய்யும் வாழ்வாற்றலின் குறியீடு. வாழ்நாளெல்லாம் ஆன்மீகத்திலும் உணர்வுநிலையிலும் முதிர்ச்சிபெற்று மாயையின் கண்ணிகளில் இருந்து நிரந்தரமாக நான் தப்பிக்க முடியும் என்பதன் தனிப்பட்ட குறியீடும் அது.

எனக்கு இன்னொரு அறிகுறியும் தரப்பட்டதாக அவர் சொன்னார். பனிமூடிய மலைச் சிகரம் மேரு எனப்படும் கைலாயம், அதுவொரு பனி ஆபரணம், பிரபஞ்ச மண்டலத்தின் மையம். அதன் சரிவுகளில்தான் சிந்து, சட்லெஜ், கங்கை, பிரம்மபுத்திரா ஆகிய பேராறுகள் தோன்றுகின்றன. கைலாயமலை சிவனின் வசிப்பிடம், அது பகல், ஒளி ஆகியவற்றின் சாந்தமிகு கடவுளர்களின் தலைவனான சூரியன், இரவு, இருள் ஆகியவற்றின் அச்சமூட்டும் கடவுளர்களின் தலைவனான பிறைநிலவு ஆகிய ரகசிய தாந்திரீகக் குறியீடுகளை உள்ளடக்கிய பிரபஞ்ச மண்டலத்தின் மையமு மாகும். ஸ்வஸ்திகா வடிவிலான மலைகள் முடிவற்ற படைப்பூக்கத்தின் குறியீடு.

சந்தேகமேயில்லை தாந்திரீகம் உங்களைச் சுவீகரித்துக்கொண்டுவிட்டது என்றார்.

இப்போது நான் எதிர்கொண்டிருப்பது தீவினை. ஆபத்தான இடுங்கிய பாதை வழியாக மரணத்துக்கு அல்லது மீட்புக்கு, அல்லது இரண்டுக்குமே செல்லக்கூடிய வாய்ப்பு காத்திருக்கிறது.

இது மறைபொருள் போலிருக்கிறது, கவித்துவமாகவும்கூட என்றேன். ஆனால் நிச்சயம் உண்மை வேறாக இருக்கும். விழித்தபின் கனவுகளை வழிகாட்டி நூலாகப் பயன்படுத்த உந்தும் ஆசை வலுவானது. ஒரு விளையாட்டாக இருக்கும்வரையே கனவுகளுக்கான விளக்கங்கள் சுவாரஸ்யமானவை. கனவுகளில் நம்மை வழிநடத்தும் குறிப்புகளைத் தேடத் தொடங்கினால் அது ஆபத்தாகிவிடும்.

"ஏன்?" என்றார் யோகானந்தர். "நீங்கள் கனவு காணும்போது எல்லாமே உண்மையாகத் தோன்றியது. விழித்திருக்கும்போது, நான் விழித்துக் கொண்டுவிட்டேன் என்பதை நீங்கள் வலியுறுத்தும்போது, நிகழ்கால அனுபவங்கள் மட்டுமே உண்மையானவை, இதற்குமுன் நடந்தவை யாவுமே கனவு என்று சொல்கிறீர்கள். ஏன் அது நீங்கள் சொல்வதன் மறுதலையாக இருக்கக்கூடாது? அதாவது உண்மையான யாதர்த்தம் உங்களது கனவுதான் என்று."

நிச்சயமாக என்னால் இதை நிரூபிக்க முடியாது என்றேன். ஆனால் நடு இரவில் நான் கண்டது கனவுதான் என்று சத்தியம் செய்யமுடியும், ஏனென்றால் இப்போது நாம் பேசிக்கொண்டிருப்பது நிஜம் இல்லையா?

"எப்படி அவ்வளவு நிச்சயமாகச் சொல்கிறீர்கள்? நீங்கள் கனவில் உணர்ந்தது, இப்போது நீங்கள் உணர்ந்துகொண்டிருப்பதன் ஒரு பகுதி. நீங்கள் எதை உணர்ந்தாலும் அதை அதன் கணத்தில்தான் உணர்கிறீர்கள். உங்களது கனவு குறித்த விளக்கங்கள் அந்தக் கனவின் அர்த்தங்களுக்குப் பொருந்தாதவை. உங்களது கனவைக்கொண்டு அல்லது அதைக் காரணமாக வைத்து நீங்கள் என்ன செய்யப்போகிறீர்கள் என்பதே இங்கு முக்கியம்."

"கனவுகள் உண்மைதான். இருட்டுக்குள் இருக்கும் நமது விழிப்புநிலையின் சில மூலைகளை அவை வெளிச்சமிட்டுக் காட்டுகின்றன. கனவின்போது இருண்டிருக்கும் மூலைகளில் விழிப்புநிலை தனது வெளிச்சத்தைப் பாய்ச்சுவதுபோல. இந்த இரண்டு நிலைகளையும் நீங்கள் இணைக்க வேண்டும், ஒன்றுசேர்க்க வேண்டும். விழிப்புநிலையைச் சாதகமாகப் பயன்படுத்திக்கொள்வது எப்படி என்பது உங்களுக்குத் தெரியும். ஏன் கனவையும் அப்படி நீங்கள் பயன்படுத்திக்கொள்ளக்கூடாது?"

அவர் சிரித்தார். "விரும்பினால் விழிப்புநிலையில் போலவே கனவிலும் நீங்கள் சுதந்திரமாகக் குறிப்பிட்ட நோக்கத்துடன் செயல்படலாம். கனவுகளை உங்களது ஒற்றர்களாகப் பழக்கிக்கொள்ளலாம். உங்களது வாழ்க்கைப் பயணத்தில் ஆபத்துகளை முன்னறிவிக்க அவற்றைப் உபயோகப்படுத்திக்கொள்ளலாம். குருடனுக்குக் கைக்கோல் போல வழியிலுள்ள தடைகளை அறிய கனவுகள் உங்களுக்கு உதவும்."

கடந்த இரவின் கனவுக்குள் நுழைந்து மீண்டும் அதைக் காணச் சொன்னார் யோகானந்தர், ஆனால் இம்முறை முடிவிலிருந்து தொடக்கம் நோக்கி. இதில் வெற்றிபெற்றால் கனவு யோகநிலையின் இதனினும் கடின நிலைகளை நான் கற்கலாம். உறங்குவதற்கு முன் கனவுகளை எப்படி எனக்குள் அழைப்பது, கனவு தொடங்கியதும் அதனை எந்த வழியில் செலுத்துவது என்பதையெல்லாம் தெரிந்துகொள்ளலாம். கனவில் நான் மிருகங்களாக, பாறைகளாக, மற்ற மனிதர்களாக உருமாறிக்கொள்ளலாம். எல்லாவித அறிதல் நிலைகளையும் நான் அடையக்கூடும். இறுதியில், எப்போது நான் விழித்தெழ வேண்டும் என்பதையும் கனவிலேயே நான் காண முடியும். நடுப்பகலிலும் என்னால் கனவுகாண முடியும்.

கனவு யோகநிலை எனக்கு ஒத்துவராது என்றேன். விருப்பத்துக்கேற்ப கனவுகளை வளைப்பது என்னால் முடியாது. அதைவிடவும் ஒரு மிருகமாகவோ, ஒரு துண்டுக் காகிதமாகவோ மாறுவதும் எனக்குச் சாத்தியமில்லை. இது சரிப்பட்டுவராது என்று நினைக்கிறேன். அமர்ந்த இடத்திலிருந்து மேலெழுந்து அப்படியே அந்தரத்தில் மிதப்பது, மறுஅவதாரம், *தம்மோ* எனப்படும் அகநெருப்பைக் கொண்டு ஒருவரை கதகதப்பாக்கிக் கொள்வது போன்ற திபெத்திய நாட்டுப்புறக் கதைகளின் ஒரு பகுதி இது.

"சரி," என்றார் அவர். "இதை அப்படியே மறந்துவிடுவோம்."

12

பாலத்தைக் கடத்தல்

அந்த இரண்டு சகோதரர்களுக்கும் அவர்களது கவர்ச்சியான மனைவிக்கும் நன்றி தெரிவித்துவிட்டு வடக்கே மலைகள் நோக்கி நடையைத் தொடர்ந்தோம். ஆற்றை அடைந்ததும் நான் திரும்பிப் பார்த்தேன்.

அந்த இளம் மனைவி வீட்டின் முன் நின்றிருந்தாள், இடதுகால் சற்றே வளைந்திருக்க வலதுகால் காண்பவரைக் கிளர்த்தும் வகையில் வெளியே நீட்டிகொண்டிருந்தது. வலது கை அழைப்புவிடுக்கும் தோரணையில் அந்தக் கால்மீது அழுந்தியிருந்தது. இடது கையை உயர்த்திச் சூரியனிடமிருந்து கண்களை மறைத்தாள். அவளது இந்தக் கோலத்தில் நான் கண்ட விவரிக்க முடியாத தாபம் அங்கே திரும்பிச் செல்ல வேண்டும் என்ற கட்டுப்படுத்த முடியாத ஆசையை என்னுள் நிறைத்தது.

அப்போதுதான் அந்த உயரமான இந்தியர் வீட்டுக்குள்ளிருந்து வெளியே வந்தார். தாபம் சட்டென்று அடங்கிக் காரணமற்ற ஓர் அச்சம் என்னுள் முளைத்தது. முதல் முறை நாங்களிருவரும் சந்தித்துக்கொண்டபோது உண்டான உணர்வு திரும்ப என்னில் ஏற்பட்டது. இந்தக் கறுத்த சருமம் கொண்ட இந்தியரை விதி எனது நீதிபதியாக மட்டுமல்ல, தண்டனை நிறைவேற்றுபவராகவும் நியமித்துள்ளது.

யோகானந்தரின் நீண்ட அடிகளை என்னால் முடிந்த அளவு பின்பற்றி நடந்தேன், இரண்டு மணி நேரத்தில் ஓர் ஆற்றங்கரையோரத் தங்குமிடத்தை அடைந்ததில் எனக்கு மகிழ்ச்சி. கிழவர் தனது வழக்கமான ஆசனத்தைச் செய்தார், ஐந்து நிமிடம் தலைகீழாக நின்றார். சூரியனின் பொன்னிறக் கதிர்கள் மலைச்சரிவைத் தழுவ ஆரம்பித்துவிட்டிருந்தன, ஆனால் பள்ளத்தாக்கின் காற்று இன்னும்கூட மிகக் குளிராக இருந்தது. தடதடத்து ஓடிய தண்ணீர் பனித்துகள்கள்போல் குளிர்ந்த திவலைகளை என்மீது வாரியிறைத்தது, அதில் என் உடல் நனைந்தது, வாய்க்குள்ளும் தொண்டைக்குள்ளும்

நீர் புகுந்தது. கடுங்குளிரில் என்னால் ஓரிடத்தில் நிற்க முடியவில்லை. எனவே என் உடற்பயிற்சிகளை மீண்டும் செய்யத் தொடங்கினேன்.

உடற்பயிற்சிகளை முறையாகச் செய்ய இன்னும் நான் கற்றிருக்க வில்லை. சிலநேரம் என் மூட்டுகளின் பிணைதசைகள் நீண்டு நெகிழ்ந்துகொடுத்தாலும், மற்ற நேரங்களில் என் உடலின் இடர்ப்பாடுகள் கூடிக்கொண்டுதான் வந்தன. மூச்சுப் பயிற்சிகள் போதுமென்று முடிவெடுத்தேன், அவை ஒப்பீட்டளவில் சுலபமானவை. அவையும் ஆபத்தானவைதான் என யோகானந்தர் எச்சரித்திருந்தபோதும், அவைதான் என்னைப் போதிய அளவு தெளிந்த புத்தியோடு வைத்திருப்பவை என்று நினைத்தேன். தினசரி காலை கொஞ்சநேரமாவது சிரசாசனம் செய்வேன். ஆனால் அதன் விளைவு மூன்று அல்லது நான்கு மணிநேரத்துக்கு நீடிக்கும் வலிமிகு குறிவிறைப்பாக இருக்கும்.

ஆற்றுக்கு மேல் பாறைகள் நிறைந்த மலைப்பகுதியில் வளைந்து நெளிந்து சென்ற செங்குத்துப் பாதையில் ஏறினோம். கீழேயிருந்து மலையிடுக்கு வழி கடும் குளிர்காற்று வீசியது. வறண்டு ஊசிபோலக் குத்திய குளிர்காற்று, அதில் மண்ணும் மணலும் மணந்தன. அவ்வப்போது கீழே ஆற்றிலிருந்து மேலெழும் நீர்த்திவலைகளை வாரிவந்து எங்கள் முகத்திலடித்தது அக் காற்று. நடுப்பகல் நெருங்கும்போது இதேகாற்று தீ போலச் சுடும், அரக்கன் எமாந்தகனின் பன்னிரண்டு வாயிலிருந்தும் வரும் மூச்சுக்காற்றைப் போல.

ஆறு சட்டென்று வலப்புறம் திரும்பியது, அதையொட்டிய பாதையும் அவ்வாறே திரும்பியது. ஒரு திருப்பத்தைக் கடந்தபோது நம்பமுடியாமல் வாயடைத்து நின்றேன். நேற்று கண்ட கனவுக்குள் அப்படியே உறைந்து நின்றுவிட்டது போலிருந்தது. அங்கே பொங்கிப் பாய்ந்துகொண்டிருந்த ஆற்றின் இரு கரைகளையும் இணைத்துக் காற்றில் ஆடிக்கொண்டிருந்தது நான் கனவில் கண்ட அந்தப் பாலம்.

“இது சாத்தியமே இல்லை,” என்றேன்.

இந்தக் கிழவர் என்னை வசியப்படுத்திவிட்டாரா, இன்று காலை விழித்தெழுந்தபோது முடிந்துவிட்டது என நான் நினைத்த ஒரு கனவுக்குள் என்னை மீண்டும் அனுப்பிவிட்டாரா? ஆனால் இது கணத்தோற்றம். முகத்தில் அறையும் ஊசிக்காற்று உண்மை, என் உடலின் அசதி நிச்சயம் ஒரு கனவாக இருக்க முடியாது. நான் விழித்திருக்கிறேன்.

ஆனால் நான் நிற்பது எனக்குப் பழக்கமான ஓர் இடத்தில். என்ன நடக்கிறது, என்ன நடந்தது என்பனவற்றையெல்லாம் தெளிவாக உணரமுடிந்தது.

கண்களை மூடிக்கொண்டேன். மலையிடுக்கு, ஆறு, பாலம் இவை என் மனதில் தோன்றின. எல்லாமே கண்ணால் காண்பதுபோலத் தெளிவாகத் தெரிந்தன. கண்களைத் திறந்தேன், அப்போதும் அவை அப்படியே இருந்தன. கண்களை மூடினேன், எதுவும் மாறவில்லை. நான் கண்ணால் கண்டவற்றுக்கும் வெறுமனே கற்பனைசெய்து பார்த்தவற்றுக்கும் இடையே கண்ணுக்குப் புலப்படாத ஒரு கண்ணி நிறுவப்பட்டிருந்தது. அது என் கண்ணிமைகளை நான் இழந்துவிட்டதுபோல இருந்தது.

அதிர்ந்துபோனவனாய், தடுமாறிச்சென்று யோகானந்தரின் முன் மண்டியிட்டேன். அவரது கைகளையும் உடையையும் இறுகப் பற்றிக்கொண்டேன். "கண்களை மூட முடியவில்லை, என் கண்களை மூட முடியவில்லை!"

அவர் சிரித்தார். "நனவுநிலையின் ஓர் உயர்ந்த தளத்தை அடைய விரும்பினீர்கள். ஆனால் நீங்கள் மிக விரும்பியதை அனுபவிக்கையில் பீதியடைகிறீர்கள். மன்னித்துவிடுங்கள், இனி என்னால் எதுவும் செய்ய முடியாது. காலம் கடந்துவிட்டது. நீங்கள் தனியனாய் இருக்கிறீர்கள், மிகத் தனியனாய். நான் இங்கே ஒரு நிழலுருவன்றி வேறில்லை. உங்களது விருப்புக்களின் நிழல், உங்களது எண்ணங்களின் பிரதிபலிப்பு, அவ்வளவே."

எனக்குள் ஏதோ ஒன்று உரக்கக் கத்தியது, கைவிடப்பட்ட குழந்தைபோலக் கதறியது. "என்னால் கண்களை மூட முடியவில்லை!" கைகளைக் கொண்டு முகத்தை மூடிக்கொண்டு ஓலமிட்டேன். ஆனால் என் கைகளும் கண்ணாடி போல ஊடாகப் பார்க்க முடிகின்றனவாக இருந்தன. கண்களை மூடினாலும் திறந்தாலும் மலையிடுக்கு, ஆறு, பாலம் ஆகியன மாறாமல் அப்படியே நிஜம்போல் தெரிந்தன. அசலான பீதி என்னை ஆட்கொண்டது, அருகே இருந்த பாறையில் தலையை மோதிக்கொண்டேன்.

"இருட்டு, இருட்டு!" நான் கூவினேன். "கடவுளே எனக்கு இருட்டைக்கொடும், உம்மை மண்டியிட்டுக் கேட்கிறேன். என் கண்களை மூட உதவும்!"

கடவுளிடமிருந்து பதிலில்லை. யோகானந்தரின் கண்களில் ஒரு செய்தியைப் படித்தேன் – உங்கள்மீது இரக்கம் கொள்ள எந்தக் கடவுளும் இல்லை. நான் என்னுடனும் என் இருப்புடனும் ஆடும் இந்த விளையாட்டிலிருந்து முற்றிலும் விலகிநிற்பவர் கடவுள். எனது அழுகை அவருக்குத் துயரைத் தந்தது எனத் தோன்றும் வகையில் வழக்கத்துக்கு மாறான துக்கத்துடன் காணப்பட்ட யோகானந்தரின் கண்கள், இங்கே விசேஷமாக எதுவும் நடந்துவிடவில்லை என்பதுபோல உற்சாகத்தையும் குறும்பையும்கூட வெளிப்படுத்தின. என் மூளைக்குள் ரத்தநாளம் எதுவும் வெடித்துவிடவில்லை என்ற ஒரேயொரு உறுதிப்பாடு மட்டுமே அவர் கண்களில் தெரிந்தது.

பீதியுணர்வு மெதுவாகக் குறையத் தொடங்கியது. விலகிப்போய்விட வேண்டும் என்ற எண்ணம் கடந்து பதற்றம் மேலோங்கியது. எல்லாம் சரியாகத்தானிருக்கிறது என்ற உணர்வு உடலெங்கும் பரவத் தொடங்கியது. கவனமாக, ஆனால் மெதுவாக என்னுள் முளைவிடத்தொடங்கிய ஆர்வத்துடன், வாழ்வில் முதல்முறையாக அமைந்திருந்த ஒரு மனநிலைக்கு என்னைப் பழக்கிக்கொள்ள முயன்றேன்.

"இது கனவில்லை," என்றேன். "நான் விழித்திருக்கிறேன், எப்போதுமே விழித்திருக்கிறேன்."

குரலை உயர்த்திக் கத்தினேன், "நான் விழித்திருக்கிறேன்."

என் குரலின் எதிரொலி மலையிடுக்கு வழி கீழே அலையலையாய் இறங்கியது.

கிழவர் சொன்னார் "உங்களைப் பற்றியும் இவ்வுலகைப் பற்றியும் நீங்கள் நினைப்பதெல்லாம் திரளான கனவுப் பிம்பங்கள் என்பதைத் தாண்டி ஒன்றுமில்லை, இதைப் புரிந்துகொண்டால் அந்தப் பிம்பங் களுக்கு என்ன அர்த்தம் என்பதுபற்றிக் கவலையில்லை. குறியீடுகள் உடையும்போது பூமியிலிருந்து நீங்கள் விடுபடுகிறீர்கள். விழிப்புநிலை ஒரு கனவு விளையாட்டாகிறது. எனவேதான் நம்முன் ஊசலாடும் பாலம், நம்முன் ஊசலாடும் பாலம் என்பதைத் தாண்டி வேறொன்றும் இல்லை. அதிலிருந்து தடுமாறி விழுந்தால், நிகழ்வது நம் மரணம்தான், வேறொன்றுமில்லை. ஆற்றில் விழுந்த இரண்டு நபர்கள், அவ்வளவுதான்."

இணை கயிறுகள் நான்கும் சுமார் ஓரடி இடைவெளியில் ஏராளமான குறுக்குக் கயிறுகளும் பின்னப்பட்டுத் தொங்குபாலம் உருவாக்கப்பட்டிருந்தது, மேல் கீழ் இணை கயிறுகளைச் சேர்த்து ஓரத்திலும் கயிறுகள் பின்னப்பட்டிருந்தன. அப்பாலத்தைக் கடக்க ஒருவருக்குக் கயிற்றில் நடப்பவரின் திறமை தேவைப்பட்டது. குறுக்குக் கயிற்றில் கால் வைக்கும் ஒவ்வொரு முறையும் கயிறு உள்ளங்கால் பள்ளத்தில் அழுந்தியிருக்குமாறு பார்த்துக்கொள்ள வேண்டும், இதற்கு நீங்கள் அணிந்திருக்கும் காலணியும் ஒத்துழைக்க வேண்டும். காலணியின் அடிப்பகுதி அபாயகரமானது, சுலபத்தில் வழுக்கிவிடும். அப்படி நடந்துவிட்டால் அவ்வளவுதான். பாலத்தின் வேலியான பக்கவாட்டுக் கயிறுகளைப் பிடித்துக்கொண்டு சாயாமல் நிற்க வேண்டும்.

சில அடிகள்தான் வைத்திருப்பேன், அடுத்த அடியில் என் வலது பாதம் குறுக்குக் கயிற்றில் பதியாமல் போனது. நான் தடுமாறி வலப்பக்கம் சாய்ந்து பக்கவாட்டுக் கயிற்றைப் பிடித்தேன், என்னைத் திடமாக நிறுத்துமளவுக்குப் பிடி வலுவாக இருக்கவில்லை. தலை கிறுகிறுக்க, சுழன்று என் இடதுகையாலும் அதைப் பற்றிக்கொண்டேன். என் இடது பாதம் இடைவெளியில் நுழைந்து இரண்டு குறுக்குக் கயிறுகளுக்கு நடுவே முறுக்கிக்கொண்டது. நான் சிக்கிக்கொண்டது இப்படித்தான் – தவளைபோல இரண்டு கால்களும் இரண்டுபக்கம் கிடக்க, ஒன்றோடொன்று பின்னப்பட்ட சொரசொரப்பான கழிகளில் தொங்கினேன். என் முதுகுப்பையின் எடை என்னைப் பாலத்திலிருந்து இழுத்து ஆற்றுக்குள் தள்ளிவிடுமோ என்று பயந்தேன்.

நான் நேராக நிற்கும் வண்ணம், யோகானந்தர் மட்டும் தனது நன்கு ஒத்திசையும் தசைகளின் உதவியால் பக்கவாட்டுக் கயிற்றைப் பிடித்து இழுக்காமல் போயிருந்தால் என்றென்றைக்குமாக என் சமநிலையை இழந்துபோயிருப்பேன், அதாவது என் கதை முடிந்திருக்கும்.

கீழே தடதடக்கும் தண்ணீர், சீறும் காற்று இவற்றின் ஓசைகளுக்கு நடுவே யோகானந்தர் விளக்குவதைக் கேட்க முடிந்தது. "சாய்ந்துநிற்க பக்கவாட்டுக் கயிறு ஒன்றும் தடுப்பு வேலி இல்லை. பக்காவாட்டுக் கயிறுகள் இரண்டையும் ஒரேநேரத்தில் பிடித்து இழுத்தால்தான் உன்னை அவை ஆடாமல் நிற்கவைக்கும்" என்றார்.

அவர் எனக்கு இரண்டு மீட்டர்கள் முன்னால் இருந்தார், அவரது அசைவுகளை அப்படியே பின்பற்றுவது நல்லது என்று முடிவெடுத்தேன்.

அவர் இடப்பக்கம் சாய்ந்தால் நானும் இடப்பக்கம் சாய்ந்தேன். அவர் வலப்பக்கம் சாய்ந்தால் நானும் அப்படியே சாய்ந்தேன். மோட்டார் சைக்கிளில் ஓட்டுபவருக்குப் பின்னால் அமர்ந்திருப்பவரைப்போல நான் செய்தேன். காற்றினாலும் எங்களது எடையினாலும் பாலம் ஊசலாடியது, அசைந்தது. இடம்வலமாக ஊசலாடிய பாலம் எங்கள் கால்களுக்குக் கீழே மேலும் கீழும் குதித்தது. ஒரு வலுவான அசைவு ஏறத்தாழ எங்களைப் பக்கவாட்டுக் கயிற்றுக்கு மேல் தள்ளிவிட்ட பிறகு அவர் நான் காலடி வைக்கும் விதத்தை மாற்றிக்கொள்ளச் சொன்னார்.

“நான் வலதுகாலை வைக்கும்போது நீங்கள் இடதுகாலை வையுங்கள்!”

அபாயகரமான குதிப்புகள் குறைந்து ஒத்திசைவான அலைபோன்ற அசைவுகள் உண்டாயின, எப்போதாவது ஒருமுறை முழுப் பாலமும் உலுக்கிவிடப்பட்டதுபோல நடுங்கியது. பாலம் ஆங்கில ‘யு’ வடிவில் நடுவில் குழிந்து ஓரங்களில் உயர்ந்து காணப்பட்டதால் நடுப்பகுதி தண்ணீருக்கு மிக அருகில் இருந்தது. நீர்த்திவலைகள் என் காலணிகளையும் கால்சராயையும் நனைத்தன.

அப்போதுதான் அது நடந்தது. நகர்வது தண்ணீர், நிலையாக ஓரிடத்திலிருப்பது பாலம் என்பதை மறந்துபோன நான் கண்ணுக்குத் தெரியாத ஒரு சக்தி பாலத்தைக் கீழிருக்கும் ஆற்றுக்கு மேலாக நகர்த்திக் கொண்டிருப்பதாக உணர்ந்தேன். இந்தத் தலை சுற்றவைக்கும் உணர்வை மாற்ற யோகானந்தர் இடப்பக்கம் சாய்கையில் நானும் இடப்பக்கம் சாய்ந்தேன். நான் என்ன செய்கிறேன் என்பதை அறிந்த அவர் வலப்புறம் சாய்ந்தார், நானும் அப்படியே செய்தேன். அவர் இடப்புறம் சாய நானும் இடப்புறம், மீண்டும் வலது அப்புறம் இடது . . . பாலம் நடனமாடத் தொடங்கியது, மலைகளும் கூடவே ஆடின. பாலத்தின் கயிறுகள் ஆக்டோபஸின் கரங்களைப்போல எங்களைச் சுற்றிலும் சுழன்றாடின.

“அமைதியாக இருங்கள்” அவர் கத்தினார்.

அடுத்த நொடி அவர் எனது கனத்த மேற்சட்டையோடு சேர்த்து எனது கழுத்தைப் பிடிப்பதை உணர்ந்தேன். எங்கள் பாதங்களுக்கு அடியில் பாலத்தின் கயிறுகள் நாலா திசையிலும் அலைவதை நிறுத்தியபிறகே அவரது விரல்கள் என் கழுத்திலிருந்து நீங்கின.

“கயிறுகள்மீது சாய்வதை நிறுத்துங்கள்” அவர் உத்தரவிட்டார்.

மெதுவாகவும் கவனமாகவும் ஆற்றின் மறுகரையை நெருங்கினோம். அங்கே உளுத்துப்போன இரண்டு மரக்கட்டைகள் ஊன்றப்பட்டுப் பெரிய துருவேறிய திருகாணிகள் கொண்டு பாலத்தை இழுத்துப் பிடித்த நான்கு கயிறுகள் அவற்றுடன் பிணைக்கப்பட்டிருந்தன. தரையில் கால் வைத்ததும் என் முழங்கால் மூட்டுகள் ஆசுவாசத்தில் தளர்ந்தன, அப்படியே நான் மண்ணில் சரிந்தேன்.

“அங்கே பாருங்கள்.” யோகானந்தர் பின்னாலிருந்த பாலத்தைக் காட்டினார்.

மெலிந்த உருமும் வளைந்த கால்களும் கொண்ட விவசாயி ஒருவர் தனது எடைபோல இரண்டுமடங்கு சுமையுடன் ஆற்றின் அக் கரையிலிருந்து

பாலத்தின்மீது வந்துகொண்டிருந்தார். வாத்தைப்போலக் கால்களை அகட்டி வைத்து ஏதோ தரையில் நடப்பவரைப்போலச் சாதாரணமாக நடந்து வந்துகொண்டிருந்தார். பக்கவாட்டுக் கயிற்றை ஒருமுறைகூட அவர் தொடவில்லை, நடுவில் தயங்கி நிற்கவுமில்லை. பாலம் ஊசலடா வில்லை, அவரது காலடிகளுக்கு ஒத்திசைந்து மெதுவாக அதிர மட்டும் செய்தது. எங்களை நெருங்கியதும் லேசாகப் புன்னகைத்த அவர் தனது நடையின் வேகமோ லயமோ மாறாமல் தொடர்ந்து நடந்தார். விரைவிலேயே அருகே இருந்த பாறையின் பின்னால் நடந்து மறைந்தார்.

"பார்த்தீர்களா?" யோகானந்தர் என்னைக் கேட்டார்.

"இது அவர் நடக்கும் முதல் தொங்குபாலமில்லை. பழக்கம் எந்த வேலையையும் சுலபமாக்கவிடும்" என்றேன்.

"அப்படியா? எனக்கு ஆச்சரியமாக இருக்கிறது. முப்பத்துச் சொச்சம் வருடங்கள் கடந்தும், பாலத்தைக் கடந்துவந்தது போலவேதான் இன்னும் வாழ்க்கையில் தள்ளாடிக்கொண்டிருக்கிறீர்கள்!"

"வாழ்க்கையைத் தொங்குபாலத்துடன் ஒப்பிடுவது வேடிக்கை" என்றேன். "பாலத்தைக் கடப்பது திறன் சம்பந்தப்பட்ட விஷயம்–"

அவர் இடைமறித்தார். "அப்படியானால் வாழ்க்கை? பாலத்தில் நமக்குப் பின்னால் வந்தவர் நிமிர்ந்து நேராக நடந்தார். வழுக்கி விழுவது பற்றி அவர் அஞ்சவில்லை, தனது சமநிலைபற்றி நினைக்கவில்லை. கயிறுகளின் லயத்துக்குத் தன்னை ஒப்புக்கொடுத்தார், அவ்வளவே. அந்த லயம்தான் அவரை இந்தப் பக்கம் கொண்டுவந்தது. அவர் நடந்துவரவில்லை, மிதந்து வந்தார். நடந்து இந்தப் பக்கத்தை அடைவதும் தடுமாறித் தடுமாறி ஆற்றில் விழுவதும் அவருக்கு ஒன்றுதான். கவலையில்லாததால் அவருக்கு அச்சமில்லை. அச்சமில்லாததால் அவர் கயிற்றைப் பிடிக்கவில்லை. அதோடு இந்தப் பக்கம் வந்தேயாக வேண்டும் என அவர் எண்ணவுமில்லை. எண்ணங்களையும் உணர்ச்சிகளையும் இறுகப் பற்றியிராத காரணத்தால் அவரது ஆன்மா அவர் உடலுக்குள் இருந்தது, அதனாலேயே அவர் உடலும் ஆன்மாவும் பாலத்திலேயே இருந்தன. மற்றதெல்லாமே கனவு என்பது அவருக்குத் தெரியும். முதுகுப்பையை மட்டுமன்று நீங்கள் கடந்தகாலம் எதிர்காலம் என அழைக்கும் மாயைகளின் பாரங்களையும்தான் ஆற்றைத் தாண்டிச் சுமந்துவந்தீர்கள்."

"விழித்திருக்கையில் ஒரு கனவு விளையாட்டை காணும் தைரியம் மட்டுமே எனக்கு இல்லையென நினைக்கிறேன்," என்றேன். நான் உயிரோடிருக்கிறேனா இல்லையா என்பது எனக்கு முக்கியம். இதுவே என் தலையாய பிரச்சனை என்பதை அறிவேன், ஆனாலும் அதை மாற்றிக்கொள்ள என்னால் முடிவதில்லை.

அவர் திரும்பிப் பாதையில் நடக்க ஆரம்பித்தார். அவர் பின்னால் நடந்தபடியே எனக்கு இன்னும் கூடுதல் அவகாசம் தேவையென்பதைச் சற்றுச் சத்தம்போட்டே அவருக்கு விளக்க முற்பட்டேன். என் எண்ணங்களை, கருத்துகளை, குறியீடுகளைத் தாண்டி என்னால் வரமுடியாது. நான் இவற்றைத் தாக்கி நிராயுதபாணிகளாக்க வேண்டும்.

அன்று முழுக்க அவர் ஒரு வார்த்தையும் பேசவில்லை. வெட்டவெளியில் என்னுடைய கூடாரத்தில் நாங்கள் கழித்த அந்த இரவில் சற்றுத் தள்ளி ஒரு போர்வைக்குள் சுருண்டிருந்தபோதும் அவர் மௌனமாகவே இருந்தார்.

இரவில் வழக்கத்துக்கு மாறான ஒரு கனவு வந்தது. மிகப்பெரிய சிறகுகளைக் கொண்ட கழுகாக இருந்த நான் பனிமூடிய மலைகள்மீது பறந்துகொண்டிருந்தேன். கடந்த கனவுகளிலிருந்து நினைவுபடுத்திக் கொண்ட நிலவெளிகள் மீதும் பறந்தேன்: ஸ்வஸ்திகா வடிவில் அமைந்திருந்த விசித்திர மலைத்தொடர், இரண்டு ஏரிகள், ஒன்று முழுநிலவு போலவும் மற்றது பிறைநிலவு போன்றும் இருந்தது. இருண்ட மலையிடுக்குகள் சூரிய ஒளியில் ஒளிர்ந்த புல்வெளிகள், சடையெருமைகள் குறுக்காகக் கடந்து போய்க்கொண்டிருந்த பனியாறுகள், பரபரவென்று நகரும் மேகக் கூட்டங்கள் போல இவையெல்லாம் என்னைக் கடந்து போய்க் கொண்டிருந்தன. இதில் அதிவிசித்திரம் என்னவென்றால் கனவு கண்டுகொண்டிருக்கிறேன் என்பதை அறிந்திருந்தும் என்னால் விழித்துக்கொள்ள முடியாது என்பதுதான். திடீரென எனக்குச் சற்று முன்னால் கைலாயமலை எனப்படும் பனிமூடிய மேரு மலையைப் பார்த்தேன், அங்கேதான் எல்லா இந்துக் கடவுளர்களும் வசிப்பதாக ஐதீகம். வெண்பனியில் சிறு கறுப்புப் பொட்டாய் ஏதோவொன்று தெரிந்தது. மிக வேகமாய் அதை நோக்கிப் பறந்தேன், அந்த வேகத்திலும் அது ஓர் இந்தியர், நீலச் செம்மறி வேட்டைக்காரர் என்பதைக் கண்டறிந்தேன். அவரது துப்பாக்கி என்னைக் குறிபார்த்திருந்தது.

வேண்டாம், ஒரு குரல் எனக்குள் வீறிட்டது. வேண்டாம், வேண்டாம், வேண்டாம்!

ஆனால் காலம் கடந்துவிட்டிருந்தது. எனது இடது சிறகில் தோட்டா ஒன்று பாய்வதை உணர்ந்தேன். இன்னொன்று எனது வலது சிறகைத் துளைத்தது. உடல் துடிக்க ஒரு கல்லைப்போல மலையுச்சிப் பனியை நோக்கி இறங்கி வேட்டைக்காரரின் காலடியில் இருந்த பனியில் விழுந்தேன். அருகே பதுங்கி அமர்ந்திருந்த அரக்கன் எமாந்தகன் பரிவுத்துயருடன் என்னைப் பார்த்தான், அவனது தலைகள் பலவற்றின் கன்னங்களிலும் கண்ணீர் வழிந்திறங்கியது. கறுப்புடை அணிந்த துக்கம் அனுஷ்டிப்போர் எங்கிருந்தோ ஊர்வலமாக வந்தனர். அவர்களுக்குத் தலைமையேற்று வந்த மதகுரு திரும்பத்திரும்பச் சொன்னார்: “பரமண்டலங்களிலிருக்கிற எங்கள் பிதாவே, பரமண்டலங்களிலிருக்கிற எங்கள் பிதாவே, இரக்கம் வையும் . . .”

ஊர்வலத்தின் கடைசிப் பகுதியில் ஓர் இளம் பெண். உள்ளொடுங்கி ஒளிர்ந்த விழிகள், ஏமாற்றம் வெளிப்பட்ட முகம், எதற்கும் இணங்கிச் செல்கிற தோற்றம். அந்தப் புனித மலையின் உச்சியில் உயிருக்குப் போராடிக்கொண்டிருந்த கழுகைப் பரிதாபம் தோன்றப் பார்த்தாள். அவர்கள் ஏற்கெனவே அறிமுகமானவர்களா அல்லது எதிர்காலத்தில் சந்தித்துக்கொள்ளப் போகிறவர்களா? ஆனால் மிகவும் காலம் கடந்து விட்டது. என் உடல் குளிர்ந்து விறைக்கத் தொடங்கியது, மெதுவாக நான் முடிவற்ற குளிர்காலத்துக்குள் நுழைந்துகொண்டிருந்தேன்.

அப்போது மஞ்சள் உடையணிந்த மிகவும் இளைய திபெத்தியப் பெண்கள் கூட்டம் ஒன்று நடனமாடியபடியே வந்தது. அவர்களுள் ஒரேயொருத்தி தவிர்த்து மற்றெல்லோரும் கன்னங்களில் ஸ்வஸ்திகாவை பச்சைக் குத்தியிருந்தார்கள். அவர்களது நடன அசைவுகள் சுழன்றாடும் தர்விஷ்களின் அசைவுகளை ஒத்திருந்தது, சிலநேரம் மஞ்சள் வண்ணத்துப்பூச்சிகளை யாரோ ஒன்றேபோல பறக்கச் செய்ததுபோல இருந்தது. கன்னத்தில் ஸ்வஸ்திகா எழுதாத பெண் கூட்டத்திலிருந்து விலகி என்னை நோக்கி வந்தாள். அவள் கையில் கூரான கத்தி. உடைகளைத் தளர்த்தி இப்போதுதான் முகிழ்க்க ஆரம்பித்திருந்த தனது இளம் முலை களைக் காட்டினாள். என் கையில் கத்தியைக் கொடுத்து அவளது நெஞ்சில் பாய்ச்சச் சொல்லிவிட்டு நான் குத்துவதற்காகக் காத்திருந்தாள். செய்வதறியாது ரத்தம் சொட்டும் எனது சிறகுகளை முறுக்கிக்கொண்டேன்.

அந்தப் பெண் சட்டென்று கறுப்புத் தொப்பியணிந்த கிழட்டுத் திபெத்திய ஆணாக மாறினாள், அந்த நபரும் நான் குத்துவதற்காகக் காத்திருந்தார். அவர் கண்களில் நெஞ்சையுருக்கும் இறைஞ்சுதல். இறந்துகொண்டிருக்கும் என் உடலை இறுதியாக ஒருமுறை வெட்டியிழுத்து நான் குறிப்புணர்த்தினேன், மிகவும் தாமதமாகிவிட்டது.

எதிர்பாராதவிதமாகக் கத்தியைப் பிடுங்கிக்கொண்ட அவர் என் சிறகுகளை ஒட்ட வெட்டினார். இவ்வாறு என்னை வேதனையிலிருந்து விடுவித்தார், வலி என்னை விட்டு அகன்றது. காவியுடுத்திய பௌத்தப் பிக்குகள் இன்னொரு பக்கமிருந்து ஊர்வலமாக என்னை நோக்கி வந்தார்கள். இம்மியும் பிசகாது ஒரே குரலாய் *ஓம் மணி பத்மே ஹூம்* என்று உச்சரித்தபடி வந்தார்கள். வரிசையில் கடைசியாக இருந்தவர் யோகானந்தர். மற்றவர்கள் மந்திரத்தை உச்சரித்தபடி இருக்க அவர் என்னருகே வந்து நின்று என்னை நோக்கிக் குனிந்தார். "ஓம்" என்றார். பின் எழுந்துநின்று பெரும் குரலில் "ஓஓஓஓஓஓஓஓஓஓஓஓஓஓஓஓஓம்!" என்றார். அவரெழுப்பிய ஒலி ஆயிரத்துக்கும் மேற்பட்ட எதிரொலிகளை உருவாக்கியது, அவை கண்காணா தொலைவுவரை மெல்லத் தேய்ந்து பரவின.

கடைசி எதிரொலியும் அடங்கியபோது, உறங்கும் பைக்குள் பூட்டிக்கொண்டு என் கூடாரத்தில் படுத்திருந்தேன், இறந்துகொண்டிருக்கும் கழுகாக இல்லாமல், வாழ்வில் போல இந்த மலையிலும் தன் வழியைத் தவறவிட்ட ஒரு பயணியாக. உறங்கும் பையைத் திறந்தேன், உருண்டுவந்து தலையை நீட்டிக் கூடாரத்துக்கு வெளியே பார்த்தேன்.

நட்சத்திரங்கள் கொட்டிக்கிடந்த வானப் பின்னணியில் ஒரு தட்டைப் பாறைமீது நின்றபடி சீறும் குரலில் அச்சமூட்டும் "ஓஓஓஓஓஓஓஓஓஓஓஓஓஓம்!" என்ற ஓசையை எழுப்பி இரவை நிரப்பிக்கொண்டிருந்தார் யோகானந்தர்.

என் வாய்க்குள் விசித்திரமான சுவையை உணர்ந்தேன். இனிப்பும் கசப்புமான சுவை, ரத்தம்போலப் பிசுபிசுப்பாய் இருந்தது. என் நெஞ்சில் இறுக்கமான முடிச்சை உணர்ந்தேன்.

நான் எங்கிருக்கிறேன்? என்ன செய்துகொண்டிருக்கிறேன்?

13

அந்தியொளியின் மொழி

மறுநாள் காலை தாந்திரீகம் பற்றிச் சிலவற்றைச் சொல்லுங்கள் எனக் கேட்டேன். இந்தப் பண்டைய வழிபாட்டு மரபு குறித்த ரகசியங்களை நான் தெரிந்துகொள்ள வேண்டுமென்று அவர் விரும்பினால், அவர் எனக்குச் சில வழிகாட்டுதல்களை வழங்குவார். அப்போது எனக்கு நிகழவிருப்பது என்ன, என்னிடமிருந்து அவர் எதிர்பார்ப்பது என்ன என்பதையெல்லாம் நான் தெரிந்துகொள்ள முடியும்.

"உங்களிடமிருந்து எதையும் நான் எதிர்பார்க்கவில்லை," என்றார். "கடவுள் ஒரு சிலந்தி, உலகம் அவரது வலை."

அவ்வளவுதான். நாளின் எஞ்சிய பொழுதெல்லாம் மௌனமாக இருந்தார். மாலை தொடங்கவிருந்த நேரம் நாங்கள் இன்னும் மூன்று மலையிடுக்குளையும் ஒரு தொங்கு பாலத்தையும் கடந்திருந்தோம்.

பனிமூடிய கணவாய் ஓரம் நீட்டிக்கொண்டிருந்த பாறையடியில் ஓய்வுகொள்ள ஓர் இடத்தைக் கண்டறிந்தபோது "நீங்கள் சொல்லுங்கள்" என்றார். "தாந்திரீகம் பற்றி நீங்கள் அறிந்ததைச் சொல்லுங்கள்."

நான் படித்தது, கேட்டறிந்தது இவற்றையெல்லாம் சொன்னேன். அதுவொரு பண்டைய ஆசிய வழிபாட்டு முறை; பௌத்த, இந்துமதக் கூறுகளைக் கொண்டது. ஆனால் அதன் ஆதார மையம் மிகப் பழமையானது, வரலாற்றுக்கு முற்பட்டது, மாந்திரீகத்தன்மையுடையது. தாந்திரீகம் என்ற சமஸ்கிருதப் பதத்திற்கு ஒற்றை அர்த்தம் கிடையாது. சிலர் அதை உடல் என்பார்கள், ஏனென்றால், தாந்திரீகம் வாழ்வின் உடல் சார்ந்த பார்வையை வலியுறுத்துவது. சிலர் அதைக் கயிறு என்பார்கள், ஏனென்றால் அது மனிதனையும் அவனது கடவுளையும் சேர்த்துக் கட்டுகிறது. சிலருக்கு அது யாழ், ஏனென்றால் தாந்திரீகத் தத்துவம் இசையும் அழகும் நிறைந்தது. இன்னும் சிலர் தாந்திரீகத்தை அக ராஜாங்கம் என்பார்கள், ஏனென்றால் அதன் சாரம் உள்மறைந்திருப்பது, தீட்சை பெற்றவர்களுக்கு மட்டுமே விளங்குவது.

இவால்ட் ஃப்ளிஸர்

“தாந்திரீகம் என்பது நெசவுத்தறி” என்றார் யோகானந்தர். “வேறுபட்ட இழைகளிலிருந்து, ஆண் X பெண், நேர்மறை X எதிர்மறை போன்ற இருமை ஆற்றல்களிலிருந்து, உலகின் இந்தப் பகுதியின் ஓர் அங்கமான ஆண் கடவுள் X பெண் கடவுள் ஆகிய இரண்டு படைப்புச் சக்திகளில் இருந்து நெய்யப்படுவதே உலகு.”

“அந்த ஆண்கடவுள் சிவன்,” என்றேன் நான். “அவரது மனைவி சக்திதான் பெண் கடவுள், அவளுக்கு அழகின் தெய்வம் எனப் பொருள்படும் பார்வதி என்ற பெயரும் கற்பில் சிறந்தவள் எனப் பொருள்படும் சதி என்ற பெயரும் வேட்கையினதும் வன்முறையினதும் அடையாளமான காளி என்ற பெயரும் உண்டு. சிவனுக்கு மகாகாலா – பெரும் கறுப்புக் கடவுள் – என்ற பெயர் மட்டுமல்ல அசுரர்களின் தலைவன், நிர்வாணக் கடவுள், பெரிய லிங்கம் அமைந்த கடவுள், பொன் உயிரணுக்களை உடைய கடவுள் என்ற பெயர்களும் உண்டு.”

“தீவினையின் கடவுளான காளியைப் பற்றி நீங்கள் அறிந்து வைத்திருப்பது என்ன?” யோகானந்தர் கேட்டார்.

“அதிகம் தெரியாது” என்றேன். “காளியின் மனங்குளிருவதற் காகப் பக்தர்கள் தமது பிள்ளைகளையே அவளுக்குப் பலியிட்டதாகக் கேள்விப்பட்டிருக்கிறேன்.” வட இந்தியாவில் காளியின் அருளைப் பெற மக்களைக் கழுத்தை நெரித்துக் கொல்லும் கொலைகாரர்கள் கூட்டம் இருந்திருக்கிறது. பிணங்கள்மீது நடனமாடும் அருவருப்பான பெண் காளி. அவள் கழுத்தில் மனிதக் கபாலங்களால் ஆன மாலை. இரண்டு வலது கைகளில் வாளும் குறுவாளும், இரண்டு இடது கைகளிலும் ரத்தம் சொட்டச்சொட்ட அப்போதுதான் வெட்டிய தலைகள். இந்தியாவின் சிலபகுதிகளில் காளி தன் தலையையே வெட்டி கைகளில் வைத்திருப்பதுபோலச் சித்திரிக்கப்பட்டிருப்பாள், அவளது திறந்த வாய் கழுத்திலிருந்து பீறிடும் ரத்தத்தைக் குடிக்க முயலும்.”

“நாம் கலியுகத்தில் வாழ்கிறோம்,” என்றார் யோகானந்தர். “சட்டவிரோதமும் கண்மூடித்தனமான வன்முறையும் நிறைந்த காலத்தில் வாழ்கிறோம். பூமியில் மனித இருப்பின் இறுதிக் கட்டத்தில் வாழ்கிறோம்.

பிள்ளைகள் பெற்றோரை மதிப்பதில்லை. பிள்ளைகள் மதிக்கும் வகையில் பெற்றோர் நடந்துகொள்வதில்லை. உண்மையான பக்தி யாரிடமும் இல்லை, வறட்டுப் பிடிவாத முதியவர்கள் கடவுளை ஓர் அச்சுறுத்த உதவும் விஷயமாகப் பார்க்கிறார்கள். பொது உறவுகளும் தனிப்பட்ட உறவுகளும் வெறுப்பு, பாசாங்கு, நம்பிக்கையின்மை இவற்றால் பீடிக்கப்பட்டிருக்கின்றன. கணவன் மனைவியை நம்புவ தில்லை, மனைவிக்குக் கணவன்மீது நம்பிக்கையில்லை. இருவருமே நம்பத் தகுந்தவர்களாக இல்லை.

இது ஆன்மீக, உளவியல் மற்றும் உடல் கேடுகளின் காலம். தனது இயல்பான தேவைகளுக்கு அப்பால் லாப வெறியில் மனிதன் ஆறுகளையும் கடல்களையும் பாழ்படுத்திவிட்டான், எல்லாவகையான மீன்களையும் அழித்துவிட்டான், காற்றை மாசுபடுத்திவிட்டான். இதனால் மலர்களும் காடுகளும் மிக வேகமாக அழிந்துகொண்டிருக்கின்றன. நாடுகள்,

கூட்டாளிகள், இனக்குழுக்கள், குலங்களுக்கு இடையேயான உறவு ஏமாற்றுதல், பொய்யுரைத்தல் எனத் தாழ்ந்து போயுள்ளது. வார்த்தைகள் மலிவான ஜாலத் தந்திரங்களாகத் தரமிழந்துவிட்டன."

"உலகம் எப்போதாவது இதுபோலன்றி இருந்திருக்கிறதா?" எனக் கேட்டேன்.

"இருந்திருக்கிறது. ஆனால் மனிதகுலத்தால் அதை நினைவுபடுத்திக் கொள்ள முடியவில்லை. கலியுகம் ஐயாயிரம் ஆண்டுகளுக்கு முன் ஆரம்பித்தது. சரியாக அந்த யுகத்தின் இறுதியில் நாம் வாழ்ந்துகொண் டிருக்கிறோம். எங்கு பார்த்தாலும் தீவினைகள், பெரும்பான்மையான மக்கள் அதை இயல்பாக எடுத்துக்கொண்டிருக்கிறார்கள். இதற்கு முக்கிய மான தத்துவ, அறிவியல், அரசியல் பெயர்கள் கொடுக்கப்பட்டிருக்கின்றன. தனது நஞ்சால் தன்னையே அழித்துக்கொள்ளும் பாம்பாக மனிதகுலம் பரிணாமம் அடைந்துவிட்டது. ஞானம் லட்சக்கணக்கான எதிரெதிர்க் கருத்துக்களாகக் கூறுபோடப்பட்டுவிட்டது. தங்களது நம்பிக்கைகளுக்கிடையே காணும் சிறுசிறு வேறுபாடுகளை முன்வைத்து மக்கள் ஒருவரோடு ஒருவர் மோதிக்கொள்கிறார்கள்."

"இதனாலேயே தாந்திரீகம் தேவைப்படுகிறது. இனியும் மாசற்றநிலை இல்லை என்றாகும்போது, ஒவ்வொரு ஒழுக்க வடிவமும் முன்கணிக்கப் பட்ட பொய்யன்றி வேறில்லை என்றாகும்போது, எது போலி ஒழுக்கத்தை ஒதுக்குகிறதோ அதைப் பற்றிக்கொள்ள வேண்டும். உங்களது ஆசைகளை நீங்கள் ஒடுக்கக்கூடாது என்பதே அதன் அர்த்தம். ஆசைகளிடம் நீங்கள் சரணடைய வேண்டும். மது, பெண்கள் என எந்த உடல்சார் போகத்தையும் வேண்டாமெனக்கூடாது. அவற்றில் நீங்கள் மூழ்க வேண்டும். புலனின்பமே உங்களது தெய்வமாக வேண்டும். அதை நீங்கள் தீவிர பக்தி முயற்சியாக்கிக்கொள்ள வேண்டும். அதுகூட விடுதலையை நோக்கிய ஒரு வழிதான். நெருப்பைவிட்டு வெளியே வரவேண்டுமென்றால் முதலில் நீங்கள் அடுப்பிலிருக்கும் சட்டிக்குள் குதிக்க வேண்டும்."

நான் தாந்திரீகத்தின் ஊழியனாக வேண்டும் என்றார் அவர். இனியும் என்னால் திரும்பிச்செல்ல முடியாது – அதுவும் ஆற்றில் பாதிவரை நீந்திவந்துவிட்ட பிறகு. எதிரேயுள்ள பாதையை நிராகரித்தால் வாழ்வின் மேல்மட்டத்தில் அலைகளால் பந்தாடப்படும் ஜடமாகத்தான் மிதக்க வேண்டும். நான் வீடு திரும்பிவிடலாம், ஆனால் என் வாழ்வு முடங்கிவிடும், என் சக்தியெல்லாம் சுயஅழிப்புக்கான புதிய திறன்மிகு வழிகளைக் கண்டுபிடிப்பதில் செலவழிந்துவிடும். இறுதியில் சுமைகள் கடுமையாகி விடும், நான் கூச்சலிடுவேன், கண்டதையும் எடுத்து உடைப்பேன். அவர்கள் என்னை மனநல விடுதியில் அடைப்பார்கள், தினசரி அமைதியூட்டும் மருந்தைச் செலுத்தி என்னைச் சாந்தமாக வைத்திருப்பார்கள். அதுவா எனக்குத் தேவை? அவர்கள் என்னை அமைதிப்படுத்துவார்கள், ஆனால் அது அமைதியாக இருக்காது, உணர்ச்சியற்ற நிலை. அதுவா எனக்குத் தேவை? நானொரு மருத்துவப் பிரச்சனையாக மாறுவேன், என்னைப் பற்றிய அறிவியல் கட்டுரைகள் எழுதப்படும்.

பிரதான தாந்திரீக விதி சொல்கிறது; உலகோடும் வாழ்வோடும் இரண்டறக்கலந்த எதையும் விலக்காதே. உன் ஆசைகளை நிறைவேற்றிக்கொள். புனிதத் திரித்துவமான உணவு, மது, கலவி இவற்றில் திளை. ஆனால் உனது புலனின்பங்களிலிருந்து விலகிச் சுதந்திரமாக இருக்கும் வகையில் அவற்றை அனுபவி. அவற்றோடு ஒட்டிக்கொள்ளாதே, அவை எதைப் பிரதிநிதித்துவப் படுத்துகின்றனவோ அவற்றினின்று உன்னைத் தூய்மைப்படுத்திக்கொள்ள மட்டும் அவற்றைப் பயன்படுத்து. தாந்திரீகம் ஆன்மீக முன்னேற்றதுக்கான ஒரு புதிரீட்டு முறை, அவசரப்படுவோருக் கானது. இந்த அவசரத்துக்கான விலையையும் கொடுக்க வேண்டும், ஆகவே கவனம் தேவை.

மாமன்னர் அக்பர், இந்தியாவின் மொகலாயப் பேரரசர், இந்தப் பார்வையிலிருந்து வேறுபட்டார். அவரது ஆணைப்படி தாந்திரீகத்தைக் கடைப்பிடித்தவர்கள் பொதுமக்கள் முன்னிலையில் இருபுறமும் யானைகளின் வால்களில் கட்டப்பட்டு உடல்பிய்த்துக்கொல்லப்பட்டார்கள். பௌத்தர்களும் இந்துக்களும்கூடத் தாந்திரீகர்களை எதிர்த்தனர்.

வங்காளத்தில் அவர்கள் உயிருடன் எரிக்கப்பட்டனர். இந்த வழிபாட்டு முறையினர் தலைமறைவானதில் ஆச்சரியம் ஏதுமில்லை. ரகசியக் கூட்டங்கள், விசேஷக் குறியீடுகள் மூலம் ஒருவர் மற்றவரை அடையாளம் கண்டுகொள்ளும் தனிப்பட்ட சமூகமாக இயங்கினர்.

தாந்திரீகத்தைப் பின்பற்றியவர்கள் தங்களைத் தேர்ந்துகொள்ளப்பட்ட ஒரு சமூகமாகக் கருதினர். குடிகாரர்கள், முட்டாள்கள், பால்வினை நோயாளிகள் என எல்லோருக்கும் பொதுவான மற்ற ஆன்மீக மார்க்கங்களை அவர்கள் வேசைத்தனமானது என்றார்கள். தாந்திரீகம் ஒரு விசுவாசமான மனைவி, தனது அழகைக் கணவனைத் தவிர வேறு யாருக்கும் தராதவள் என்றனர்.

“அதனாலேயே, அதன் உண்மையான அர்த்தத்தைப் புரிந்துகொள்பவர் களுக்கு மட்டுமே அது கிடைக்கிறது. அதை முறையற்றுப் பயன்படுத்தினால் தண்டனைக்கு ஆட்பட நேரிடும் என்பதை அவர்கள் அறிவார்கள்,” யோகானந்தர் பேசி முடித்தார்.

பாதி உறக்கத்தில் தொலைவே ஓநாய் ஒன்றின் ஊளைபோலக் கேட்டது. ஆனால் அச்சம் என்னை முழு விழிப்புக்குக் கொண்டுவந்தபோது ஆற்றில் நீர் புரண்டுசெல்லும் ஓசை மட்டுமே கேட்டது. அவ்வப்போது சீறிவரும் காற்று ஆற்றின் அந்தப்பக்கம் அமைந்த சிறிய லாமா மடாலயத்தில் காற்றிலடித்துக் கொள்ளும் பிரார்த்தனைக் கொடிகளின் எதிரொலியைக் கொண்டுவந்தது. இந்த ஒத்திசைவற்ற ஒலிகளின் கலவையிலும் மலையின் ஆழ்ந்த அமைதியிலும் ஏதோவொரு பதற்றம் இருப்பதை உணரமுடிந்தது.

மல்லாந்து படுத்துக் கூடாரத்தின் கூரையைப் பார்த்துக் கொண்டிருந்தேன். சட்டென்று மேலே மெலிதாகச் சிறகடிக்கும் ஓசை. மலைக் கழுகா? பிறகு அமைதி, ஆனால் சிறகடிக்கும் ஓசை இன்னொரு திசையிலிருந்து திரும்பி வந்தது. மீண்டும் அது விலகிச்சென்றது. மீண்டும்

அந்த ஓசை திரும்பிவரக் காத்திருந்தேன். அது வரவேயில்லை. ஆனால் காது கூர்மையடைந்து மற்ற ஒலிகளைத் துல்லியமாகக் கேட்க ஆரம்பித்தேன். காற்றின் சீற்றம் குறைந்ததும் ஆற்றின் ஓசையைக் காதுகளிலிருந்து விலக்கினேன். யாரோ கிசுகிசுக்கும் சத்தம், அதைச் சத்தமென்றுகூடச் சொல்லமுடியாது, ஆனால் என் விழிப்புநிலைக்குள் நானறியாமலே ஏதோ தீவினையை முன்னறிவிக்கும் குரல்போல் நுழைந்தது. பட்டுப்போன்ற மென்மையின் பிம்பம் என் மனதுள் வலுக்கட்டாயமாக நுழைந்தது.

கூடாரத்தின் பக்கவாட்டு மூடாப்பை விலக்கி வெளியே பார்த்தபோது அந்தப் பிம்பம் மேலிருந்து மெல்லச் சுழன்றுவந்து விழுந்துகொண்டிருந்த பனியின் வெண்மையுடன் கலந்து பாறைகள், என் கூடாரம், சில அடிகள் தொலைவில் போர்த்திப் படுத்திருந்த யோகானந்தர் என யாவரையும் மூடிக்கொண்டிருந்தது. காற்று பனிக்கீற்றுகளை என் முகத்தில் அடித்தபோது என் உறக்கத்தைக் கலைத்த அந்தப் பீதியூட்டும் ஊளையை மறுபடியும் கேட்டேன். சந்தேகமில்லை, இங்கே யோகானந்தரும் நானும் மட்டும் இல்லை.

நான் மீண்டும் கூடாரத்துக்குள் வந்தேன். குளிர்காலம் நம்மைப் பீடிக்கத் தொடங்கிவிட்டது, ஓநாய்களும் அருகே வந்துவிட்டன என்ற உண்மையிடம் சரணடைந்தேன்.

அது மட்டுமில்லை, ஆபத்பாந்தவனும் அருகேதான் இருக்கிறார். உள்ளே வந்து படுத்துக்கொள்ளுங்கள் என்ற என் அழைப்பை அவர் ஏற்கவில்லை. மிகவும் மெல்லிய போர்வைக்குள் திறந்தவெளியில் நிம்மதியாக உறங்கிக்கொண்டிருந்தார், ஏதோ தகர்க்கமுடியாத கோட்டையின் சுவர்களுக்குள் பாதுகாப்பாய் உறங்குபவர்போல. மற்றவர்கள் கடின உழைப்பு, பணம், நட்பு, காதல் இவற்றில் தேடியும் கிடைக்காதவற்றைத் தனது நாடோடி வாழ்க்கையில் சுலபமாக அனுபவித்துக்கொண்டிருந்தார் இந்தச் சுதந்திரமான, ஆசீர்வதிக்கப்பட்ட கிழவர். அவரைப்பற்றி எனக்கு அதிகம் தெரியாது, அதிலும் அவரது கடந்தகாலத்தைப்பற்றி ஒன்றும் தெரியாது. இளமைக் காலத்தில் என்ன செய்துகொண்டிருந்தார் என்பது பற்றிய கேள்விகளுக்கெல்லாம் அதுவொரு விஷயமே இல்லை என்பது போலத் தோள்களைக் குலுக்கிச் சிரிப்பதோடு சரி.

அவரது அறிவின் வீச்சு, வாக்கியங்களை உருவாக்கும் விதம் இவற்றை வைத்துப் பார்த்தால் அவர் நல்லதொரு பல்கலைக்கழகம் சென்றிருக்க வேண்டும். அதுபோன்ற பல்கலைக்கழகங்களுள் ஒன்றில் விரிவுரையாளராக இருந்து பணியாளர்கள் நிறைந்த பெரிய வீட்டில் வசித்திருக்க வேண்டும். தேய்க்கப்பட்ட சட்டைகளையும் மரபான கழுத்துப் பட்டைகளையும் அணிந்திருக்க வேண்டும். அல்லது சமாதியாகிப் பல காலம் ஆன மகான்களின் மறுபிறப்பு என்று மக்களால் வணங்கப்படும் புகழ்மிக்க சாமியார்களில் ஒருவராக இருந்திருக்க வேண்டும். இவற்றுள் ஏதாவது ஒரு வாழ்க்கையை வாழ்ந்த அவர் அதில் சலிப்புற்றுப் பெயரை மாற்றிக்கொண்டு தனது கடந்தகாலத்தை மறைத்துக்கொண்டு இப்படி மலைகளில் திரிய வந்திருக்க வேண்டும்.

எனக்கும் அவருக்குமான இடைவெளி கடக்கமுடியாத ஒன்றாகத் தோன்றியது. அவர் ஒரு முழுமையடைந்த யோகி, எப்படிப் பார்த்தாலும் நான் அவரை மிகப் பலவீனமாகப் போலி செய்பவன். அவர் வாழும் விதத்தை என்னால் கற்பனை மட்டுமே செய்யமுடியும். உலகின் மாசற்ற இயற்கையை உணர்ந்து அதை இன்னும் மேம்படுத்துபவர் அவர். கருத்துகள், குறியீடுகள், வார்த்தைகளைக் கொண்டு டான் க்விஹாதேவைப்போல நகைப்புக்கிடமான யுத்தங்கள் செய்பவன் நான். எது புனிதம்? உணர்வுகள் என்பவை என்ன? சிந்தனை என்பது யாது? எனது காற்றாலைகள் தொடர்ந்து தடதடத்துக்கொண்டிருக்கின்றன.

எவ்வளவு முயன்றாலும் நான் உடலும் ஆன்மாவுமாகப் பிரிந்திருப்பவன், உடலும் மனமுமாகப் பிரிந்திருப்பவன்; இரண்டும் ஒன்றாக இல்லாமல் இரண்டாகப் பிரிந்திருப்பவன் என்ற மனப்பதிவை என்னால் அழிக்க முடியாது என்ற எண்ணம் என் கண்களை மறைத்தது. நன்றி தெகார்தே, உங்களது ஒன்றுமின்மைக்காக! எந்த மாற்றுக் கருத்துக்கும் அடிபணியாது ஆன்மா புனிதமானது, உடல் குப்பையானது என்றே நம்பிக்கொண்டிருந்தேன். இதுவே எனது புத்திசாலித்தனமும் சுயபிரகடனப்படுத்திக்கொண்ட யதார்த்தத்தின் நீதிபதி எனும் பதவியை உருவாக்கிய இருமையும். உணர்பவன் அல்லன், ஆதாரங்களின் அடிப்படையில் அறிந்துகொண்டு புரிந்துகொள்பவன். உலகத்தைத் தொட்டுப்பார்த்து வாழாமல், அதை பகுப்பாய்வு செய்துகொண்டிருப்பவன். ஒருநாளின் இருபத்து நான்கு மணிநேரமும் தொடர்ந்து நடக்கும் இந்த மூளைச் சாகசம் என் மனம் விரும்பும் யதார்த்தத்தை என்னிடமிருந்து மறைத்துக்கொண்டிருந்தது.

எனக்கும் யோகானந்தருக்கும் இடையிலான உறவு சதுப்புநிலத்தில் நீண்ட நடை போன்றது. ஒருவழியாகக் கட்டாந்தரையை அடைந்து விட்டோம் என நினைக்கும்போதெல்லாம் கீழிருக்கும் நிலம் உள்வாங்கிக் கொண்டது. நல்லதொரு விவாதத்துக்கு நான் தயாராக இருக்கையில் அவர் பிடிவாத மௌனத்துக்குள் மூழ்கிவிடுவார். எதுவும் பேசமுடியாத நிலையில் ஒதுங்கி மௌனத்துள் நான் அடைக்கலம் தேட நினைக்கையில் கண்களில் பரிகாசம் மின்ன என்மீது பாய்ந்து வசை பொழிவார், அவமதிப்பார், கேலி பேசுவார்.

நான் திருப்பித் தாக்கினால் மறுபடியும் மௌனமாகிவிடுவார். அவரிடமிருந்து விலகி திரும்பி நடக்கத் தொடங்கினால் பின்னால் வந்து உதைப்பார் அல்லது முகத்தில் குத்துவார். நான் அழுதால் (முடியாமல் சிலநேரம் அழுதிருக்கிறேன்) அழுகை நின்று நான் சிரிக்கும் வரை (அழும் குழந்தையின் முன் தாயைப்போல) பழிப்புக் காட்டிச் சமாதானப்படுத்துவார். மறுபடி நான் நல்ல மனநிலைக்கு வரும்போது எதையாவது செய்து அதைக் குலைத்துவிடுவார்.

அவரில் மிகவும் குரூரமானவை அவரது கண்கள். அங்கீகாரத்தின் ஒரு சிறு கீற்றையோ அல்லது பரிவையோ அதில் பார்ப்பது அபூர்வம். ஆனால் ஏன் நான் அவரை விட்டுவிலகாமல் இருக்கிறேன்? நான்

அப்படியிருக்கவே அவர் விரும்புகிறார் என நினைக்கிறேன். அவர் என்னைத் தள்ளிச்சென்று நிற்க வைக்கும் விளிம்பு அதுவே. உயிரை மாய்த்துக்கொள்ளுங்கள். வேண்டாம் நில். இருட்பள்ளத்தாக்கில் குதியுங்கள். வேறுபட்ட நூற்றுக்கணக்கான வழிகளில் என்னை உந்திக்கொண்டேயிருக்கிறார். போதும் நிறுத்துங்கள், எல்லாமே வீண். உங்களது முயற்சிகள் எல்லாம் நீங்கள் வெளியே வரவிரும்பும் குழிக்குள் உங்களை ஆழத்தள்ளியபடி இருக்கின்றன.

அதனாலேயே அவர் என்னைத் தாந்திரீகத்தின் பக்கம் தள்ளியிருக்கிறார். தன்னியல்புடன் எப்போதும் பொருதிக்கொண்டிருக்கும் மனம் மகிழ்வை அறியாதது, அது சுதந்திரத்தை அனுபவிப்பதும் இல்லை. எரோஸ் (காமம்) அறிவுக்குச் சேவகம் செய்யும்போது அது தன்னை வெளிப்படுத்திக்கொள்ள முடியாது ஏனென்றால் அறிவு காமத்தைக் கோட்பாடாக மாற்றிவிடுகிறது. அப்போது வாழ்வு விளையாட்டுப் பொழுதாக இல்லாமல் ஒரு பணிநாளாக மாறிவிடுகிறது, ஒரு சம்பவம் அனுபவமாக இல்லாமல் குறிப்பேட்டின் ஒரு பக்கத்தில் எழுதப்பட்ட விளக்கக் குறிப்பாகிவிடுகிறது. எரோஸை அறிவின் தளைகளிலிருந்து நான் விடுவிக்க வேண்டும் என்பதை அறிவேன். மனிதனாவதற்கு முன் நான் ஒரு மிருகமாக வேண்டும்.

என்னவென்று அறிய இயலாத மோசமான ஏதோவொன்று எனக்குள் நிகழ்ந்துகொண்டிருக்கிறது. ஆப்பிரிக்கப் பயணம் ஒன்றின்போது அதன் அறிகுறிகள் தோன்றும் முன்னரே எனக்கு மலேரியா கண்டிருந்ததை உணர்ந்திருக்கிறேன். இம்முறையும் நம்பிக்கை இழப்புக்கும் என்ன வேண்டுமானாலும் நடக்கட்டும் என்ற எண்ணத்துக்குமிடையே ஊசலாடினேன். என் அகச்சுவர்கள் உடைந்து தூளாகி வீழ்ந்துகொண்டிருந்தன. மொட்டைப் பாறைகளுக்குள், செங்குத்தான பள்ளத்தாக்குகளின் விசித்திர வண்ணங்களுக்குள், இந்த நிலத்தில் தனிமைக்குள் நான் மூழ்கி மறைந்துகொண்டிருப்பதாக உணர்ந்தேன்.

நுரையீரலுக்குள் நுழைந்து திரும்பிய சுவாசம் உட்பட எல்லாமே கெட்டித்துப்போய்விட்டதுபோலத் தோன்றுகையில், நீண்ட மனச்சோர்வுக்குப் பின் சில கிளர்ச்சி கொள்ள வைக்கும் தருணங்கள் அமையும். இடையில் நான் என்னிலிருந்து மிக உயரத்துக்குச் சென்று வட்டமிட்டபடியும் என் புலன்களில் உறைக்கும் எதுபற்றியும் கவலைப்படாமலும் இருப்பேன். பீதி வந்து என்னை ஆட்கொள்ளும் தருணங்களும் உண்டு. அப்போதெல்லாம் தாவிக்குதித்துத் தப்பிக்க முயல்வேன், அல்லது கண்களை இறுகமூடிக்கொண்டு கைகளால் காதைப் பொத்திக்கொண்டு நிலத்தோடு என்னைப் பிணைத்துக்கொள்வேன்.

“நான்” மூழ்கிக்கொண்டிருக்கும் இந்த நரகத்திலிருந்து என்னைக் காப்பாற்ற வேண்டும், அல்லது குறைந்தபட்சம் இந்தக் கொடும் மலைப் பிரதேசத்தில் எதற்காக இப்படித் திரிந்துகொண்டிருக்கிறோம் என்பதையாவது சொல்ல வேண்டுமென்று மூன்றுமுறை யோகானந்தரின் கால்களில் விழுந்து கெஞ்சினேன்.

எங்கே போகிறோம், எப்போது போய்ச்சேருவோம், நமக்காக அங்கே காத்திருப்பது என்ன?

முதல்முறை காலில் விழுந்து கெஞ்சியபோது அவர் எதுவும் பேசாமல் திரும்பி விலகி நடந்தார். இரண்டாவது முறை மெல்லிய புன்னகையுடன் என்னைத் தொட்டுத் தூக்கிவிட்டார். பிறகு என் கால்களுக்கிடையே தனது முட்டியால் எற்றினார், கடும் வேதனையில் எனக்கு மயக்கமே வந்துவிடும்போல் இருந்தது. மூன்றாவது முறை அலட்டிக்கொள்ளாமல், அதுபற்றி நீங்கள் கவலைப்படத் தேவையில்லை என்றார். காற்று சுழன்றடித்தால் கவலையில்லை, வல்லூறுகள் சமவெளிமீது வட்டமடித்தால் கவலையில்லை. எனக்குப் புத்தி சுவாதீனம் ஏற்பட்டாலும் கவலையில்லை. என்னிலும் என்னைச் சுற்றிலும் என்ன நடக்கிறது என்பதை உணர்ந்திருக்கும்வரை எனக்கு எதுபற்றியும் கவலையில்லை.

"ஆனால் கவலைப்பட்டே ஆக வேண்டும்" என்று கத்தினேன். "கவலைப்பட்டாக வேண்டும். கட்டாயம் எனக்கு அடையவேண்டிய இலக்குகள் தேவை."

"ஏன்?" உண்மையாகவே வியப்புற்றவராய்க் கேட்டார்.

"காற்று மரத்திலிருந்து உதிர்த்துக் கண்டபடி தன்னோடு அடித்துச் செல்லும் இலையைப்போல உணர்கிறேன்."

அவர் சிரித்தார். "ஆனால் காற்று அடித்துச்செல்லும் இலையாக இருப்பது மகிழ்ச்சியான விஷயம் இல்லையா?"

"இல்லை" என்றேன். "குறிக்கோளற்று வாழ்வது அச்சமாக இருக்கிறது, இந்த அச்சம் என்னைக் கொல்கிறது."

"ஏனென்றால் நீங்கள் காற்றை நம்பவில்லை. உங்களுக்குத் தேவை ஒரு கால அட்டவணை, ஒரு பயணத் திட்டம், சென்றுசேரும் நேரம், முன்பதிவு, சன்னலோர இருக்கை! உங்களைச் சுதந்திரத்தின் ஆன்மாவுக்குள் ஊதியனுப்புகிறேன், நீங்களோ காப்பாற்றுங்கள் என்கிறீர்கள். நீங்களொரு முட்டாள். நீங்கள் மட்டும் என் மகனாயிருந்தால் உங்களைக் கொன்றுபோடுவேன்."

என் முகத்தில் அறைவதற்காகக் கையை உயர்த்தினார், ஆனால் தன்னைக் கட்டுப்படுத்திக்கொண்டார். அவர் முகத்தில் நான் கண்ட ஏமாற்றமும் கோபத்தின் சிறு கீற்றும் என்னை நெகிழவைத்தன, அவரது கோபத்திற்குப் பின்னிருக்கும் பரிவை நினைத்து அழத்தொடங்கினேன்.

அன்று பகல் முழுக்கவும் இரவிலும் அவர் ஒரு வார்த்தையும் பேசவில்லை.

○○○

மறுநாள் காலை அவர் சொன்னார், "அந்த மலைகளுக்குப் பின்னால் பண்டைய போன் மத ஆலயம் இருக்கிறது. கன்னிமைகெடாத பெண்களுடனும் பல் விழுந்து கோரமாய்க் காட்சிதரும் மிகவும்

வயதுமுதிர்ந்த பெண்களுடனும் சடங்கார்த்தமாகக் கலவிகொள்ளும் மனிதர்கள் கூடும் இடம் அது. மதக் காரணங்களுக்காக மனித ரத்தம், அழுகிய பிணங்களின் தசை, தங்களது மலஜலம் இவற்றை உண்போரும் அங்கே வருவார்கள். பிசாசுகளின் காதலர்கள், தீவினையின் பக்தர்கள் அவர்கள். அவர்கள் உங்களுக்கு உதவக்கூடும், என்னால் முடியாது. ஆனால் அவர்கள் ரகசியமாகக் கூடுபவர்கள், எனவே உங்களை அவர்களுக்கு அறிமுகப்படுத்தச் சம்மதிக்கும் ஒருவரை நாம் கண்டுபிடிக்க வேண்டும். அப்படிப்பட்டவர்கள் வெகு அபூர்வம். அப்படியே ஒருவரைக் கண்டுபிடித்தாலும் அதற்குப் பெரும் தொகையைக் கட்டணமாகக் கேட்பார். இப்போது நாம் எதைத் தேடிக்கொண்டிருக்கிறோம் என்பது உங்களுக்குப் புரிகிறதா? உங்களுக்குச் சற்று நிம்மதியாக இருக்கிறதா?"

அதன் பிறகான நாட்களைப் பற்றிய என் நினைவு மனதில் தொடர்ந்து எழுந்த ஒன்றோடொன்று தொடர்பற்ற பிம்பங்களாக இருந்தது. அந்தப் பிம்பங்கள் ஒன்றையொன்று குறுக்குவெட்டிக் கதம்பமாகக் கட்டப்பட்டிருந்தன. ஒன்றன் பின் இன்னொன்று மறைந்து சில தெளிவாகவும் சில மங்கலாகவும் தெரிந்தன, ஆனால் எதுவுமே அவற்றின் அர்த்தத்தையோ இடத்தையோ நான் உறுதிப்படுத்திக்கொள்ளும் அளவுக்குத் தெளிவாக இல்லை.

எனக்கு நன்றாக நினைவிலிருப்பதெல்லாம் நாங்கள் திசையை மாற்றி மீண்டும் தெற்கு நோக்கி நடந்ததுதான். எங்கோ ஓரிடத்தில் பரதேசிக் கோலத்தில் ஒரு நாடோடி லாமாவைப் பார்த்தோம். ஒருவருக்கொருவர் முகமன் கூறிவிட்டுச் சற்று ஓய்வாக அமர்ந்தோம். அழுக்கேறிய முகத்துடனிருந்த அந்த லாமா தனது பைக்குள் துழாவிக் கடும் பார்லி பீர் நிறைந்த தோலாலான ஒரு மதுக்குடுவையை எடுத்தார். அரைமணி நேரத்துக்குப்பின், திருமண விருந்து முடிந்து திரும்பிய குடிகாரர்களைப் போல பாறைகள்மீது பாதி அமர்ந்தும் பாதி சாய்ந்தும் கிடந்தோம். அந்த லாமா ஓயாத பேச்சுக்காரர், கடுமையான சளியிருந்தபோதும் தும்மித் தும்மி ஒழுகும் மூக்கைத் தனது சட்டைக் கையில் துடைத்தபடியிருந்தார். அவர் சொன்ன கதைகள் யோகானந்தருக்கு அவ்வளவு நகைச்சுவையாக இருந்திருக்க வேண்டும், அவரால் சிரிப்பை நிறுத்தமுடியவில்லை. இதற்குமுன் அவர் இந்தளவுக்குச் சிரித்து நான் பார்த்ததில்லை. அவர்கள் திபெத்திய மொழியில் பேசிக்கொண்டார்கள், ஒரு வார்த்தையும் எனக்கு விளங்கவில்லை. கடைசியில் லாமா கொச்சை ஆங்கிலத்துக்கு மாறி சாச்சாலா நெடுங்கணவாயைக் கடக்க வேண்டும், கணவாயின் அந்தப் பக்கம் நாம் தேடுவது – கறுப்புச் சிவனை வணங்குவோர் இருக்கும் இடம் – கிடைக்கும் என்றார்.

நகைச்சுவை விரும்பியான அந்த லாமா ஐந்தாயிரம் மீட்டர் பரந்த இந்தக் கணவாய் வழியாக எங்களைச் சும்மா ஒரு நகைச்சுவைக்காகத்தான் அனுப்பியிருக்கிறார் என்பதை எப்படிப் புரிந்துகொண்டோம் என்பது நினைவிலில்லை. ஏனென்றால் கணவாயின் அந்தப் பக்கமும் இதேபோன்ற மனித நடமாட்டமற்ற பள்ளத்தாக்கும் ஏராளமான பட்டினி கிடந்த ஓநாய்களும்தான். நாங்கள் ஸன்ஸ்கர் ஆற்றங்கரையிலிருந்த பள்ளத்தாக்கில்

தங்கியிருந்துவிட்டு லுனாக் மாவட்டம் நோக்கி நடந்தோம் என்பது மட்டுமே நினைவிலிருக்கிறது.

பாதையில் அபூர்வமாகத் தென்பட்ட கிராமங்கள், லாமா மடாலயங்களில் தங்கினோம். தங்குமிடத்தைக் கண்டுபிடிக்கும் முன்பே இருள் கவிந்துவிட்டால் வெட்டவெளியில் இரவைக் கழித்தோம். கட்டிக்கொண்டு கிளம்புவதற்குக் கிராமங்களில் சிறிது உணவும் தண்ணீரும் கிடைத்தது, அந்த மக்கள் நட்பாகவும் தாராளச்சிந்தையுடனும் இருந்தார்கள். சிறிதுகாலப் பனிப்பொழிவுக்குப் பின் களைப்பு, கால்வலி, தாகம், தலைவலியால் நிறைந்த வெய்யிலும் தூசும் தனிமையுமான நாட்கள் மீண்டும் ஆரம்பித்தன. பசியும்கூட அதிகரித்தது. இருப்பிலிருந்த பார்லியும் வெண்ணையும் தீர்ந்தன. அவற்றைக் கொண்டுதான் உடன் எடுத்துச்செல்லக்கூடிய எனது எரிவாயு அடுப்பில் *ஸாம்ப்பாவும்* தேநீரும் தயாரித்து உண்டோம், இனி பட்டினிதான். ஆனால் அதிர்ஷ்டவசமாக சரியான நேரத்தில் பாதும் சந்தையை அடைந்தோம். ஒருமூட்டை பார்லி, ஒரு மண்கலம் சடையெருமை வெண்ணெய், எட்டு கிலோ அரிசி, சிறிய பை அளவு தேயிலை, கொஞ்சம் உலர்ந்த பட்டாணி வாங்கிக்கொண்டோம்.

இதெல்லாம் எங்கள் சுமையைக் கூட்டிவிட்டன, எப்படி இவற்றைக் கொண்டுசெல்ல? கார்கிலிலிருந்து வந்திருந்த பால்டி இனத்தைச் சேர்ந்த ஒரு வர்த்தகரிடம் யோகானந்தர் நீண்ட நேரம் பேசிக்கொண்டிருந்தது என் நினைவுக்கு வந்தது. அவர் பலவகையான இடுப்புவார்கள், சேணங்கள், அதுபோன்ற மற்றப் பொருட்களையும் விற்பவர். அவர்கள் எதைப் பற்றிப் பேசுகிறார்கள் என்று எனக்குப் புரியவில்லை. உரையாடலின் முடிவில் வர்த்தகர் தனது இளம் உதவியாளரை ஒரு மூலைக்குப் பின்னால் அனுப்பினார், அங்கிருந்து அவர் முகத்தைச் சோகமாக வைத்துக்கொண்டிருந்த ஒரு மட்டக்குதிரையைக் கூட்டி வந்தார். அதற்கு நான் அந்த வர்த்தகரிடம் ஐநூறு ரூபாயை எண்ணிக் கொடுக்க வேண்டியிருந்தது. மளிகைச் சாமான்கள், என் முதுகுப்பை, கூடாரம், உறங்கும்பை, யோகானந்தரின் போர்வை இவற்றை எங்களுக்குச் சொந்தமாகியிருந்த புதியவரின் முதுகில் ஏற்றியபோது பாவப்பட்ட அந்த விலங்கு எடை தாங்காமல் கீழே சரிந்தது.

பாதுமை நீங்கி வழியில் சிதிலமுற்றுக் கொண்டிருந்த தூபிகளைக் கடந்து புதிர்கள் நிறைந்த லுனாக்கின் மலையிடுக்குகளை நோக்கி எங்கள் பணத்தைத் தொடர்ந்தபோது பாவப்பட்ட அந்த விலங்குக்குப் பெயரிட்டேன், "ரோஸினாந்தே."

14

இந்த உலகமே வீடா?

பயணத்தில் இரண்டு நாட்கள் கடந்தன, ரோஸினாந்தேவால் அதற்குமேல் தாக்குப்பிடிக்க முடிய வில்லை; அவன் சரிந்துவிட்டான். மூச்சு வேகமாக வாங்க ஒருக்களித்துப் படுத்துவிட்டான். கிழவரோ உள்ளமைதி நிறைந்து வெளியே புத்துணர்வுடன் காணப்பட்டார். சுழித்தோடிய ஓர் ஓடையை அடைந்ததும் சோப்பு இருக்கிறதா எனக் கேட்டார், உடைகளை அகற்றினார், தண்ணீருக்குள் இறங்கிப்போய்த் தனது மெலிந்த உடலைத் தலைமுதல் பாதம்வரை சுத்தப்படுத்தினார். பிறகு தன் கால்சராய்களை, பழுப்பு வண்ணப் பருத்திச் சட்டை, மஞ்சள் மேலங்கி, முட்டிவரையிலான கம்பளிக் காலுறைகள் என அனைத்தையும் துவைத்தார். வெயிலில் அவற்றைக் காயவைத்தார். பிறகு தனது வண்ணமயமான போர்வையை விரித்து அதன்மீது அமர்ந்தார், முழுநிர்வாணமாக.

நான் அவரது மெலிந்த தேகத்தையே பார்த்துக்கொண் டிருந்தேன். நிமிர்ந்த முதுகு, வளைந்த கழுத்து, நீண்டு தொங்கிய நரைமுடி, முடிச்சிட்ட தாடி. நான் அவரையும் சற்றுத் தொலைவில் வலுக்குன்றிக் கீழே விழுந்து மூச்சிரைத்த படியும் மூச்சுவிடத் திணறிக்கொண்டுமிருந்த விலங்கையும் மாறிமாறிப் பார்த்தேன். என் தொண்டையில் பெரிய முடிச்சொன்று விழுந்தது. முப்பந்தைந்து வயதில் நான் ஞானமடைந்த அந்தக் கிழவரைப் போலல்லாமல் ஏறக்குறைய அந்த விலங்கைப்போல இருந்தேன்.

சோர்வில் எனக்குத் தலை கிறுகிறுத்தது. தொலைவே யிருந்த லாமா மடாலயத்தின் வெள்ளையடித்த சுவர்களை உற்றுப்பார்த்தேன், மிக உள்ளடங்கிய உலகின் இப்பகுதியை நானும் ஒரு சுற்றுலாப் பயணியைப்போலச் சுற்றிப்பார்க்க விரும்பினேன். ஐம்பது மீட்டருக்கு ஒன்று என்ற வகையில் வரிசையாகக் கல்லில் செதுக்கிவைத்த புத்தர் சிலைகளைப் பார்க்கிறேன். எனக்கு நிகழும் எல்லாவற்றையும் என் அறிவுக்குத்

தீனியாக, ஒரு கட்டுரைக்குக் கருப்பொருளாக, மூளையை வளப்படுத்தும் விஷயமாக, ஒரு பட்டம் வாங்குவதற்கான வழியாகக் காண விரும்பினேன். நான் திரும்பி மேற்கே என் வீட்டை நோக்கிப் பார்க்கிறேன். அங்கே புத்தர், சிவன், விஷ்ணு, காளி, தாந்திரீகம், யோகம், ஞானம், மோட்சம் எல்லாம் நான் புரட்டிப் பார்த்துவிட்டுத் திரும்ப அடுக்குக்குள் வைத்துவிடும் புத்தகங்களின் தலைப்புகளாக மட்டும் இருக்கும் வசதியான ஓர் அறையில் ஓய்வுகொள்ள விரும்புகிறேன். அல்லது அவற்றையெல்லாம் புத்தக அலமாரியிலிருந்து தள்ளிவிட்டு, பின் எல்லாவற்றையும் எடுத்துக்கொண்டுபோய்த் தெருவில் வீசிவிட்டு உள்ளே வந்து கதவைத் தாளிட்டுக்கொண்டு ஒரு பெரிய நிம்மதிப் பெருமூச்சு விடலாம்.

மிகவும் களைத்துப் போய்விட்டேன்!

தொடங்கியபோது எல்லாம் வெகுசுலபமாகவே இருந்தன. எதையோ தேடிக்கொண்டிருக்கிறேன் என்ற கற்பனையில் இருந்தபோதும் நான் தேடுவது இன்னதென்று அறிந்திருந்தேன்; என்னுள் இருந்த ஒருவகையான வரைபடம் என்னை ஒருவிதமாக ஆற்றுப்படுத்தியது. மாயையாக இருந்தபோதும் அந்த வரைபடம் புதிய இடங்களும் புதிய நிகழ்வுகளும் ஒருவகையான முன்னேற்றத்துக்கான மேடைகள் என்ற உறுதிப்பாட்டைத் தந்தது.

கடந்த சில வாரங்களாக நான் செய்துகொண்டிருப்பவை – கிழவர் சொல்லிக்கொடுத்த உடற்பியிற்சிகள், எங்கள் வாதங்கள் விவாதங்கள், அவரது உதைகள் அடிகள், தீவிரப்பாங்குடன் நான் செயத விஷயங்களை அவர் பரிகசித்தது, மனதை அமைதிப்படுத்த நான் முயன்ற பல வழிகள்: கவனம் கொள்ளுதல், “ஈக்களைப் பிடித்தல்”, மந்திரங்களைத் தொடர்ந்து உச்சரித்தல், மாயை மற்றும் யதார்த்தத்தின் வலைகளை அகற்றுதல் – இவையெல்லாவற்றுக்கும் ஒரேயொரு நோக்கம்தான். யாரென்று என்னை நான் நினைத்துக்கொண்டிருக்கிறேனோ அதுவல்ல நான், என் சிந்தனையே நான் என்று எனக்கு நானே மெய்ப்பித்துக்கொள்வது. என் தன்முனைப்பு எனது சுய உருவாக்கம். அதனால் அது எனக்குத் தேவையில்லை.

அதைப் புத்தியளவில் ஏற்றுக்கொண்டால் மட்டும் போதாது என்று எச்சரித்திருந்தார் யோகானந்தர். அது நான் இன்னும் *சம்சாரா*வின் பொல்லாத வட்டத்துக்குள் இருக்கிறேன் என்றாகிவிடும். அதை அனுபவித்தால்தான் உனக்கு ஞானம் கிட்டும்.

அதில் ஏன் நான் தோற்றேன்?

காரணம், எனது கவனம் தன்முனைப்பை மையமாகக் கொண்டது, அது தற்காப்பானது என்பதாலா? எனக்குள்ளிருக்கும் குரங்கை வெறுமனே கவனித்துக்கொண்டும், மேற்பார்வையிட்டுக்கொண்டும் இல்லாமல் வன்முறையாக அடக்க நினைத்ததாலா? எனது யோகாசனங்களில் அதிகப்படியான ஆற்றலைச் செலவிட்டு அவற்றிலிருந்து உடனடிப் பலனை எதிர்பார்த்ததாலா? ஒன்றுமின்மையின் ஆழங்களை எட்டிப்பார்த்து பீதியுற்றதாலா, சுயநினைவை இழந்துவிடுவோமோ எனக் கலவரமுற்றதாலா, நாளை என்ற ஒன்று, நம்பிக்கை என்ற ஒன்று, சாத்தியப்பாடு என்ற ஒன்று இல்லாமல் போகும் எனப் பயந்ததாலா?

ஒருவேளை இந்தக் கிழவர் என்னுடன் ஒரு விளையாட்டில் ஈடுபட்டிருந்தால்? உண்மையிலேயே அவருக்கு எதுவும் தெரியாதிருந்தால் – தனக்குத் தெரியும் என்ற வெறும் எண்ணம் மட்டுமே அவருக்கு இருந்தால்? என்மட்டில் அசட்டையாயிருப்பதுபோலத் தனக்குத் தெரியும் அல்லது தெரியாது என்பது பற்றியும் அலட்டிக்கொள்ளாதவராக இருந்தால்? அல்லது பிரச்சனை முழுக்க என்னுடையதுதானா, வேண்டியது என்னவென்று எனக்குத்தான் தெரியவில்லையா?

யோகானந்தர் என்னைப் பார்த்துக்கொண்டிருக்கிறார், அவர் கண்களில் பரிவு. எங்களுக்கிடையே நெருக்கமான , மிக அரிதான தருணம் இது. நாங்கள் தந்தை–மகனாக இருக்கலாம் அல்லது இரட்டையராக.

“மிகக் கடினமாக முயல்கிறீர்கள், தோழரே” என்கிறார். “உங்களுக்கு மிக ஆபத்தான நண்பன் நீங்களேதான். இமயமலைத் தொடரில் ஆயிரத்துக்கும் மேற்பட்ட மலைச்சிகரங்கள் உண்டு. ஒன்றுதான் அவற்றுள் மிக உயரமானது, சாகர்மாதா எனும் எவரெஸ்ட். அதன் உச்சியிலிருந்து நீங்கள் மற்றச் சிகரங்களைப் பார்க்கலாம், மற்றச் சிகரங்களின் உச்சியைப் பார்க்கலாம். சாகர்மாதாவின் உச்சிக்கு நீங்கள் போக விரும்பினால் முதலில் அதன் சரிவில் ஏற வேண்டும். அதற்குமுன் அந்தச் சரிவை நீங்கள் கண்டுபிடிக்க வேண்டும். ஆனால் நீங்கள் அதைச் செய்வதில்லை. ஒவ்வொரு எறும்புப் புற்றாக ஏறிப் பார்க்கிறீர்கள். உச்சிக்குப் போனதும், அடச்சே, இது அந்தச் சிகரமில்லையே என்கிறீர்கள். மிகவும் ஏமாற்றம் கொள்கிறீர்கள். இன்னொரு குன்றையோ மலையையோ அடையும்போது மீண்டும் அதன்மேல் ஏறுகிறீர்கள். ஏன் நீங்கள் களைத்துப்போய்விட்டீர்கள் என்பது இன்னுமா ஆச்சரியமாக இருக்கிறது?” அவரது கண்களில் கருணைமிகு பரிவுணர்வின் மெல்லிய நிழலைக் கண்டேன். “உங்கள் மலை எது? இங்கே வந்த நேரம் உங்கள் கண்ணுக்குத் தெரியக்கூடியதாய் அது இருந்தது.”

“அதை மீண்டும் பார்க்க விரும்புகிறேன்,” என்றேன். “ஆனால் எப்படியென்று தெரியவில்லை, அது என் பார்வையிலிருந்து நழுவிவிட்டது போலிருக்கிறது.”

“உங்களது குறிப்பேட்டையும் புகைப்படக்கருவியையும் ஓடையில் வீசியெறியுங்கள், உங்கள் பார்வை துலக்கமடையும்.”

என் குறிப்புக்களின் சமாதியாக மாறப்போகும் ஓடையைப் பார்க்கிறேன் (எனது அனுபவம் ஓர் ஆவணத்துக்கு அல்லது விருப்பச் சான்றாவணத்துக்குக் காரணமாக அமையும், மறுமை நோக்கிய என் பயணவழியில் ஒரு பெரிய தூபியாக நிற்கும் என்ற என் நம்பிக்கையிலிருந்தும் இந்த ஓடை என்னைக் காப்பாற்றும்). படுகையின் பெரிய கற்களைச் சுற்றிலும் நுரைத்துப் பாயும் ஓடையைப் பார்க்கிறேன். வாழ்வைக் குறுக்குநீரோட்டங்கள் இல்லாத அமைதியான நீர்ப்பரப்பாக, அதனைக் குறிப்பிட்ட திசையில் செலுத்தும் வடிகால்வழிகள் இன்றிக் கற்பனை செய்ய முயன்றேன்.

இதுதான் நான் தேடிவந்ததா? என்னைச் சுற்றிலுமிருக்கும் எல்லாவற்றின்மீதும் ஆர்வமின்மையா நான் தேடியது? இல்லை. வாழ்வு

ஒரு நாடகமாக இருக்க வேண்டும், அதில் நாயகப் பாத்திரத்தை நான் தக்கவைத்துக்கொள்ள வேண்டும். தங்களது அங்கீகாரம் அல்லது மறுப்பின் மூலம் வாழ்வு ஒரு கனவு இல்லை என எனக்கு உணர்த்தும் பார்வையாளர்களும் எனக்குத் தேவை.

இந்தக் குறிப்புகள் என் நாடகத்துக்கு உருவத்தையளிக்கும் இணைப்புத் திசுக்களின் ஒரு பகுதி. அவை உருவமற்ற கடலிலிருந்து என்னை வெளியே பிடித்துக்கொண்டுவரும் வலையின் முடிச்சுகள். ஆனால் ஓடைநீர்போல யதார்த்தம் என்னுள் பாய்ந்துசெல்ல வேண்டி அறிவை மிகவும் பலவீனப்படுத்திக்கொண்டால் எனது இருப்புக்கு அர்த்தமும் வடிவமும் கொடுக்கும் அனைத்தையும் நான் இழந்துவிடுவேன். நான் இருக்குமிடம், போகவேண்டிய இடம் இவற்றைக் காட்டும் வரைபடத்தை உருவாக்கும் யாவற்றையும் நான் இழப்பேன்.

“இப்படியொரு வரைபடமின்றி நீங்கள் வாழவேண்டுமென்று சொல்லவில்லை” என்றார் யோகானந்தர். “பிரச்சனை என்னவென்றால், வரைபடத்தைத் தவிர்த்து வேறு எதையும் நீங்கள் பார்ப்பதில்லை. நீங்கள் எந்த யதார்த்தத்தின் வழியாக நெறிப்படுத்தப்பட வேண்டுமோ அந்த யதார்த்தத்தின் இடத்தை இந்த வரைபடம் எடுத்துக்கொண்டுவிட்டது. அதனால்தான் நீங்கள் மிகவும் களைத்துவிட்டீர்கள். நீங்கள் வரைபடத்தின்மீது நடந்து அது குறிக்கும் நிலங்களைத் தேடுகிறீர்கள்.”

“அப்படியானால் நான் என்ன செய்ய?”

“நீரோட்டத்துக்கு எதிராக நீந்துவதை நிறுத்துங்கள், அதனிடம் சரணடைந்துவிடுங்கள்.”

“இதற்கு என்ன அர்த்தம்!” நான் கத்துகிறேன். இதுபோன்ற வார்த்தைகளுடன்தான் அவரிடம் ஞானம் தேடிவந்தேன், அவர் அதை முட்டாள்த்தனமான கவிதைகள் என்று நிராகரித்துவிட்டார். அவையே அவரது வாயிலிருந்து வந்தால்? கடினமாக நான் முயலாமலிருப்பது எப்படி? எந்த நீரோட்டத்துக்கு எதிராக நான் நீச்சலடிப்பதை நிறுத்த வேண்டும்? அவரது அறிவுரைகளில் ஏராளம் முரண்கள். நேரடியாக, திட்டவட்டமாக எதையும் அவரால் சொல்ல முடியாதா?

“ஆனால் நான் எதைக் கொடுத்தாலும் – ஒரு வார்த்தை, அடையாளம் அல்லது புட்டத்தில் ஓர் உதை – உடன் அதை நீங்கள் குறியீடாக்கிக் கொள்கிறீர்கள். எல்லாவற்றுக்கும் முக்கியத்துவத்தையும் ஆழ்ந்த அர்த்தத்தையும் கற்பித்துக்கொள்கிறீர்கள். உங்கள்முன் நான் வைக்கும் நிலத்தின் ஒவ்வொரு அங்குலத்தையும் நீங்கள் ஒரு வரைபடமாக்கிக்கொள்கிறீர்கள். திட்டவட்டமான ஒன்றைக் கோருகிறீர்கள், ஆனால் அப்படியொன்று கிடைத்ததும் அதை ஐயுறவும் பரிசோதிக்கவும் பிறகு தூக்கிப்போடவும் செய்கிறீர்கள். சரி, திட்டவட்டமான ஒன்றைத்தானே கேட்டீர்கள்? இந்தச் சோர்விலிருந்து மீள்வது எப்படியெனச் சொல்கிறேன்.”

என்னைப் புல்தரையில் சாயச்சொல்கிறார், முதுகுப்பை ஓரத்தில் தலையைச் சாய்த்து என் கண்களை மூடச் சொல்கிறார். அவர் சொன்னபடி செய்கிறேன்.

"இப்போது உங்களது சோர்வை உற்றுநோக்குங்கள்" அடங்கிய, வசியம் மிகு அவரது குரல் கிசுகிசுக்கிறது. "உங்களுள் அது எப்படி இருக்கிறது? ஒரு சுமை போலவா, ஒரு மாவு மூட்டை போலவா? பலூனில் ஊதப்பட்ட அதிகப்படியான காற்றுப்போல இறுக்கமாகவா? எங்கு நீங்கள் அதை அதிகம் உணர்கிறீர்கள், தலையிலா பாதங்களிலா? எலும்புகளிலா தசைகளிலா? அது நீலநிறத்தில் இருக்கிறதா, பச்சை அல்லது சிவப்பு நிறத்திலா? அதனுடன் இருங்கள், அதைச் சுற்றி வட்டமிடுங்கள். எப்படி அது துடிக்கிறது, முறுக்கிக் கொள்கிறது, விரிவடைகிறது, வலுவாகிறது, ஆவியாகிறது என்று கவனியுங்கள். எப்படி அது பலவீனமடைகிறது, கண்ணுக்குத் தெரியாததாக மாறுகிறது, உங்களைவிட்டு அகலுகிறது என்று கவனியுங்கள். சீக்கிரம், இல்லையென்றால் அங்கு எதுவும் மிச்சமிருக்காது. அது எப்பேர்ப்பட்ட விரயம். உங்களது சோர்வு மிக மதிப்புவாய்ந்தது, அது இல்லாமல் நீங்கள் வெறுமையுற்றுப் போவீர்கள்."

களைப்பு என்னிடமிருந்து விலகத் தொடங்குவதை உணர்ந்தேன்: முதலில் அது பச்சை வண்ணத் தண்ணீராக மாறுகிறது, பிறகு சரிந்துவிழும் மணலாக, அதன்பின் பெரிய பனிப்பாலத்திலிருந்து உடைந்த சிறு துண்டாக, பிறகு என்னால் தொடமுடியாத சாம்பல் வண்ண மூடுபனியாக. பின்னர் அது, படபடவென்று ஒளியுடன் பொரிந்த ஒரு பந்தாகி நூறு சிறிய மத்தாப்புகளாக வெடித்தது. பிறகு அது கூரான அலகுகொண்ட நூற்றுக்கணக்கான காக்கைகளின் அசையும் சிறகுகளாக மாறியது. இறுதியில் ஒரு மேகமாகி மெல்லச் சுருங்கியபடியே விலகிச்சென்றது, அங்கிருந்து காற்றினால் அடித்துச் செல்லப்பட்டது. எஞ்சியிருப்பதெல்லாம் நல்ல காற்றடிக்கும் ஓர் உச்சக் கோடைநாள்.

"அது நீங்கிவிட்டது!" நான் கத்தினேன். "எப்படி இது சாத்தியமாயிற்று?"

கிழவர் சிரிக்கிறார். "மலை வானத்தை நோக்கி நீண்டிருப்பது எப்படிச் சாத்தியமாயிற்று, அது தலைகீழாய் நிற்கிறதா? மனிதன் ஏன் பாறையாக இல்லை, கிளர்ச்சியுற்று 'எப்படி இது சாத்தியமாயிற்று?' எனக் கத்துவது எப்படி அவனுக்குச் சாத்தியமாயிற்று? எவையெல்லாம் சாத்தியமோ அவையெல்லாம் சாத்தியமே."

களைப்பு மீண்டும் திரும்பிவிடுமா? என் மனக்கிளர்ச்சி உடனேயே அச்சமாக மாறியது. இந்த அச்சவுணர்வில் மழையைத் தனக்குள் சேகரிக்கும் கிண்ணத்தைப்போலக் களைப்பைச் சேகரிக்கும் ஒரு பாத்திரமாக என்னை உணர்ந்தேன்.

"நீங்கள் அப்படியொரு பாத்திரமாக இருக்கத் தேவையில்லை" என்கிறார் யோகானந்தர். "அடிப்புறம் இல்லாத பாத்திரமாக இருங்கள். உங்கள் அடிப்பாகத்தை உடைத்துவிடுங்கள். எப்போதும் தீவிர மனநிலையிலிருக்கும் குணத்தைக் கைவிடுங்கள். சிரியுங்கள். தினமும் காலையில் பத்து நிமிடம் எவ்வளவு முடியுமோ அவ்வளவு சத்தம்போட்டுச் சிரியுங்கள். எப்படிப்பட்டவராக மாற விரும்புகிறீர்களோ அப்படி நீங்கள் மாறும்வரை சிரியுங்கள். ஏமாற்றம், சலிப்பு, மனத்திடமின்மை; இந்த

மூன்று கொள்ளைக்காரர்கள் உங்களைத் துரத்தியபடியே இருக்கிறார்கள். அவர்கள் பயப்படுவது சிரிப்புக்கு மட்டும்தான். சிரிப்புச் சத்தத்தைக் கேட்டதும் பயந்தோடி விடுவார்கள். நீங்கள் ஏன் சிரிக்கக் கூடாது?"

"ஹ ஹ" என் தொண்டையிலிருந்து எப்படியோ இந்தச் சத்தத்தை வரவழைக்கிறேன். பிறகு "ஹி ஹி." அதோடு சத்தம் நிற்கிறது.

"கவலைப்படாதீர்கள்" என்கிறார் யோகானந்தர். "நீங்கள் தொடர்ந்து முயன்றால் சிரிப்பைச் சிரமப்பட்டு வரவழைக்கும் தேவையிருக்காது, அது போலியில்லாத இயல்பான ஒன்றாக அமையும்."

ஆகவே நான் சிரிக்கிறேன். படுத்துக்கிடக்கும் மட்டக்குதிரை பயத்தில் தலையை உயர்த்தி ஏதோ பேயைப் பார்ப்பதுபோல அச்சத்துடன் என்னைப் பார்க்கிறது. ஆரம்பத்தில் இந்தச் சிரிப்பு நுரையீரல்களில் வலுக்கட்டாயமாக உருவாக்கப்பட்டு மூச்சுக் குழல் வழியே தொண்டைக்குப் போய்ப் பிறகு அங்கிருந்து வாய்வழியாக வெளிப்படுகிறது. அது அசலான சிரிப்பாக இல்லை, போலியாகத் தோன்றுகிறது.

"ஹ ஹ, ஹ ஹ" என் சிரிப்பு அந்தப் பள்ளத்தாக்கில் அத்துமீறி நுழைந்துவிட்ட ஒன்றைப்போல அதிர்வலைகளை ஏற்படுத்துகிறது. "ஹோ ஹோ ஹோ, ஹி ஹி ஹி."

முட்டாள்த்தனமாகத் தோன்றுகிறது, வேடிக்கையாகவும். என் சிரிப்பினால் எனக்கே சிரிப்பு வருவதுதான் மிகவும் வேடிக்கையாக இருக்கிறது. என் சிரிப்பைப் பார்த்துச் சிரிக்கிறேன், இந்தச் சிரிப்பு அசலானது. இந்தக் கிழவர் என்னவொரு தந்திரம் செய்துவிட்டார், அதை எண்ணி நானும் சிரிக்கிறேன். சீக்கிரமே எனக்குள் ஐந்து வகையான சிரிப்புகள் அதிர்கின்றன. முதலில் சிரித்த வலிந்த சிரிப்பு, இப்போது சத்தமின்றி ஒடுங்கிவிட்டது. இப்போது என்னை மறந்து சிரிக்கிறேன், அதன்மீது எனக்கு எந்தக் கட்டுப்பாடும் இல்லை, ஏதோ ஒரு முதல்தரமான நகைச்சுவையைக் கேட்டதுபோலச் சிரிக்கிறேன். சட்டென எனக்கு உறைக்கிறது அந்த நகைச்சுவை நான்தான்; என் தீவிரத்தன்மை, உண்மைச் சுயத்திற்கான எனது தேடல்தான் அந்த நகைச்சுவை. நான் சிரிக்கிறேன், மேலும் கீழும் குதிக்கிறேன், நடனமாடுகிறேன், கீழே படுத்துப் புரள்கிறேன். அதேநேரம் என் மனதில் நிம்மதியாகவும் இதமாகவும் எதையோ உணர்கிறேன்: மன்னிப்பு.

சிரிப்புதான் மன்னித்தல். உலகை அதன் குணங்களோடே மன்னிக்கிறேன். என்னைவிட வித்தியாசமாக இருக்கமுயன்ற என்னை மன்னிக்கிறேன். என்னை நேசிப்பவர்கள், வெறுப்பவர்கள், இகழ்பவர்கள், ஆராதிப்பவர்கள், என்னைக் கிஞ்சித்தும் சட்டை செய்யாதவர்கள் என எல்லோரையும் மன்னிக்கிறேன். அவர்களை மன்னிக்கிறேன். என் விதியை (அதை நம்பிய என்னையும்) மன்னிக்கிறேன். தன்னை நம்பும் ஆசையை என்னில் விதைத்த கடவுளையும் மன்னிக்கிறேன். மிகப் புத்திசாலியாக இருந்ததற்காகவும் படுமுட்டாளாக இருந்ததற்காகவும் என்னையே நான் மன்னிக்கிறேன்.

"ஆடலாம்" என்கிறார் கிழவர். கைகளைக் கோர்த்துக்கொண்டு போதையேறிய இரண்டு இளமான்களைப்போல ஓடைக்கரையில் இருவரும் ஆடுகிறோம். சிறுவர்கள்போல இஷ்டம்போலச் சுற்றிவருகிறோம்.

"இப்போது சத்தம்போட்டுச் சொல்லுங்கள்: உலகம் எனது வீடு, என் வீட்டில் என் இஷ்டம்போல் இருப்பேன்!

"உலகம் எனது வீடு!" எவ்வளவு முடியுமோ அவ்வளவு உரக்கக் கத்துகிறேன். "உலகம் எனது வீடு, என் வீட்டில் என் இஷ்டம்போல் இருப்பேன்!"

சுழன்றுசெல்லும் என் குரல், சிரிப்பு, நடனம், சூழ நிற்கும் பனிமலை வளையம் இவற்றினூடாக ஒரு குறிப்பிட்ட பிம்பம் முன்னணியில் வலுவாய் எழுந்துவந்துகொண்டிருந்தது. அது கிழட்டு மட்டக்குதிரை ரோஸினாந்தேயின் உருவம். அதன் துயரார்ந்த கண்கள், முற்றிலும் சோர்ந்துபோன, இடர் ஏற்படுத்தும் தோற்றம்.

வெட்டி நிறுத்தியதுபோல என் சிரிப்பு அடங்குகிறது. சட்டென்று மனதில் கடும் சில்லிப்பு. இந்தக் கிழவன் ஏமாற்றுக்காரன், ஒரு போலிச் சித்திரத்தை யதார்த்தம் என்று என்னை நம்பவைக்க முயல்கிறான்.

திணறியபடி சொல்கிறேன். "சிரிப்பு எதற்கும் பதிலில்லை. எல்லாமே இவ்வளவு எளிமையாக இருக்குமென்று நான் எண்ணவில்லை."

சற்றுப் பொறுத்து யோகானந்தர் சொன்னார் "முட்டாள்."

15

கால்சராய் தைக்கும் கலை

மறுநாள் காலை எங்களது சிறு சாத்து மீண்டும் புறப்பட்டது. சன்னதம் கொண்டவர்போலச் சாமியார் முன்னால் நடக்க, நடுவில் தள்ளாடியபடி இழுத்து இழுத்து நடந்த மட்டக்குதிரை, பின்னால் நான். நண்பகல் நேரம், ஆற்றுக்கு அந்தப் பக்கம் வயலில் பெண்கள் மூவர் வேலை செய்துகொண்டிருப்பதைப் பார்த்தேன். சட்டென்று அந்த எண்ணம் மனதில் உதித்தது: ஞானம் என்றால் என்னவென்று அறியாமல் அதை அடைய முடியுமா? கருத்துகள் தரவுகள் வடிவில் காணப்படும் அறிவு விழிப்படைவதற்குத் தடையாக இருக்குமென்றால் ஒரு சராசரி ஸன்ஸ்கர்வாசிக்கு அதில் அனுகூலம் இருக்க வேண்டும்.

யதார்த்தத்தைப் பல்வேறுபட்ட வழிகளில் கண்டறியலாம் என்பது சராசரி ஸன்ஸ்கர்வாசிக்குத் தெரியாது. அவர் பல்வேறு கருத்துப்போக்குகளால் அலைகழிக்கப்படுபவர் அல்லர். வெளிப்படையாகவே அவர் தன்னிறைவு கொண்டவர், தனது உழைப்பின் பலனில் மகிழ்பவர். ஆனால் எனக்கு உணவளிக்க, கோதுமை பயிரிடுபவர் தொடங்கி மாவு விற்பவர் அடுமனைக்காரர் ரொட்டி விற்பவர் வரை, பன்றி வளர்ப்பவரிலிருந்து இறைச்சிக் கடைக்காரர் வரை, உருளைக்கிழங்கு விவசாயியிலிருந்து ஒயின் தயாரிப்பவர் வரை பெருங்கூட்டமான விற்பன்னர்கள் தேவை. சடையெருமை வறட்டியை எரித்து ஸன்ஸ்கர்வாசி தன்னை வெதுவெதுப்பாக வைத்துக்கொள்கிறார். என்னை வெதுவெதுப்பாக வைக்க ஒரு சிக்கலான எரிவாயுப் பின்னலமைப்பு தேவை.

ஸன்ஸ்கர்வாசிக்கு பெனிட்டான் தேவையில்லை; அவரே தனது ஆடைகளைத் தயாரித்துக்கொள்கிறார். அவர் தானே கம்பளி நூல் திரித்துத் தனது ஆடைகளை நெய்து கொள்கிறார், தனது கோட்டைத் தைத்துக்கொள்கிறார். மலைச் சரிவுகளில் வளரும் மூலிகைகளைக் கொண்டு தனது நோய்களைப் போக்கிக்கொள்கிறார். தலைக்குமேல் தனக்கொரு கூரை தேவைப்பட்டால் செங்கற்கள் செய்து அக்கம்பக்கத்தார் உதவியுடன் ஒரு வீட்டைக் கட்டிக் கொள்கிறார்.

என் வீட்டைக் கட்ட ஒரு நிபுணர்கள் படையே தேவை. நானே என் வீட்டைக் கட்ட முடியாது, அதற்கு எனக்கு அனுமதியும் இல்லை. நான் கோதுமை விளைவிக்க முடியாது, ரொட்டி சுட முடியாது, ஆடுகளையோ மாடுகளையோ வளர்க்க முடியாது. பக்கத்து ஓடையில் என் துணிகளைத் துவைத்துக்கொள்ள முடியாது. நான் சம்பாதிக்க வேண்டும்.

ஏன் ? நேரம் ஒதுக்கி என்னால் விளைவிக்க முடியாத உணவை வாங்க, எனக்கு வாழ நேரமில்லாத நன்கு பேணப்பட்ட வாழ்வின் துணுக்கு களைக் காண ஒரு தொலைக்காட்சிப் பெட்டி வாங்க, நடந்துசெல்வதால் வீணாகும் நேரத்தில் டென்னிஸ் ஆடவும் மற்ற உடற்பயிற்சிகளை மேற்கொள்ளவும் வெளியிடங்களுக்குச் செல்வதற்காகவும் கார் வாங்க (கார் வாங்க இயலாத பட்சத்தில் இவையெல்லாம் இயற்கையிலேயே இலவசமாக எனக்குக் கிடைக்கும்).

நான் பணிசெய்யும் நேரமே நான் சேமிக்க முயலும் நேரம். நேரத்தை எவ்வளவு அதிகம் சேமிக்க விரும்புகிறேனோ அவ்வளவு அதிகம் அதைப் பணியில் செலவழிக்க வேண்டியிருக்கிறது. விதைக்கும் காலத்தில் விதைத்து அறுக்கும் காலத்தில் அறுக்கிறார் ஸன்ஸ்கர்வாசி. அவரது உழைப்புக்கும் கிடைக்கும் பலனுக்கும் ஒரு சரிவிகித உறவு இருக்கிறது. காரணம், அவர் செய்ய வேண்டிய நேரத்தில் செய்யவேண்டியதைச் செய்கிறார், அவசரப்படுவதில்லை. அவரைப் பொருத்தவரை காலம் பணத்துக்குச் சமானமானது அல்ல. பொறுமையின்மை என்பது அவர் அறியாத ஒன்று.

ஞானத்திற்கான வழியை மறித்திருப்பது அறிவு மட்டுமன்று என்று எண்ணத் தொடங்கினேன். காலம் குறித்த என் பார்வையும்தான் என்னைப் பிடித்து நிறுத்திவைத்திருக்கிறது. நான் கொண்டிருக்கும் அல்லது கொண்டிராத காலம் என்ற கருத்தினாலும், குறித்த காலத்திற்குள் இவற்றைச் செய்து முடிக்க வேண்டும் என்ற என் உறுதிப்பாட்டினாலும் ஆனது அந்தப் பார்வை. பாவங்களுள் தலையாயது தாமதம் என்ற பார்வையும். மாலை நெருங்குகையில் ஒரு கருங்கல் மலையின் அடிவாரத்தை அடைந்தபோது இவையனைத்தையும் யோகானந்தரிடம் சொன்னேன்.

அவர் சிரித்தார். “உங்களைப் பற்றிய இன்னொரு கருத்தும் உண்டு. நீங்கள் செய்வதெல்லாம் பாவம் சிந்திப்பது மட்டும்தான்! கொஞ்சமும் நடைமுறைக்கு ஒத்துவராத ஆள் நீங்கள். ஒத்துவரக்கூடியவராக இருந்தால் நீங்கள் செய்பவற்றில் என்ன தவறு என்பதை எப்போதோ உணர்ந்திருப்பீர்கள்.”

“நடைமுறையோடு ஒத்துப்போவது என்றால் என்ன” என்றேன்.

“உங்களால் ஒரு பீர் பீப்பாய் செய்யமுடிந்தால் நீங்கள் நடைமுறைக்கு ஒத்துவருபவர். ஒரு பழமரத்தை நட்டு வளர்க்க முடிந்தால், பார்லி விதைத்து அதன் மாவை *ஸாம்ப்பா*வாக்க முடிந்தால், ஒரு மண்பானை வனைய முடிந்தால், அல்லது ஓர் ஓநாயைப் பிடிக்க முடிந்தால் நீங்கள் நடைமுறைக்கு ஒத்துவருபவர்.”

நீங்கள் நினைப்பதுபோல நான் அப்படியொன்றும் நடைமுறைக்கு ஒத்துவராத ஆள் இல்லை என்றேன். என் காரை என்னால் பழுதுநீக்கிக்

கொள்ள முடியும். ஓரளவு இழுப்பறைப் பெட்டிகள் செய்யத் தெரியும்; இரண்டு நிலையடுக்கு உடைப் பேழைகள், ஒரு கட்டில், எழுதுமேசை, சில படச்சட்டங்கள் செய்திருக்கிறேன். சில கதவு சன்னல்களையும் சீர்செய்திருக்கிறேன். "இங்கே பாருங்கள்" என் கால்சராயை அவரிடம் காட்டினேன்.

என்னைச் சுற்றிவந்து எல்லாக் கோணங்களிலும் என் கால்சராயைப் பார்த்தார். தொட்டுப்பார்த்தார், ஓரத்தையல்களை ஆராய்ந்தார். "நம்பவே முடியவில்லை. ஒரு தையல்காரரோடு பயணித்துக்கொண்டிருக்கிறேன் என்பதை நான் அறியவேயில்லை."

"நான் தையல்காரனில்லை" என்றேன். "என் அப்பா ஒரு தையல்காரர், ஒரு சிறுவனாக அவர் வேலை செய்வதைக் கவனிப்பேன். தூக்கியெறியப் பட்ட துண்டுத்துணிகளில் என் சிறு பொம்மைகளுக்குச் சட்டைகள் தைப்பேன். பின்னால் பலவருடங்கள் கழித்துத் தையல் இயந்திரமொன்று எனக்குச் சொந்தமானபோது ஆசையை என்னால் கட்டுப்படுத்த முடியவில்லை. இரண்டு முறை தவறி மூன்றாவதில் ஓரளவு நல்ல கால்சராயைத் தைத்தேன். திறமை கூடக்கூட இன்னும் சில கால்சராய்கள் தைத்தேன். போதுமான எண்ணிக்கையில் – ஒரு மாதத்தில் என்னால் அணிய முடிவதற்கும் அதிகமாக – தைத்தபின் இயந்திரத்தைத் தூக்கித் தூர வைத்துவிட்டேன், பிறகு அதைத் தொடவேயில்லை."

"இதை ஏன் முதலிலேயே என்னிடம் நீங்கள் சொல்லவில்லை?" எனக் கேட்டார் யோகானந்தர். "என் கால்சராயின் நிலைமையைப் பார்க்கவில்லையா நீங்கள்? எனக்கு நீங்கள் ஒரு கால்சராய் தைத்துத் தருவீர்கள்."

"தையல் இயந்திரம் இல்லாமல் அது சாத்தியமே இல்லை" என்றேன்.

"நாம் கண்டுபிடிப்போம்" என்றவர் என்னைப் பார்த்துக் கண்ணைச் சிமிட்டினார்.

கந்தையணிந்த சிறுவர் கூட்டம் எங்களைச் சரிவிலிருந்த விசாலமான வீடு ஒன்றுக்கு அழைத்துச்சென்றது. நட்பார்ந்த வீட்டுச் சொந்தக்காரர் அன்றிரவு நாங்கள் அங்கு தங்க அனுமதித்தார். வாய்விரியப் புன்னகைத்த அவர் பெரிய முற்றத்துக்கு அழைத்துச்சென்றார். அங்கே மண்தரையில் ஒரு பழையகாலத்துத் தையல் இயந்திரம் இருந்தது. எனக்கு மின் தையல் இயந்திரத்தில் தைத்துதான் பழக்கம், வீணாய்த் துணியையும் இயந்திரத்தையும் பாழாக்குவானேன் என்ற என் சாக்குப்போக்கை அவர்கள் உற்சாகத்துடன் புறந்தள்ளினர்.

"தைக்க முடியுமா, முடியாதா?" நேரே என் கண்களைப் பார்த்துக் கேட்டார் யோகானந்தர். நான் முடியுமென்று தலையாட்டியபோது, "துணி வாங்க எனக்குக் கொஞ்சம் பணம் கடன்தர முடியுமா? நான் அய்ரோப்பா வரும்போது திருப்பிவிடுவேன்" என்றார்.

முகத்தைத் தீவிரமாக வைத்துக்கொண்டு அவர் சொன்னபோதும் அது நகைச்சுவைதான் என்றெனக்குத் தெரியும், எனவே "நீங்கள் என் விருந்தாளியாக இருங்கள்" என்றேன்.

மறுநாள் காலை எங்களது விருந்தோம்புநர் முற்றத்துக்கு மூன்று சுருணைத் துணிகளைக் கொண்டுவந்தார். காஷ்மீரத்து ஆட்டு ரோமத்திலிருந்து திரித்த நூலைக்கொண்டு கைகளால் நெய்யப்பட்ட முரட்டுத்துணி. முதல் சுருணை அடர் சிவப்பு, அடுத்தது மஞ்சள், மூன்றாவது சாம்பல் பழுப்பு.

"சிவப்புக் கால்சராயா?" யோகானந்தர் சிரித்தார். அவர் சாம்பல் பழுப்பைத் தேர்ந்தெடுத்தார். துணி மிக நீளமாக இருந்தது, ஆனால், அகலம் வெறும் இருபத்தைந்து சென்டிமீட்டர்கள்தான். இதைவிட அகலமான துணி ஏதும் இருக்கிறதா என விருந்தோம்புநரைக் கேட்டேன்; கால்சராய் தைப்பதற்கு இவ்வளவு அகலம் குறைந்த துணி சரிப்பட்டு வராது என்றேன். "இங்கேயிருப்பதெல்லாம் இந்த அளவுதான். தறியின் அகலமே அவ்வளவுதான். எப்படியாவது நீங்கள் தைப்பீர்கள், எந்தத் தையல்காரனாலும் அது முடியும்."

விருந்தோம்புநர் கொடுத்த நூலைக்கொண்டு உள்ளும் புறமும் யோகானந்தரது கால்சாராயின் நீளத்தை அளந்துகொண்டேன். கொஞ்சம் கணக்குப்போட்டுப் பார்த்து ஒரு நீளமான துணித்துண்டை வெட்டியெடுத்தேன், அதற்கு அவர் இருநூறு ரூபாய் கேட்டார். நியாயமான விலைதான். துணியை ஏறக்குறைய ஒரே அளவுள்ள எட்டு நீளத் துண்டுகளாய் வெட்டியெடுத்து நீளவாக்கில் அவற்றை ஒன்றோடொன்று சேர்த்துத் தைத்தேன். பிறகு மேலும் கீழும் அகலவாக்கில் சேர்த்துத் தைத்தேன். ஒரு வறட்டியை உள்ளே வைத்து இந்த அகலமான துணியை மடித்து உருவாகவிருக்கும் கால்சராயின் வடிவத்தைத் தோராயமாக அதன்மீது குறித்தேன்.

இதுவரை எந்தப் பிரச்சனையுமில்லை என்ற நிம்மதி. ஆனால் அது நீண்ட நேரம் நீடிக்கவில்லை. கத்தரிக்கோல்கள் மழுங்கியிருந்ததால் வெட்டுகையில் ஓரங்கள் பிசிறடித்தன. முனைமழுங்கிய ஊசியினால் ஓரங்களை மடித்து நேராகத் தைக்க முடியவில்லை. தையல் இயந்திரம் தன் இஷ்டத்துக்கு இயங்கியது. எவ்வளவு மிதித்தாலும் அசையாமல் அப்படியே நின்றது, இல்லாவிட்டால் தடுமாறும் என் கைகளிலிருந்து தப்ப முயல்வதுபோலத் திடீரென்று வேகமாகச் சுழன்றது. எனவே தையல் சீராக அமையவில்லை, ஒன்று இடைவெளி விட்டு விழுந்தது அல்லது மிகவும் நெருக்கிக் கிடந்தது. பருத்தி நூல் அறுந்துகொண்டேயிருந்தது, மழுங்கிய ஊசி இரண்டுமுறை உடையப் பார்த்தது.

யோகானந்தரிடமிருந்தும் தையல் இயந்திரத்தின் சொந்தக்காரரிட மிருந்தும் வெளிப்பட்ட கேலிச் சொற்கள் என் நம்பிக்கையை இன்னும் சற்றுக் குலைத்தன.

ஊருக்கு வந்திருக்கும் 'தையல்காரர்' குறித்த செய்தி எங்கும் பரவிவிட்டது. அரைமணி நேரத்துக்குள் ஏறத்தாழ மொத்தக் கிராமுமே வீட்டு வாசலில் வந்து குழுமிவிட்டது. நன்றாக வேடிக்கை பார்க்கும் வண்ணம் சில இளைஞர்கள் வீட்டுக் கூரையில் ஏறிக்கொண்டார்கள். எரிக்கும் வெயிலில் எனக்கு வியர்த்துக்கொட்ட ஆரம்பித்தது. எனக்கு ஒருமாதிரியாகிப்போனது, ஒன்றும் சரிப்பட்டுவரவில்லை. படுமுட்டாள்த்தனமான குளறுபடிகளைச் செய்ய ஆரம்பித்தேன்.

ஒன்றுக்கொன்று சம்பந்தமில்லாத துணிகளைச் சேர்த்துத் தைக்கத் தொடங்கினேன், சேர்ந்திருக்க வேண்டிய துண்டுகளை வெட்டினேன். இரண்டுமுறை வலதுகாலோடு இடதைச் சேர்த்துத் தைத்துவிட்டேன் அதேபால வலதை இடதோடும். பிறகு கால்சராய்ப் பைகள் சிறிதாக இருப்பதை உணர்ந்து புதிதாக வெட்டித் தைத்தேன்.

என் குழப்படிகள் கூடிக்கொண்டே போயின. தடுமாறினேன், கடும் வெப்பம் வேறு. சீக்கிரமே அந்தக் 'கால்சராயை'ப் பற்களால் கடித்துக் கிழித்துத் துணித் துண்டுகளை இளித்துக்கொண்டிருக்கும் பார்வையாளர்களின் வாயில் திணிக்கப்போகிறேன் எனத் தோன்றியது. இந்தக் கையாலாகாத் தனத்துக்கான காரணம் தோல்வியை ஒப்புக் கொள்ளாத எனது முரட்டுப் பிடிவாதம்தான். தோல்வியை ஒப்புக்கொள்வது என்னைக் கொன்றுவிடும். ஊசியைத் துணியில் செருகிவிட்டுக் கழிப்பறைக்குப் போக வேண்டுமென்று முணுமுணுத்தேன். கிழிசலும் கந்தையுமணிந்த மலைவாசி மக்கள் கூட்டத்தை நெட்டித்தள்ளி வீட்டுக்கு மேற்புறம் மலைச்சரிவிலிருந்து எழுந்துநின்ற பாறையை நோக்கித் தள்ளாடி நடந்தேன். பாறையின் நிழலில் வந்து விழுந்து கைகளில் முகத்தைப் புதைத்துக்கொண்டேன். யோகானந்தர் அங்கு வரும்வரை அப்படியே கிடந்தேன். அவர் வந்து என் அருகே அமர்ந்தார். இருவரும் எதுவும் பேசவில்லை.

ஐந்து நிமிடங்கள் கழித்து அவர் கேட்டார். "என்ன சொல்லப் போகிறீர்கள்?"

கால்சராய் தைப்பது இதுவரை நானறிந்திராத ஒன்றை எனக்கு வெளிப்படுத்தியது என்றேன். ஞானத்தைத் தேடிப்போகையில் (கால்சராய் தைக்கையிலும்கூட) நான் உளவியல் கண்ணிகளுக்குள் சிக்கிக் கொள்கிறேன், அவை என் ஆற்றலை உறிஞ்சிவிடுகின்றன ஊக்கத்தைக் குலைத்துவிடுகின்றன.

"அந்தக் கண்ணிகள் என்னவென்று விளக்குங்கள்" என்றார்.

"நிறைய இருக்கின்றன, ஆனால் அவை எல்லாமே உழைப்புக் குறித்த எனது மனப்பாங்கினின்று உருவானவை" என்றேன். சந்தர்ப்ப சூழ்நிலை களின் தாக்கம் எந்தளவுக்கு மோசமாக இருக்கும் என்பதைக் கணிக்கத் தவறியதே என் முதல் தவறு. அங்கே வீட்டு முற்றத்தில் கடும் வெப்பம், கத்தரிக்கோல்கள் முனை மழுங்கியவை, தையல் இயந்திரம் என் பேச்சுக்குப் பணியவில்லை, நூல் அறுந்துகொண்டேயிருந்தது, இவை எல்லாமே எனக்குத் தெரியும். ஊசி சற்று வளைந்து அதனிடத்தில் சரியாகப் பொருந்தாமல் இருந்ததும் தெரியும். அதோடு இப்படி என்னைக் குறுகுறுவென்று பார்த்து நையாண்டி பேசும் ஒரு மக்கள் கூட்டத்தின் முன் இதுவரை நான் தைத்ததில்லை என்பதையும் அறிந்திருந்தேன். இதையெல்லாம் கவனத்தில் கொண்டிருக்க வேண்டும், ஆனால் நான் செய்யவில்லை. பல வருடங்களுக்கு முன் என் வீட்டில் ஒய்யாரமாய் அமர்ந்துகொண்டு சிறு பழுதுமில்லாத ஓர் இயந்திரத்தில் தைத்ததுபோலக் கால்சராய் ஒன்றைத் தைப்பேன் என்ற நம்பிக்கையுடன் செயலில் இறங்கிவிட்டேன்.

இரண்டாவது கண்ணி கால்சராய் தைக்கத் தெரியும் என்ற, கேள்விக்கு அப்பாற்பட்ட என் உறுதிப்பாடு. முன்பின் பழகியிராத துணிக்கும், தையல் இயந்திரத்தின் விசேஷ குணங்களுக்கும் ஏற்ப என்னை மாற்றிக் கொள்ளாமல் அவற்றை என்னுடைய தையல் அனுபவத்துக்கும், இப்போது இறுகிய உருப்படிவமாக உறைந்துபோய்விட்ட கடந்தகால நிகழ்வு களுக்கும் ஏற்ப மாற்ற முயன்றது. இயற்கையில் படிமமாகிவிடும் நினைவுகளுக்குப் பலியாக என்னையே நான் அனுமதித்தேன். இவைதாம் அந்தக் கண்ணிகள், இவற்றிலிருந்து வெளியேற நான் தெரிந்து வைத்திருந்திருக்க வேண்டும்.

நான் தவிர்த்திருக்க வேண்டிய இன்னொரு கண்ணிதான் என்னை இந்தக் கண்ணிக்குள் சிக்கவைக்கிறது என நினைக்கிறேன். மக்கள் என்னைப் பார்த்துக்கொண்டிருக்க நான் தையல்காரன் பாத்திரமேற்று நடித்துக்கொண்டிருக்கிறேன் என்ற உணர்வுதான் அந்தக் கண்ணி. அது என்னை அசௌகரியப்பட வைத்தது, ஆனால், சற்றும் சங்கடத்துக்குள்ளாக்கவில்லை, எனவே என் வேலையை நான் சரியாகத்தான் பார்த்துக்கொண்டிருக்கிறேன் என்ற *பிம்பத்தை* உருவாக்க முயன்றேன். ஆனால் அந்தக் கணம் முதல் உண்மையான 'நான்' அந்த வேலையைச் செய்யவில்லை, எனது தன்முனைப்புதான் அங்கிருந்தவர்களது கண்கள்வழி தன்னையே பார்த்துக்கொண்டிருந்தது.

தையலில் மிகவும் முட்டாள்த்தனமான தவறுகளைச் செய்துகொண் டிருக்கிறேன் என உணர்ந்தபோது அடுத்த கண்ணிக்குள் சிக்கினேன். இந்த வேலையை முடிக்கவியலாது என்னையே நான் முட்டாளாக்கிக் கொள்ளப்போகும் அச்சமே அந்தக் கண்ணி. இந்த அச்சம் என் அமைதியைக் குலைத்தது, அதனால் என் தவறுகள் கூடின. என் முயற்சிகளனைத்தும் வீணாகி எனது எண்ணப்படி கால்சராய் திகைந்து வராததைக் கண்டபோது பொறுமையின்மைக்கு ஆளானேன். கண்ணிகளுக்கெல்லாம் தாய் இந்தப் பொறுமையின்மை.

காலத்திலும் வெளியிலும் நிகழும் ஒவ்வொரு செயலும் குறிப்பிட்ட ஒரு கால வரையறைக்குள் முடிக்கப்பட வேண்டும் என்ற நம்பிக்கையி னால் உண்டாவதே இந்தப் பொறுமையின்மை. பொறுமையின்மை பதற்றத்தை உருவாக்குகிறது உணர்வுகளை மங்கச் செய்கிறது, இவ்விரண்டும் உடனடியாகவோ அல்லது காலம் கழித்தோ பாரதூரமான ஒரு தவறுக்குக் காரணமாகிவிடுகின்றன. இந்தச் செயலை இப்படிக் கொட்டிக் கவிழ்த்துவிட்டோமே என்று தன்முனைப்பு உணரும்போது கையாலாகாத முகம் சிவக்கும் கோபத்தில் அது அடைக்கலம் தேடுகிறது. இந்தக் கோபம் அனேகமும் குறைகாணும் முசுட்டுத்தனம் எனும் வடிவத்தை எடுத்துவிடுகிறது.

"ஆனால் உள்ளமைதி என்னும் வடிவத்தை எடுப்பதில்லை" என்றார் யோகானந்தர். "உள்ளமைதி தற்கணத்தில் தன்னை அடையாளம் காண்பதனின்று உருவாவது. கால்சாராய் தைக்கும்போது கால்சராயுடன் உங்களை அடையாளம் காண வேண்டும். உங்களை வெறும் ஒரு உதவியாளனாய்க் கொண்டு கால்சராய் தன்னையே உருவாக்கிக்கொள்ளும் சூழலை நீங்கள் உருவாக்க வேண்டும். இந்தக் கால்சராய் தைப்பதற்காகவே பிறந்தவன் நீங்கள் என்று திடமாக எண்ண வேண்டும்."

என் தைரியத்தின் எச்சங்களைச் சேகரித்துக்கொண்டு மறுபடி நான் தைப்பதற்கு வந்தேன். தைத்து முடித்ததும் எனது 'அற்புதப் படைப்புக்குள்' தனது குச்சிக் கால்களை நுழைத்துக் கிராமத்தவரிடம் பெருமையுடன் காட்டினார் யோகானந்தர். ஒரு குள்ள மனிதன் கூட்டத்திலிருந்து முன்னே வந்தான், தனக்கும் ஒரு கால்சராய் வேண்டும் என்றான். யோகானந்தரைக் காட்டித் தனக்கும் அச்சாக அவருடையது போலவே பித்தான் வைத்த மூடாப்புகளுடன் பைகள் வைத்துக் கால்சராய் வேண்டும் என்றான். அந்த மனிதனைப் பின்னுக்குத் தள்ளிவிட்டு ஒரு முரட்டுத் தந்தை முன்னே வந்து தனது மூன்று மகன்களுக்கும் கால்சராய் தைக்க வேண்டுமென்றார். சீக்கிரமே எல்லாப் பக்கமிருந்தும் தைப்பதற்கான பணிப்புகள் பறந்துவரத் தொடங்கின.

தையல் இயந்திரத்தின் சொந்தக்காரரான கிராமத் தையல்காரருக்கு விஷயம் இப்படிப் போவது மகிழ்ச்சியைத் தரவில்லை. சற்று முன்பு எல்லோரது கேலிக்கும் ஆளான பதற்றமிக்க இந்த அந்நியர் இப்போது கைதேர்ந்த தையல்காரராக மாறிவிட்டதை அவரால் நம்ப முடியவில்லை. தனது வாழ்வாதாரத்துக்கு வேட்டு வைக்கும் போட்டி உருவாவதை அவர் உணர்ந்துவிட்டார்.

இப்படி நடந்தது எனக்கும் ஆச்சரியம்தான். வெற்றிக்கும் தோல்விக்கும் இடையேயிருக்கும் தொலைவு எவ்வளவு சிறியது என்பதை இந்நிகழ்வு எனக்கு உணர்த்தியது. ஒன்றை நீங்கள் செய்யும்போது இன்னொன்று நிகழ்கிறது. நீங்கள் உள்ளமைதியை உருவாக்கிக் கொள்கிறீர்கள், அதோடு; தாமரையில் வீற்றிருக்கும் ஆபரணமே வாழ்க!

இந்தக் குக்கிராமத்தில் தங்கி ஒரு தையல்காரனாக என்னால் பிழைப்பை ஓட்டிவிட முடியும் என்பது உரைத்தது. சன்னல் கதவுகள் இல்லாத ஒரு செவ்வக வீட்டில் நான் வசிப்பேன். ஒரு சடையெருமையை நான் வளர்ப்பேன் அதன் சாணத்தில் வறட்டி செய்து நெருப்பு உண்டாக்குவேன், முடிந்தால் பால் தரும் ஓர் ஆட்டையும் வளர்ப்பேன். நான் தைக்கும்போது நன்கு சோடித்த தங்களது தலையணிகளின் பின்னிருந்து குறுகுறுவென என்னைப் பார்த்துக்கொண்டிருந்த கன்றிச் சிவந்த முகமுடைய பெண்களில் ஒருத்தியை நான் திருமணம் செய்து கொள்ளலாம். நான் அவளை என் வீட்டுக்கு அழைத்துச்செல்வேன். அங்கு அவள் எனக்கு *ஸாம்ப்பா* சமைப்பாள், மூக்கொழுகும் குட்டி திபெத்தியர்களை ஈன்று தருவாள். நான் அங்கேயே நிரந்தரமாகத் தங்கிவிடுவேன். கன்றிச் சிவந்த தோலுடைய அவ்வூராரிடமிருந்து யாராலும் என்னைப் பிரித்தறிய முடியாத வகையில் உள்ளூர்க்காரனாகி விடுவேன். உள்ளூர்வாசிகளோடு சேர்ந்து நான் பீர் தயாரித்து அருந்துவேன், கால்சாராய்கள் பாவாடைகள், ஏன் குளிர்ச்சட்டைகள்கூடத் தைப்பேன், என் மூச்சினடியில் சந்தோஷமாக *ஓம் மணி பத்மே ஹூம்* என்று ஜெபிப்பேன்.

இந்தக் காட்சி என்னுள் விரிந்தபோது என்னை எதுவோ உரசிச் சென்றது, இறகு போன்று மென்மையாகத் தடவி வேகமாகக் கடந்து சென்றது. கணப்பொழுதுதான், கேளாமலே வந்தது – ஞானமடைதலின் சாத்தியம் என் நெஞ்சைத் தொட்டது. அய்ரோப்பா திரும்பினால் எனக்குக் கிடைக்கவிருக்கும் வாழ்வை அந்தக் கணம் துறக்க முடிந்திருந்தால் (எனக்கு அதில் நிம்மதியோ வருத்தமோ இல்லை), தயக்கமின்றி யதார்த்தத்துள்

நுழையத் தரும் முற்றிலும் வேறுபட்ட ஒரு வாழ்க்கை குறித்த பார்வையை எந்தப் பதற்றமுமின்றி என்னால் மாற்றியமைக்க முடிந்திருந்தால், நான் ஏதாவது செய்திருப்பேன். ஏதாவது நடந்திருக்கும்.

ஆனால் ஞானமடைதல் இவ்வளவு எளிமையானது, இத்தனை சுலபத்தில் கிடைக்கக்கூடியது என்று உணர்ந்ததும் இது உண்மையான ஞானமடைதல்தானா (இவ்வளவு எளிமையானதா? இவ்வளவு சுலபத்தில் கிட்டக்கூடியதா?) என்ற ஐயம் உண்டானது. தன் பிடியிலிருந்து நழுவிய பிராந்தியத்தைத் திரும்பக் கைப்பற்ற முயலும் என் தன்முனைப்பின் அதிரடி ஆயுதம் இந்த ஐயப்பாடுதான். அது மீண்டும் அதிகாரத்தைக் கைப்பற்றி எனது அந்தக் கணநேர அனுபவத்தை மாற்றியமைத்தது. எளிய கிராமத்துத் தையற்காரன் வாழ்க்கை எனக்கானதல்ல, இந்த எண்ணமே ஒரு மடத்தனமான யோசனையன்றி வேறில்லை என்றாக்கியது.

யோகானந்தரின் கண்களில் ஏமாற்றம். அது சட்டென நிகழ்ந்துவிடு மென்று அவர் எதிர்பார்த்திருந்தார். நானும் எப்போதுமில்லாத வகையில் அதற்கு மிக நெருக்கத்தில் வந்துவிட்டிருந்தேன். எனக்கும் ஏமாற்றம்தான் – இனி மீண்டும் வாய்க்காத ஒரு நல்ல சந்தர்ப்பத்தை வீணடித்துவிட்டேன் என்பதால் அல்ல, நிகழச் சாத்தியமுள்ளதாக முதல் முறை என்னை அது அடைந்தபோது அதில் விசேஷமாக எதுவுமே இல்லையே என்பதால்தான். எதுவும் ஆர்வமூட்டுவதாக இல்லை. ஆனால் விசித்திரமான வகையில் ஏற்கெனவே அறிமுகமான ஒன்றாக, மனம் குலையவைக்கும் வகையில் நெருக்கமான ஒன்றாக அது இருந்தது.

யோகானந்தரும் நானும் கிளம்பியபோது அந்த கிராமத் தையல் காரருக்கு மட்டும்தான் நான் அங்கிருந்து போவதில் சந்தோஷம். மற்ற அனைவருக்கும் ஏமாற்றம், சிலர் எங்களை வசைகூறவும் செய்தனர். பிறகு வேறு வழியில்லை என்று உணர்ந்தவர்களாய் எனக்குப் பரிசுப் பொருட்கள்கூடக் கொண்டுவந்தனர். ஒரு மண்கலயத்தில் சடையெருமை வெண்ணெய், அலங்கரிக்கப்பட்ட ஓர் இடுப்புவார், செம்பாலான ஒரு தண்ணீர்ப் போத்தல் நிறைய பார்லி மது. மலையடிவாரம் கடந்து ஆற்றையொட்டிய பாதையை அடையும்வரை இளைஞர்களும் இளம் பெண்களும் கூட்டமாய் எங்களுக்குத் துணையாய் வந்தனர். அப்போது அழகான அந்த இளம்பெண்களில் ஒருத்தி விளையாட்டாய் என் கையி லிருந்த அணிகள் பதித்த இடுப்புவாரைப் பிடுங்கி ரோஸினாந்தேவின் கழுத்தைச் சுற்றிக் கட்டினாள்.

பிறகு நாங்கள் போய்வருகிறோம் என்றோம். யோகானந்தரும் நானும் லுனாக் நோக்கி எங்கள் பயணத்தைத் தொடர்ந்தோம். பாறை போன்ற தனிமையின் மையத்துள் அந்தக் கிராமம் அப்படியே பின்னால் தங்கிவிட்டது. சாம்பல் பழுப்பு மலையின் இடுப்பில் ஒரு திராட்சைக் கொத்துபோலத் தெரிந்த கிராமத்தின் வெள்ளையடிக்கப்பட்ட வீடுகள் பின்னாக்கிச் சென்றுகொண்டேயிருந்தன. கடைசியில் சாம்பல் பின்னணியில் ஓர் அழுக்குக் கறை போன்று தோன்றிப் பார்வையிலிருந்து கிராமம் அகன்றது.

நாங்கள் பேசிக்கொள்ளவில்லை. கிராமத்தில் நடந்தது என்னவென்று (நடக்காதது என்னவென்றும்) நாங்கள் புரிந்துகொண்டிருந்தோம்.

என்னுள் எதுவோ நெகிழ்ந்து கொடுத்தது. சலிப்பின் இடத்தில் அமைதியின்மை வந்து அமர்ந்தது. அது மீண்டும் என்னை அமைதியைத் தேடச் சொல்லி உந்தியது. எனது மன அமைப்பின் சிக்கல்களைப் பிரித்தறியாமல் என் கவனம் முழுவதையும் யோகானந்தரிடம் வைத்தேன். நான் நினைத்தேன் – இதோ ஞானமடைந்த மனிதன். நீ பின்பற்ற வேண்டிய மாதிரி, அவரைப் பயன்படுத்தி அவரைப்போன்ற ஒருவராக நீ மாறலாம்!

அவர் சிறிதும் என்னைப்போல இல்லை. நிரந்தரத் தியான நிலையில் வாழ்பவர், பிரயாசை எதுவுமின்றி நாட்டம் ஏதுமின்றி யதார்த்தத்தின் பெருக்கை இயல்பாக அதன்போக்கில் உணர்பவர். அவரது உடல் அசைவுகளில் பதற்றம் இல்லை, எதுவும் தனது அறிதலுக்கு அப்பாற்பட்டதல்ல என்ற குறிப்பு அவர் சொற்களில் இருப்பதில்லை. அவரது செயல்கள் மனப்பதற்றத்தால் பாதிக்கப்படாதவை. சரியாகத் தான் விரும்பும் இடத்தில், துல்லியமாகத் தனது இலக்கில் இருப்பவர் அவர் என்பதை எப்போதும் நான் உணர்ந்தேன். தினசரி நிகழ்வுகளில் என் கண்ணுக்குத் தெரியாத ஏதோவொன்றைக் கண்டுபிடிப்பவராக அவர் இருக்கிறார். அவருக்குச் சாதாரணம் என்று எதுவுமே இல்லை. மாறாக, அதன் எல்லா அற்ப விஷயங்களோடும் அன்றாட வாழ்வே அவரது யோக நிலையின் ஆதாரமாக இருக்கின்றது. என்னைக் கோபத்துக்கும் மனக்கசப்புக்கும் ஆளாக்கும் பிரச்சனைகள் அவருக்கு ஊக்கமூட்டும் விஷயங்கள். ஒருபோதும் அவர் எதையும் மறுக்கவோ புறந்தள்ளவோ முயன்றதில்லை. ஒவ்வொரு சந்தர்ப்பத்திலும் ஒவ்வொரு தருணத்திலும் கிடைப்பதை பயன்படுத்திக்கொண்டார். எதையும் புறந்தள்ளுவதில்லை என்பதால் எதைக் கண்டும் அவர் அச்சமடைவதும் இல்லை. ஒவ்வொரு சூழ்நிலையும் அவரது அகநிலையைப் பிரதிபலிக்கும் வகையில் வாழ்ந்தார். எதுவாகவும் மாற அவர் எண்ணாததால், என்னவாக இருந்தாரோ அதுவாகவே இருந்ததனால், அவர் செய்த அல்லது எதிர்கொண்ட எல்லாமே சரியாகவும் இயல்பாகவும் இருந்தன.

மாறாக எனது அகம், கடைசி அங்குலம் வரை அவையின்றி என்னால் வாழ முடியாது என்னும் குப்பைகளால் நிரம்பி, இறுகிக் கிடக்கிறது. அதனாலேயே எனது ஒவ்வொரு அசைவின்போதும் எதன்மீதோ முட்டிக்கொள்கிறேன். ஒவ்வொரு அடி எடுத்துவைக்கும்போதும் ஒரு முட்டுக்கட்டையில் இடித்துக்கொண்டு காயப்படுகிறேன். கூரைமுட்ட பொருட்களால் நிரம்பிய ஒரு பழைய சாமான்கள் கடைக்குள் நுழைந்து விட்டு வெளியேற வழி தேடும், ஆனால் கூரான ஆணியில் கால் வைத்துவிடுவோமோ அல்லது உறையற்ற வாளுக்குள் போய்ச் செருகிக் கொள்வோமோ என்று அஞ்சும், ஒரு குருடனைப் போலிருக்கிறேன். என் உடலசைவுகள் இயல்பானவையல்ல – கவனமானவை, கருத்தூன்றியவை, ஆனால், குருட்டுத்தனமானவை. என் மனதின் பழைய சாமான்கள் கடையில் ஒத்திசைவில்லாத, மகிழ்வற்ற, ஏராளம் அபிப்ராயங்கள் உறுதிப்பாடுகள், நம்பிக்கைகள், ஏமாற்றங்கள், கெட்ட பழக்கங்கள் இவற்றால் ஆணியடித்து நிறுத்தப்பட்ட ஒரு குருட்டு மனிதன் நான். எப்போதோ கைவிட்டிருக்கக்கூடிய ஒரு கடந்த காலத்தின் புதைபடிமங்கள் சூழ நின்றுகொண்டிருக்கிறேன்.

16

விரக்தி நிலை

உலகை ஒரு கறுப்புத்திரை மூடிவிட்டதுபோல உணர்ந்தேன். "என்னவாயிற்று?" என்றார் யோகானந்தர் சற்றே கேலியாக.

"என்னை சிசிபஸ் என்று அழையுங்கள்" என்றேன். "ஒவ்வொரு நாளும் இலக்கை நெருங்குகிறேன், ஆனால் அதைத் தொட முடிவதில்லை. காரணம் இலக்கு அங்கிருப்பதை உணர மட்டுமே செய்கிறேன், எனது அடுத்த அடியோ அதனின்று விலகிவைக்கும் அடியாக இருக்கிறது. ஒரு கட்டத்தில் எனது முயற்சிகளுக்கு ஏதாவது அர்த்தமிருக்கிறதா என்று ஐயுறுகிறேன்."

"நிலைமை மோசம்தான்" அவர் ஆமோதித்தார். "ஒரு பக்கம் நீங்கள் உங்களது அறிவைத் தளர்த்த வேண்டும். யதார்த்தத்தை நேரடியாகப் பார்க்கவும் உள்ளுக்குள் உணரவும் ஏற்றவகையில் அதை இன்னும் வெளிப்படையாக்க வேண்டும். இன்னொரு பக்கம், உங்களுக்கு உள்ளுணர்வு சாத்தியப்பட வேண்டுமென்றால், உள்ளுணர்வால் நீங்கள் அடையும் சிறு துணுக்கு அறிவையும் அந்த அறிவைத் தளர்த்திக்கொண்டு ஆராய வேண்டும். தெரியும், பைத்தியக்காரத்தனம்தான். ஆனால் அது அப்படித்தான். வேறு வழியில்லை."

"முன்பைவிட இப்போது குழப்பம் அதிகமாயிருக்கிறது" என்றேன். என்னைப் பிடித்து ஆட்டிவைக்கிறது என்ற காரணத்தால் என் அறிவை நான் நம்பாமல், அதனது (நான் நம்பிக்கை வைக்கக்கூடாத அறிவின்) ஆய்வுக்குப் பிறகு சரியானது எனத் தெரியவரும் உள்ளுணர்வுத் தெறிப்பை மட்டுமே நம்ப வேண்டுமென்றால் (எதனடிப்படையில், எனக்குப் புரியவில்லை) நான் என்ன செய்ய? இது ஓர் ஆபத்தான சுழல், சாத்தான்கூட இதுபோன்ற ஒன்றைக் கண்டுபிடித்திருக்க முடியாது. நான் உணர்வது உண்மையான யதார்த்தம், எனது கற்பனை அல்ல என்பதை எப்படி நான் அறிவேன்?

“அறிவை மட்டுமல்ல உள்ளுணர்வையும் மீறிய ஒரு விஷயத்தைக் கொண்டு நீங்கள் உணர்வீர்கள். புத்தர் அதை உள்ளொளி என்றார். அறிவு யதார்த்தத்தின் வரைபடத்தை மட்டுமே காணும், உள்ளுணர்வு வரைபடத்தால் குறிக்கப்படும் யதார்த்தத்தை உணர்ந்தறியும். உள்ளொளிதான் உண்மையான யதார்த்தத்தை காணத் துணைபுரியும்.”

“சரி. எல்லாம் சரிதான். உள்ளொளி, அதை எங்கே என்று போய் நான் தேட?” என்றேன்.

“அதுவே தோன்றும்” என்றார் யோகானந்தர். “உணர்வுகள் தன்முனைப்பைக் கைவிடும்போது, சிந்தனை அமைதியடையும்போது, அமைதியடைந்த சிந்தனை உள்ளுணர்வின் வெளிப்பாடுகளை ஆய்வு செய்து அதனைத் தூய்மைப்படுத்தும்போது, அது தாமரையைப்போல மலரும். அறிவும் உள்ளுணர்வும் தங்களது பணிகளை முடித்துக்கொண்டு விலகும்போது உள்ளொளி அங்கே தோன்றும்.”

மாலை நெருங்கியபோது ஓர் ஆழமற்ற குளத்தினருகே வந்து நின்றோம். நான் கூடாரமடித்தேன், தேநீர் தயாரித்தேன், தேநீருடன் பார்லி மாவு கொஞ்சம் சேர்த்து *ஸாம்ப்பா* செய்தேன். இரவுணவை நாங்கள் முடித்தபோது இரவு கவிழ்ந்துவிட்டிருந்தது. மேகங்களின் பின்னிருந்து முழுநிலவு வெளியே வந்தது, பள்ளத்தாக்கை வெள்ளி வெளிச்சப் போர்வையால் மூடியது.

“அபாரம்” என்றபடி நடந்து குளத்தை நோக்கிப் போனார் யோகானந்தர். நான் அவர் பின்னால் சென்றேன். அவர் தண்ணீரில் பிரதிபலிப்பைக் காட்டிக் கேட்டார், “என்ன அது?”

“நிலவு” என்றேன்.

“நிலவா?” வியப்புடன் கேட்டார். “பிறகு அங்கே வானத்தில் இருப்பது என்ன? இரண்டு நிலவுகளா இருக்கின்றன?”

“இல்லை” என்றேன். “தண்ணீரில் தெரியும் நிலவு வானத்திலிருக்கும் நிஜ நிலவின் பிரதிபலிப்பு.”

“இதைப் பார்” குளத்தின் அருகே சிறிய குட்டையில் தேங்கியிருந்த தண்ணீரைக் காட்டினார்.

“இங்கே இன்னொரு நிலவு. அப்புறம் இங்கே.” அவர் குனிந்து கைகளில் நீரையள்ளினார். “இந்தத் தண்ணீரிலும் நீங்கள் ஒரு நிலவைக் காண்பீர்கள். மொத்தம் எத்தனை நிலவுகள்?”

அவையெல்லாமே பிரதிபலிப்புகள் என்றேன். ஒரேயொரு நிலவுதான் ஆனால் ஏராளம் பிரதிபலிப்புகள். சிறியது, பெரியது, வட்டமானது, சதுரமானது எனக் காணும் எல்லா நீர்ப்பரப்புகளிலும் அது பிரதிபலிக்கிறது. அளவோ வடிவமோ அதற்கு முக்கியமில்லை.

“அப்படியானால் இந்த நீர்ப்பரப்புகள் எல்லாம் ஒருவகையில் அலைவாங்கிகள் எனச் சொல்லலாமா?”

“சொல்லலாம்” நான் தலையாட்டினேன்.

"அவை நிலவைப் பெறுகின்றன, அவற்றின் அளவுக்கும் வடிவத்துக்குமேற்ப நிலவு அவற்றில் பிரதிபலிக்கிறது. பெரிய குளத்தில் தெளிவாகவும் அழகாகவும், உள்ளங்கையிலிருக்கும் சொட்டு நீரில் மங்கலாகவும் தெளிவின்றியும்."

ஒரு கல்லை எடுத்து குளத்தின் மையத்தில் எறிந்தார். மையத்திலிருந்து வட்ட வடிவ அலைகள் எழுந்து குளத்தின் கரைகளை நோக்கிவந்தன. நிலவின் பிரதிபலிப்பு அதிர்ந்து நடுங்கும் நூற்றுக்கணக்கான சிறு புள்ளிகளாக உடைந்தது. "இது என்ன?"

அந்தக் கல் தண்ணீரில் அலைகளை உண்டாக்கி அதன் பெற்றுக் கொள்ளும் தரத்தைக் குறைத்துவிட்டது என்றேன்.

"நீங்கள் சொல்வது சரி!" அவர் உரக்கச் சொன்னார். நீர் தேங்கியிருந்த குட்டையருகே சென்று கையிலிருந்த குச்சியால் தண்ணீரைக் கலக்கிச் சேறாக்கினார். "எங்கே அந்த நிலவு?"

பிரதிபலிப்பு மட்டுமே அகன்றுவிட்டிருக்கிறது, காரணம், சேறாகிவிட்ட நீர்ப்பரப்பு. ஆனால் நிலவு இன்னும் அங்கே வானத்தில்தான் இருக்கிறது என்றேன்.

"உடைந்துவிட்ட அலைவாங்கி" என்றார். "ஞானநிலையில் ஒருவர் உணர்வது என்னவென்று சற்று நேரத்துக்கு முன்பு என்னிடம் கேட்டாய். சூயிங்கம் போல் வாயில் மென்று குதப்பி அசிங்கமாக வெளியில் துப்புவதுபோல மேற்கத்தியர்கள் நீங்கள் ஒன்றைச் சொல்வதுண்டு – கீழைத்தேயக் குப்பை! இப்போது உங்களுக்குத் தெளிவாகிவிட்டதா. முழுமுற்றானது நிலவு, விரும்பினால் நீங்கள் அதைக் கடவுள் எனக் கொள்ளலாம். அதனைப் பிரதிபலிக்கும் அலைவாங்கி நீங்கள். ஆனால் நீங்கள் சொல்கிறீர்கள் – நான் ஞானமடைய வேண்டும், முழுமுற்றான இறையை என்னில் உச்சபட்டத் தெளிவுடன் பிரதிபலிக்க வேண்டுமென்று. நான் எதைப்பற்றிச் சொல்கிறேன் எனத் தெரிகிறதா? குளம் சுத்தமாக வேண்டும் என்பதைப் பற்றித்தான். அதன் சேறும் சகதியும் அகற்றப்பட வேண்டும்."

அவர் விலகி இருட்டுக்குள் நடந்தார்.

என் உடம்பைச் சுற்றித் திடீரென வெம்மை பரவுவதை என்னால் உணர முடிந்தது.

"யோகானந்தர்" நான் கத்தினேன். "அலைவாங்கிக்கு என்னவாயிற்று?"

நடந்துகொண்டிருந்த அவர் நிற்பதை நிலவொளியில் பார்த்தேன். அவர் திரும்பி மெதுவாக என்னை நோக்கி நடந்துவந்தார். அவர் எதுவும் பேசவில்லை. என் கூடாரத்தை நோக்கிவந்தார், அதனருகே போர்வையை விரித்துவிட்டுக் காத்திருந்தார். நான் உறங்கும் பையை விரித்து அதற்குள் நுழைந்தேன், என் முகவாய்க்கட்டை வரை ஜிப்பை இழுத்துவிட்டுக்கொண்டு சிறிது முயன்று உட்காரும் நிலைக்கு வந்தேன். என் அபாயகரமான நண்பர் பேசுவதற்காகக் காத்திருந்தேன்.

ஒருமணி நேரம் காத்திருந்தேன். இரண்டுமணி நேரமானது.

எனக்குத் தூக்கம் வந்தது. கண்கள் செருகத் தொடங்கிய நேரம் முதியவர் தனது தியானத்திலிருந்து எழுந்தார். அவர் பேசத்தொடங்கியபோது அந்தக் குரல் என்னைச் சுற்றி மிதந்தது, மெல்லத் தழுவியது. தொடர்ந்து அந்தத் தழுவலின் இறுக்கம் அதிகரித்தபடியே இருந்தது.

“நீங்கள் நிலையற்ற, உங்கள் மனதில் மட்டுமே உருப்பெற்றுத் துலங்கும் வடிவங்களைப் பற்றிக்கொண்டிருக்கிறீர்கள். நீங்கள் அவற்றைப் பற்றிக்கொண்டிருக்கும்வரை நிறைவேறும் ஒவ்வொரு ஆசையும் ஒரு புதிய ஆசையைத் தோற்றுவிக்கிறது, விடை கிடைத்த ஒவ்வொரு கேள்வியும் இன்னொரு புதிய கேள்வியை உருவாக்குகிறது. நிலைத்த வடிவங்கள் உங்களது குளத்திலிருக்கும் சேறு. உங்ளது நரம்பு மண்டலம் மாயையின் வண்டல்களால் சேறாகியிருக்கிறது. குளத்தைச் சுத்தம் செய்யுங்கள். அப்போதுதான் அது நிலவைப் பிரதிபலிக்கும், முழுமையான நிலவை. அதை நீங்கள் எந்தப் பெயரிட்டு அழைத்தாலும் கவலையில்லை. வெறுமை, உள்ளீடின்மை, பிரம்மம், கடவுள், ஆவி, இருப்புநிலை. விரும்பினால் நீங்கள் அதை XYZ என்றும் அழைக்கலாம். மீமெய்யியல் அதன் புற எல்லைகளை அடையும்போது உளவியல் உங்களுக்குத் திருப்தி தராது. அது ஏமாற்று அல்ல. உங்களிடமிருப்பது பொருளியலான அலைவாங்கி; உங்கள் நரம்பு மண்டலம், உங்கள் மூளை இவைதான் அது.”

என்ன பதில் சொல்வாரோ என்ற பயத்துடனே அவரிடம் கேட்டேன், “யோகா, தியானம், மனப்பயிற்சிகள் மூலம் மட்டுமே எனது அலைவாங்கியை நான் மெருகேற்றிக் கொள்ளமுடியும் என்பதுதான் இதற்கு அர்த்தமா?”

“நூற்றுக்கணக்கான வழிமுறைகள் உள்ளன” என்றார். “பொதுவாக நாமெல்லாரும் அறிந்த ஒன்று ஹடயோகம், உங்களுக்கு அது மிகவும் ஆபத்தாக முடியும். ஏனென்றால் உங்களுக்குப் பொறுமை இல்லை. உங்களது சிறிதுநேர தையல்காரர் அனுபவம் நினைவிருக்கிறது அல்லவா? ஒன்றுக்கு மேற்பட்ட முறை நாம் கண்டுணர்ந்ததுபோலப் புலனின்பமும் உணர்வு வடிகாலுமான தாந்திரீகத்தின்மீது உங்களுக்குச் மனச்சாய்வு உள்ளது. அதுதான் உங்களுக்குப் பொருத்தமானது. நீங்கள் துறவியில்லை. நல்ல உணவு உண்போம் என்ற நிலை இருக்கும்வரை நீங்கள் பசியை மகிழ்ந்து ஏற்கவே செய்கிறீர்கள். அதன் சட்டகத்துள் தளர்வாகவும், நீங்கள் நீங்களாகவும் இருக்கலாம் எனும்வரை நீங்கள் ஒழுங்கை ஏற்கிறீர்கள். உங்களது இயல்பு இதுதான், ஏன் பாசாங்கு செய்கிறீர்கள்? இருந்தும் தாந்திரீகம் உங்களுக்குப் போதுமானதாய் இராது. கனவு காணுதல் என்னும் பொக்கிஷம் உங்களிடம் இருப்பதை நாங்கள் அறிவோம். கனவுகளின் உலகில் நீங்கள் மிகவும் நெகிழ்வாகவும் புதுமையை விரும்புபவராகவும் இருக்கிறீர்கள். நிச்சயமாக, அதை உங்கள் ஆதாயத்துக்குப் பயன்படுத்திக்கொள்ளுமளவுக்கு நீங்கள் புத்திசாலிதான். நீங்கள் தியானத்தில் ஓரளவு வெற்றி கண்டவரும்கூட. ஆக தியானம், கனவு, யோகநிலை இதுவே உங்களது மும்மை.”

எனக்குப் பெரும் நிம்மதி உண்டானது.

"சரி. தியானம், கனவு, யோகநிலை, தாந்திரீகம்" என்றேன். எனது மும்மை.

"ஆனால் இதன் நோக்கம் என்னவென்று உங்களுக்குத் தெரியுமா?" அவர் கேட்டார்.

அலைவாங்கியைச் சரிசெய்தல் என்றேன். குளத்தின் மேற்பரப்பை அமைதிப்படுத்த வேண்டும், மனதை அமைதிப்படுத்த வேண்டும். விழிப்புநிலையில் இருக்கும் புலன்களை உறங்கச் செய்ய வேண்டும். எண்ணங்கள், நினைவுகள், கருத்துகள், கவலைகள், பாதுகாப்புச் செயல்முறைகள் ஆகியவை அடங்கிய இராணுவம் கலைக்கப்பட வேண்டும். அப்போதுதான் ஆன்மாவின் மேற்பரப்பு சலனமற்றும் படிகம் போன்ற தெளிவுடனும் இருக்கும். அப்போதுதான் நிலவு தன் முழுப் பிரகாசத்துடன் அதில் எதிரொளிக்கும். என் ஆன்மா ஏக முழுமையுடன் சங்கமிக்கும். அப்போது நான் உறக்கமோ, கனவோ, விழித்திருத்தலோ அல்லாத அகவொளியைப் பெறுவேன்.

17

தியானங்கள்

இரவு இன்னுமொரு பனிப்பொழிவு. கணவாயை நோக்கிய பாதை ஆபத்தானது என்பதால் பள்ளத்தாக்கிலேயே தங்கிப் பனி உருகிக் கரையக் காத்திருந்தோம். காற்றும் சூரியனும் கடுமையாகப் பணி செய்துகொண்டிருந்தன, இரண்டொரு நாட்களில் நாங்கள் பயணத்தைத் தொடரமுடியுமென்று தோன்றியது. ஆனால் எதுவும் நிச்சயமில்லை, காத்திருந்தோம்.

சட்டென்று பார்க்க எதுவுமே நிகழவில்லை.

இந்த உணர்வு மிகவும் சோர்வளித்தது. அமைதியின்மை கூடி எந்நேரமும் மனம் கடந்தகால நிகழ்வுகளின் நிழல்களைப் பற்றியபடி அவற்றின் பின்னே போய்க்கொண்டிருந்தது. எதுவுமே நிகழவில்லை என்பதை மனம் ஏற்க மறுத்தது, எனவே அது சலிப்பை ஒரு பிரச்சனையாக மாற்றி அதை ஏதேனும் நிகழ்வதற்கான காத்திருப்பின் வலியுடன் சேர்த்துக்கொண்டது. இவற்றால் தன்னையே அது ஆக்கிரமித்துக்கொண்டது. மனதுக்குக் கேளிக்கை தேவை, கேளிக்கை எதுவும் கிடைக்காத நேரத்தில் அதற்கான ஏக்கத்தில், மிக அவசியமான ஒன்று இல்லையே என்கிற கிளர்ச்சியில் அது சுகம் காண்கிறது.

தன்னைக் கடந்துசெல்லும் எல்லா மடமையையும் பற்றிக்கொள்கிறது. பற்றிக்கொள்ள எதுவும் இல்லாதபோது விரைந்து தானே ஒன்றை உருவாக்கிக்கொள்கிறது. எவ்வளவு சலிப்பூட்டும் விஷயமானாலும் சரி, அதை அனுசரித்துப்போக முடிந்தவரை மனம் தன்னை வெறுமையாக்கிக்கொள்ளத் தேவையில்லை.

ஏதோ நிகழப்போகிறதென்ற நம்பிக்கையின் இறுதி மூச்சும் ஆவியாகிவிடும்போது, நிகழுமோ நிகழாதோ என்பது பற்றிய அக்கறை அற்றுப்போகும்போது, அதைத் தவிர்த்து வேறெதுவும் அங்கில்லாது காலம் மட்டுமே மெல்ல நகர்ந்துகொண்டிருக்கும்போது (பொறுமையிழக்காமல் கோபப்படாமல் கால அட்டவணையைப் பார்க்காமல் மணிக்கணக்காக இந்தியர்கள் ரயிலுக்குக் காத்திருப்பதுபோல)

காத்திருக்காமல் வெறுமனே உட்கார்ந்துகொண்டும் உடலைக்குறுக்கி அமர்ந்துகொண்டும் இருக்கும்போது, எந்தத் தூண்டலுக்கும் ஆசைப் படாமல் வெறுமனே அமர்ந்தபடி காத்திருக்கும்போது, எதற்காகவும் காத்திராமல் கோபமோ அச்சமோ கலக்காத வெறுமையுடனும் சலிப்புடனும் இருக்கும்போது ஏதோ நிகழ்கிறது.

நான் வெறுமனே அமர்ந்திருக்கிறேன், உற்றுக் கவனிக்கிறேன், காலத்தை விரயம் செய்கிறேன்.

இப்போதும் மனம் அமைதியற்றே இருக்கிறது, சலிப்பு என் கவனத்தைக் குலைக்கிறது. சிறு எதிர்ப்பையேனும் காட்டாமல் அதனிடம் நான் சரணடையப்போவதில்லை. சலிப்பு என் கவனத்தைக் குலைக்கிறதென்ற உண்மை இனியும் என்னைத் தொந்தரவு செய்வதில்லை. அது இயல்பாக நிகழும் ஒன்றென்பதை நான் ஏற்றுக்கொண்டுவிட்டேன். சலிப்பு அவ்வளவு உவப்பானதல்ல. மனம் அமைதியிழக்கிறது, ஆனால் அதை நான் ஏற்றுக்கொண்டுவிட்டேன். மனம் அமைதியின்றி இருக்கிறது, ஆனால் அது ஓய்வைத் தேடிச் செல்லவில்லை.

நான் வெறுமனே அமர்ந்திருக்கிறேன், உற்றுக் கவனிக்கிறேன், காலத்தை விரயம் செய்கிறேன்.

இதுவே இயற்கையான விழிப்புநிலை. முயலாமலே அதற்குள் நான் நழுவுகிறேன். ரோஸினாந்தே ஆற்றங்கரையின் செழித்த புல்வெளிக்கு ஓடிப்போவதைப் பார்க்கிறேன். இவ்வளவு உணவைப் பார்த்ததும் அவன் திகைத்துப் போகிறான். தன் பசிதீர உண்பதற்குள் அது மறைந்து மாயமாகிவிடும் என்பதுபோல அவசரம் அவசரமாகச் சத்தம்போட்டபடி புல்லை மேய்கிறான். இந்தப் பக்கமிருந்து அந்தப் பக்கத்துக்கு ஓடுகிறான், மறுபடி நடுவில் வந்து மேய்கிறான். அது பசியில்லை, அகோரப் பசி. இருந்தும் அப்பசி நீண்ட நேரம் இருப்பதில்லை. அங்கே ஏராளம் புற்கள் இருக்கின்றன, எப்போதும் அவை அங்கேதான் இருக்கும் என்பதை உணர்ந்த பின் அவன் சாந்தமடைகிறான். பிறகு அவன் தரையில் சரிந்து நன்றாக உறங்குகிறான்.

ஆகவே நானும்கூட அமைதியைத் தேடுவதை நிறுத்துகிறேன். அமைதியற்றிருப்பதும் சலிப்புற்றிருப்பதும் எனக்கு ஒன்றுதான். அமைதியின்மையை ஏற்படுத்தும் ஆற்றலுக்குப் போதுமான வெளி இருக்கிறது, விரும்பிய அளவுக்கு அது தன்னை அது விரித்துக்கொள்ளும். புல்வெளி எல்லையற்று விரிந்திருக்கிறது, நூற்றாண்டுகளுக்கான உணவு அங்கே இருக்கிறது. மீண்டும் மீண்டும் புல் வளர்ந்துவிடுகிறது. எனது அமைதியின்மை போதுமான வெளியைக் கொண்டுள்ளதை உணரும்போது அதுகுறித்து நான் அச்சப்படுவதில்லை. அந்த வெளி எவ்வளவு அகண்டது என்றால் இந்த அமைதியின்மை அதில் மறைந்துபோகிறது. இனியும் மனதைக் கயிற்றால் பிணைத்துவைக்கத் தேவையில்லை எனும்போது, அது தன்னையே மறந்துவிடுகிறது. அது ஓய்வுகொள்கிறது.

காற்று இளந்தென்றலாகி வீச மேகங்களற்ற நிலவொளி பள்ளத்தாக்கின் மீது பரவுகிறது. இறுகிய அந்த நிசப்தம் இனியும் பனி பெய்யாது என்ற

இவால்ட் ஃப்ளிஸர்

நம்பிக்கையை என்னுள் நிறைக்கிறது. காலையில் கணவாய் மீண்டும் திறந்துவிடும். அதில் நடந்து ஏறித் தொலைவேயிருக்கும் பள்ளத்தாக்கை அடையலாம். பிறகு அந்த ரகசியத் தாந்திரீக லாமாமடாலயத்தை நாங்கள் சென்றடையக்கூடும்.

சட்டென்று, இவையெல்லாம் முடிந்துவிடும் என்ற யதார்த்தம் என்னை உருக்குலைய வைக்கிறது. என் மரணம் தவிர்த்து என்ன நடந்தாலும், இவையெல்லாம் முடிந்து வீடு என்று அழைக்கும் ஒன்றுக்கு நான் திரும்பிவிடுவேன். மீண்டும் அய்ரோப்பாவுக்கு – டிவி, தொழில்நுட்பம், பொருளாதாரம், வேலை தேடுதல், நிச்சயமின்மை, போர்கள் இவற்றுக்கு – திரும்புவேன். தனிமையின் ஆழ்மையத்திலிருந்து சமூகத்தின் ஆழ்மையத்துக்குத் திரும்புவேன். ஏராளமான, பல்வேறுபட்ட கவலைகளுக்கிடையே எனது அனுபவங்களுக்கான அர்த்தம் என்னவாக இருக்கும்? அவை சீக்கிரமே (வெகு சீக்கிரமே) ஒரு 'பயணக்தையாக' மங்கிப்போகாதா? பெரும் சுவாரஸ்யம் கொண்ட கதையாக இருக்கும் அதேநேரம் அது எனக்கோ நான் சார்ந்த உலகத்துக்கோ எந்தச் செய்தியையும் தராது போய்விடும்.

போர்வைக்குள் தன்னைப் பொதிந்துகொண்டவராய் யோகானந்தர் எழுந்து எனக்குப் பக்கத்தில் அமர்கிறார். "எதுவோ உங்களைத் தொந்தரவு செய்துகொண்டிருக்கிறது."

ஆமாம் என்று நான் தலையசைக்கிறேன். சீக்கிரமாகவோ, சிறிதுகாலம் கழித்தோ இந்த மலைகளை நான் நீங்கியாக வேண்டும் என்ற யதார்த்தம் நான் இப்போது செய்துகொண்டிருப்பதனை மதிப்பிட வலியுறுத்துகிறது. நான் வாழும் உலகம் நான் கொண்டுசெல்லவிருக்கும் அறிவுச் சேகரத்தைப் பத்திரப்படுத்திவைக்க நல்ல மேசை இழுப்பறைகளைச் செய்யச் சொல்லியிருக்கிறது. எனது விமானக் களைப்பு அகலும் முன்பே எல்லாம் வகைபிரிக்கப்பட்டு அவற்றில் வைத்துப் பூட்டப்படும். அதற்கான செயல்முறை வீடு திரும்பும் எனது விமானப் பயணத்தின்போதே தொடங்கிவிடும். இப்போது எனக்கு நிகழும் யாவும் என் நினைவின் அருங்காட்சியகத்தின் சுவரொன்றில் தொங்கும் மங்கிய ஓவியங்களாகி விடும் என்று அஞ்சுகிறேன்.

"இவை உங்களது தன்முனைப்பின் அச்சங்கள்" என்கிறார் அவர். "தன்முனைப்பைப் பொருத்தமட்டில் எல்லாமே பயனுள்ளதாய் இருக்க வேண்டும் – உண்மை, கடவுள் எல்லாமே. பயன்படாதவற்றை வைத்துக் கொண்டு என்ன செய்வதென்று தன்முனைப்புக்குத் தெரிவதில்லை. ஏன் இந்தத் தியானங்கள், எதற்கு விறைக்கும் குளிரில் இந்த மலையில் தங்க வேண்டும், தாந்திரீகம் எதற்கு, எதற்கு இவையெல்லாம்? பதில் மிகவும் எளிமையானது, ஆனால் அதை எதிர்கொள்ள நீங்கள் அஞ்சுகிறீர்கள். இந்தப் பாதையில் உங்களைச் செலுத்துவது நிராகரிக்கப்பட்ட உங்களது இயல்பின் பாதியுடன் மீண்டும் நீங்கள் இணைய வேண்டும் என்ற விருப்பம்தான். இதை ஒப்புக்கொள்வதில் உங்களுக்குக் கூச்சமில்லை. இது உளவியல் காரணம் போல் தோன்றுகிறது. ஆனால் நீங்கள் ஒப்புக்கொள்ளத் தயங்குவது கடவுள் மீதான உங்களது விருப்பம் என்ற உண்மையை. நீங்கள்

கடவுளைத் தேடுகிறீர்கள். இதை ஒப்புக்கொள்ளும் துணிவு வரும்போது உங்களது பாதையிலிருக்கும் பெரிய தடைக்கல்லை நீங்கள் அகற்றுவீர்கள்."

அது உண்மைதான் என்கிறேன். எனது உலகம் பகுத்தறிவாலானது, பரிணாமத்தின் அடிப்படையில் அமைந்தது, அறிவியல்பூர்வமானது. அப்பட்டமாக அது ஒருபக்கச் சார்பானது என்றபோதும் இந்த முழுச் சித்திரத்தில் குறையாக நிற்பது கடவுள் என்பதை ஒப்புக்கொள்ள அஞ்சுகிறேன். ஒருவேளை கடவுளுக்கான ஓர் இடத்தை, ஒரு பகுத்தறிவு நியாயத்தை நான் கண்டுபிடித்தால் இந்தச் சித்திரத்தில் அவர் விடுபட்டிருக்க மாட்டார். ஒரு சுத்தமான பகுத்தறிவு அணுகுதல் மட்டும் இதற்குப் போதாது என எனது உள்ளுணர்வு சொல்கிறது. ஆனால் அதேயளவு சக்திவாய்ந்த உள்ளுணர்வு அறிவியலல்லாத ஒரு கருத்தை நான் ஏற்றுக்கொள்வதைத் தடுக்கிறது.

"கடவுள் ஏன் அறிவியல்பூர்வமல்லாதவராக இருக்க வேண்டும்?" அவர் சிரித்தார். "பரிணாமக் கொள்கையோடு ஒத்துப்போகாதவரா அவர்? வாழ்வு, பிழைத்திருப்பதற்கான போராட்டம்; சூழலுடன் மிகவும் வெற்றிகரமாகத் தகவமைத்துக் கொள்பவர்களுக்கானது. தகவமைத்துக் கொள்வதில் மனிதன் எந்தளவுக்கு வெற்றி கண்டுள்ளான்? அதிகமில்லை. அறிவின்மீதான அவனது கண்மூடித்தனமான சார்ந்திருத்தல் ஒற்றைப் பொத்தானை அழுத்துவதன் மூலம் மனித இனத்தையே பூமியிலிருந்து அழிக்கும் நிலைக்குக் கொண்டுவந்துள்ளது. நாம் வரலாற்றின் இறுதியை நோக்கிய துவக்கத்தில் நிற்கிறோம். கடவுளால் மட்டுமே நம்மைக் காப்பாற்ற முடியும் என இனியும் நம்பாதவர்கள் சென்ற தலைமுறைக்காரர்கள்."

இதை நான் உணர்கிறேன், என நான் பதில் சொல்கிறேன். நான் ஒத்துக்கொள்வது எதை என்றால்–

"இது போதாது!" அவர் என் பேச்சை இடைமறிக்கிறார். "நீங்கள் ஓர் அடி எடுத்து வைக்க வேண்டும். எல்லோருமே அடுத்தவர் அதைச் செய்வார் எனக் காத்திருந்தால் யார்தான் அதைச் செய்வது. சரியான பாதையில் ஓர் அடி. அது நடைமுறைக்கு உகந்ததாக இருக்க வேண்டும், அது ஒரு செயலாக இருக்க வேண்டும். வார்த்தைகள் தாம் கொண்டிருந்த ஆற்றலை இழந்துவிட்டன. கடவுள் திரும்பிவர வேண்டும், உங்கள் கதவுகளையும் சன்னல்களையும் திறந்து அவரை உள்ளே அனுமதியுங்கள். கடவுள் மட்டுமே உங்களைக் குணமாக்க முடியும். உங்களைப் பீடித்திருப்பது சாதாரண நோய் அல்ல. பைத்தியக்காரனுக்குத் தான் பைத்தியக்காரனென்பது தெரியாது. மனச்சிதைவுற்ற ஒருவனுக்கு தனது உலகம் தர்க்கப்பூர்வமானதாகவும் ஒழுங்கானதாகவுமே தெரியும். இதுதான் உலகின் இப்போதைய நிலை. எல்லாமே தர்க்கபூர்வமாகவும் பகுத்தறிவுக்கு ஏற்றவகையிலும் உள்ளன. ஆனால் இதுவோர் மனப்பிறழ்வு நிலை. மனிதன் தனது இயல்பில் பாதியை ஒடுக்கிவைத்துப் பைத்தியமாகிவிட்டான். சிரியஸ் நட்சத்திரம் பற்றிக் கேள்விப்படிருக்கிறீர்களா?"

கேள்விப்பட்டிருக்கிறேன் என்றேன். அது மிகவும் வினோதமனாது. இரட்டை நட்சத்திரங்கள், சிரியஸ் ஏ மற்றும் சிரியஸ் பி. ஒன்றையொன்று

சுற்றி வருவன. அவற்றின் ஈர்ப்பு மண்டலங்கள் சம வலிமை கொண்டவை. ஒரேயளவு விசையுடன் அவை ஒன்றையொன்று ஈர்க்கவும் விலக்கவும் செய்கின்றன.

"இதேபோன்று உங்களுக்குள்ளும் இருக்கிறது. ஒரு நட்சத்திரம் தன்முனைப்பு, மற்றது ஆன்மா. பொருத்தமான வார்த்தைகள் கிடைக்கும் வரை இப்படியே அழைப்போம். அவற்றின் வலிமை சமஅளவாக இருக்கும்வரை அவை ஒன்றையொன்று சுற்றிவருகின்றன, உங்களது மனமும் சமநிலையில் இருக்கிறது. ஆனால் மனிதனிடத்தில் இந்த அமைப்பு இனியும் சரிப்பட்டு வருவதில்லை. தன்முனைப்பு ஊதிப்பெருக்கப்பட்டு விட்டது, அசாதாரணமாகிவிட்டது. அது ஆன்மாவைத் தூரத் தள்ளி விட்டது, தன்முன் அதனை ஒன்றுமில்லாததாக்கிவிட்டது. உங்களிடம் இல்லாதது ஆன்மாதான். தன்முனைப்பும் ஆன்மாவும் சமமென்று ஆகும்போதுதான், ஒன்றையொன்று சுற்றிவரும்போதுதான் நீங்கள் இயல்புநிலைக்குத் திரும்புவீர்கள். எங்கே உங்களது ஆன்மா?"

எங்கே என் கடவுள்?

நான் கனவுகளின் உலகில் மூழ்க ஆரம்பித்தேன், ஒரு புராணிக உலகை நோக்கி வெற்றுவெளியில் பறக்க ஆரம்பித்தேன். ஓர் ஆற்றின் கரையில் தரையிறங்கினேன். மூடுபனியில் மறைந்திருந்த மறுகரைக்கு என்னை அழைத்துச்செல்லும்படி ஒரு படகோட்டியிடம் பேசிச் சம்மதிக்க வைத்தேன். ஆனால் அந்த மூடுபனி மயக்குறவைக்கும் ஓர் ஒளியால் ஊடுருவப்பட்டிருந்தது. அந்தப் படகோட்டி யோகானந்தர். படகோ சிறியதாக இருந்தது, அதிலிருந்த அமரும் பலகை மிகவும் கரடுமுரடாயிருந்தது. யோகானந்தர் துடுப்பொன்றைத் தந்தார். "நானேதான் துடுப்புப்போட வேண்டுமா?"

"ஆமாம்" அவர் சிரித்தார். "நான் உங்களைத் திசைபார்த்துச் செலுத்துபவன் மட்டுமே. துடுப்புப்போட வேண்டியது நீங்கள்தான்".

நான் துடுப்புப்போடத் தொடங்கினேன். துடுப்புப் போட்டேன், துடுப்புப் போட்டேன், துடுப்புப் போட்டுக்கொண்டே இருந்தேன். எதிர்க்கரை நெருங்கிவருவேனா என்றது. மூடுபனி முன்பு போலவே அடர்ந்து காணப்பட்டது, அதனை ஊடுருவியிருந்த ஒளி முன்பு போலவே வசீகரித்தது. எப்படியெல்லாம் முடியுமோ அப்படியெல்லாம் துடுப்புப் போட்டேன். நான் விட்டு விலகிச்செல்ல விரும்பிய கரை அப்படியே என் பின்னால் இருந்தது, ஏதோ என்னை அது பின்தொடர்ந்து வருவதுபோல. அயர்ந்தவனாய் துடுப்பைத் தூரப் போட்டுவிட்டுப் படகில் சரிந்துபடுத்தேன்.

"முன்னேற்றமே இல்லை" என்றேன்.

உறக்கத்தில் வீழ்ந்தபடியே பரவாயில்லை என மனதில் நினைத்துக் கொண்டேன். போராட அவசியமொன்றுமில்லை.

18

ஹென்றி நெப்போலியன் அலெக்ஸாண்டர்

அடங்கிய முணுமுணுவென்ற குரல்கள் கேட்டு விழித்தேன். என் கூடாரத்தைக் கடந்து யாரோ நடந்து சென்றார்கள், அவர் அந்த இடத்தை நீங்கிச் செல்வதுபோல இருந்தது. ஒரு ஆண் சிரிப்பதைக் கேட்டேன். பிறகு எல்லாமே மறுபடியும் நிசப்தமாகிவிட்டன. காலை நிசப்தத்தின் ஆழத்துள் உணரத்தக்க ஒரு பதற்றம் நிறைந்திருந்தது. கனவுகள் என்று நினைத்தேன், மீண்டும் உறக்கத்துள் விழுந்தேன்.

சட்டென்று ஓர் ஒளிக்கற்றை கூடாரத்துள் நுழைந்து ஒளிர்ந்தது. ஓர் உள்ளூர்வாசியின் சவரம் செய்யப்படாத முகம் அதன் பின்னிருந்தது. அவர் பேட்டரி கைவிளக்கை வைத்திருந்தார். பயத்தில் உடலை உடலை முறுக்கி முழங்கையை ஊன்றி எழுந்தேன். அந்த நபர் வாயைத் திறந்தார், புகையை ஊதிவிட்டு வெளியேறினார். சிரிப்பொலிகளும், விலகிச்செல்லும் சப்பாத்துகளின் மெல்லிய கீச்சொலியும் கேட்டன.

கூடாரத்துக்கு வெளியே தலையை நீட்டிப் பார்த்தேன், கண்கள் குருடானதுபோல இருந்தது. வெளியே எல்லாமே மிருதுவாகவும் வெள்ளையாகவும் இருந்தன. இரவெல்லாம் பனி வீழ்ந்திருக்கிறது. மலைச்சரிவெல்லாம் பனிமூடிக் கிடந்தது.

ஆற்றங்கரையில் சடையெருமை மந்தையைப் பார்த்தேன். இருபது கஜம் தொலைவில் பனியில் மூன்று கோபுரம் போன்ற உச்சிகளைக் கொண்ட பலவண்ணக் கூடாரம். என்னுடையதைவிட ஐந்து மடங்கு பெரிய கூடாரம் அது. அந்தக் கூடராத்தின் முன்னால் கனத்த கம்பளிக் கோட்டு அணிந்த ஆண்கள் மரச்சேணங்கள் பூட்டிய நான்கு சடையெருமைகள்மீது எதையோ ஏற்றிக்கொண்டிருந்தனர்.

யோகானந்தர், ரோஸினாந்தே பற்றிய எந்த அறிகுறியும் தென்படவில்லை.

"ஏய்" கத்தியபடி பனியில் தள்ளாடி நடந்து சுமையேற்றிக் கொண்டிருந்தவர்களிடம் சென்றேன். என் முதுகுப்பையையும் உணவுப் பொருள்களையும் அவர்கள் திருடிக்கொண்டுவிட்டார்கள் என ஏறத்தாழ எனக்கு நிச்சயமாகிவிட்டிருந்தது. ஆனால் எவ்வளவு தேடியும் அந்தச் சடையெருமைகளின் முதுகில் பாதுமில் யோகானந்தரும் நானும் வாங்கிய சாக்குகளைக் காணவில்லை. சுமையேற்றிக்கொண்டிருந்தவர்களில் ஒருவர் – வயது முதிர்ந்து நரைத்தலையுடன், நைந்த தோல் கால்சராய் களும் அகண்ட விளிம்புடைய கறுப்புத் தொப்பியும் அணிந்திருந்த திபெத்தியர் – என்னை இளக்காரமாகப் பார்த்து ஏதோ சொன்னார். அவரது கூட்டாளிகள் சத்தம்போட்டுக் கேலியாகச் சிரித்தனர்.

"என் முதுகுப்பை" ஆங்கிலத்தில் கத்தினேன். "என் முதுகுப்பை, எங்கே என் முதுகுப்பை?" அவர்கள் மீண்டும் சிரித்தனர். ஆழ்ந்த வரிகளையுடைய, வெயிலில் கன்றிய முகத்திலமைந்த ஆறுசோடிக் கண்கள் என்னை ஏதோ பைத்தியம் என்பதுபோலப் பார்த்தன.

யோகானந்தரும் ரோஸினாந்தேவும் என் பயணமூட்டையுடன் அதன் பின்னால் பதுங்கியிருக்கலாம் என்ற எண்ணத்தில் முந்தின நாள் நான் அமர்ந்து தியானம் செய்த பாறையைச் சுற்றிவந்தேன்.

யாருமில்லை. பனிச்சமவெளியின் நடுவே நின்றிருந்த என் சிறிய கூடாரம்தான் நடப்பது கனவில்லை என்பதை உணர்த்தியது. கூர்மூக்குக் கொண்ட உயரமான ஒரு மனிதர் திடீரென்று நேற்றிரவு முளைத்துவிட்டிருந்த அந்தப் பெரிய கூடாரத்திலிருந்து வெளியே வந்தார். கனத்த சிவப்புநிறச் சட்டையும் கறுப்புக் கம்பளிக் கால்சராய்களும் அணிந்திருந்தார். அவரது மலைச் சப்பாத்துக்கள் கிட்டத்தட்ட அவரது கால் முட்டிகள் வரை நீண்டிருந்தன. அடர்ந்து சடைத்த கருங்கேசம் அவரது நெற்றியில் பாதியை மறைத்திருந்தது. அவர் சுமையேற்றுவோரிடம் வந்தார், அவர்களது வேலையைச் சரிபார்த்துவிட்டு ஏதோ சொன்னார்.

இதுவரை இளக்காரப் பார்வையுடனிருந்த அந்த மலை மனிதர்களது தலைகள் தாழ்ந்தன. முழுவதும் சுமையேற்றப்பட்டிருந்த சடையெருமையை நோக்கி அவர்கள் ஓடினர். ஒரு பக்கம் மட்டும் எடைகூடி எருமை சாய்ந்துவிடாமலிருக்கக் கயிறுகளை அவிழ்த்துச் சுமைகளை மாற்றி வைத்துக் கட்டினர்.

கைகளைக் கால்சராய்ப் பைகளுக்குள் விட்டபடி அந்த மனிதர் என்னை நோக்கிவந்தார். அவரது நடையிலிருந்த ஏதோவொன்று மனதைச் சாந்தப்படுத்தியது போலிருந்தது. காரணம் அந்த மலை மனிதர்கள் அவருக்குப் பணிந்து நடந்தார்கள் என்பது மட்டுமன்று, அந்த அச்சமூட்டும் சூழலில் அவர் முன்பே அறிமுகமானவர்போலத் தோன்றியதும்தான். என் எதிரே வந்துநின்று தனது பழுப்புப் பூம்பட்டுக் கண்களை நேரடியாக என்னுள் செலுத்தினார். அவரது மெல்லிய மீசையடியில் ஒரு நட்பு நகை தோன்றியது.

"எப்படி இருக்கிறீர்கள்" அமெரிக்க உச்சரிப்பில் குரல். "என் பெயர் ஹென்றி நெப்போலியன் அலெக்ஸாண்டர்."

இயல்பைவிடச் சற்று அதிக வலுவுடன் அவரது கைகளைக் குலுக்கி என் பெயரையும் எங்கிருந்து வருகிறேன் என்பதையும் சொன்னேன். அடங்காத ஆச்சரியத்துடன் அவர் என்னை மேலும் கீழும் பார்த்தார்.

"உங்கள் கழுதையோட்டி நேற்றிரவு போய்விட்டார்" என்றார்.

"என்னுடைய கழுதையோட்டியா?" நான் புரியாமல் பார்த்தேன்.

"மஞ்சள் அங்கியுடுத்திய அந்த இந்தியக் கிழவர். பாதுமுக்குத் திரும்பிப்போவதாகச் சொன்னார்."

"ரோஸினாந்தே ஒரு குதிரை. கழுதையில்லை."

"இந்த மனிதர்களை நம்பவே முடியாது. ஒருவரது பலவீனத்தைக் கண்டுபிடித்துவிட்டால் அவரை ஏமாற்றி எதையாவது அபகரிக்காமல் விடமாட்டார்கள். இதனாலேயே அவர்களை ராணுவ ரீதியில் நடத்துகிறேன். ஒரேயொரு தவறு போதும், சம்பளம் தராமல் வேலையை விட்டுத் தூக்கிவிடுவேன்."

"என் முதுகுப்பை என்னவாயிற்று" தொண்டை கரகரக்கக் கேட்டேன். "என்னிடம் ஒரு முதுகுப்பை இருந்தது."

ஹென்றி நெப்போலியன் அலெக்ஸாண்டர் என் தோள்மீது கைகளைப் போட்டுத் தனது கூடாரத்தை நோக்கி அழைத்துச்சென்றார். "அது வெளியே பனியில் கிடந்தது, அதனால் என் கூடாரத்துக்குள் கொண்டுவந்து வைக்கச் சொன்னேன்."

அவர் உள்ளே சென்று எனது முதுகுப்பையுடன் திரும்பினார். அதன் பட்டிகள் வழக்கத்தைவிட இறுக்கமாக இழுத்துவிடப்பட்டிருப்பதைப் பார்த்தவுடனே தெரிந்துகொண்டேன். யாரோ அதைத் திறந்து உள்ளே என்ன இருக்கிறதென்று பார்த்திருக்கிறார்கள். அது ஹென்றி நெப்போலியன் அலெக்ஸாண்டராக இருக்குமென்று நான் சிறிதும் சந்தேகிக்கவில்லை.

"மறந்தாலும் மறந்துவிடுவேன்" என்றவர் மீண்டும் கூடாரத்துக்குள் நுழைந்தார். அழகாக மடித்த ஒரு பழுப்புக் கால்சராயுடன் வெளியே வந்தார். அதை என் கைகளில் திணித்தார். அதில் சில தையல்கள் விட்டுப்போயிருப்பதைப் பார்த்தேன்.

"இதைத்தான் அவர் என்னிடம் கொடுத்தார். கொடுத்துவிட்டு விநோதமாக ஒன்றைச் சொன்னார். இந்தக் கால்சராய் தன்னையே உருவாக்கிக்கொள்ளும் என எனக்குத் தோன்றவில்லை என்றார், அல்லது அதுபோல ஏதோ ஒன்றைச் சொன்னார். உங்களது கழுதையோட்டி ஒரு விசித்திரமான ஆள். எங்கே பிடித்தீர்கள் அந்த ஆளை?"

கால்சராயை அக்குளில் வைத்துக்கொண்டு முதுகுப்பையின் கைப்பிடியைப் பற்றி இழுத்தவாறு என்னுடைய கூடாரத்தை நோக்கி வந்தேன். அடிபட்ட மிருகம் குகைக்குள் நுழைவதுபோலத் தவழ்ந்து உள்ளே வந்தேன். கண்களை மூடிக்கொண்டால் தன்னை யாரும் பார்க்கமாட்டார்கள் என நம்பும் ஒரு குழந்தையைப்போல உறங்கும் பைக்குள் முகத்தைப்

புதைத்துக்கொண்டேன். ஆனால் இருட்டில் ஓர் ஒளி தெரிந்தது, அந்தக் கற்றை ஒளியில் நான் முதியவரான யோகானந்தரின் முகத்தைப் பார்த்தேன்.

அவர் முகத்தில் ஏமாற்றத்தைப் பார்த்தேன், அதில் கோபமும் தெரிந்தது. மன்னித்துக்கொள்ளுங்கள் உங்களது முயற்சிகளின் பலனைக் கண்டு என்னால் மகிழ முடியவில்லை, இவ்வாறு அவரது கண்கள் சொல்வது போலிருந்தது. நீங்கள் முயன்றீர்கள் தோற்றுப்போனீர்கள். இப்போது நான் மற்ற வேலைகளைப் பார்க்கப் போக வேண்டும். ஆனால் அவரது மீசையடியில் கண்ட புன்னகையிலிருந்து வேறொன்றை நான் படித்தேன். சகித்தல், புரிதலையும் பரிவையும் நோக்கி நகர்தல். எல்லாமே இழக்கப்பட்டுவிடவில்லை, அவரது புன்னகை என்னிடம் சொல்வதுபோலத் தோன்றியது. உங்களைவிட்டு விலகிப்போவதன் மூலம் உங்களுக்கு இன்னுமொரு வாய்ப்பைத் தருகிறேன். மற்றவற்றைப்போல அதையும் வீணாக்கிவிடாதீர்கள்.

நான் அமர்கிறேன். கவனம் குவிக்கிறேன். எனக்குள் என்ன நடக்கிறது? என்ன உணர்கிறேன் நான்? அவமானம். ஏனென்றால் பத்து நாட்களுக்கு முன் அவருக்கு நான் தைத்துத் தந்த கால்சராயைத் திருப்பித் தந்துவிட்டார். நான் தையல்காரன் இல்லை, ஆகவே நான் ஏன் இதை ஓர் அவமதிப்பாக எடுத்துக்கொள்ள வேண்டும். என்னுள் இருந்தபடி தேடுதலில் ஈடுபடுபவன் இதை அவமானமாக எடுத்துக்கொள்கிறானா? ஏனென்றால் கால்சராயைத் தைப்பதில் என்னுடைய சுயஅறிதலின் குறியீடு ஒன்றையும் யோகானந்தர் அதை அணிய மறுப்பதில் எனது முயற்சிகளை அவர் நிராகரிப்பதன் ஒரு குறியீட்டையும் காண்கிறேனா? நாங்களிருவரும் அவமானத்துக்குள்ளானோம்; கால்சராயைத் தைத்த தையல்காரரும் கொடுக்கப்பட்ட மாதிரி உடைகளிலிருந்து விடுதலை தேடிய தையல்காரரும். ஆனால் அந்த இருவரில் நான் யாராகவுமில்லை.

என்னை முடமாக்கும் இந்த அச்சத்தை, காட்டில் தொலைந்துபோய் தனது தாயின் கைச்சூட்டை இழந்துநிற்கும் குழந்தையின் அச்சத்தை யாரறிவார்? பாதை தெரியாது தவித்துக் கொடும் மிருகங்களை எண்ணி மிரளும் குழந்தையின் அச்சத்தை யாரறிவார்? அந்தக் குழந்தை என்னுள்ளிருக்கிறது, தான் இதுவரையறியாத ஓர் அச்சத்தில் உழல்கிறது. தான் பிடித்து நடக்கவென்று இருந்த கரத்தை அது இழந்துவிட்டது. இருந்தும் நான் அந்தக் குழந்தையல்ல. அந்தக் குழந்தை எனக்குள் இருப்பதை என்னால் பார்க்க முடிகிறது, அதன் உணர்வுகளை அறிய முடிகிறது. ஆனால் நான் அதன் உணர்வுகளுக்கு வெளியே இருக்கிறேன். நான் வேறொருவன், வேறொன்று.

கைவிடப்பட்டதாக உணர்வது யார்? கூட்டுத்தொழில் தர்மப்படி ஒப்பந்தத்தில் கையெழுத்திட்டுவிட்டு (அல்லது அப்படி நினைத்துக் கொண்டுவிட்டு), பிறகு தனது கூட்டாளி போட்ட முதலையும் வியாபார அனுபவத்தையும் சுருட்டிக்கொண்டு தன்னை அம்போவென்று விட்டுவிட்டுப் போய்விட்டதாய் சினம் கொள்ளும் ஒழுக்க வியாபாரியா? அது நானா? தான் மற்றவர்களிடம் நடந்துகொள்ள விரும்புவதுபோல மற்றவர்களும் தன்னிடம் நடந்துகொள்ள வேண்டும் என எதிர்பார்க்கும்

(ஏன் தன்னால் அதைப் பின்பற்ற முடிவதில்லை என்பதற்கு எப்போதும் தயாராகச் சாக்கு வைத்திருக்கும்) எதற்கும் வளைந்துகொடுக்காத கடும் ஒழுக்கவாதியான நானா? அந்த வியாபாரியும் என்னுள் இருக்கிறார், ஆனால் அது நானல்ல.

அப்படியானால் ஒதுக்கப்பட்டுவிட்டதாக உணர்வது யார்? அது நான் இல்லையென்றால் வேறு யார்? *நான்* எப்படி உணர்கிறேன்?

பனிமூடிய பள்ளத்தாக்கின் தனிமையில் திடீரென என் அகவுலகின் பிம்பத்தைப் பார்த்தேன். நிலத்தின்மீது சூரியன் ஒளிவீசுவதுபோல மனம் வெளியுலகின்மீது ஒளிவீசுகிறது, அது தனிமையாக உணரும்போது உலகைத் தனிமைப்பட்டதாகவும், அச்சமுறும்போது உலகை அஞ்சி நடுங்கும் ஒன்றாகவும் மாற்றுகிறது. எனது ஒவ்வொரு மனநிலையும் விழிப்புநிலையில் இருப்பதன்வழி என்னால் தொடர்புறுத்த முடிந்த விஷயங்களின் பிரதிபலிப்புகள்தாம். நான் பதற்றமாக இருந்தால் பதற்றம், அஞ்சி நடுங்கினால் அச்சம், நிராகரிக்கப்பட்டிருந்தால் நிராகரிப்பு. அதுதான் மேய்ச்சல்வெளியைத் தேடும் என் தன்முனைப்பு மந்தை. மந்தையை விரட்டுவதில் எந்த அர்த்தமும் இல்லை. மந்தை நல்ல பசியில் இருக்கிறது, மந்தை உணவைத் தேடுவதையும் இளைப்பாறுவதையும் நான் தடுக்க முனைந்தால் அவை கூட்டமாக மேலேறி என்னை மிதித்துத் துவைத்துவிடும்.

வலி குறையவில்லை, அது பொங்கிவழியாமல் எனக்குள்ளேயே கொதித்துக்கொண்டிருந்தது. வலி பொங்கி நுரைக்கும் தொட்டியாக நான் இருந்தேன். கூடாரத்தை விட்டு வெளியே வந்து அந்த விநோத அமெரிக்கர் முகாமிட்டிருந்த இடத்தைப் பார்க்கத் திரும்பினேன். அந்தப் பரந்த வெள்ளைச் சமவெளியின் மையத்தில் என்னால் மூன்று விஷயங்களை மட்டுமே பார்க்க முடிந்தது: எனது சிறிய கூடாரம், எனது முதுகுப்பை, நான். ஏதோ கானல் என்பதுபோல ஹென்றி நெப்போலியன் அலெக்ஸாண்டரும் அவரது சடையெருமைக் கூட்டமும் மறைந்து ஆவியாகிவிட்டிருந்தனர்.

இருமலும் காய்ச்சலுமாக நான் பள்ளத்தாக்கில் கிடந்தேன். உணவு, செல்லும் திசை, வலு எதுவுமின்றி. பக்கத்தில் ஓநாயொன்று ஊளையிட்டது. எனது ஸ்விஸ் ராணுவக் கத்தியை வெளியே எடுத்தேன், ஒரு மிருகத்தைப் போல விறைப்படைந்து விலங்குப் பாதங்கள் மென்பனியில் நடக்கும் ஓசை கேட்கக் காத்திருந்தேன். ஒரு நிழல் என்னை நோக்கிப் பாய்வதற்கு முன் அந்த ஓசையைக் கேட்டுவிட வேண்டுமென்று காத்திருந்தேன். எலும்பில் கடைசித் துணுக்கு சதை ஒட்டியிருக்கும் வரை என் உயிரைக் காத்துக்கொள்ளப் போராடுவதென்று தீர்மானித்துக்கொண்டேன்.

என் கையிலிருக்கும் கத்தியைப்போல என் மனமும் கூர்மையாக இருந்தது. தன்முனைப்பு தனது மையத்தைவிட்டு அகன்றிருந்தது, போர்க்களத்தை விட்டு ஓடிவிட்டிருந்தது. அதன் வன்முறையை இப்போதும் என்னால் உணரமுடிந்தது, ஆனால் அது எங்கோ மூலையில் ஒடுங்கி, முக்கியத்துவமற்றதாய் மாறியிருந்தது. தனியே நான் மட்டும் ஓநாயை எதிர்நோக்கிக் காத்திருந்தேன் – இந்த உலகத்துக்குச் சொந்தக்காரனான நான் இந்த உலகமாகவும் இருந்தேன். நான் தற்கணமானேன், அக்கணத்தில்

சாந்தமாக நின்றேன், பதற்றமாக அதேநேரம் சாந்தமாக. உற்றுநோக்குபவனும் உற்றுநோக்கப்படுபவனுமாக. ஒரு நிகழ்வாகவும், விரியும் அந்நிகழ்வின் மனச்சான்றாகவும். என்னைப் பற்றியும் எனது பார்வையாளர்கள் பற்றியும் பிரக்ஞையற்றவனாய், அது வெளிப்படுத்தும் கருத்துக்களை மதிப்பிடாமல் காட்சிகளை முன் அனுமானிக்காமல், கிட்டத்தட்ட ஒரு நாடகத்தை நடிப்பவனும் அதனைக் காண்பவனுமாக இருந்தேன்.

தீவிரச் சுதந்திர உணர்வு என்னில் மேலிட்டது.

இந்த உலகம் எனது வீடு என்று உணர்தேன். நல்லதோ கெட்டதோ இந்த உலகம் எனது வீடு, (என்னோடு, எனக்கு, நானின்றி) நிகழும் யாவும் என் வீட்டில் நிகழ்கின்றன. அவை யாவும் சரியாக, ஏற்புடையனவாக, அற்புத சாகசங்களாக, இன்னும் என்னவெல்லாம் நடக்கும் என்ற எதிர்பார்ப்பால் என்னை நிரப்புவனவாக இருந்தன. யாவுமே உறங்கும் முன் குழந்தைக்குப் படித்துக்காட்டும் தேவதைக் கதைகள் போலிருந்தன.

ஓநாய்க்குப் பதிலாகக் குட்டைக் கால்கள் கொண்ட மட்டக்குதிரையில் ஒருவர் மூடுபனியிலிருந்து வெளியே வந்தார். தோல் கால்சராயும் தலையில் அடர் நீலத் தொப்பியும் அணிந்த தலை நரைத்த ஒரு திபெத்தியர். உடன் அவர் இன்னொரு மட்டக்குதிரையையும் ஓட்டி வந்திருந்தார், சந்தேகமின்றி அது எனக்காகத்தான். என் கூடாரத்தை நோக்கிக் கையைக் காட்டி ஆங்கிலத்தில் ஓரேயொரு வார்த்தையை மட்டும் உச்சரித்தார் "வா!" அந்த வார்த்தை ஒரு தாழ்ச்சிமிக்க அழைப்பாக இல்லாமல் முரட்டு ஆணையாக இருந்தபோதும் நான் நேரத்தை வீணடிக்காமல் கிளம்பினேன். ஐந்து நிமிடத்துக்கும் குறைவான நேரத்தில் கூடாரம், உறங்கும்பை இவற்றை மடித்தேன், அவற்றை முதுகுப்பையோடு சேர்த்துக் கட்டினேன், பிறகு அந்தப் பையை மட்டக்குதிரையின் பக்கத்தில் இழுத்துச்சென்றேன், பைமேல் கால் வைத்து மட்டக்குதிரையின்மேல் ஏறினேன், பிறகு குனிந்து சிரமத்துடன் பையை எடுத்துக் குதிரையின்மேல் வைத்தேன். அதற்குள் நடிகர் ஆந்தனி க்வின் ஜாடையிலிருந்த அந்தத் திபெத்தியர் தனது மட்டக்குதிரையைத்தான் வந்த திசை நோக்கித் திருப்பியிருந்தார். என் குதிரை அவருடையதைப் பின்தொடர பனி ஈரத்தினூடாக அடர்ந்த மூடுபனியின் நடுவே நாங்கள் பயணித்தோம். அந்த உயரமான அமெரிக்கர் மனம் மாறி என்னைத் தன்னுடன் அழைத்துச் செல்லத் தீர்மானித்திருக்கலாம்.

அல்லது தனது சடைபெருமைகளில் ஒன்றைக் கொடுத்து என்னை என் வழியில் போகச் சொல்லலாம்.

மேற்கொண்டு செல்ல எனக்குப் பாதை ஏதும் இல்லையென்பது அப்போதுதான் உறைத்தது. யோகானந்தர்தான் எனது வழியும் திசையும். என்னுள் திகில் கூடியதை உணர்ந்தேன். நான் தனியனாக நின்றேன் – பனிமூடிய இந்த மலைகளில் மட்டுமல்ல, எனக்குள்ளேயும். திசை தெரியாது, உதவிக்கு யாருமின்றி, ஓநாய்கள் பின்தொடர என் மனதின் (ஆன்மாவினதும்) கொடுவெளியில் தொலைந்துபோயிருந்தேன். கண்களை இருட்டிக்கொண்டு வந்தது. நிலைதடுமாறித் தொப்பென்று கீழே பனியில் விழுந்தேன்.

விழித்தபோது முதலில் என் பார்வையில் பட்டது ஒரு பெரிய கூடாரத்தின் உட்பகுதி. ஒரு சாய்வு நாற்காலியில் கிடந்தேன், எனக்குக்

குளிரவில்லை. கூடாரத்தை நீல ஒளியால் நிறைத்தபடி சிறிது தொலைவில் மெல்ல உறுமிக்கொண்டிருந்த, விநோத வடிவுடைய எரிவாயு கணப்பு கதகதப்பைத் தந்துகொண்டிருந்தது. மடக்கு முக்காலியில் எனக்குப் பக்கத்தில் அமர்ந்து ஓரங்கள் மடிந்த பெரிய குறிப்பேட்டில் எதையோ கிறுக்கிக் கொண்டிருந்தார் ஹென்றி நெப்போலியன் அலெக்ஸாண்டர்.

"அஹ்" உற்சாகமூட்டும் ஒரு புன்னகையைச் சிந்தினார்.

அவர் எழுந்தார், கூடாரத்தின் ஓரமாக வைக்கப்பட்டிருந்த துணிப்பையை நோக்கி இரண்டு எட்டுகள் வைத்தார். அதலிருந்து தகரக் குவளையை எடுத்து உலோகத்தாலான சிவப்புநிறத் தேநீர்க் கெண்டி வைக்கப்பட்டிருந்த சிறிய எரிவாயு அடுப்பை நோக்கிச்சென்றார். குவளையில் ஆவி பறக்கும் தேநீரை நிரப்பி என்னிடம் கொண்டுவந்தார்.

"குடியுங்கள்" என்றார். "பிறகு மாத்திரைகள் எடுத்துக்கொள்ள வேண்டும்".

"என்ன மாத்திரைகள்?" நான் மறுத்தேன். "எனக்கு உடம்புக்கு ஒன்றுமில்லை."

புறங்கையை நெற்றியில் வைத்தார். "நாற்பது டிகிரி செல்ஷியஸ், நிமோனியா".

சட்டென்று தொடர்ச்சியாக இரும ஆரம்பித்தேன். முதுகில் கத்தியால் குத்தியதுபோல வலி. வியர்வையில் தெப்பமாக நனைந்திருப்பதை உணர்ந்தேன். கடவுளே!

"பயப்படாதீர்கள்" தனது குவளைக்கு இன்னும் சிறிது தேநீர் சேர்த்துக்கொண்டவாறு சொன்னார். மீண்டும் வந்து முக்காலியில் அமர்ந்தார், அவரது எடை தாங்காமல் முக்காலி கிறீச்சிட்டது. நான் இரண்டு உறங்கும்பைகளைப் போர்த்திச் சாய்வு நாற்காலியிலும், அவர் முழங்கைகளைக் கால்முட்டிகளில் வைத்து எனை நோக்கிச் சாய்ந்தபடியும் இருந்தவாறே ஒருவரையொருவர் பார்த்தபடி தேநீரை உறிஞ்சினோம்.

"இந்த மூடுபனிக்காகக் கடவுளுக்கு நன்றி" என்றார். "இன்று கணவாயைக் கடக்க எண்ணியிருந்தேன், ஆனால் சடையெருமைகள் ஒத்துழைக்க வில்லை. உண்மையிலே அது ஆபத்தானதுதான். மூடுபனி இன்றிரவே விலகிவிடும் என நினைக்கிறேன்."

தனக்குப் பின்னால் தரையிலிருந்த தோல்பைக்குள் கைவிட்டு ஒரு விஸ்கிப் போத்தலை எடுத்தார், கொஞ்சம் தனது தேநீருக்குள் விட்டுக்கொண்டார். பிறகு போத்தலை என்னிடம் தந்தார். "ஒரு மிடறு அருந்துங்கள்", கிட்டத்தட்ட பொறுமையற்றவராகச் சொன்னார்.

நான் முழங்கைகளில் ஊன்றி முன்னோக்கிச் சாய்ந்து என் குவளையை நீட்டினேன். பொன்னிறத் திரவத்தில் கொஞ்சம் என்னுடைய தேநீரில் சரித்தார். நான் குவளையை என்னை நோக்கி இழுக்க முற்பட்டபோது போத்தலின் மேற்பகுதியால் குவளையின் உள்விளிம்பை அழுத்தி அப்படியே நிறுத்தினார், இன்னும் சிறிது விஸ்கியை என் தேநீரில் சேர்த்தார். "சிறந்த மருந்து." சிரித்தபடி போத்தலில் இருந்து அப்படியே அருந்தினார்.

இந்த மூடுபனி கணவாய்க்குக் கீழே உங்களைத் தடுத்துவைக்காமல் இருந்திருந்தால் என்ன செய்திருப்பீர்கள் என்று கேட்க நினைத்தேன். உண்ண எனக்கு உணவில்லை என்பது தெரிந்தும் பனிச் சமவெளியில் என்னை அப்படியே விட்டுவிட்டுப் போயிருப்பாரா? ஆனால் அவர் என்னைக் கவனித்துப் பார்த்துக்கொள்வது என முடிவெடுத்தபின் அந்தக் கேள்விக்கே இடமில்லை.

நாங்கள் அருந்தியபடியே பேசிக்கொண்டிருந்தோம். கடைசியில் சுமார் சிலமணி நேரம் காய்ச்சல் உறக்கத்தில் வீழ்ந்தேன். கண்விழித்தபோது பக்கத்தில் ஹென்றி நெப்போலியன் அலெக்ஸாண்டர் எனக்குப் பெரிய ஊசி ஒன்றைப் போட ஆயத்தமாகிக்கொண்டிருந்தார்.

"என்ன இது" என்று கத்தியபடி நான் விலகிப்போனேன்.

"உங்கள் நாட்டில் நிமோனியாவுக்கு என்ன செய்வீர்கள் என்று தெரியாது, ஆனால் அமெரிக்காவில் பெனிசிலின் போடுவோம்."

"எனக்கு நிமோனியா இல்லை!"

"இப்போது இல்லை, ஆனால் பின்னால் உண்டாக வேண்டும் என நினைக்கிறீர்களா?"

"இல்லை."

"அப்படியானால் சரி, உங்களுடைய பின்புறத்தைக் காட்டுங்கள்." அவர் என்னைப் பார்த்துக் கண்ணடித்தார். நான் திரும்பிக் கால்சராயை இறக்கிப் பின்புறத்தைக் காண்பித்தேன். என் தோலைத் தாண்டி ஊடுருவி ஊசி மெல்ல சதைக்குள் இறங்குவதை உணர்ந்தேன். பிறகு வலியோ அசௌகரியமோ இன்றி அது நாசூக்காக வெளியே எடுக்கப்படது. ஹென்றி ஒரு மருத்துவரா?

அவர் சிரித்தவாறு கூடாரத்தை விட்டு வெளியேறினார். அவர் சடையெருமையோட்டிகளிடம் பேசுவது கேட்டது. உடனே அவர்கள் எதையோ இழுத்தனர், தள்ளிச்சென்றனர். சட்டென்று உள்ளே வந்து ஒருவர் பெரிய பையைத் தரையில் வைத்தார். வெளியேறும் முன் என்னை விசித்திரமாக ஒரு பார்வை பார்த்தார்.

ஹென்றி நெப்போலியன் உள்ளே வந்தார், பைக்குள் துழாவி இரண்டு தகரக் கலன்களை எடுத்தார். அவற்றைத் திறந்து சாய்வுநாற்கலிக்கருகே தரையில் வைத்தார். முதல் கலனில் காரஞ்சாரமான மெக்ஸிக பீன்சுகள், இரண்டாவது பல வருடங்களாக நான் சாப்பிட்டிராதது: கோழி ஈரல்கள். "இதை வைத்துக்கொள்ளுங்கள்" எனது அருங்கொடையாளர் எடுத்து உண்ண ஒரு சிறிய கரண்டியையும் தந்தார்.

"பெரிய அருஞ்சுவை உணவெல்லாம் இல்லை, ஆனால் அமெரிக்க ஆகாரம்" என்றார். "எல்லாம் ஆசாரமானவை, நீங்கள் யூதராக இருக்கும்பட்சத்தில்."

எனக்கொன்றும் பசியில்லை. ஆனால் உணவு மிகவும் சுவையாக இருந்ததனால் இரண்டு கலன்களையும் விரைவாகக் காலி செய்தேன்.

மந்திரவாதியின் சீடன்

கரண்டி நிறைய எடுத்து வேகவேகமாக விழுங்கியதை எண்ணி எனக்கே கூச்சமாக இருந்தது. ஒரு தந்தைக்குரிய பரிவுடன் ஹென்றி நெப்போலியன் என்னைப் பார்த்தார். "நல்லது. செரிமானத்துக்காக இப்போது இதில் கொஞ்சம்." அவர் விஸ்கிப் போத்தலை எடுத்தார். "இதை நாம் காலி செய்தாலும் பிரச்சனையில்லை, என்னிடம் இன்னும் ஐந்து இருக்கின்றன."

மாலை வரை நாங்கள் பேசிக்கொண்டிருந்தோம். சில தடவை அவர் வெளியே சென்று மூடுபனி விலகிவிட்டதா என்று பார்த்தார். ஆனால் ஒவ்வொரு முறையும் முகம் சுளித்தபடியே உள்ளே வந்தார். "எப்படிப் பார்த்தாலும் நாளை அது விலகிவிடும். நீங்கள் நன்றியுடைவராக இருக்க வேண்டும். நன்றாக ஓய்வெடுத்துக்கொண்டு நாளை நீங்கள் நடக்க ஆரம்பிக்க வேண்டும், அப்போதுதான் உங்களால் எனக்கு அதிகத் தொந்தரவு இருக்காது" என்றார்.

"எங்கே போகிறீர்கள்" என்று கேட்டேன், தோள்களைக் குலுக்கிக் கொண்டவர் மௌனமாக இருந்தார். ஒருவேளை என்மீது அவருக்கு நம்பிக்கை இல்லாதிருக்கலாம். ஒருவேளை அவர் உளவாளியாக இருக்கலாம். "நீங்கள் ?" என்றபடி விஷமமாகப் புன்னகைத்தார்.

மறைக்க என்னிடம் எதுவுமில்லை. கணவாயின் பனி உருக நானும் யோகானந்தரும் காத்திருந்தோம். கணவாயைக் கடந்து அந்தப் பக்கம் பள்ளத்தாக்குக்குள் இறங்குவதாகத் திட்டமிருந்தது என்றேன். தாந்திரீக லாமா மடாலயத்தைத் தேடிக்கொண்டிருந்தோம். அந்தக் கிழவர், என் குரு, என்னை அதிகம் அறியப்படாத தாந்திரீக யோகத்தின் ரகசியங்களுக்கு அறிமுகப்படுத்துவதாக இருந்தார்.

எனது வார்த்தைகள் ஹென்றி நெப்போலியனை மோசமான மனநிலைக்குள் தள்ளியதாக உணர்ந்தேன். என் கண்களைத் தவிர்த்த அவர் கலன் திறப்பியைச் சுத்தம் செய்வதில் தீவிரமாக இருந்தார். தாந்திரீக யோகம் பற்றிக் கேள்விப்பட்டிருக்கிறீர்களா எனக் கேட்டேன். இப்போதும் அவர் எதுவும் பேசவில்லை. பிறகு திறப்பியைத் தோல்பைக்குள் போட்டார், எழுந்துநின்று பேசத் தொடங்கினார்.

நான் மட்டும்தான் திபெத்தியப் பௌத்தத்தில் ஆர்வமுள்ள மேற்கத்தியன் என எண்ணிக்கொண்டிருந்தது வீணா ? பத்து வருடங்களாக அவர் இந்த மலைக்கு வந்துகொண்டிருக்கிறார். இந்தியாவிலும் நேபாளத்திலும் அவருக்குக் குருக்கள் இருக்கிறார்கள். இந்துசமய ஆசிரமங்களிலும் லாமா மடாலயங்களிலும் அவர் வாழ்ந்திருக்கிறார். இந்தியாவிலும் அமெரிக்காவிலும் உள்ள யோகா மையங்களில் பயின்றிருக்கிறார். நியூயார்க்கிலுள்ள தனது வீட்டில் கீழைத்தேய ஞானத்தின் பல்வேறு அம்சங்களையும் பேசும் இரண்டாயிரத்துக்கும் மேற்பட்ட நூல்களைக் கொண்ட நூலகம் ஒன்றை வைத்திருக்கிறார். எல்லாவற்றையும் அவர் முயன்றிருக்கிறார், இருந்தும் அவர் தொடர்ந்து வருகிறார். அவர் லடாக்குக்கும் ஸன்ஸ்கருக்கும் வந்து தரவுகள் கருத்துப் பதிவுகளைச் சேகரிக்காத, ஞானமடைந்த மகான்களின் காலடியில் அமர்ந்துவிட்டுச் செல்லாத வருடமே இல்லை. ஒருநாள் காலை தான் "விழித்து" எழுவோம் என்ற நம்பிக்கை இன்னும் அவரை விட்டு அகலவில்லை. ஒவ்வொரு

வருடமும் நியூயார்க்கின் 23ஆவது கிழக்கு வீதியிலுள்ள தனது மருந்தகத்தில் ஏழு மாதங்களைச் செலவிடுவார். பிறகு அதனைத் தனது உதவியாளரிடம் ஒப்படைத்துவிட்டுத் திபெத்திய மலையடிவாரத்துக்குப் பறந்து வந்துவிடுவார். இதை அவர் ஆரம்பித்துப் பத்து வருடங்கள் ஆகின்றன. ஆனால் இந்தமுறை அவர் நடைமுறைச் சாத்தியமான ஒரு நோக்கத்தை வைத்திருக்கிறார்: யெட்டி என்னும் இமாலயப் பனிமனிதனைத் தேடி அவர் வந்திருக்கிறார்.

"அப்படியானால் நீங்கள் வந்திருக்கும் இடம் தவறானது" என்றேன். நானறிந்தவரை கிழக்கு நேபாளம் தவிர்த்து யெட்டியை வேறெங்கும் மனிதர்கள் பார்த்ததில்லை.

என்னைக் கூர்மையாகப் பார்த்தார். "முட்டாள்த்தனம். எப்படி உங்களுக்குத் தெரியும்? இருந்தாலும் உங்களை நான் கணவாயைக் கடந்து அந்தப் பக்கம் அழைத்துச்செல்கிறேன், அங்கே கிராமங்கள் இருக்கின்றன."

சடாரென்று திரும்பிய அவர் கூடாரத்தைவிட்டு வெளியேறினார். அவர் மிக எளிதில் புண்பட்டுவிடும் மனதைக் கொண்டவர் என்பது தெரிந்தது. அடுத்தமுறை பேசும்போது இன்னும் கவனமாக இருக்க வேண்டுமென்று முடிவு செய்தேன். அவர் யெட்டியைத் தேடிக்கொண்டிருக்கிறார் என்பதை என்னால் நம்ப முடியவில்லை. ஆனால் அவர் எதையோ தேடுகிறார் என்பது வெளிப்படை. எட்டுச் சடையெருமைகள், ஐந்து நபர்களுக்கான கூடாரம், இமாலயத்தின் பனிச்சமவெளியில் இருப்பது போலல்லாமல் நியூயார்க்கில் ஒரு வீட்டின் புழங்குமறையில் இருப்பதுபோல உணரவைக்கும் எரிவாயுக் கணப்பு இவற்றுடன் வேறெதற்காக அவர் இங்கு வந்திருக்க முடியும்?

மந்திரவாதியின் சீடன்

19

பனியாற்றைக் கடத்தல்

மூடுபனியின் பெரும்பகுதி விலகிச் சிறுசிறு திட்டுகளாக மட்டும் இருக்கச் சாத்து புறப்பட்டது. குழுவைத் தலைமையேற்று நடத்திச்சென்றது சாம்பல்–நீலத் தொப்பியணிந்த வயதான திபெத்தியர் (அந்தோணி க்வின்). ஹென்றியின் பைனாகுலர்கள், புகைப்பட மற்றும் திரைப்பட கேமராக்கள், பிற விலைமிக்க சாதனங்கள் ஆகியவை ஏற்றப்பட்ட மட்டக்குதிரைமீது அவர் முன்னால் சென்றார்; அவருக்கு அடுத்து ஹென்றி. அதன் இரண்டு முனைகளும் பெரிய முயல்காதுகள்போல விடைத்துக் கொண்டிருக்கத் தனது கழுத்துத்துணியை அவர் தலையைச் சுற்றிச் செங்குத் தாகக் கட்டியிருந்தார். இவர்களுக்குப் பின்னால் இன்னும் காய்ச்சலோடும் குளிரோடும் – குறிப்பாகக் காதுகளைச் சுற்றி மட்டும் – நான். ஹென்றியைப்போலக் கழுத்துத்துணியைத் தலையைச் சுற்றிக் கட்டக் குளிர் அடங்கியது. எனக்குப் பின்னால் வரிசையாகச் சுமையேற்றிய சடைஎருமைகளும் அவற்றை ஓட்டிவந்தவர்களும். பத்து சென்டிமீட்டர் அளவுக்கு நரநரவென்ற பனியால் மூடியிருந்த தரை மெல்ல மேல்நோக்கி உயரத் தொடங்கியது. மலையேறுகையில் என் உடல் கதகதப்பானது, உறைந்துகிடந்த என் ஆன்மாவும் இளகியது, கவலைதரும் முன்னுணர்தல்கள் விலகி ஒதுங்கி நம்பிக்கைக்கும் விசுவாசத்துக்கும் இடம் தந்தன. இந்தச் சடைஎருமையோட்டிகள் இதற்குமுன் இந்தக் கணவாயை நூற்றுக்கணக்கான முறை கடந்திருக்க வேண்டும், இதுபோல இன்னும் பல கணவாய்களையும் அவர்கள் கடந்திருக்க வேண்டும்.

சிதறிக்கிடந்த பெரிய கறுப்புப் பாறைகளுக்கு நடுவே பாதையைத் தேடியவாறு ஒரு செங்குத்துச் சரிவின் மேல் மெதுவாக வளைந்துநெளிந்து சென்றோம். பள்ளத்தாக்கு எங்களுக்கு வெகு கீழே சென்றுவிட்டிருந்தது. அதன் இன்னொரு முனை அதற்கும் வெகு தொலைவாக இருந்தது, மேகங்கள் சூழ்ந்திருந்தாலும் அது தெளிவுறத் தெரிந்தது. பெரிய

மலையினடியில் இருந்த குன்றின் மீது ஒரு சிறிய சிவப்பு வண்ண லாமா மடாலயம் ஒடுங்கி அமைந்திருந்தது. திடீரென்று அந்த எண்ணம் வந்து என்னைத் தாக்கியது: யோகானந்தர் இப்போது எங்கே இருக்கிறார்?

எங்களால் மிக மெதுவாகத்தான் முன்னேற முடிந்தது. பள்ளத்தாக்கிலிருந்து வெகு உயரே வந்துவிட்டிருந்தாலும் இரண்டு மலையுச்சிகளுக்கு இடையே குழிவாக அமைந்த அந்தக் கணவாயை இன்னும் நாங்கள் நெருங்கக்கூட இல்லை. அங்கே பாதைகள் என்று எதுவுமில்லை. கூரான கழிகளைக் கொண்டு குத்திப் பனிக்கு அடியிலிருக்கும் தரையைப் பரிசோதித்தவாறு சடையெருமைகளுக்கு முன்னால் எருமையோட்டிகள் நடக்கும், காற்றால் குவிக்கப்பட்ட பனி நிறைந்த பகுதிகளிலும், நிரந்தரமாகப் பனியால் மூடிய பிளவுகளுக்கு நடுவேயும் வழிகாட்டி தன் கணிப்புகளை வைத்து முன்னேற அவர் பின்னே நாங்கள் சென்றோம்.

நாங்கள் ஏற ஆரம்பித்து அரைமணி நேரம் கழித்துத் திடீரென மேகங்கள் கலைந்தன, வெண்ணிற மலையுச்சிகளின் முழு அற்புதத்தையும் சூரியன் வெளிப்படுத்தியது. தமது மௌன ஏகாந்தத்தில் கம்பீரமாக நின்றபோதும் தன்னிறைவாகவும் தனிமையின் சுவடின்றியும் அவை நின்றன: எனக்குள் ஏதோ உடைந்து நான் அழ ஆரம்பித்தேன். பிரபஞ்சத்தின் கடும் அலட்சியத்தின் நடுவே தன்னந்தனியனாக நின்று நான் அழுதேன்.

ஓ கடவுளே, என் பெருமூச்சை நானே கேட்டேன். ஓ கடவுளே! அமைதிமிகு பரந்த விரிவுகள் என் கண்களை மூடவைத்தன. அசைவற்றும் முடிவற்றும் ஒளிரும் மலைகளின் குளிர்மிகு எலும்புகள் என் எலும்புக்கூடாக, பனி என் நரம்புகளில் ஓட, தொடுவானம் வரை என் உடல் நீண்டிருப்பதுபோல, கண்ணுக்குத் தெரியும் உலக மொத்தமும் எனக்குள் அடங்கியதுபோல உணர்ந்தேன்.

அப்போது என் நெஞ்சில் சட்டென்று உண்டான நெருப்பு அச்சமிகு உலகை உருக்கிப் பலவும் துண்டுதுண்டாய் அதில் மிதக்கும் ஒளிரும் ஒரு கஞ்சியாய்க் காய்ச்சியது. அந்தத் துண்டுகள் என்னை ஒரு பொது மைய வட்டத்தில் சுற்றிவந்தன. அவற்றின் வேகம் கூடிக்கொண்டே போனது. ஏதோ ஒரு மையவிலக்கு விசையால் தள்ளப்பட்டதுபோல அவை பிரபஞ்சத்தின் ஆழங்களுக்குச் சென்றன. என் விழிப்புநிலையின் ஆழத்தில் ஓர் ஒலி அதிர ஆரம்பித்தது: ஹம்–ஸ–ஹம்–ஸ–ஹம்–ஸ–ஹம்–ஸஹம்–ஸ. இந்த லயத்தில் உலகின் சுழல்வளையம் ஒளி மங்கிமங்கி இறுதியில் மறைந்தது. காலத்திலும் வெளியிலும் நான் இல்லாமலானேன். ‘ஹம்ஸஹம்ஸ’ என்பது தலைகீழாகி ‘ஸஹம்ஸஹம்’ என்றாகும்வரை, உலகின் பெரும் சுழற்வளையம் கண்ணுக்குத் தெரியாத முடிவிலியிலிருந்து மீண்டுவந்து எதிர்த்திசையில் சுழலும்வரை வெறும் ஆற்றல் அதிர்வாக மட்டும் நானிருந்தேன். மீண்டுவந்த வளையம் வேகவேகமாகச் சுழன்றது, ஒரு பூகம்பத்துக்குப் பின் உயர்ந்துவரும் கடலலைகளைப்போல எனை நோக்கிவந்தது. என்னுள்ளிருந்த ஏதோவொரு மைய ஈர்ப்பு விசை பருப்பொருள் உலகை எனக்குள் உறிஞ்சிக்கொண்டது போலவும் பெரும் ஓசையுடன் உலகம் என் மனதின் ஆழத்துள் மெல்லமெல்ல அமிழ்ந்துகொண்டிருப்பது போலவுமிருந்தது. பிறகு அது என் நனவுநிலையின் கருந்துளைகள் வழியே செவியுணரா

இன்மைக்குள்ளும் இறுதியாகப் பிரபஞ்சத்தின் மௌனத்துக்குள்ளும் சென்றுமறைந்தது.

திடீரெனப் பிரகாசமான ஒளி எனக்குமேல் தோன்றியது. அதன் தலையிலிருந்து முயல் காதுகள்போல எதுவோ நீட்டிக்கொண்டிருந்த ஒரு விநோத உருவத்தைப் பார்த்தேன். அது தனது கழுத்துத்துணியை தலையைச் சுற்றிக் கட்டிக்கொண்ட ஹென்றி நெப்போலியன்தான் என்பதை உணர்ந்தேன்.

என்னைப் பிடித்து உலுக்கியவாறே "என்னவாயிற்று உங்களுக்கு?" என்று கேட்டார். "மயக்கம் போட்டுவிடாதீர்கள்" என்றார்.

மிகுந்த பிரயாசையுடன் மண்டியிட்டு அமர்ந்தேன். "ஒன்றுமில்லை" என்றேன். "கொஞ்சம் உடம்புக்கு முடியவில்லை. எல்லாம் சரியாகிவிடும்." நெருப்பின்மீது அமர்ந்திருப்பதுபோல என் உடல் அனல் வீசிக்கொண்டிருந்தது.

"உங்களுக்காகத்தான் காத்துக்கொண்டிருக்கிறோம்" கடுமை வெளிப்படும் குரலில் சொன்னார் ஹென்றி. அவரது கோபம் நியாயமானதுதான். பனித் திட்டுகளுக்கு நடுவே நின்று கடுமையாக மூச்சு வாங்கியபடி அவற்றின் ஈரமான கண்களால் சடையெருமைகள் என்னை உற்றுப் பார்த்துக்கொண்டிருந்தன. கணவாயின் உச்சி நோக்கிய பயணத்தைத் தாமதப்படுத்திவிட்டதற்காக அவையும் என்னைக் கடிந்துகொள்வது போலிருந்தது. சற்றுக் கீழே கழிகளில் உடலைத் தாங்கியபடி குழுவாக நின்றுகொண்டிருந்த எருமையோட்டிகளைப் பார்க்க, வானத்தின் பின்னணியில் அவர்களது நிழலுரு கெடு எண்ணம் கொண்ட வல்லூறுகளை நினைவுபடுத்தியது.

நாங்கள் தொடர்ந்து நடந்தோம். செங்குத்துச் சரிவு மெல்லிய ஏடுபோன்ற உறைபனியால் மூடியிருந்த பாறைகள் மிகுந்த கரடுமுரடான சமதளப் பாதையாக மாறத்தொடங்கியது. அந்தச் சமவெளியின் விளிம்புக்குப் பின்னால் கீழே கண்ணுக்குத் தெரியாத ஆழங்களிலிருந்து உயர்ந்துநின்ற ஒழுங்கற்ற வெண்ணீல மலைச் சிகரங்கள், அவற்றின் பின்னால் வெண்ணீல மலைகள் முடிவற்று நீண்டிருக்க வேண்டும் என நினைத்துக்கொண்டேன். செவிவழிக் கதைகள் சொல்வதுபோல வந்தனத்துக்குரிய லாவோட்சுவும், இந்தியாவிலிருந்து சீனாவுக்குப் பௌத்தத்தைக் கொண்டுவந்த போதிதர்மரும் சுவடின்றி சென்றுமறைந்த மௌனத்தின் கருங்கல் கடலொன்றும் கீழே இருந்தது. அதில் சென்று நானும் சுவடின்றி மறைவேன் என்று தோன்றியது.

தலைச்சுற்றல் மறுபடியும் வந்தபோது பனிமூடிய மலையிடுக்குக்குள் வீழ்ந்துகொண்டிருப்பதுபோல உணர்ந்தேன். மெதுவான வேகத்தில் நகரும் ஊமைப்படத்தின் குணங்களை இந்தச் சம்பவங்கள் ஏற்றிருந்தன. சடையெருமைகளும் எருமையோட்டிகளும் சுற்றிலும் நின்று என்னை இளக்காரமாகப் பார்க்க மறுபடியும் நான் தரையில் கிடந்தேன். எதுவுமே எனக்கு நடக்கவில்லை என்பதுபோல விலகித் தெரிந்தன. பிறகு நீண்ட

நேரத்துக்கு நான் எதையுமே உணரவில்லை, இருட்டும் வலிமிக்க உடல் குலுங்கலும்தான்.

நினைவு வந்தபோது ஒரு பெரிய பாறையில் சாய்ந்து அமர்ந்திருந்தேன். பாதி சுமைகள் இறக்கிவைக்கப்பட்டிருக்கச் சடையெருமைகள் அந்தப் பனித்திட்டுகள் நடுவே அபூர்வமாகத் தென்படும் புற்களைத் தேடி மேய்ந்துகொண்டிருந்தன. எருமையோட்டிகள் தட்டையான வறட்டிகளை அடுக்கிவைத்து நெருப்பு மூட்டிக்கொண்டிருந்தனர். பக்கத்தில் சரிந்து அமர்ந்துகொண்டிருந்த ஹென்றி நெப்போலியன் தனது பையிலிருந்து எதையோ எடுத்தார்.

பிறகு அருகே வந்தவர் வாட்டிய ரொட்டித் துண்டில் சிறிது வெளிர் மஞ்சள் வண்ண பாலடைக் கட்டியை வைத்து என்னிடம் தந்தார். “செட்டா” என்றார். “நீங்கள் காலையில் ஏதாவது சாப்பிட்டிருக்க வேண்டும். வெறும் வயிற்றில் மலையேறி வேஷம் போட்டு உங்களுக்கு உடம்பு கெட்டுப்போனதில் எனக்கு ஆச்சரியமொன்றுமில்லை.”

அவரது தாராள குணத்தைக் கண்டு நெகிழ்ந்தவனாய் “நன்றி” என்று முணுமுணுத்தேன்.

“கவலைப்படாதீர்கள்” இதெல்லாம் ஒன்றுமில்லை என்பதுபோலக் கையை வீசிக் காட்டினார். “அதற்காகத்தானே நாங்கள் இங்கே இருக்கிறோம், நாங்கள் – இந்த அமெரிக்கர்கள். பொருளாதாரக் காய்ச்சல் வந்து மயக்கமடையும்போது வளரும் நாடுகளுக்கு வங்கிக் கடன் தந்து உதவத்தானே நாங்கள் இருக்கிறோம்.”

சிரிக்க எனக்கு வலுவிருக்கவில்லை, கண்ணியமாகச் சிரிக்கக்கூட. என் பற்களைப் பாலடைக் கட்டிகளில் இறக்கினேன்.

இரண்டு கடி கடித்ததும் வயிறு கலகம் செய்து இழுத்துப்பிடித்தது. தடுமாறிப் பாறைக்குப் பின்னால் சென்று வாந்தியெடுக்க ஆரம்பித்தேன். வயிறு முழுவதும் காலியான பின்னும் இழுத்துப்பிடிக்கும் வலி நிற்கவில்லை. ஹென்றியின் வார்த்தைகளும் அந்தப் பாலடைக்கட்டியின் சுவையும் எனக்கு ஒரு சம்பவத்தை ஞாபகப்படுத்திவிட்டன. குழந்தைப் பருவத்தில், உடம்பு சரியில்லாத அம்மாவால் ரொட்டி சுட முடியாத ஒரு நாளில் பெரிய குடமிளகாயில் அடைத்து விழுங்கிய ‘அமெரிக்க மக்களால் தானமாக வழங்கப்பட்ட – செட்டா பாலடைக்கட்டி’யை வயிற்றிலிருந்து வெளியேற்ற முட்டி போட்டுக் கைகளை ஊன்றிக் குனிந்தபடி வாந்தியெடுத்துக் கொண்டிருந்தேன்.

தரையில் அழுந்த ஊன்றிக்கொண்டிருந்த விறைத்த கைவிரல்கள்மீது என் பார்வை விழுந்தது. உடன் எனக்குத் தோன்றியது: ஒரு சிறுவனாக எங்கள் வீட்டுக்குப் பின்னாலிருந்த தோட்டத்தில் இந்தக் கைகளால்தான் ஊன்றிக்கொண்டிருந்தேன். குழந்தையாக இருந்த எனது கைகள் இவை, வயதாகிக் கிழவனாகப் போகும் எனது கைகளும் இவைதான்.

இடையில் அவை எங்கே? என் வாழ்வை முழுதுமாக நான் உணர்ந்திருக்கும் இந்நேரம் அவை எங்கே போய்விட்டன? என் வாழ்க்கை

எங்கே? என் வாழ்க்கை (உண்மையில் அது வாழ்க்கையாக இருக்கும் பட்சத்தில்) என்பது என்ன? நான் இன்னும் குழந்தைதான், கடும் பசியினால் வெளிநாட்டுப் பாலடைக் கட்டியைக் கொண்டு வயிற்றை நிறைத்துக் கொண்ட குழந்தை. இப்போது நான் வாந்தியெடுக்க விரும்புவதெல்லாம் எனது ஆன்மீக வயிற்றுக்கு ஒத்துக்கொள்ளாதவற்றைத்தான். நான் யோகானந்தரை வாந்தியெடுக்க நினைக்கிறேன், அவர் மிகவும் கனமானவர், தடிமனானவர். என் அன்னை அய்ரோப்பாவுக்கு உடம்புக்கு முடியவில்லை அதனால் எனக்கு ரொட்டி சுட்டுத் தர முடியவில்லை. ஆனால் எனக்குப் பசிக்கிறது, கடுமையாகப் பசிக்கிறது. யோகானந்தர்தான் அந்தப் பாலடைக்கட்டி நிறைக்கப்பட்ட குடமிளகாய். என் இயங்குமுறையில் உட்கிரகித்து ஆற்றலாக மாற்றமுடியாத அளவுக்கு நிறையக் கருத்துகளை என்னுள் அடைத்துவிட்டார் அவர். ஒருவேளை அவற்றை நான் ஒழுங்காக மெல்லாததும் ஒரு காரணமாக இருக்கலாம். கடவுளே, நான் எனக்குள்ளே சத்தமின்றி வலியில் முனகிக்கொண்டேன்.

என் முனகலுக்குப் பதிலாக நீண்ட இடியோசை கேட்டது. அது மலைகளில் எங்கோயிருந்து ஒலித்துத் தொடர்ச்சியான வலுக்குன்றிய எதிரொலிகளைத் தந்துவிட்டு மறைந்தது.

"பனிச்சரிவு" ஹென்றி விளக்கினார். "இந்த வருடம் ஏராளம் பனி." அவர் பாறைகளின் விளிம்புக்கு அப்பால் காட்டினார். எங்களுக்கும் வெகு கீழே மலையிலிருந்த பெரிய பெரிய குடைவில் நீலநிற ஏரியொன்று அப்போதுதான் மேகங்களைத் துளைத்து வந்திருந்த சூரியக்கிரணங் களில் மினுங்கிக்கொண்டிருந்தது. அதன் மேற்பரப்பில் சுற்றியிருந்த மலைச் சிகரங்கள் பிரதிபலித்துக்கொண்டிருந்தன.

சட்டென்று அந்தப் பிரதிபலிப்பு அலைவுற்றது, பிரிந்தது, பிறகு ஒரு தாடி வைத்த கிழவனின் முகமாக ஒன்றுசேர்ந்தது. சந்தேகமேயில்லை, ஏரிக்குள்ளிருந்து என்னைப்பார்த்து நக்கலாகச் சிரிப்பது யோகானந்தர்தான். "இங்கிருந்து போய்விடுங்கள்" நான் கத்தினேன். அவர் சிரித்தார். அவர் சிரிப்பு தொடர் பனிச்சரிவுகளைப்போல மலைகளில் எதிரொலித்தது. நான் எழுந்துநின்றேன்.

"மிஸ்டகாக்!" நான் கத்தினேன்.

"மிஸ்ட–காக்–காக்–காக்..." எதிரொலி மெல்லத் தேய்ந்து அடங்கி அவரது பொல்லாச் சிரிப்புக்கு வழிவிட்டது. என் வாழ்வை நான் அழித்துக்கொண்டுவிட்டதாகத் திடீரென ஒருவிதக் கிலி ஏற்பட்டது. "என்னை விட்டுவிடுங்கள், விட்டுவிடுங்கள், விட்டுவிடுங்கள், என்னை விட்டுவிடுங்கள்!" அவரது சிரிப்பை அடக்கும் விதமாகத் தொடர்ந்து நான் கத்தினேன். "என்னை விட்டுவிடுங்கள், நீங்கள் என் நண்பரல்லர்!" பிடுங்கி விடுவதுபோல என் தலைமுடியைப் பற்றி இழுத்தேன். "நாசமாய்ப் போக."

---

* மந்திரவாதி

சிரித்துக்கொண்டிருக்கும் என் குருவின் முகத்தின்மீது குதித்து அதைத் துண்டுதுண்டாகக் கிழிக்க வேண்டும் என்ற வெறியோடு நான் பாறையின் விளிம்பை நோக்கி ஓடினேன்.

மீண்டும் அது ஊமைப்படத்தை மெதுவான நகர்வில் பார்ப்பதுபோல இருந்தது. சடையெருமையோட்டிகள் என்னை வியந்தும் நம்பமுடியாமலும், இறுதியாக அச்சத்துடனும் பார்ப்பது தெரிந்தது. ஹென்றி ஏதோ சத்தம் போட்டுக்கொண்டிருப்பதை என்னால் கேட்க முடிந்தது. சாத்துவின் தலைவரான அந்தக் கிழட்டுத் திபெத்தியர் பனித்தரையில் தாண்டிக் குதித்துவந்து என்னைக் கட்டுக்குள் கொண்டுவர முயல்வது புரிந்தது. குதித்த வேகத்தில் தலையிலிருந்து அவரது தொப்பி நழுவி விழுந்ததைப் பார்த்தேன். வலுவான ஒரு ஜோடிக் கைகள் என்னைப் பின்னாலிருந்து இழுத்துத் தரையில் சாய்த்தன. பிறகு எனது பின்புறத்தில் இன்னுமொரு ஊசி செருகப்படுவதை உணர்ந்தேன்.

கீழே நான் பார்த்த அந்தப் பைத்தியச் சிரிப்பு என்னைவிட்டு அகன்றது.

20

மலையின் பாடல்

மறுபடி எனக்கு நினைவு வந்தபோது உலகம் இயல்புக்குத் திரும்பியிருந்தது. ஏரியின் நீர்ப்பரப்பு சுற்றியிருந்த மலைச்சிகரங்களை மீண்டும் பிரதிபலித்துக் கொண்டிருந்தது. வானம் நிர்மலமாக இருந்தது, என் முகத்தில் வெயிலடித்துக்கொண்டிருந்தது.

எனக்குமேல் சூரியனை மறைத்து ஏதோ நிழலிட்டது. "ஒரு மிடறு அருந்துங்கள்". ஹென்றி ஒரு போத்தல் விஸ்கியை நீட்டினார்.

நான் தரையில் கிடந்தேன், உறங்கும்பைக்குள் முழு உடம்பையும் தள்ளி முகவாய்க்கட்டை வரை இழுத்துப் பூட்டிவைக்கப்பட்டு ஒரு கைதியைப்போலக் கிடந்தேன். விரும்பினாலும் அந்தப் போத்தலை நான் கையால் வாங்க முடியாது. ஹென்றி சிரித்தார்.

"என்னை வெளியே விடுங்கள்" என்றேன். சில நிமிடங்கள் கழித்தே என்னை அவர் விடுவித்தார். பக்கத்தில் ஒரு குழுவாக எருமையோட்டிகள் ஓய்வெடுத்துக்கொண்டிருந்தனர். மட்டக்குதிரைகளுக்கும் சடையெருமைகளுக்கும் ஒவ்வொன்றாக வயதான அந்தத் திபெத்தியர் தீனி வைத்துக்கொண்டிருந்தார். கையில் பைனாகுலருடன் மடக்கு முக்காலியில் என்னருகே அமர்ந்திருந்தார் ஹென்றி.

"இப்படிக் கொட்டித் தீர்த்தபின் உள்ளேயிருக்கும் கொந்தளிப்பான மனிதன் எப்படி இருக்கிறார்?" என்று அவர் கேட்டார். நான் மெதுவாக எழுந்து நிமிர்ந்து உட்கார்ந்தேன். "முன்பைவிட நன்றாக இருக்கிறார்" என்றேன். திடீரென்று என் மூளை மிகவும் தெளிவடைந்திருப்பதைக் கண்டு எனக்கே ஆச்சரியமாக இருந்தது. போத்தலை எடுத்துச் சில மிடறுகள் அருந்தினேன். ஓர் இனிய கதகதப்பு என் உடம்புக்குள் ஓடியது. "அற்புதம்" என்றேன்.

"அதற்குக் காரணம் நான்தான்" என்றார் ஹென்றி. "முதலில் அது நிமோனியா என்று நினைத்தேன், அதனால்

இவால்ட் ஃப்ளிஸர்

பெனிசிலின் கொடுத்தேன். சரிவில் ஏறும்போதே உங்களது விசித்திரமான நடத்தையைப் பார்த்து அது டைஃபாய்டாக இருக்கலாம் என நினைத்தேன், அதனால் க்ளோரோம்ஃபெனிகால் ஒரு குப்பி செலுத்தினேன். ஆனால் இங்கே வந்தபின் பைத்தியம்போல வெறியுடன் திரிந்தீர்கள். உடனே எனக்குப் புரிந்துவிட்டது, அது மலேரியா! அதனால் உங்கள் பின்புறத்தில் இரண்டு குப்பியளவு க்ளோரோகுயின் செலுத்தினேன்."

"மலேரியாவா?" நம்ப முடியாதவனாகச் சிரித்தேன். "கடல் மட்டத்திலிருந்து நாலாயிரம் மீட்டர் உயரத்தில் மலேரியாவா?"

அப்போதுதான் அது திடீரென என் நினைவுக்கு வந்தது. நான்கு வருடங்களுக்கு முன்பு நான் ஆப்பிரிக்காவிலிருந்தபோது உயிர்க்கொல்லி நோயான ஃபால்சிபாரம் மலேரியா கண்டது. ஒருமுறை வந்து தப்பித்துவிட்டால் மீண்டும் வராத ஒரேநோய் அது. ஆனால் இந்தப் பயங்கர நோய் அதனிலும் ஆபத்துக் குறைவான, ஒவ்வொரு மூன்றாம் நாளும் வந்துபோகும், மூன்றாம் மலேரியா என அழைக்கப்படும் பிளாஸ்மோடியம் வைவாக்ஸ் கண்டால் அதன் அறிகுறிகளை வெளித்தெரியாமல் அமர்த்திவிடும். குழந்தைகள், நலிவுற்ற முதியவர்களைத் தவிர வேறு யாரையும் அது கொல்வதில்லை. ஆனால் அந்த ஒட்டுண்ணிகள் கல்லீரலில் மறைந்திருக்கும், நோயெதிர்ப்புச் சக்தி குறையும்போது நமது ரத்த ஓட்டத்தில் கலந்துவிடும். ஏற்கெனவே எனக்கு இப்படி நடந்திருக்கிறது, இப்போதும் அதுதான் என்று நினைக்கிறேன்.

"சிறிது நேரம் உறங்கினீர்கள், பிறகு சட்டென்று துள்ளியெழுந்து மறுபடியும் பேயோட்ட ஆரம்பித்துவிட்டீர்கள். உங்களுக்கு நினைவில்லையா?" ஹென்றி கேட்டார்.

"இல்லை" என்றேன். "எந்தப் பேயை ஓட்டினேன்?"

"யோகானந்தர். அவரை நீங்கள் வீசியெறிய விரும்பினீர்கள், உங்கள் வயிற்றில் கையை விட்டு அவரைப் பிடுங்கியெறிய முயன்றீர்கள். அது நல்லதுதான். இயல்பானதுதான். அதுபோன்ற ஓர் உறவு மோசமான நிலையை எட்டும்போது அதைச் சார்ந்திருக்க வேண்டிய ஆபத்து உருவாகும்போது குரு தனது தொப்புள்கொடியை வெட்டிவிட வேண்டும். அவர் நல்லவராக இருக்கும்பட்சத்தில் அதற்கான நல்லதொரு தருணத்தை அவரே தேர்ந்தெடுப்பார்."

"அவர் நல்லவரல்லர்" இடைமறித்துச் சொன்னேன். "மோசமானவர், மிக மோசமானவர்!"

ஒரு நிலையில் இருக்கத் தெரியாத அல்லது இருக்க விருப்பமில்லாத ஆசிரியர், ஆபத்தான ஆசிரியர். கையைக் கொண்டு உன்னை வழிநடத்தி விட்டுக் காலால் இடறிவிடுவாரானால், நீ கீழே விழும்போது கேலியாகச் சிரிப்பாரானால், இன்று அவர் சொல்லும் ஒன்று நேற்று சொன்னதை முற்றிலும் மறுத்து அமைந்திருக்குமானால், அவர் சொல்வதெல்லாம் வெறும் உவமானங்களாக இருக்கையில் ஒரு வரைபடத்தை உண்மை யான பிரதேசமாக நீ எடுத்துக்கொள்வதைக் குற்றஞ்சாட்டுவாரானால், அவரது 'ஞானம்' வேதாந்தம், திபெத்திய பௌத்தம், தாவோயிஸம்,

ஜென் பௌத்தம், ஏன் பாதி நவீன அறிவியல் எல்லாம் கலந்ததாக இருக்கையில் உன்னை உனது மனக்கட்டுமானங்களில் இருந்து வெளியே வரச் சொல்வாரானால், ஒரு கட்டத்தில் இப்படிக் கேட்பது தவிர்க்க இயலாததாகிவிடும்: யார் இந்த மனிதர், எங்கேயிருந்து எப்படி இவருக்கு இந்தக் கருத்துகள் கிடைக்கின்றன? இவரது ஆசிரியர் யார்?

"ஆமாம் தவிர்க்க முடியாதுதான்" ஹென்றி ஆமோதித்தார். "ஆனால் நீங்கள் அவரிடம் எதிர்பார்த்தது என்ன? விடைகளைத் தட்டில் வைத்து அவர் தருவார் என்றா? உதாரணங்களுடனான நல்ல விளக்கமான ஒரு கோட்பாட்டை அளிப்பார் என்றா?"

இல்லை என்றேன். நான் எதிர்பார்த்ததெல்லாம் அவரது கருத்துக்களிடையே இன்னும் நல்லவிதமான ஓர் ஒத்திசைவைத்தான்.

"அது உங்களது இரண்டாவது தவறு. குரு என்பவர் ஆசிரியரல்லர். ஓர் ஆசிரியரைப் பெற்றிருப்பது மிகவும் எளிது. அவர் அறிவை வழங்கு கிறார், அதன்மூலம், உங்களது அறிவைப் பெருக்குகிறார். உங்களுக்கு அதிக தரவுகள், அதிக திறமைகள் கிடைக்கின்றன. நீங்கள் அறிவார்ந்த விவாதங்களில் ஈடுபடுகிறீர்கள், கூடுமானால் அதிகப் பணமும் சம்பாதிக்கிறீர்கள். அவ்வளவுதான் ஓர் ஆசிரியரின் வேலை. ஆனால் குரு கற்பிப்பதில்லை. அவர் உறக்கத்திலிருந்து உங்களை எழுப்ப முற்படுகிறார், உங்கள் கண்களைத் திறக்கிறார், பொய் அடையாளத்தின் பிடியிலிருந்து யதார்த்தம் என நீங்கள் அழைக்கும் கனவிலிருந்து போராடி உங்களைக் காப்பாற்றுகிறார். இதையெல்லாம் செய்ய அவருக்கு உகந்த வழி தந்திரங்களும் வன்முறையும்தான். நீங்கள் சொர்க்கம் வேண்டுமென்று அவரிடம் வருகிறீர்கள் அவரோ உங்களுக்கு நரகத்தைத் தருகிறார். நீங்கள் யாரென்பதை உறுதிப்படுத்துபவர் ஆசிரியர், ஏற்கெனவே உங்களிடமிருக்கும் அறிவை அவர் விரிவாக்குகிறார். ஆனால் குரு அழிக்கிறார். உங்களது உலகின் பொய்த்தோற்றங்களைக் கிழித்தெறிந்து விட்டு யதார்த்தத்தில் நீங்கள் யாராக இருக்கிறீர்களோ அவரையும் இந்த உலகம் என்னவாக இருக்கிறதோ அதனையும் நீங்கள் எதிர்கொள்ள வைக்கிறார்."

எப்படித் தொடர்ந்து செல்வது என்று அறிவுரை சொல்லாமல் விட்டுச் சென்றவரை என்னால் மன்னிக்க முடியாது என்று சொன்னேன்.

"ஏன் அவர் செய்ய வேண்டும்? அது உங்கள் பிரச்சனை. கட்டத் தெரியாதவர்கள் கட்டிய வீட்டை இடிப்பதுபோல உங்களை அவர் இடித்துத் தள்ளிவிட்டார். புதியவீடு கட்ட கட்டுமானப் பொருட்களை வழங்கியிருக்கிறார். அவற்றில் எதை எடுப்பது, எதை விடுவது என்பது உங்களுடைய விருப்பம். அவரிடமிருந்து என்ன எதிர்பார்க்கிறீர்கள்? உங்களை மறுகட்டுமானம் செய்ய வேண்டுமென்றா? அப்போதும் நீங்கள் மனிதனாக இருப்பீர்களா? நீங்கள் பிசாசாகி விடுவீர்கள். யோகானந்தர் உருவாக்கிய பிசாசாக."

"ஒரு சிதைவு தன்னை மறுகட்டுமானம் செய்துகொள்ளுமா?" பெரும் வியுப்புடன் கேட்டேன். "தனக்கே அது கட்டடக் கலைஞராகவும், வடிவமைப்பாளராகவும் கட்டுபவராகவும் இருக்கமுடியுமா? எப்படி?"

“ஆனால் அது உங்களுக்கே தெரிந்திருக்கிறது,” என்றார் ஹென்றி. “மயக்கத்திலிருந்தபோது உங்களது கைகளை என்னிடம் காட்டிச் சொன்னீர்கள்: குழந்தையாக இருந்த எனது கைகள் இவை, வயதாகிக் கிழவனாகப் போகும் எனது கைகளும் இவைதான். ஆனால் அது உண்மை யில்லை. உடம்பிலுள்ள அனைத்துச் செல்களும் ஏழு ஆண்டுகளுக்கு ஒருமுறை மாறுகின்றன. எல்லாம் ஒரே நேரத்தில் மாறுவதில்லை, ஒன்றின் பின் மற்றொன்றாக. உடல் எல்லா நேரமும் மாறிக்கொண்டே யிருக்கிறது. மனமும் அப்படித்தான். ஒவ்வொரு கணமும் மாறிக் கொண்டிருக்கிறது. இப்போது நான் கீழே நீங்கள் பள்ளத்தாக்கில் பார்த்த ஹென்றியல்லர். நீங்களும் அதே அப்போதிருந்தவர் அல்லர். நாமெல்லாமே ஒரு நீரோட்டத்தில் அடித்துச்செல்லப்படுபவர்கள். தொடர்ந்து எப்படிச் செல்வது என்ற கேள்விக்கு பதில் இதுதான். ஆற்றுக்குள் தடதடவெனெறு இறங்கும் பனிச்சரிவைப்போல யோகானந்தர் உங்களை உடைத்துப் புகுந்திருக்கிறார். நீரோட்டம் வலுவாக உள்ளது, ஒவ்வொரு துண்டாக எல்லாம் அடித்துச் செல்லப்படும். ஆற்றுக்குள் உடைத்துப் புகுந்தது கடைசியில் ஆற்றின் ஒரு பகுதியாக மாறும். இதேபோல யோகானந்தர் சொன்ன ஒவ்வொன்றுக்கும் ஓர் அர்த்தத்தை நீங்கள் கண்டுபிடிப்பீர்கள். சிலவற்றுக்கு நாளைக்கே அர்த்தம் தெரியும், மற்றவற்றுக்கு ஆண்டுகள் ஆகும். சிலவற்றுக்கு ஒருபோதும் அர்த்தம் கிடைக்காது.”

மிக மெல்லிதாக வீசிக்கொண்டிருந்த தென்றலில் வழக்கத்துக்கு மாறான ஓர் ஓசை எங்களை நோக்கி மிதந்துவந்தது. அது ஏதோ எனது கற்பனை என்றுதான் முதலில் நினைத்தேன், ஆனால் அதைக்கேட்டு ஹென்றியும் எழுந்தார். பேசிக்கொண்டிருந்ததை நிறுத்திவிட்டு எருமையோட்டிகளும் திரும்பிப் பார்த்தனர்.

கீழே ஏரியின் மௌனத் தனிமையில் நளினமான ஒரு பெண்குரல் சோக கீதமொன்றை இசைத்தது. என்னவென்று தெரியாத இமாலய நரம்பிசைக் கருவிகள், புல்லாங்குழல்கள், மேளங்கள் ஆகியவற்றின் இசைக்கு மேலாகக் காற்றில் எழுந்து, விழுந்து, மௌனமாகி, மறுபடி ஒலித்து என அப்பாடல் எங்களை வந்தடைந்துகொண்டிருந்தது. கல்லாய்ச் சமைந்தவர்களென வியப்புடன் நாங்கள் கீழே ஆழத்தில் வெறித்தோம். நான் நினைத்தேன், இதுவொரு அபாய எச்சரிக்கை. ஒடிசியஸ் உன் காதுகளை அடைத்துக்கொள், பாய்மரத்தோடு உன்னைப் பிணைத்துக்கொள்.

நான் ஹென்றியைப் பார்த்தேன். பரவசத்தில் அவரது யூத முகம் விநோத அழகுடன்,தூய சோகம் தவழ பாடலின் லயத்தோடு ஒன்றியிருந்தது. நாங்கள் சந்தித்ததிலிருந்து இப்போதுதான் அவர் ஆச்சரியப்படும் விதத்தில் மானிடத்தன்மையுடன் காணப்பட்டார். நான் எருமையோட்டி களைப் பார்த்தேன்: கசங்கிய அவர்களது கால்சராய்களின் விளிம்பில், மார்பு வரை பாதி திரும்பியிருந்த அவர்களது உடலின் முறுக்கில், செயலொன்றின் பாதியில் உறைந்துவிட்டிருந்த அவர்களது கைகளில் என என்னுடையதற்குச் சற்றும் குறைவில்லாது திணறடிக்கும் ஒரு பதற்றத்தைக் கண்டேன். அவர்களும் அதை உணர்ந்தார்கள். ஒவ்வொருவரும் நிலையாமையில் நின்றபடி, நிச்சலனப் பரப்பில் அலையொன்று உயர்ந்துவரும் என்ற நம்பிக்கையில், இந்த நிகழ்காலம் தாங்கள் காண்பதைக்

காட்டிலும் மேலானது – அதாவது தாங்கள் நிலையாமையில் நிற்கும் உதிரிகள் என்பதனின்றும் மேலானவர்கள் – என்ற திடமான மாயையை எதிர்நோக்கி இருப்பதாய் நான் எண்ணினேன். அந்தப் பாடல் எங்களை மூடியிருந்த கதகதப்பையும் பொய் நம்பிக்கைப் போர்வைகளையும் நீக்கிவிட்டது. சிதைவிலிருந்து சிதைவை நோக்கிச்செல்லும் பாதையில் எலும்புக்கூடுகளாய் நாங்கள் நின்றோம்.

எப்போதும் மாறாதது நிலையாமைதான், அருகேயுள்ள மலைச்சிகரங் களுக்கு அப்பாலிருக்கும் மண்ணும் பாறைகளும்போல. மலைகளும்கூட இறந்துபோகின்றன, ஆனால் நம்மைவிட மிக மெதுவாக, நம்மளவே அவற்றையும் மீள உருவாக்க முடியாமல் போகிறது. முடிவற்ற உறைதலிலும் உருகுதலிலும், முடிவற்ற உடைதலிலும் நொறுங்குதலிலும், முடிவற்ற தேய்மானத்திலும் அவை வயதடைந்து சிதிலமுறுகின்றன. மலைகளின் சரிவுகளில், அவற்றின் வளமான பகுதிகளில்கூட, காடுகள், மண், வளர்ச்சி, மக்கள் தொகை யாவும் வேகமாகக் குறைந்துகொண்டே வருகின்றன. எப்போதுமில்லாத அளவுக்கு தூசும் மௌனமும் அதிகரித்திருக்கிறது.

தொடுவானத்துக்கு அப்பால் திபெத்தில் தனிமைப்படுத்தப்பட்ட, கைவிடப்பட்ட, சிதிலமுற்றுக்கொண்டிருக்கும் நகரங்கள் உள்ளன. பழைய நாகரீகங்கள் சுவடேயில்லாமல் மறைந்துவிட்டன. உலகில் உயிர்வாழ்க்கையின் ஆதாரமான எரியும் சூரியன் – சமநிலைமாறாத அணு வெடிப்பு – இப்போது வலுக்குன்றிப் பலவீனமடைந்து வருகிறது. இன்னும் பத்துலட்சம் வருடங்களில் அது இற்றுப்போய் அணைந்துவிடும். காற்றுவெளியும்கூட உயர்ந்துகொண்டும் தாழ்ந்துகொண்டுமிருக்கிறது.

பிறகு ஏன் இங்கிருப்பவை பற்றி, இங்கிருப்பவை எல்லாவற்றையும் பற்றி, இங்கிருக்க மட்டுமே முடிந்தவற்றைப் பற்றி அச்சம் கொள்ள வேண்டும். ஒரு சிதிலத்திலிருந்து இன்னொரு சிதிலத்துக்குப் போகும் பயணம் தோதான இடங்களில் நிற்கும் அல்லது மறுபடி முதலிலிருந்து தொடங்கும் அல்லது அது தொடங்கியது என்ற வெற்று உண்மையை விடவும் பெரிய அர்த்தத்தைக் கொண்டு முடியும் என்ற பொய் உத்தரவாதங்களை வேண்டிய இந்த ஏக்கம் ஏன் ? நாம் சிறிது நேசிக்கிறோம், சிறிது சிரிக்கிறோம், சிறிது காயப்படுத்துகிறோம், பிறகு இல்லாமலாகிறோம்.

பாடல் முடிந்தபோது தலை கவிழ்ந்தவர்களாய்ச் செய்ய ஏதாவது வேலையிருக்கிறதா என தேடத் தொடங்கினோம். பிறகு ஒருவழியாய்ப் பள்ளத்தாக்கை நோக்கிப் பயணத்தைத் தொடர்ந்தோம். இப்போது கட்டளைக் குரல் அடங்கியிருந்தது, கிட்டத்தட்ட மன்னிப்புக் கேட்கும் தொனியில் அது ஒலித்தது: சடையெருமைகளும் செத்து வீழும், மண்ணோடு மண்ணாகும்.

கணவாய்க்கு அடியிலிருந்த குடைவில் மெல்லிய செங்குத்துச் சரிவு ஒன்று தொடங்கியது. அதில் எறும்புப் புற்றுகள்போல ஆங்காங்கே காணப்பட்ட பழுப்புநிற வீடுகளைப் பார்த்தோம். வீடுகளை நோக்கிய பாதையில் வரிசையாக சிவப்பு – வெள்ளைத் தூபிகள், சூரியனால் கைவிடப்பட்டுச் சிதிலமடைந்து காணப்பட்டன. அவற்றின் நிழல்கள் கொண்டை வைத்த புறாக்கள்போலத் தோன்றின. பாதையின் இந்தப்

பக்கம் பனி பெய்ததுபோலத் தெரியவில்லை. இன்னும் நெருங்கியபோது கீழ்ச்சரிவுகளில் வேலியிட்டத் தளஅடுக்குத் தோட்டங்களைப் பார்த்தேன். முன்னந்தியின் அமைதியில் அந்தக் குடியிருப்பு அங்கு யாருமே வசிக்கவில்லை என்பதான ஒரு தோற்றத்தைத் தந்தது.

முதல் வீட்டிலிருந்து நீளமான சங்கிலியில் கட்டப்பட்ட நாய் ஒன்று கடுமையாகக் குரைத்து, எங்கள் திசையில் பாய்ந்தது. உறுமியபோது வெளிப்பட்ட அதன் பற்களில் எச்சில் ஒழுகியது. வயதான திபெத்தியர் அதனை ஒரு கழியைக்கொண்டு அச்சுறுத்தினார். தாவி அந்தக் கழியைப் பிடுங்கியது நாய். எருமையோட்டிகள் சத்தம் போட்டபடியும் தாக்குவது போலக் கைகளைக் காட்டியும் அங்கு ஓடிவந்தனர். பாய்ந்துகொண்டிருந்த நாய் பின்வாங்கியது.

கூரை மேலிருந்து வீட்டுச் சொந்தக்காரர் சிடுசிடுத்த முகத்துடன் இதைப் பார்த்துக்கொண்டிருந்தார். குரைக்கும் நாயை அடக்க வேண்டும் என அவருக்குத் தோன்றவில்லை. எங்களை அவர் சந்தேகத்தோடும், வெறுப்புடனும் பார்த்தார். வயதான திபெத்தியர் அவரை அழைத்தபோது முதுகைத் திருப்பிக்கொண்டவர் நடந்துசென்று மறைந்தார்.

இன்னும் சற்றுத்தூரம் சென்றபின் சாத்து நின்றது. நான் அவரிடம் வரும்வரை ஹென்றி நெப்போலியன் காத்திருந்தார்.

"நண்பரே" என்றபடி நட்பாக என் தோள்மீது கை போட்டார். "உங்களைச் சந்தித்ததில் எனக்கு மகிழ்ச்சி. மிகவும் சுவாரஸ்யமாக இருந்தது. வருத்தப்படும்விதமாக இங்கே நாம் பிரிய வேண்டியிருக்கிறது."

என் கண்கள் நட்பு பாராட்டாத வீடுகளின் வரிசையை நோக்கின. அங்கே நிழல்கள் அடர்ந்து அஸ்தமனத்தோடு சேர்ந்துகொண்டிருந்தன, இருண்ட மலையிடுக்குகளில் விழுந்து தொங்கு பாறைகளுக்குக் கீழ் காணாமல் போய்க்கொண்டிருந்தன. தரையில் விழுந்து இந்த மோசமான இடத்தில், கடும் சோர்விலிருக்கும் என்னைத் தனியே, உணவின்றி, வழிகாட்டியின்றி விட்டுவிட்டுப் போகாதீர்கள், குறைந்தபட்சம் இதைவிட ஒரு பெரிய கிராமத்துக்குப் போகும் சாலை தொடங்குமிடத்திலாவது விட்டுச் செல்லுங்கள் என அவரிடம் இறைஞ்ச வேண்டும்போல இருந்தது.

"இந்த வீடுகளுள் ஒன்றில் இரவைக் கழிப்பது சரியான விஷயமாக இருக்கும்" என்றார். "பிறகு உள்ளூர்க்காரச் சோம்பேறி யாரிடமாவது கொஞ்சம் பணம் கொடுத்தால் இதைவிட நாகரிகம் தெரிந்த ஒரு இடத்துக்கு உங்களை அழைத்துப்போவான்."

"நீங்கள்?" கேட்கையில் எனக்குத் தொண்டை அடைத்துக்கொண்டது.

"எனக்கேயான பாதையொன்று இருக்கிறது" வறண்ட குரலில் சொன்னார். "உங்களுக்கு உணவு கொஞ்சம் தந்துவிட்டுப் போகிறேன். நீங்கள் பசியால் வாடத் தேவையில்லை."

ஒரு சடையெருமையின் முதுகிலிருந்த பையில் தேடித் துழாவினார். ஒரு கலன் பீன்சும், ஒரு பொட்டலம் மொறுமொறுப்பு ரொட்டிகளையும் எடுத்துத் தந்தார்.

மந்திரவாதியின் சீடன்

“நன்றி” சிறிது லட்சணக் குறைவாகவே சொன்னேன். இன்னும் அதிகம் தருவார் என எதிர்பார்த்திருந்தேன். இந்தச் சிறு உதவி மூலம் என்னைக் கைவிட்டுப் போவதனால் உறுத்தும் மனச்சான்றை அமைதிப்படுத்த அவர் முயன்றிருக்கலாம்.

“நல்வாய்ப்பு அமையட்டும்” என்றவர் ஒரு விரைவான அணைப்பு அணைத்தார், முதுகில் தட்டிக்கொடுத்தார். “தொடர்ந்து தேடுங்கள் – *ஓம் மணி பத்மே ஹூம்.*”

அவர் திரும்பி எருமையோட்டிகளிடம் ஏதோ சொன்னார். இருவர் ஓடிச்சென்று எனது முதுகுப்பை, கூடாரம், உறங்கும் பை இவற்றைச் சடையெருமை சுமைகளிலிருந்து கொண்டுவந்தனர். வளைவில் சென்று மறையும்வரை சாத்துவைப் பார்த்துக்கொண்டிருந்தேன். பிறகு என் தொண்டைத் துடிப்பைத் தவிர்த்து எல்லாமே அமைதியாயின.

21

குட்டி டோல்மா

பையைத் தோள்மீது போட்டுக்கொண்டு மேட்டில் ஏறினேன். கடும் களைப்பில் கால் முட்டிகள் நடுங்கின. ஆனால் என் ஆன்மாவின் குறையாத மனத்தின்மை தன்னோடு சேர்த்து என் உடலையும் இழுத்துவந்தது.

முதல் வீட்டில் ஒரு மாஸ்டிஃப் என்மீது பாய்ந்தது. அதிர்ஷ்டவசமாக அதன் சங்கிலி எனக்கு இரண்டு மீட்டர்கள் முன்னால் அதனைத் தடுத்து நிறுத்தியது. அங்கேயே நின்று ஒரு மலைப் பிசாசைப்போலச் சுற்றிச்சுற்றி வந்து கர்ஜித்தது: கர்ர்ர்ர் கர்ர்ர்ர், அதன் சீற்றம் மாலையொளியினூடாக அதிர்ந்தது.

மற்ற வீடுகளில் இருந்து இன்னும் சில குரைப்புகள் தொடங்கின, தொலைவே அமைந்த வீடுகளிலும் அது கேட்டது. கணவாய்க்குக் கீழமைந்த பள்ளத்தாக்கில் நாயினத்தின் அந்தப் பயங்கரமான அறச்சீற்றம் எதிரொலித்தது. கணவாயின் எதிர்ப்பக்கம் நான் அடிக்கடி திபெத்திய மாஸ்டிஃப்புகளைப் பார்த்திருக்கிறேன். செழித்த ரோமத்துடன், ஒரு பனிச்சிறுத்தையையே மிரளவைக்கும் பற்களுடன் அவை இருக்கும். ஆனால் இந்தப் பக்கம் இருப்பவற்றின் இரத்தத் தாகத்தைப் பார்க்க இவை வேற்றுலகத்தவையோ என எண்ணவைத்தன.

நான் அந்த வீட்டைச் சுற்றிய கல் மதிற்சுவரைத் தொடர்ந்து வந்து அடுத்த வீட்டை அடைந்தேன். அங்கும் நாய்க்குட்டி களின் கீச்சுச் சத்தங்களோடு சேர்ந்த ஒரு கடூர உறுமல்தான் என்னை வரவேற்றது. மறுபடி மலையடிவாரத்துக்கே போய் விடுவதுதான் நல்லது, அங்கு நல்ல இடமாகப் பார்த்துக் கூடாரத்தைப் போட்டு உறங்கும்பைக்குள் இரவைக் கழித்துவிடலாம்.

அப்போது தீர்க்கமான ஒரு குரல் ஒலித்தது, நான் நின்றிருந்த வீட்டின் நாய் உடன் அமைதியானது.

விசித்திர தலையணி பூண்ட ஒருவர் என்னை உற்றுப்பார்த்தபடி கூரைமீது நின்றிருந்தார். அவர் எங்கே ஆங்கிலத்தில் பேசப்போகிறார் என்று எண்ணியபடி அடுத்து என்ன செய்யப்போகிறார் என எதிர்பார்த்துக் காத்திருந்தேன். நான் ஏதாவது பேச வேண்டும் அல்லது செய்ய வேண்டும் என எதிர்பார்ப்பவர்போல அவர் மீண்டும் என்னை உற்றுப்பார்த்தார். கடைசியில் சங்கடத்துடன் கையசைத்து அவருக்கு வணக்கம் சொன்னேன்.

கதவு திறந்து உள்ளேயிருந்து மங்கலான விளக்கு ஒளிர்ந்தது. வாசல் சட்டகத்தில் நீள் பாவடையணிந்த பெண்ணின் நிழலுரு தோன்றியது. சிறு பையனொருவன் அவளைத் தாண்டி முன்னே நாயிடம் ஓடிவந்தான். சங்கிலியை எடுத்து இன்னும் சுருட்டிக் குட்டையாக்கிச் சுவரிலிருந்த ஆணியில் கட்டினான். அப்பெண் வாசற்படியிலிருந்து சற்றுப் பின்வாங்கி நின்று வீட்டினுள் என்னை வரவேற்றாள். கடந்துசென்றபோது அவளது உருவம் திபெத்தியச் சாயலின்றி அதிகமும் இந்தியச் சாயலில் இருந்தது கண்டு ஆச்சரியப்பட்டேன். அவள் மூக்குத்தியும் கொத்தாய் ஆபரணங்கள் இணைந்த காது வளையங்களும் அணிந்திருந்தாள். பெரும் அழகியாக இருந்தாள்.

பையன் என்னை வாசல் வழியே அழைத்துச்சென்று ஓர் ஏணிவழியே மேல்தளத்துக்குக் கொண்டுவந்தான். விஸ்தாரமான அந்த அறை படபடத்துச் சுடர்ந்துகொண்டிருந்த வெண்ணெய் விளக்குகளால் ஒளியூட்டப்பட்டிருந்தது. நரைத்த தலையுடன் கோர முகம் கொண்டிருந்த ஒரு கிழவி கணப்பு முன் அமர்ந்து தகதகத்துக்கொண்டிருந்த செப்புப் பானையை ஆர்வமாய்க் கிண்டிக்கொண்டிருந்தாள். அந்த வெப்பம் என்னை நிலைகுலைய வைத்தது, ஏறத்தாழ நான் தரையில் விழப்போனேன். என் கண்முன் மஞ்சள் மூடுபனி மிதக்க என் முதுகுப்பையைக் கழற்றி எடுத்துச் சுவரோரம் வைத்தேன்.

மூடுபனி அகன்றபோது கண்கள் சாய்வாக அமைந்த சிறுமியொருத்தி கையில் ஆவி பறக்கும் ஒரு கோப்பைப் பானத்துடன் சிரித்தபடி என் முன் நிற்பதைக் கண்டேன். அவளிடமிருந்து தேநீரைப் பெற்றுக்கொண்டு "சோல்ச்சா" என்றேன் நன்றியுடன்.

சுவரோரம் முதுகைச் சாய்த்துநின்றவன் சுவரைத் தேய்த்தபடியே கீழே அமர்ந்து தேநீரை உறிஞ்சத் தொடங்கினேன். தேநீரின் ஆவியினூடாக அந்த அறையை நோட்டமிட்டேன். கீழே துண்டுக் கம்பளித்துணிகளால் மூடிய மெத்தைகள் இருந்தன. ஒன்றில் காது வளையங்களணிந்த அந்த அழகான பெண்ணும் கூரைமீது நான் கண்ட நபரும் இருந்தனர். இருட்டில் ஏதோ தலையணி என நான் நினைத்தது அடர்ந்து வளர்ந்து பின்னலிடப்பட்டிருந்த அவரது கேசம்தான். மற்றொரு மெத்தையில் மூன்று சிறுமிகள். இருவர் செம்பவழத்தாலான மணிகள் அணிந்திருந்தனர், ஒருத்தி இடது மூக்கில் சிறு மூக்குத்தி அணந்திருந்தாள். அவர்களில் யாருக்கும் பதிமூன்று வயதுக்கு மேல் இருக்காது.

அவர்களது கறுப்பு விழிகள் சங்கடமின்றி என்னைப் பார்த்துக் கொண்டிருந்தன. கணப்பு முன்னிருந்த முதியவள் என்னை நன்றாகப் பார்க்கும் வண்ணம் பாதி திரும்பியிருந்தாள். பார்வையை என் மீதிருந்து

விலக்காமலே அந்த மனிதர் தனது மெல்லிய விரல்களால் ஒரு நீண்ட சுருட்டை உருட்டினார்.

மாஸ்டிஃப்புகளால் காவல் காக்கப்படும் இந்த ஊரில், இந்த வீட்டில் எதுவோ சரியில்லை என்ற எண்ணம் தோன்றியபோது எனக்கு உதறலெடுத்தது. உணர்வை மழுங்கச் செய்யும் அந்த அறையின் வெப்பத்தில் எனக்குக் களைப்பு மேலிட்டது, இனியும் அதைத் தாங்கவியலாது என்று தோன்றியது. நான் இங்கேயே உறங்கப்போகிறேன் என நினைத்தேன்; இந்த இடத்திலேயே இந்தச் சுவரோரமாகவே உறங்கிவிடுவேன். என் கண்ணிமைகள் அழுத்தின. கட்டாயப்படுத்தி இமைகளை நிறுத்திப்பிடித்த அந்தச் சில கணங்களில் உணர்ச்சியற்ற அவர்களது கண்கள் இப்போதும் என்னையே பார்த்துக்கொண்டிருப்பதைக் கண்டேன்.

பிறகு அப்படியே சரிந்துவிட்டேன். மீண்டும் அரைத்தூக்கம். யாரோ தொடுவதை உணர்ந்தேன். அந்தச் சிறுமிகளில் ஒருத்தி என் சப்பாத்துக்களைக் கழற்றிக்கொண்டிருந்தாள். மற்ற இருவரும் என் மேற்சட்டையைக் கழற்ற முயன்றுகொண்டிருந்தனர். ஒரு சிறுமி என் கையை எடுத்து அருகேயிருந்த மெத்தையைக் காட்டினாள். நான் நான்கு கால்களில் ஊர்ந்துபோய் அந்தக் கடினமான மெத்தையில் உருண்டுவிழுந்தேன். உறக்கத்தில் விழும்முன் கடைசியாகப் பார்த்தபோது அந்தச் சிறுமிகள் தங்களது மெத்தையில் போய் அமர்ந்து முன்பு போலவே எவ்வித உணர்ச்சியுமின்றி என்னைப் பார்த்துக்கொண்டிருப்பதைக் கண்டேன்.

மூன்று அல்லது நான்கு மணி நேரம் கழித்து விசித்திரச் சத்தங்கள் கேட்டு விழித்தேன். அறையில் இப்போது ஒரேயொரு வெண்ணெய் விளக்கு மட்டும் எரிந்துகொண்டிருந்தது. சிறுமிகள் எதிர்ச் சுவரோரம் அயர்ந்து உறங்கிக் கொண்டிருந்தனர். அறையின் நடுவிலிருந்த மெத்தையில் நான் கண்ட காட்சி அப்படியே என்னை ஸ்தம்பிக்க வைத்தது. கண்சிமிட்டிக் கொண்டிருந்த விளக்கு வெளிச்சத்தில் அணிகலன் பூண்ட அந்த அழகியும் பறவைக்கூடு போன்ற தலைக் கேசம் கொண்டிருந்த அந்த மனிதனும் காதல் பிடியில் கட்டுண்டு கிடந்தனர். அழகாய் மெலிந்து பழுப்பேறியிருந்த அவர்களது ஒன்பது புற உறுப்புகளும் யோகாசனத்தில் போல் காலத்துள் லயத்துடன் அசைந்து சீராக இயங்கிக்கொண்டிருந்தன. அந்த மெத்தைக்குமுன் பல்லில்லாத கோரக் கிழவி மண்டியிட்டிருந்தாள். ஒரு செப்புப் பாத்திரத்தில் இனிய மனம் கொண்ட தூபத்தைப் புகையவிட்டு மாறாத அதே மந்திரத்தை ஜெபித்துக்கொண்டிருந்தாள்.

அவர்கள் ஒரு கணம் நிறுத்தினர். மெல்லப் பிடியைத் தளர்த்திப் பிறகு ஆலிங்கன நிலையை மாற்றிக்கொண்டு தொடர்ந்தனர். அந்தப் பெண் தலையை என்னை நோக்கித் திருப்பினாள். கண்கள் விரிய என்னை உற்றுப் பார்த்தாள். உறக்கம் கலைந்து அவர்களை நான் பார்த்துக் கொண்டிருப்பதை அறிந்தாள். அவளது கண்களின் ஆழத்திலிருந்து பெருகிய பரவசம் என்னைத் தீரமும் துடிக்கும் வலுவும் கொண்டு நிரப்பின. நீண்ட நேரத்துக்கு வேகமாகத் அடித்துக்கொண்டிருந்த என் நெஞ்சின் ஒலியையே கேட்டுக்கொண்டிருந்தேன், அது ஏறத்தாழ அவர்களது கூடல் அசைவுகளுடன் பொருந்தித் துடித்தது, பம், பம், பம். பிறகு எனக்குத்

மந்திரவாதியின் சீடன்

தலைசுற்றிக்கொண்டு வந்தது. என்னை உறிஞ்சிக்கொண்டிருந்த அந்தக் கண்களுள் விழுந்தேன், வெளியின் நிசப்தத்துள்ளும் மயக்கத்திலும் நான் விழுந்தேன்.

காலையில் மாஸ்டிஃப்பின் கனத்த உறுமலைக் கேட்டு எழுந்தேன், சன்னல் தடுப்பு வழியாக சூரியன் கசிந்து வந்துகொண்டிருந்தது. கருணையற்ற இந்த ஒளியில், இரவு வெண்ணெய் விளக்கு வெளிச்சத்தில் காதற்களமாகவும், மர்மம் பொதிந்த இடமாகவும் தெரிந்த அறை குப்பையும் அழுக்கும் தூசும் நிறைந்த இடமாக மாறியிருந்தது. இரவு அவர்கள் காதற் சடங்கு மேற்கொண்ட அந்த மெத்தை சுவரோரம் சார்த்திவைக்கப்பட்டிருந்தது. யாருடைய தலையணியோ சன்னலில் வைக்கப்படிருந்தது. கணப்பருகே கிழவி உட்கார்ந்து பானையைக் கிண்டிக்கொண்டிருந்தாள். அங்கிருந்து பன்றி உணவின் மணமும், மூலையிலிருந்த மெத்தையிலிருந்து சிறுநீர் வாசனையும் ஒரே நேரத்தில் கலந்துவந்தது. அங்கிருந்த பொருட்கள், என் கால்சராய், தலை, அக்குள் ஆகியவற்றில் தெள்ளுப்பூச்சிகள்போல எதுவோ மொய்த்தது.

நான் சன்னலருகே போனேன். நேற்று மாலையைப்போல இப்போது அந்த வீடு அச்சுறுத்தவில்லை. அரிக்கப்பட்டச் சுவர்களும், தோட்டங்கள் நடுவேயிருந்த மணற்திட்டுகளும், உயரம் குறைவான மரங்களும், சலிப்பூட்டும் ஒரே மாதிரியான வண்ணங்களும் எனக்குப் பழக்கமான மலையக வறுமையை எடுத்துக்காட்டின. இங்குமேகூட அழகியலுக்கும் பிறவகையான ஆடம்பரங்களுக்கும் இடமில்லை. இங்கேயும் வாழ்வைக் குரூரமான மண்ணிலிருந்து தினம் பிய்த்தெடுக்க வேண்டியிருக்கிறது. சரிவின் அடியில் சில சிவப்புப் பச்சைத் திட்டுகளைப் பார்த்தேன். இவர்கள் என்ன விளைவிக்கிறார்கள்? பள்ளத்தாக்கின் தரை மலையின் உயரமான பச்சை–சாம்பல் வண்ணச் சுவரால் பாதியாகப் பிரிக்கப்பட்டிருந்தது. அதில் இருநூறு மீட்டர்கள் உயரத்தில் அவர்கள் “ஓம் மணி பத்மே ஹூம்” என்ற திபெத்தியப் பிரார்த்தனையை எழுதிவைத்திருந்தனர். அதன் கீழே ஆங்காங்கே திட்டுத்திட்டாய்ச் சடையெருமைக் கூட்டங்கள் மேய்ந்துகொண்டிருந்தன.

நாங்கள் வந்த கணவாய் வழியைப் பார்க்க நான் சன்னலுக்கு வெளியே குனிந்தேன். கணவாய்க்குப் பதிலாக வாசலில் விறகுகளைப் பிரித்து ஒழுங்கற்ற சிப்பங்களாகக் கட்டிக்கொண்டிருந்த பறவைக்கூட்டுத் தலையரைக் கண்டேன். காது வளையப் பெண் அவருக்கு உதவிக்கொண்டிருந்தாள். ஆட்டுத் தோல் மேலாடையணிந்திருந்தாள், தலையை மறைத்திருந்தாள்; இப்போது அவள் அவ்வளவு அழகாகத் தோன்றவில்லை. நேற்றிரவு வெண்ணெய் விளக்கொளியில் ஆடைகளின்றிக் காமசூத்திரத்தின் ஏறத்தாழ அத்தனை நிலைகளையும் செயல்விளக்கமாகக் காட்டிய மேட்டுநிலக் குடியானவர்கள் இருவர் எந்த உணர்ச்சியுமின்றி எதிர்வரும் பனிக்காலத்துக்காக விறகுகளைச் சேகரித்து அடுக்கிக் கொண்டிருந்ததை நம்ப முடியவில்லை.

பக்கத்து மலைப்பகுதியில் தூபிகளையொட்டி இரண்டு குறும்புக்காரச் சிறுவர்கள் ஓர் ஆட்டைத் துரத்த அது கனைத்தபடி ஓடிக்கொண்டிருந்தது. எல்லாம் அப்படியே இருக்கின்றன என நான் நினைத்தேன். நான் இன்னும்

166 இவால்ட் ஃப்ளிஸர்

ஸன்ஸ்கரில் இருக்கிறேன். ஒரே வித்தியாசம் எனக்கு இடையீட்டாளர் இல்லை, யோகானந்தர் இல்லை. அதனால்தான் உலகு விசித்திரமானதாகத் தோன்றுகிறது, அதிகமும் நிகழ்காலத்தில் இருக்கிறது.

யாரோ வருவதுபோலத் தோன்றியது. சங்கடத்துடன் துள்ளிப் படுக்கையில் விழுந்து உறங்குவதுபோல நடித்தேன். கசங்கிய உடையும் உற்சாக முகமுமாய் ஒரு சிறுமி ஏணியில் ஏறிவந்தாள். ஒரு கையில் பட்டாணிகள் நிறைந்த சிறுகூடை. என்னைப் பார்த்தவள் வாயைத் திறந்து ஆச்சரியமாக "அஹ்" என்றாள்.

அப்படியே என்னைப் பார்த்துக்கொண்டிருந்தவள் அருகே வந்து என் இடது காதைத் தொட்டாள். பின்பு தாடியைப் பிடித்து இழுத்தாள். கடைசியாக என் மூக்கைப் பிடித்து நன்றாகத் திருகினாள். அவள் சிரித்தபடி தனது மொழியில் எதையோ சொன்னாள். என்னவென்று எனக்குப் புரியவில்லை. "நாசமாய்ப் போக, நீங்கள் ஒரு பேயில்லை" என்பதாக இருக்கும்.

அல்லது அதுபோல ஏதாவது. தீரமுடனும் ஆர்வமுடனும் என் கண்களை நேரே பார்த்தாள், நான் ஏதாவது சொல்ல வேண்டுமென்று காத்திருப்பதுபோல. அவள் சிரித்தாள். மற்றவர்களிடமிருந்து அவள் வேறுபட்டிருந்தாள்.

"நீ அழகாக இருக்கிறாய்" என்னுடைய மொழியில் சொன்னேன். அலைபோன்ற குரலில் அவள் உடனே மறுமொழி சொன்னாள். தீவிர பாவத்துடன் கண்களைக் குறுக்கி என் பையில் என்ன இருக்கிறது என்று பார்த்தாள். அவள் பையைக் காட்டி ஏதோ சொன்னாள், அது ஒரு கேள்வி போலிருந்தது.

"உள்ளே என்ன இருக்கிறதெனத் தெரிய வேண்டுமா?"

அவள் தோள்களைக் குலுக்கினாள், பிறகு ஆமென்று தலையசைத்தாள்.

நான் பையைத் திறந்து உள்ளேயிருந்து ஹென்றியின் பீன்ஸ் கலனை எடுத்தேன். பிறகு மொறுமொறு ரொட்டிகளை. அவற்றின்மீது கண்களை ஓட்டினாள், அவள் முகத்தில் ஒரு கணம் பசி பளிச்சிட்டு மறைந்தது. பிறகு நாணியவளது வாயிலிருந்து வார்த்தைகள் கொட்டின. அவள் என்னைத் திட்டுகிறாள் எனத் தோன்றியது. தனது கூடையைக் கீழே வைத்தவள் தகரக்கலனையும் ரொட்டிப் பொட்டலத்தையும் என் கைகளிலிருந்து பிடுங்கி மீண்டும் பைக்குள் திணித்தாள். பிறகு தனது பட்டாணிகளுடன் கணப்புக்கு ஓடினாள். கூடையைக் கீழே வைத்துவிட்டு அங்கிருந்த பாத்திரங்களுக்குள் தேட ஆரம்பித்தாள்.

அந்தக் கிழவி சிலிர்த்துக்கொண்டு கீச்சுக்குரலில் அவளைத் திட்ட ஆரம்பித்தாள். அந்த அழகான துடுக்குப்பெண் சட்டென்று திரும்பிக் கிழவியை எதிர்கொண்டாள். வாயைக் குவித்து நாக்கைத் துருத்தி அவளை நோக்கி புர்ரென்று ஒலியெழுப்பினாள்.

கிழவி அமைதியடைந்து அவளிடமிருந்து முகத்தைத் திருப்பிக் கொண்டாள். சிறுமி ஒரு துண்டு நெருப்பைச் செப்புக் கிண்ணத்தில் எடுத்து

அதில் தூபத்தைப் புகையவிட்டாள். ஓடிவந்து அதை என் முன்னால் வைத்தாள். மறுபடி கணப்புக்கு ஓடிப்போய்ப் பட்டாணிக்கூடையை எடுத்துவந்தாள். மீண்டும் ஓடிப்போய் மரக்கிண்ணம் ஒன்றைக் கொண்டுவந்தாள். ஒரு பானைக்குள் கரண்டியை விட்டு ஆவி பறக்கும் கஞ்சி கொஞ்சம் கொண்டுவந்தாள். என்முன் சம்பிரதாயமாக மண்டியிட்டு அமர்ந்து காலை உணவை உண்ணுமாறு சைகை செய்தாள்.

"நன்றி" என்று சொல்லிவிட்டுக் கஞ்சிப் பாத்திரத்தை எடுத்தேன். முகர்ந்து பார்க்க அது அவ்வளவு வாசமாக இருந்தது. நான் கஞ்சியை உறிஞ்சிக் குடிக்க அது என் தாடியில் சொட்டியது. சிறுமி திருப்தியுற்ற புன்னகையோடு என்னைப் பார்த்தாள். இந்த முடியடர்ந்த பொம்மையைத் தன் பேச்சுக்குக் கட்டுப்படவைத்ததில் அவளுக்கு அவ்வளவு பெருமை. "உன் பெயர் என்ன?" என்று அவளைக் கேட்டுவிட்டு நான் என்னைக் காட்டி "இவால்ட்" என்றேன்.

அவள் கண்கள் பிரகாசமடைந்தன. நான் செய்ததை அப்படியே திரும்பச் செய்துவிட்டுச் சத்தம் போட்டுச் சொன்னாள் "டோல்மா!"

அந்தக் கிழவி மண்டிபோட்டு நின்றவாறு மறுபடியும் சிறுமியைத் திட்ட ஆரம்பித்தாள். டோல்மா கிழவியை நோக்கித் திரும்பி மறுபடியும் வாயைக் குவித்து நாக்கைத் துருத்தி புர்ரென்று ஒலியெழுப்பினாள். மீண்டும் அந்தக் கிழவி அமைதியானாள். அவளது நாக்கின் திறமையை நான் வியப்பதை அறிந்த டோல்மா சத்தம்போட்டுச் சிரித்தாள். பிறகு விசுவாசமிக்க நாயின் கண்களைக் கொண்டு நான் உண்பதை அவள் பார்த்தாள்.

என்ன வயதிருக்கும் இவளுக்கு? பதிமூன்று?

வயிறு நிறைந்ததும் உதடுகளைச் சப்புக்கொட்டி வயிற்றைத் தடவினேன். பிறகு நான் குளிக்க வேண்டும் என்றேன். கையை உயர்த்தி அக்குளை முகந்து பார்த்து முகம் சுளித்தேன். "உவ்வே!"

அவள் சிரித்தாள். துள்ளியெழுந்தவள் என் கையைப் பிடித்து வாசல் நோக்கி இழுத்துச்சென்றாள், "இரு, இரு" என்றேன். சப்பாத்துக்களை அணிந்துகொண்டு சோப்பு, துவாலை, கால்சராய், சட்டை, காலுறைகள் இவற்றைப் பையிலிருந்து எடுத்துக்கொண்டேன். ஏணி வழியாக கீழே இறக்கி முற்றத்துக்கு என்னை அழைத்துக்கொண்டு போனாள். மாஸ்டிஃப் உறுமியபடி என்மீது பாயவந்தது, ஆனால் கண்மூடித் திறப்பதற்குள் சுழன்று திரும்பிய டோல்மா அந்தக் கிழவியை அடக்கிய அதே நாக்கால் மாஸ்டிஃப்பையும் அடக்கினாள். அந்தத் தொளதொள மிருகம் கால்களுக்கிடையில் வாலை நுழைத்து ஓரமாகப் பதுங்கி நடந்தது.

முற்றம் காலியாக இருந்தது. அவள் என் கையைப் பிடித்து ஒரு சுவரோரமாக அழைத்துச்சென்றாள். அங்கே மரங்கள் முறுக்கி வளைந்து நின்றன. அவள் பக்கத்து வீட்டையொட்டிய ஒற்றையடிப்பாதையில் செங்குத்துச் சரிவில் இரண்டு தூபிகளைக் கடந்து வேகவேகமாக என்னை அழைத்துச்சென்றாள். அங்கே மேலேயிருந்து ஒரு ஓடை வேகமாக இறங்கிவந்து ஒரு மட்டப்பாறையில் விழுந்து அருவிபோலக் கொட்டியது.

இடுப்புவரை உடைகளைக் களைந்துவிடலாம் என்றுதான் முதலில் நினைத்தேன், ஆனால் அது முட்டாள்த்தனம் இந்த அருவி உடை முழுவதையும் நனைத்துவிடும். இந்த இயற்கையின் குழந்தையின் முன்னால் நான் ஏன் கூச்சப்பட வேண்டும், உடைகளைக் களைந்தவாறே யோசித்தேன். அது அச்சிறுமிக்குக் கூச்சமாக இருக்குமா என்று யோசித்தேன். அப்படியெல்லாம் இல்லை. உறையவைக்கும் தண்ணீருக்கடியில் நின்று மூச்சுத் திணறிச் சத்தம் போட்டபோது அவள் சந்தோஷத்தில் குதித்து என்னை உற்சாகப்படுத்தினாள். நான் நீண்ட நேரம் குளிக்கவில்லை. வேகமாக சோப்புப் போட்டுத் தேய்த்துக் கழுவிக் குளித்துவிட்டு உலர்ந்த தரைக்குத் தாவி வந்தேன். துவாலையால் வெறி கொண்டதுபோலத் துவட்ட ஆரம்பித்தேன்.

“ப்பூ . . .” என மூச்சுவிட்டேன்.

“ப்பூ . . .” டோல்மா என்னைப் போலவே செய்தாள். “ப்பூ . . .”

துவாலையை வைத்துவிட்டு என் கால்சராயை எடுக்க முற்பட்டபோது என் பார்வை இயல்பாக சரிவின் மேல் பகுதியில் விழுந்தது.

என் இதயம் துடிப்பதை நிறுத்திவிட்டது. என்மேலாக வளைந்து சென்று வானத்தை நோக்கி நீட்டியிருந்த ஒரு கொடும்பாறை – அதில் பாதி ஒரு பாறையிலிருந்து வெட்டப்பட்டது, மீதி கட்டப்பட்டது. அதன்மீது கனவு போன்ற ஒரு லாமா மடாலயத்தின் வெள்ளைநிறக் கட்டடங்கள். மடத்துக்கு மேல் பாறையின் முகத்தில் இடப்புறம் நோக்கிய ஸ்வஸ்திகா வரையப்படிருந்தது.

22

வைர வாகனத்தின் தலைவர்

பாதை முதல் தூபிக்குப் பின்னால் சென்று பாறைகளுக்கிடையிலான வழித்தடத்தில் முடிந்தது. அப் பாறைகளில் மூர்க்கமிக்கவை போலத் தோன்றிய இரண்டு மாஸ்டிஃபீப்புகள் கட்டப்பட்டிருந்தன. ஒன்று வலதுபுறமிருந்தும் மற்றது இடதுபுறமிருந்தும் குரைத்துக்கொண்டிருந்தன. இரண்டுமே என்னைக் கடித்துக் கிழித்துப்போட்டிருக்கும். ஆனால் டோல்மா வாயைக்குவித்து நாக்கைத் துருத்தி புர்ரென்று ஓசையெழுப்பினாள், முதலில் ஒரு நாயிடம் பிறகு மற்றதிடம். அவை பணிந்து ஒரு பாதுகாப்பான தொலைவுக்குப் பின்சென்றன.

இருந்தவற்றுள் உயரமான தூபியருகே வந்துநின்றோம். கொடும்பாறை தரையிலிருந்து முளைத்துச் செங்குத்தாக வானை நோக்கி நீண்டிருந்தது. கொட்டாவி விடுவதுபோல உள்ளே ஒரு ராட்சசக் குகை. வெள்ளையடிக்கப்பட்ட கட்டடங்கள் இருட்டிலிருந்து முளைத்துவந்து பாறைகளெங்கும் தட்டைத் தளங்களில் கொட்டிக்கிடந்தன.

டோல்மா என் கையைப் பற்றிக்கொண்டாள். அந்தப் பிரம்மாண்ட லாமா மடாலயம் அவளில் பலவீனம், நிலையாமை குறித்த உணர்வுகளை எழுப்பிவிட்டதுபோல அவளது தொடுதலில் மனிதத் தொடர்புக்கான ஒரு தேவையை உணர்ந்தேன்.

என் மனம் வெப்பத்தாலும் குளிராலும் துளைக்கப் பட்டது. மேலேயிருக்கும் கூரைகள் அல்லது உப்பரிகைகள் ஒன்றிலிருந்து நரம்பிசைக் கருவிகள் இசைக்கப்படுவது கேட்டது. அதனோடு புல்லாங்குழலும் பின்னர் மேளங்களும் சேர்ந்துகொண்டன. மலைக் கணவாய்க்கு அந்தப்பக்கம் நானும் ஹென்றியும் எருமையோட்டிகளும் கேட்ட அந்தக் குரல் இசைக்கருவிகளுக்கு மேல் எழுந்துவந்தது. ஒரு பெண்ணின் நளினமான குரல் பக்கவாத்தியங்களுக்கு மேல் நடுங்கியது, உயர்ந்தது, பின் தாழ்ந்தது. காற்றுக்குள் ஒடுங்கி, விலகிச்சென்று, திரும்பிவந்து, பள்ளத்தாக்கில் தொலைந்தது. *அந்த அபாய எச்சரிக்கை,* நான் நினைத்துக்கொண்டேன்.

உடன் எனக்கு எல்லாம் புரிந்தது: வீடுகளைக் காக்கும் நாய்களும் லாமா மடாலயத்துக்கான பாதையும், மக்களது நம்பிக்கையின்மை, வெண்ணெய் விளக்கு வெளிச்சத்தில் நடந்த சடங்கு, நிறையப் பெண்கள் காணப்படுவது.

இதுவொரு சாதாரணக் குடியிருப்புப் பகுதி அல்ல.

லாமா மடாலயத்தின் நுழைவுப் பகுதியை நோக்கித் திரும்புகையில் கையில் காலித் தட்டுகளும் கூடைகளுமாய்ச் சரிவிலிருந்து கூட்டமாய் இறங்கிவந்த கிராமத்தவர்களை எதிர்கொண்டபோது என் எண்ணம் உறுதிப்பட்டது. டோல்மா என் கையைப் பற்றிக்கொண்டு அவர்களை நோக்கி உதடு குவித்துப் பழிப்புக் காட்டினாள். அவள் என்னை லாமா மடாலயத்துக்குக் கூட்டிக்கொண்டு போவதைப் பார்த்த அவர்கள், குறிப்பாக ஆண்கள், அவளைத் திட்டினர். பெண்களோ அவளது துடுக்குத்தனத்தை நம்ப முடியாமல் தலையை உலுக்கிக்கொண்டனர். அவர்களது கோபம் வலுப்பெற்று வார்த்தைகள் கற்களைப்போலச் சரமாரியாக ஒன்றுமறியா டோல்மாமீது வந்துவிழுந்தன. கீழே இழுத்துக்கொண்டுவந்து இந்தச் சித்திரவதையிலிருந்து அவளைக் காப்பாற்றிவிட வேண்டுமென்று நினைத்த அந்தக் கணம் தலையை முன்னே நீட்டி அவள் சத்தமாகக் கத்தினாள். அது எப்படிப்பட்ட கத்தல் என்றால் திகைத்துப்போன அந்த ஆண்களும் பெண்களும் பயந்து பின்வாங்கினர். இப்போது அவள் அவர்களை வசைகூறினாள், அவர்களைப் பற்றிப் புகார் சொன்னாள். உணர்ச்சி வேகத்தில் பெருங்குரலெடுத்துக் கத்தியதில் அவளது உடல் நடுங்கியது. அவர்கள்மீது பாய்ந்து அவர்களது கண்களைத் தோண்டியெடுத்து விடுவாளோ என்று பயந்தேன். முதலில் அந்தப் பெண்கள் அங்கிருந்து அகன்றனர். பிறகு ஆண்களும் சென்றுவிட்டனர்.

அவள் என்னை இழுத்துச் சென்றாள். சற்றுத் தொலைவு வந்துவிட்ட பின் வாயைக்குவித்து நாக்கைத் துருத்தி எழுப்பும் புர்ரென்ற ஓசையின் வழியாக தனது அவமதிப்பை அவர்களுக்குத் தெரிவித்தாள். ஒரு கணம் அவர்கள் எல்லோரும் ஸ்தம்பித்து நின்றுவிட்டனர். பின் ஒவ்வொருவராகச் சத்தமாக எதையோ முனகியபடி திரும்பி வேகமாகச் சரிவில் நடந்தனர். டோல்மா ஆழ்ந்த பெருமூச்சை வெளிப்படுத்தினாள். என்னைப் பார்த்தாள், பிறகு கடகடவென்று சிரித்தாள். அவள் இப்படிச் சொல்வது போலிருந்தது: “நான் நினைத்ததைவிட வேலை சுலபத்தில் முடிந்துவிட்டது.”

முதல் கட்டடத்தின் முற்றத்தில் செம்பழுப்பு அங்கியணிந்த ஓர் இளம் பிக்கு எங்களைத் தடுத்து நிறுத்தினார். என்னை அங்கு பார்த்ததில் அவருக்கு ஆச்சரியம். என்னைச் சந்தேகமாகப் பார்த்தவர் விளக்கம் கேட்டு டோல்மாவிடம் திரும்பினார். குரலை வைத்துப் பார்க்க அவள் அவரிடம் ஏதோ கதைவிட்டுக் கொண்டிருக்கிறாள் என்று தெரிந்தது. அவளது பேச்சில் தொனித்த ஆச்சரியம் அவளை அவர் விசாரிக்கச் செய்தது. எப்படி அவள் சமாளித்தாள் என்று தெரியவில்லை, சிறிது நேரத்தில் அந்தப் பிக்கு மன்னிப்புக் கோரினார். தான் வேண்டுமென்று அவ்வாறு செய்யவில்லை என்றார். விளையாட்டாக அவரது வயிற்றில் குத்தினாள் அவள்.

நாங்கள் லாமா மடாலயத்தின் மையத்தை நோக்கிய மேட்டில் ஏறிக்கொண்டிருந்தோம். ஏணிகள், படிக்கட்டுகளில் ஏறினோம். இருண்ட நிலவறைகளைத் தொட்டுத் தடவி வழி கண்டு தாண்டினோம். ஒரு கூரையிலிருந்து இன்னொரு கூரைக்கு ஏறினோம். இருட்டில் மடங்கி அமைந்திருந்த பிரதானக் கட்டடங்களை இன்னும் நெருங்கக்கூட இல்லை. ஆச்சரியமும் திகைப்பும் கூடக்கூட எனக்கு மூச்சு வாங்குவதும் அதிகரித்தது.

மிகப்பெரிய அந்த மடம் மத்தியக்கால நகரமொன்றை நினைவூட்டியது. மடத்தின் வேறுபட்ட செயல்பாடுகளுக்கு ஏற்ப அதன் அமைப்பும் ஒரு நிலையிலிருந்து இன்னொரு நிலைக்குச் சென்றது. அடியில் துவைத்த துணிகளை உலர்த்துமிடம். சம்மட்டியொலி கேட்க அந்தத் திசையில் உற்றுப் பார்த்தேன். இரும்புக்கொல்லர் ஒருவர் வெண்ணிற நெருப்பாய் இருந்த உலோகத்தை அடித்துக்கொண்டிருந்தார். சற்று மேலே விறகுக்கும் உணவுக்குமான இருப்பறைகள். அதற்கும் மேலே சமையலறைகள். மாஸ்டிஃப்புகளுக்குக் குறைவேயில்லை. கீழே கண்டவற்றைலிருந்து இவை வேறுபட்டிருந்தன. இவை சோம்பலும் கொட்டாவியுமாய், எதுகுறித்தும் அலட்டிக்கொள்ளாமல் கிடந்தன. கீழ்ப்பகுதிகளில் ஒருசில பிக்குகளே இருந்தனர். கிராமத்தில் பார்த்ததுபோல நீண்ட பாவாடையணிந்த பெண்களையும் பாரம்பரிய உடையணிந்த ஆண்களையும் அங்கு பார்த்தேன்.

இளம்பெண்களைப் பார்த்தேன். காதணிகளும் வண்ணமயமான கழுத்தணிகளும் அணிந்து வாசல் வழியே வெளியே பார்த்துக்கொண்டிருந்த பெண்கள், உள்ளே சன்னல்களுக்குள் இப்படியும் அப்படியும் நடமாடிக்கொண்டிருந்த பெண்கள், மூலைகளில் அமர்ந்திருந்த பெண்கள், சலிப்புற்றதுபோலக் காணப்பட்ட பெண்கள், தங்கள் கேசத்துடன் விளையாடிக்கொண்டோ உறங்கிக்கொண்டோ இருந்த பெண்கள். கோவில் சேவகர்களைப்போல இடையே கிடைத்த கணநேர ஓய்வை அவர்கள் அனுபவித்துக்கொண்டிருந்தனர். அவர்களது கண்கள் மென்மையாக, பூனையுடையதைப் போலிருந்தன. சில கண்கள் துயரார்ந்து இருந்தன, சில மயக்கும் பார்வையுடன் என்கூடவே வந்தன. மாறாக அவர்களது கைகள் என்னைக் கடுமையான தொந்தரவுக்குள்ளாக்கின, ஏனென்றால் அவை வளர்ந்த பெண்களது கைகளைப் போலிருந்தன. அவர்களது முகங்களிலும்கூட முதிர்ச்சி சுடர்விட்டது, தளர்ந்துவிட்டது போலவும் முன்கூட்டியே வயதடைந்துவிட்டதுபோலவும் அது இருந்தது. சூதுவாதற்ற தன்மையோ, இளமையின் உற்சாகமோ அங்கில்லை. அனுபவமிகு, கவனமான, சற்றே வசீகரிக்கும் கண்கள்; இங்கொன்றும் அங்கொன்றுமாய் சுருக்கம் விழுந்த ஒரு நெற்றி.

உச்சியை நோக்கிச் செல்லச்செல்லச் செம்பழுப்பு உடையணிந்த பிக்குகள் அதிகம் காணப்பட்டனர். நிறைய அறைகளின் சுவர்களில் *தங்க்கா* எனப்படும் துணியில் வரைந்த புத்தரின் உருவங்களும், பலவித நிலைகளில் இருந்த புத்தர் சிலைகளும் மற்றக் கடவுள்களும் பேயுருவங்களின் சிலைகளும் அதிகம் காணப்பட்டன. சில சுவர்களைப் பிரத்யட்ச மண்டலங்கள் அலங்கரித்தன. ஒரு தளஅடுக்குக்கூரையில் பன்னிரண்டு பிக்குகள்

வட்டமாக அமர்ந்து புனித நூலிலிருந்து வாசித்துக்கொண்டிருந்தனர். அது எனக்கு கிரகோரியன் உச்சாடனத்தை நினைவூட்டியது.

பிறகு நாங்கள் சொதசொதவென்றிருந்த இருட்டான பகுதிக்கு வந்தோம். அங்கே குகையின் கூரை எங்களுக்கு மேல் வளைந்துசென்றது. ஆழ் இருட்டில் வௌவால்கள் கீச்சிட்டுக்கொண்டிருந்தன. தட்டைக் கூரைகளில் அமரந்து வெண் சாம்பல் புறாக்கள் ஓசையெழுப்பின. ஒரு சிற்றோடை குகையின் ஆழத்திலிருந்து புறப்பட்டு வளைந்துநெளிந்து சென்று பாறைப் பிளவு ஒன்றில் மறைந்தது. டோல்மா குனிந்து கைநிறைய நீரையள்ளி எரியும் முகத்தைக் கழுவினாள். பிறகு இன்னும் கொஞ்சம் நீரையள்ளி அருந்தினாள். மறுபடி நீரையள்ளி என்னை நோக்கி நீட்டினாள். அவள் கைகளிலிருந்து நீரை அருந்தினேன். அவளது சிறிய அழுக்குக் கைகள் என் நெஞ்சைத் தொட்டன.

மேலே ஏறி ஓர் அறைக்கு வந்தோம், அங்கே வயதான பிக்கு ஒருவர் புத்தர் சிலைக்கு முன் அமர்ந்து தியானித்துக்கொண்டிருந்தார். ஓசையெழுப்பாமல் பூனைபோல அவரைக் கடந்து கதவருகே போனபோதுதான் அதட்டும் அந்தக் குரல் கேட்டது, நாங்கள் அப்படியே உறைந்து நின்றோம். திரும்பிப் பார்த்தபோது பிக்கு கண்களைத் திறந்திருந்தார், ஒரு தந்தைக்குரிய கடுமையுடன் எங்களைப் பார்த்தார். டோல்மா என்னை அவருக்கு அறிமுகப்படுத்தி ஏதோ சமாதானம் சொல்லத் தொடங்கினாள். தலையை ஆட்டி மறுத்த அந்தப் பிக்கு குனிந்து தியானத்தைத் தொடர்ந்தார்.

டோல்மா பெருமூச்சு விடுவதைக் கேட்ட நான் எங்கே அவள் கத்திக் கூச்சல் போடப்போகிறாளோ என நினைத்தேன். அந்தக் கிழவரிடம் அவள் அதுபோல நடந்து காரியத்தைச் சாதிப்பது சந்தேகம்தான். நல்லவேளை அவளுக்கே அது தெரிந்திருந்தது. மீண்டும் அவள் பொறுமையாக அவரிடம் மன்றாடினாள். பிறகு ஓடிப்போய் அவரது கையை இழுத்து மூன்றுமுறை முத்தமிட்டாள். முதலில் இது அவரை அசைப்பதுபோலத் தெரியவில்லை. ஆனால் சட்டென்று அவர் புன்னகைத்தார். அவளது கன்னத்தைக் கிள்ளியவர் எழுந்து அடுத்த அறைக்குச் சென்றார்.

வெற்றிப் பூரிப்புடன் டோல்மா என்னைப் பார்த்துச் சிரித்தாள். கதவுக்கு அந்தப் பக்கம் என்ன காத்திருக்கிறது எனத் தெரியாது, இருந்தும் அவளது விடாமுயற்சியை மெச்சினேன்.

கிழவர் திரும்பிவந்ததும் அவள் அவரைக் கவலையுடன் பார்த்தாள். அவர் சுருக்கமாக ஏதோ சொன்னார். சட்டென்று அவள் முகத்தில் நிம்மதியும் மகிழ்ச்சியும் சுடர்ந்தன. முகத்தை மீண்டும் தீவிரப் பாவனைக்கு மாற்றிக்கொண்டு கதவை நோக்கிப் போனாள், என்னையும் வரச்சொல்லிச் சைகை செய்தாள்.

அறையெங்கும் மயக்குற வைக்கும் தூபப்புகை வாசம். எதிரே சுவரில் ஒரு பீடம், கூரையின் ஓட்டை வழியே உள்ளே நுழைந்த சூரியனால் ஒளியூட்டப்பட்டிருந்தது. அதன்முன் ஒரு சிறு சிவப்பு மெத்தையில் பத்மாசனத்தில் தலை கவிழ்ந்து ஒருவர் அமர்ந்திருந்தார். வெண்பட்டு அங்கி அணிந்திருந்தார். கறுப்புநிறத்தில் வட்டமான பெரிய காது வளையங்களும் சிவப்பு, வெள்ளை, கறுப்பு வண்ணங்களில் மூன்று கழுத்தணிகளும்

அணிந்திருந்தார். அவர் முன்னால் சிறிய உயரம் குறைந்த மேசை இருந்தது. அதில் வைரம் பதித்த செங்கோல் (*வஜ்ரம்*) இருந்தது. திபெத்தியப் பௌத்தத்தில் அது ஆன்மீக அதிகாரத்தின் அடையாளம். அருகே ஒரு வெண்கல மணியும் மலைப்பூக்கள் வைக்கப்பட்ட ஒரு பூச்சாடியும் இருந்தன.

டோல்மா அவரது பாதங்களில் மூன்றுமுறை சாஷ்டாங்கமாக விழுந்து எழுந்தாள். மெதுவாகவும் மரியாதையுடனும் தனது கோரிக்கையை அவள் முன்வைத்தாள். பிறகு தலைகவிழ்ந்தவளாகக் காத்திருந்தாள்.

அங்கியின் அடியிலிருந்து விரலில் மோதிரமணிந்த கை ஒன்று வெளியே வந்தது, மணியை எடுத்து ஒலித்தது. ஒரு முதிய பிக்கு வெளிப்பட்டார், அவர் என் முழங்கையைப் பிடித்து அழைத்தவாறு பக்கவாட்டுக் கதவு வழியாக நல்ல வெளிச்சமான தளஅடுக்குக் கூரைக்கு என்னைக் கொண்டுவந்தார். அவர் ஏதோ சொன்னார். நான் அங்கே காத்திருக்க வேண்டும் எனப் புரிந்துகொண்டேன். கூரையோரம் போய் கீழேயிருந்த கூரையை நோட்டம் விட்டேன்.

என்னருகே பழக்கமான ஓர் உருவம் நிற்பதை உணர்தேன்: கறுப்பு கம்பளிக் கால்சராய், உயரமான மலைச் சப்பாத்துகள், அடர்ந்த ஒழுங்காய் வாரப்படாத தலைக் கேசம். அவர் மெதுவாகத் திரும்பினார்.

“ஹலோ, ஹென்றி நெப்போலியன் அலெக்ஸாண்டர்” என்றேன்.

அவரால் தன் கண்களையே நம்ப முடியவில்லை. “இங்கே என்ன செய்துகொண்டிருக்கிறீர்கள் ?”

“நீங்கள் ?” நான் கனிவாகக் கேட்டேன். “யெட்டியைத் தேடிக்கொண்டிருக்கிறீர்களா ?”

“இங்கே வருவதாக என்னிடம் ஏன் நீங்கள் சொல்லவில்லை ?” குற்றம்சாட்டும் தொனியில் கேட்டார்.

“இங்கு வருவேனென்று எனக்குத் தெரியாது. இங்கு நீங்கள் வருவதைத் திட்டமிட்டிருப்பீர்கள். என்னிடம் ஏன் நீங்கள் சொல்லவில்லை ?” என்றேன்.

கால்சராய் பைகளுக்குள் கைகளை விட்டுக்கொண்டு அவர் கூரையில் மேலும் கீழும் நடந்தார். அவர் தனது உதடுகளைக் கடித்துக்கொள்வதைப் பார்த்தேன். ஓரக்கண்ணால் என்னைப் பார்த்து “எவ்வளவு கொடுத்தீர்கள் ?” என்றார்.

ஒரு பைசாவுமில்லை என்றேன்.

“ஒரு டன் அளவுக்கு உணவு ஏற்றிவந்தேன். ஆயிரம் டாலர்கள் பணமாகக் கொடுத்தேன். என்னுடைய படமெடுக்கும் கருவிகளை அவர்கள் பறித்துக்கொண்டனர். அவற்றை இந்தியாவில் இன்னுமொரு ஆயிரம் டாலருக்கு விற்பார்கள். ஆசான் உங்களை அப்படியே, கையில் ஒன்றும் இல்லாத நிலையிலே வரவேற்பார் என்று நினைக்கிறீர்களா ?”

அவர் என்னை வரவேற்பாரா இல்லையா என்பது பற்றிக் கவலையில்லை, இங்கே தங்குவது என் நோக்கமும் இல்லை என அவரிடம் சொல்லப்போனேன்.

அப்போது அந்த முதிய பிக்கு கதவருகே இருந்து அழைத்தார். மீண்டும் அவரைப் பின்தொடர்ந்து தூபப்புகை மண்டிய அறைக்குச் சென்றேன். அங்கே டோல்மா இல்லை. தூபப் புகை நடுவே ஆசான், அந்த லாமா மடாலயத்தின் பிரதிநிதி அமர்ந்திருந்தார். கண்டுணரமுடியாத நுட்பமானதொரு கண்ணசைவில் அந்த வயதான பிக்குவை வெளியே போகப் பணித்தார், பிறகு என் கண்களுள் உற்றுப் பார்த்தார்.

"அமருங்கள்" இன்னிசையாக ஒலித்த ஆங்கிலத்தில் கூறினார். நான் அமர்ந்தேன். சிறிதுநேரம் என்னை ஊடுருவுவதுபோலப் பார்த்தார். நான் என் கண்களை விலக்கிக்கொள்ளவில்லை, அவர் குறித்து எனக்கு அச்சம் எதுவுமில்லை என்பதை அதன்மூலம் குறிப்புணர்த்தினேன். அப்போது அவர் சொன்னார்: "வைர வாகன ஆலயத்துக்கு உங்களை வரவேற்கிறோம்."

நான் நன்றி என்றேன். "துரதிர்ஷ்டவசமாக எனது கையிருப்பெல்லாம் செலவாகிவிட்டது. ஊர்திரும்ப மட்டுமே கொஞ்சம் பணமிருக்கிறது. இந்த விசேஷ மரியாதைக்குப் பிரதிபலனாக என்னால் எதுவும் தரமுடியாது."

"இது விசேஷ மரியாதை இல்லை" என்றார். "அதோடு இதற்குக் கட்டணமும் கிடையாது, குறைந்தபட்சம், நீங்கள் சொல்லும் அர்த்தத்தில்."

"அப்படியென்றால் வேறெப்படி?"

"டோல்மாவுக்காக ஏதாவது செய்யுங்கள். அவள்தான் உங்களைத் தேர்ந்தெடுத்தாள், உங்களுக்காக இங்கு ஓர் இடத்தை வேண்டியதும் அவள்தான்."

"கீழே கிராமத்தில் இருக்கும் மக்கள்?" நான் கேட்டேன். "எனது வருகை குறித்து அவர்களுக்கு அவ்வளவாக மகிழ்ச்சியில்லை."

"ஒரு வருடம் முன்பு எங்களோடிருந்த ஆஸ்திரேலியரைப்போல நடந்துகொள்கிறீர்கள். தாந்திரீகம் அவரைப் பைத்தியமாக்கிவிட்டது, அவரை ஓநாய்களிடம் கையளிப்பது தவிர்த்து எங்களுக்கு வேறு உபாயமிருக்கவில்லை. அது மீண்டும் நடக்கவேண்டுமென்று நான் விரும்பவில்லை."

அவர் புன்னகையுடன் என்னைப் பார்த்தார்: அதில் குறுகுறுப்போ அசூயையோ இல்லை. என்னிடம் ஏதோவொன்றை மெய்ப்பிக்க வேண்டுமென்ற விருப்பமும் அதில் இல்லை.

யோசனைக்குப் பின் நான் சொன்னேன் "நான் எதிர்கொண்ட அனுபவங்கள் எனது அமைதியைக் குலைத்துவிட்டன. தாந்திரீகத்தில் தீவிர ஆர்வம் இருந்தாலும் எனது உண்மையான நோக்கம் என்ன என்பது பற்றி எனக்கு தீர்மானமான முடிவுகள் இல்லை. இப்போது சென்றுவிட்டு இன்னொரு சந்தர்ப்பத்தில் திரும்பவும் வருவதே நல்லது என எனக்குத் தோன்றுகிறது."

ஏறத்தாழ ஐந்து நிமிடங்கள் அமைதியாக என்னை அவர் பார்த்துக் கொண்டிருந்தார். தூபப்புகை மூக்கை அரித்தது, மெல்ல என்னை மயக்கமுறச் செய்தது.

மந்திரவாதியின் சீடன்

“டோல்மா உங்களைத் தேர்ந்தெடுத்திருக்கிறாள்” என்றார். “அவளது கோரிக்கையை நிராகரித்தால் அவளது ஆற்றல் அழிவுசக்தியாக மாறும். எனவேதான் நான் சம்மதித்தேன்.” ஒரு கணம் மௌனமானவர், “ஆகவே உங்களைத் திரும்பிச்செல்ல அனுமதிக்க முடியாது.”

கிராமத்துக்குப் போய் எனது பையை எடுத்துவருகிறேன் என்று சொல்லி எழுந்தபோதுதான் அவர் விளையாட்டுக்கு அப்படிச் சொல்ல வில்லை என்பது புரிய ஆரம்பித்தது.

“உங்களுக்கு ஏன் சிரமம்? இளம் பிக்குகளில் ஒருவரை அனுப்பி வைக்கிறேன்” என்றார்.

“இல்லை, நானே போய்வருகிறேன்.”

கதவு வரைக்கும்தான் போயிருப்பேன், ஒரு விசித்திர சக்தி எனது கால்களைக் கட்டிப்போட்டது போலிருந்தது. நான் முன்னகர முயன்றேன், அப்படிச் செய்ய என் உள்ளமும் விரும்பியது, ஆனால், என் உடல் எனக்குப் பணிய மறுத்தது. கண்ணுக்குப் புலனாகா ஓர் ஆற்றல் வெளியில் தவறுதலாக நுழைந்துவிட்டதுபோல உணர்ந்தேன். தலையைத் திருப்பிப் பார்த்தேன், தூபப் புகையினூடாக ஆசானின் கண்கள் சில்மிஷமாக மின்னியது போலத் தோன்றின. அடுத்த நொடியே அவர் கண்ணியமும் நட்புணர்வும் தோன்றக் காணப்பட்டார். என்னை ஏதோ ஆற்றல் புலம் பிடித்து வைத்திருப்பது போன்ற உணர்வு அகன்றது. ஆனால் நான் வெளியேற நினைத்தவுடனே அது திரும்பிவந்தது. இம்முறை அதை நான் இன்னும் துலக்கமாக உணர்ந்தேன்.

நிமிர்ந்து நிற்க முடியவில்லை என்பதை உணர்ந்து திகிலுற்றேன்.

“இளம் பிக்குகளில் ஒருவரை அனுப்புகிறேன்” மறுபடியும் சொன்னார் ஆசான்.

என் மனதிலிருந்த திகில் சரணாகதியாக மாறியது, வைர வாகன ஆசான் விரும்பினால்தான் இந்த இடத்தை விட்டு நான் வெளியேற முடியும். அவர் விரும்பினால் நாளையே நான் போகலாம் அல்லது எப்போதுமே போக முடியாது.

அபாரம்! நான் எதிர்ப்பைக் கைவிட்டேன். என்னை வைத்து என்ன செய்ய விரும்புகிறாரோ அதைச் செய்யட்டும், ஆனால் இந்தச் சரணாகதியும் ஒருவித விடுதலையுணர்வைக் கொடுத்தது. எந்தத் தடையுமின்றி நான் நுழைவு அறைக்குச் சென்றேன். அங்கிருந்து சாம்பல் புறாக்கள் நடந்துகொண்டிருந்த அகன்ற தளஅடுக்கு கூரைக்குச் சென்றேன். நிம்மதி உணர்வினூடே இங்கிருந்து சென்றுவிட வேண்டும் என்ற எண்ணம் விசையாய் எழுந்தது. ஆனால் அடுத்த அடி எடுத்துவைத்ததுமே அந்த மர்ம ஆற்றல் விடுபட முடியாத விதத்தில் என்னைக் கட்டிப்போட்டது.

ஹென்றி அல்லது டோல்மா எங்கேயென்று தேட வேண்டும் என எனக்குள் சொல்லிக்கொண்டபோது அந்தத் தடை இல்லை – என்னால் நகர முடிந்தது. ஆனால் லாமா மடாலயத்தை விட்டு வெளியேற வேண்டும் என்ற எண்ணம் தோன்றியவுடனே என் உடல் முடங்கிவிடுகிறது.

என்ன சக்தி அது?

பலமுறை அதை ஏமாற்ற முயன்றேன்: ஹென்றியைப் பார்க்கப் போகிறேன் என்று மனத்துள் நினைத்தபடி வெளியே வருவேன். ஆனால் என்னுடைய உண்மையான எண்ணம் நினைவை அடைந்ததும் கால்கள் அசையாது நின்றுவிடும். எல்லாவற்றையும் நான் முயன்றுபார்த்தேன். எனக்குள் சொல்லிக்கொண்டேன் "மலையடிவாரத்துக்குப் போய் அங்கிருந்து லாமா மடாலயத்தை இன்னொருமுறை பார்க்கப்போகிறேன்." இதை மனத்துள் நம்ப முற்பட்டேன். ஒரு நிமிடத்துக்கு வெள்ளைக் குதிரையை நினைக்காமல் இருந்தால் சாகாவரம் தருகிறேன் என யாரோ சொன்னதுபோல் ஆகிவிடும்.

ஆசான் என்னை வசியப்படுத்திவிட்டார்; இதைவிடப் பொருத்த மான விளக்கம் எனக்குக் கிடைக்கவில்லை. முதலில் அது நம்பமுடியாத தாக, முட்டாள்த்தனமானதாக, அபத்தமானதாக இருந்தது. எனது மனத்திட்பத்தைக் கொண்டு எனது மனத்திட்பத்தையே எதிர்க்க முடியும் என்பது சாத்தியமில்லாத ஒன்றாகத் தோன்றியது. என் மனம் உறுதியாகச் சொல்கிறது, தீர்மானமாக இருக்கிறேன் எனவே இங்கிருந்து போகிறேன் என எனக்குள் சொல்லிக்கொள்வேன், ஆனால் என்னால் நகர முடியாது.

ஆசானிடம் போய் இந்த உளவியல் பூட்டை நீக்குங்கள் என மன்றாட வேண்டுமென்ற எண்ணம் மேலிட்டது, அதற்குப் பதிலாக நான் இங்கிருந்து வெளியேறமாட்டேன் என்று உறுதி கூறுவேன். ஆனால் இதைக்கூட என்னால் செய்ய முடியவில்லை. இந்த நோக்கத்துடன் ஆசானிடம் போக வேண்டுமென்று நினைத்தவுடனே எனது கால்கள் அசையாது நின்றுவிடும். என்னால் நகர முடியவில்லை, அவராகவே என்னை அழைக்காதவரை திரும்ப அவரிடம் போகமுடியவில்லை. ஒரேயொரு கல்லையெறிந்து இரண்டு பறவைகளைக் கொன்றுவிட்டார், பிறகு அதைச் சுத்தமாக மறந்துவிட்டார்.

இந்த ஆசான் போலியானவர் அல்லர்.

எனக்கு நிம்மதி ஏற்பட்டது. ஐயத்துக்கு அப்பாற்பட்ட, என்னுடையதைவிட மகத்தானதொரு மனத்திட்பத்தைச் சார்ந்திருப்பதில் லகுவான எல்லைகளுக்குட்பட்ட ஒரு சுதந்திரம் இருப்பதை உணர்ந்தேன். குறைக்கப்பட்ட சாத்தியங்களை வைத்துப்பார்க்க அடிப்படையான விஷயங் களைப் பற்றி இனி நான் முடிவெடுக்கத் தேவையில்லை. எல்லாமே வெளிப்படையாகவும் என்னைச் சார்ந்தும் இருக்க, யாவுமே என்னவென்று அறியாத சூழலாலும் மர்மமான மனிதர்களாலும் கட்டப்பட்டிருக்க, எங்கோ தொலைந்துவிட்டேன் என்ற நிலையிலிருந்து சட்டங்கள், சம்பிரதாயங்கள், மறுக்கமுடியாத அதிகாரம் இவற்றால் ஆன உலகுக்கு வந்துவிட்டிருந்தேன்.

23

கத்தி வைத்திருந்த பெண்

நடந்ததைப்பற்றி ஹென்றியிடம் பேசவேண்டுமென்று மனம் பரபரத்தது. லாமா மடாலயத்தில் ஆசானுக்கு மட்டுமே ஆங்கிலம் புரியும் என்பதை விரைவிலேயே புரிந்து கொண்டேன். மேலே கேட்டேன், கீழே கேட்டேன், எல்லாக் கதவுகள் வழியாகவும் எட்டிப்பார்த்தேன், ஹென்றியின் தோற்றத்தைச் சைகைகளிலும் வார்த்தைகளிலும் விளக்கினேன். எல்லா இடத்திலும் தெரியாதென்ற பதில் சைகைகள், கோபப் பார்வைகள், நையாண்டிகள்தாம். அவர் கிராமத்துக்குத் திரும்பி அங்கிருந்தும் வெளியேறிவிட்டார் என்று லாமா மடாலயத்தின் கீழ்ப்பகுதியில் ஒருநாள் எனக்குத் தகவல் கிடைத்தது.

மூன்று அடிகள் வைத்தால் போதும் கண்ணுக்குத் தெரியாத அந்த ஆற்றல் புலம் என்னைக் கட்டிப்போட.

நான் மெதுவாக மடத்தின் உச்சிக்கு நகர ஆரம்பித்தேன். கட்டடத்தின் இருண்ட மூலைகளிலிருந்து, அறை வாசல்களிலிருந்து, சன்னல் தடுப்புகளின் பின்னிருந்து என மடத்தின் பெண்கள் என்னைக் கண்காணித்தார்கள். மிருகக்காட்சி சாலையில் பார்வையாளர்களை உற்றுநோக்கும் காட்டுப்பூனையைப்போலப் பாதி திறந்த கண்களின் பார்வையால் அவர்கள் என்னைப் பின்தொடர்ந்தார்கள். பயிற்சிப் பிக்குகள் அவர்களிடம் என்ன செய்கிறார்கள்? இந்தப் பெண்கள் தீவினையின் ஊழியர்களா, தேவதாசிகளா அல்லது தாந்திரீகச் சடங்குகளில் உதவியாளர்களா?

ஆசானது வசிப்பிடத்துக்கு வெளியே இருந்த கூரையின் ஓரத்துக்குத் திரும்பினேன், மேல்சட்டையைக் கழற்றிச் சுருட்டித் தலைக்கு வைத்துக்கொண்டு அப்படியே வெயிலில் படுத்தேன். நன்றாக உறங்கிப்போனேன்.

மூச்சுவாங்கும் ஓசைகேட்டு நான் விழித்தேன். கிராமத்திலிருந்து என் முதுகுப்பை, கூடாரம், உறங்கும்பை இவற்றை எடுத்துக்கொண்டு மூச்சுவாங்கப் புன்னகையுடன்

இவால்ட் ஃப்ளிஸர்

வந்துநின்றார் ஓர் இளம் பிக்கு. நான் தளஅடுக்குக் கூரையைத் தாண்டி குகைக்குள் அவருடன் சென்றேன். ஓடையின் ஓரமாகக் குகையின் தாடைகளுக்குள் சென்று மறைந்த கட்டடங்களை நோக்கி என்னை அவர் அழைத்துச் சென்றார். இடதுபுறம் திரும்பிக் குறுகலான சுரங்கப்பாதை ஒன்றில் நுழைந்து கொடும்பாறையைக் குடைந்து உருவாக்கப்பட்ட நிலவறைகளுக்கு வந்தோம். அவை தாழ்கூரையும் சிறிய சன்னல்களும் அமைந்த தனியறைகளாகப் பிரிக்கப்பட்டிருந்தன. அவற்றின் வாசல்கள் கதவுகளற்றுத் தாழ அமைந்த வளைவுகளாக இருந்தன.

பிக்கு அந்தச் சிறிய அறைகளொன்றின் முன் நின்றார். நான் குனிந்து தவழ்ந்து அந்தச் சிறிய சதுரப்பரப்புக்குள் நுழைந்தேன்; கல்தரையில் கிடந்த வெற்று மெத்தை தவிர்த்து அங்கு வேறெதுவுமில்லை. எனக்குப் பின்னால் முதுகுப்பையை உள்ளே தள்ளிய பிக்கு குனிந்து வணங்கி, கையசைத்து விடைபெற்றார்.

என் வீடு, நான் நினைத்துக்கொண்டேன்.

சன்னல் தடுப்பைத் திறக்க அந்தப் பக்கமிருந்த பிரம்மாண்ட மலை என் முன்னே ஒளிர்ந்தது. சன்னலடியில் பறவை எச்சம் தடிமனான ஏடாகப் படிந்திருந்தது.

குறைந்தது, இங்கே எனக்குக் கொடும் தனிமை இல்லை.

உறங்கும் பையை மெத்தைமீது விரித்து அமர்ந்தேன். கல்சுவரிலிருந்து ஈர வாடை அடித்தது. சன்னல் கிழக்கைப் பார்த்திருக்க அறைக்குள் படிந்த நிழலைப் பார்க்க மணி ஆறு இருக்கலாம் எனத் தோன்றியது. இருக்கட்டும். நான் கண்களை மூடிக்கொண்டு சுவரில் சாய்ந்தேன்.

ஒருமணி நேரம் கடந்திருக்கும் என்னுடைய குட்டி மரநாய் சிரித்தபடி வாசல் வளைவைக் கடந்து உள்ளே வந்தாள்.

“டோல்மா” நான் கத்தினேன்.

நான் நன்றியுணர்வில் நெகிழ்ந்துபோனேன். அவள் என்னை மறக்கவில்லை. இந்தச் சிறிய சுட்டிப் பேய் தன்னால் ஆன எல்லாவற்றையும் செய்து என்னை இந்த லாமா மடாலயத்துள் நுழைய வைத்து நான் இங்கே தங்கவும் வழிசெய்துவிட்டாள்.

குத்துக்காலிட்டு என் முன்னே அமர்ந்து ஒரு முதலாளிக்குரிய பெருமையுடன் என்னை அவள் பார்த்தபோது, அவளது உற்சாகம் அப்பாவித்தனமான உள்நோக்கத்திலிருந்து சற்றுத் தொலைவே மறைந்திருந்தது என்பதை நினைத்து என் உடல் சில்லிட்டது.

“என்மேல் உனக்குப் பிரியமே இல்லை” நான் அவளைச் சீண்டினேன்.

அவள் சிரித்துவிட்டுத் திபெத்தியனில் ஏதோ உளறினாள். நாங்கள் இருவரும் இப்படித்தான் பேசிக்கொண்டோம் – அடுத்தவர் என்ன சொல்கிறார் என்பது கிஞ்சிற்றும் புரியாமல்.

“இதுபோன்ற விஷயங்களுக்கு நீ மிகவும் சிறியவள் என்று எனக்குத் தோன்றுகிறது” என்றேன். “ப்ரு–ப்ரா–ங்ரியெ–நகரெளம்–லங்–செம்–

நக்ர்யோங்–ப்ருக்ரியன்–டோங்–பேங்–பெங்" என்று அவள் பேச ஆரம்பித்தாள்.

"என்னை நீ பிடித்துக்கொண்டுவிட்டாய். என்னை வைத்து என்ன செய்யப்போகிறாய்?" என்றேன். பதிலுக்கு அவள் ஏதோ சொன்னாள்.

"இது குளிர்கால விடுமுறை மட்டுமே என்பது நிம்மதியாக இருக்கிறது. நானறிந்த, இப்போது அதை எண்ணி ஏங்கவும் ஆரம்பித்திருக்கிற, உலகுக்குத் திரும்பும் முன் இதுவொரு இடைவேளை." ஆமோதிப்பாகத் தலையாட்டிவிட்டுச் சிரித்தாள், தனது மொழியில் உணர்ச்சிகரமாகப் பேசினாள்.

"உனக்கு என் மொழியைக் கற்றுத் தருகிறேன்" என்றேன். "நீயொரு அழகி."

ஒரு கணம் என்னையவள் ஆச்சரியமாகப் பார்த்தாள். பிறகு "அயகி" என்றாள்.

என் சிரிப்பு அவளுக்கு ஆனந்தத்தைத் தந்தது. அவள் தாவி எழுந்தாள், அறையைச் சுற்றித் துள்ளிக்குதித்து வந்து திரும்பத்திரும்பச் சொன்னாள்: "அயகி, அயகி."

பிறகு திடீரென எதனாலோ தாக்குண்டது போலக் கண்களை இடுக்கிக் கொண்டு தனது தாய்மொழியில் என்னைத் திட்ட ஆரம்பித்தாள். பிறகு நாங்கள் பையிலிருந்து எனது பொருட்களை வெளியே எடுக்கத் தொடங்கினோம். என்னுடைய அழுக்குக் காலுறைகளைப் பார்த்த அவள் அவற்றை முகர்ந்து பார்த்துவிட்டுக் கண்களை உருட்டிக் கூரையைப் பார்த்து முகத்தைச் சுழித்தாள். "ப்பூ."

பையின் அடிப்பகுதிக்கு வரும்வரை இதைத் தொடர்ந்து செய்தாள். அழுக்குத் துணியைப் பார்க்கும்போதெல்லாம் "ப்பூ" அல்லது "வ்வே" என்பாள், அதுபோல ஒன்றை இதற்குமுன் முகர்ந்து பார்த்ததே இல்லையென்பதுபோல. எல்லாம் ஒரு குவியலாகச் சேர்ந்தது. கிட்டத்தட்ட என்னிடம் இருந்த எல்லாமே அழுக்கானவைதான்.

என் துணிகளைக் கையில் எடுத்துகொண்டு என்னைப் பார்த்துக் கண்ணடித்துவிட்டு வெளியே சென்றாள். சிறிதுநேரம் கழித்து அவளை அந்த ஓடையில் பார்த்தேன். ஆர்வமுடன் எனது சட்டை, காலுறைகள், உள்ளாடைகள் இவற்றுக்குச் சோப்பு போட்டுப் பிழிந்து அலசியும் அனுபவமிக்க சலவைக்காரரைப்போலக் கல்லில் அடித்தும் துவைத்துக்கொண்டிருந்தாள். சிலவற்றை முன்னமே துவைத்துக் காயப்போட்டிருந்தாள்.

"டோல்மா" அவளைக் கூப்பிட்டேன். அவளை நான் ரகசியமாகக் கவனித்துக்கொண்டிருப்பதை உணர்ந்த அவள் திடுக்கிட்டாள். முதலில் நாணியவள் பிறகு கோபம் கொண்டு என்னைத் திட்டினாள். அதன் அர்த்தம் எனக்குத் தெளிவாக உரைத்தது: என்ன தைரியம் உங்களுக்கு. நான் அவளை நோக்கி ஒரு முத்தத்தைப் பறக்கவிட்டேன், பதிலாக அவள் தனது வாயைக் குவித்து நாக்கைத் துருத்தி புர்ரென்று ஊதினாள்.

பிறகு அவள் சிரித்தாள், நான் விளையாட்டுக்குச் செய்தேன் என்பதுபோல.

நான் கூரையைக் கடந்து ஆசானின் இல்லத்துக்குச் சென்றேன். வயதான பிக்கு என்னைக் குறுகுறுவென்று பார்த்தார், ஆனால் தடுத்து நிறுத்தவில்லை. சிவப்புத் திண்டில், பாதியுருவம் தூபப் புகையில் மறைந்திருக்க அமர்ந்திருந்தார் ஆசான். அவருக்குப் பின்னிருந்த பீடத்தின்மீது நிழல் கவிந்திருந்தது. சூரியன் மேசைக்கு நகர்ந்து அங்கிருந்த வைரச் செங்கோல் வழியாக ஆயிரக்கணக்கான ஒளித் தெறிப்புகளாகப் பிரதிபலித்துக் கொண்டிருந்தது.

ஆசான் கண்களை உயர்த்தினார், அவை கனிவுடன் பார்த்தன; ஆனால் எவ்வித உணரத்தக்க உணர்ச்சியும் அவற்றில் இல்லை. என்னை நோக்கி அவை ஒளிர்ந்தன.

“என் நண்பரைக் காணவில்லை” என்றேன். “நேற்று மாலை வந்தாரே அந்த அமெரிக்கர்.” அவர் என்னை உற்றுப்பார்த்தபடி இருந்தார், பதிலேதும் சொல்லவில்லை. “இந்த மடத்தின் எந்தப் பகுதியில் நான் அவரைப் பார்க்கவியலும்?”

“எனக்குத் தெரியாது” என்றார்.

“டோல்மா ஏன் எனக்காக இங்கே இடம் கேட்டாள்?” சட்டென்று கேட்டேன். “என்னிடம் நீங்கள் என்ன எதிர்பார்க்கிறீர்கள்?”

“எனக்குத் தெரியாது” என்றார்.

நாங்கள் மௌனமாக ஒருவரையொருவர் பார்த்தபடி அமர்ந் திருந்தோம். இன்னும் என்னிடமிருந்து ஏதாவது கேள்விகள் வருமா என்று அவரும், இப்படிப் பேசி உசுப்பி என்னைச் சத்தம் போடவும் பொருட்களைத் தூக்கிப்போட்டு உடைக்கவும் தூண்டுகிறாரா என்ற எண்ணத்தில் நானும் இருந்தோம்.

“நீங்கள் என்னிடம் என்ன எதிர்பார்க்கிறீர்கள் எனத் தெரிந்துகொள்ள விரும்புகிறேன்.” மீண்டும் கேட்டேன். “இங்கே விதிமுறைகள் என்ன எனத் தெரிந்தால் அதன்படி நடந்துகொள்வேன். என்னிடமிருந்து என்னதான் எதிர்பார்க்கிறீர்கள்?”

“எதுவுமில்லை” வியப்பு மேலிட என்னைப் பார்த்துவிட்டுச் சொன்னார்.

நான் எழுந்து என்னை ஏன் அவர் வெளியே செல்ல அனுமதிக்க வில்லை எனக் கேட்க வாயைத் திறந்தேன். ஒரு வார்த்தை பேசும் முன்பே என் வாய் ஊமையானது. ஆசான் என்னைப் பார்த்து ஊக்கமுடன் புன்னகைத்தார். மதிமயங்க நான் தள்ளாட்டத்துடன் வெளியே வந்தேன். ஆழ மூச்செடுத்தபடி ஓர் ஐந்து நிமிடம் கூரையிலேயே நின்றேன்.

நேரம் கழித்து டோல்மா ஒரு தட்டில் சோறும் காய்கறிக் குழம்பும் கொண்டுவந்தாள். எப்பேர்பட்ட அதிசயம், காய்கறிகளுக்கு மத்தியில் ஒரு துண்டு இறைச்சி மிதந்தது. சோறும் இறைச்சியும் தின்று நீண்ட நாட்களாகியிருந்தது, எனவே அவற்றை வேகவேகமாக விழுங்கினேன்.

டோல்மா என் முன்னே குத்துக்காலிட்டு அமர்ந்து நான் சத்தம்போட்டுச் சாப்பிடுவதை நையாண்டி செய்துகொண்டிருந்தாள்.

தட்டை எடுத்துச்சென்றவள் திரும்பவில்லை. சன்னல் வழியாக மலையையே பார்த்துக்கொண்டிருந்தேன், சூரியன் மறைந்து மாலையின் நிழல் அடர்ந்துகொண்டு வந்தது. இரவு மிகவும் குளிராக இருக்கும் என நினைத்தேன். கடும் குளிராக இருக்கும். சன்னலடியில் ஒரு புறா சிறகடித்தது. தலையைத் தாழ்த்தி ஆச்சரியத்துடன் என்னைப் பார்த்தபடி மெல்ல இப்படியும் அப்படியும் நகர்ந்தது. புறா எச்சமிட்டது, பிறகு மீண்டும் ஒருமுறை இது உனக்குத்தான் என்பதுபோல என்னைப் பார்த்தது, பிறகு வெளியே பறந்துவிட்டது.

தரைக்கு அடியிலிருந்த பாதைகள் வழியாக அடங்கிய ஓசைகள் தொலைவேயிருந்து நீந்திவந்தன. கூட்டிசைப் பாடல், மேளச்சத்தம், மணியோசை, பாராயணம் ஆகியன கேட்டன. பிறகு எல்லாம் நிசப்தமாயின. பள்ளத்தாக்கெங்கும் கடும் குளிர்காற்று வீசியது. சன்னல் தடுப்பை மூடி உறங்கும் பைக்குள் என்னைப் பொதிந்துகொண்டேன். மிகவும் துயரமாக உணர்ந்தேன், அழவேண்டும்போல இருந்தது.

அழு, நான் சொல்லிக்கொண்டேன். யாரும் உன்னைப் பார்க்கப் போவதில்லை. நான் வெடித்து அழுதேன். உறங்கும்பை முழுக்க நனைந்து ஈரமாகும்வரை அழுதேன். பிறகு உறங்கிப்போனேன். கண்விழித்தபோது சன்னல் தடுப்பின் இடைவெளிகள் வழியாக நிலவொளி பிரகாசிப்பதைப் பார்த்தேன். யாரோ என்னை கனத்தப் போர்வையால் மூடியிருந்தார்கள். போர்வைக்கடியில் வாயில் விரல் வைத்துச் சூப்பியவாறு என்னை ஒட்டிப்படுத்திருந்தாள் குட்டி டோல்மா. தன் தந்தையின் பக்கத்தில் படுத்திருப்பவள்போல நிதானமாக மூச்சுவிட்டபடி உறங்கிக்கொண் டிருந்தாள்.

என்னில் ஏதோவொரு உணர்வு மேலிட்டது. இனியும் நான் தனியன் அல்லன் என்பதால் உண்டான நன்றியுணர்வா? எங்களது அன்பான நட்பிலிருந்து எழுந்த மகிழ்ச்சியா? ஒரு பதிமூன்று வயதுச் சிறுமியுடன் ஒரே போர்வையடியில் படுத்திருக்கிறேன் என்ற உறுத்தலா? என்னுடைய இந்த உணர்வில் பாலுறவு சார்ந்து எதுவுமில்லை என்பது மட்டும் உறுதியாகத் தெரியும். அந்த வகையில் அவளுக்கு இன்னும் மூன்று வயது கூடுதலா யிருக்க வேண்டும்.

பரிதாபத்துக்குரிய டோல்மா. பரிதாபத்துக்குரிய நான். என்ன நடக்கப்போகிறதென்று எங்கள் இருவருக்கும் தெரியாது. எங்கள் உடலின் வெம்மையில் பாதுகாப்பாக இருந்தபடி ஒருவித நிம்மதியையும், பரஸ்பரம் ஒருவரையொருவர் கண்டறிந்து, தங்களுக்கேயான ஒரு வெளியை உருவாக்கிக்கொண்டு கூட்டாளிகளாகிவிட்ட இரு நபர்களுக்கிடையிலான விசுவாசத்தையும் மட்டுமே உணர்ந்தோம்.

நான் அவளை அணைத்தேன். அழைக்கும் உறக்கத்தின் ஆழங்களுக்குத் திரும்பினேன். அங்கிருந்து கனவின் ராஜ்ஜியத்துக்கு.

முன்னெப்போதையும்விட அவை மிகவும் தெளிவுறத் தெரிந்தன. நான் கடந்துவந்தவை எல்லாம் ஒரு புனல் வழியாகக் கொட்டும் தண்ணீரைப்போல எனக்குள் கொட்டின. எல்லாத் திசைகளிலிருந்தும் வந்து ஒன்றுகலந்து கெட்டியாகி என்னுள் இறங்கி ஓடின, ஓடி என் நனவிலியின் இருட்டில் கொட்டின: யோகானந்தருடன் திரிந்தது, செங்குத்துப் பாறைகளில் ஏறியது, தொங்குபாலங்களைக் கடந்தது, பனி, கூடாரத்துள் பனியால் விறைத்தது, யோகானந்தரின் முகம், அவரது கண்கள், அவரது வசவுகள், ஒளிவீசும் மலை. ஒரே நேரத்தில் பலநூறு திரைப்படங்களைத் திரையிட்டதுபோல எல்லாம் எனக்குள் ஓடின.

என் நினைவுகளை திரும்பிப்பார்த்துத் தேவையற்றவைகளை நீக்கிச் சுத்தம் செய்வது போலிருந்தது – அப்போதுதான் பழையவற்றை விடுத்துப் புதியவற்றோடு இயங்க முடியும். அவற்றை மீள வாழ்ந்து முடித்ததும் அந்த பிம்பங்கள் மங்கி மறைந்தன. அப்போதுதான் நான் விழிப்புநிலைக்குத் திரும்பி வரமுடிந்த இடைவெளிகள் அவற்றினிடையே இருப்பது தெரியவந்தது.

ஓட்டை வழியாகச் சூரியன் உள்ளே வந்திருந்தது. மணி பத்தாகிவிட்டிருந்தது. ஆனால் டோல்மாவைக் காணவில்லை.

நாள் முழுக்கவே அவளைப் பார்க்கவில்லை. மாலைவரை சூரியன் என்னோடு இருந்தது, அதன் அன்றாட லயத்துக்கு மாறிக்கொண்டு சும்மா லாமாமடாலயத்தைச் சுற்றி வந்தபோது அது என்கூடவே வந்தது. பல்லில்லாத நட்பார்ந்த சமையலறைக் கிழவிகள் தந்த ஸாம்ப்பா காலையுணவுக்குப் பின் சிவப்புக் கன்னங்கள் கொண்ட பிக்குச் சிறுவன் டோர்ஜேவுடன் – அதிசயத்திலும் அதிசயமாய் அவனுக்கு ஆங்கிலம் தெரிந்திருந்தது – சேர்ந்துகொண்டேன். அவனுக்கு ஆங்கிலத்தில் சுமாராக இருபது வார்த்தைகள் தெரிந்திருந்தன.

இதற்கு நாங்கள் இருவரும் ஒருவரையொருவர் புரிந்துகொண்டோம் என்று அர்த்தமில்லை, ஏனென்றால் நான் டோல்மா எங்கேயென்று கேட்டால் "அதோ மேலே பறவைகளுக்குக் கீழே" என்பான். நான் கேட்டது புறாக்களைப்பற்றி என அவனுக்கு எண்ணம். நேற்று மடத்தைச் சுற்றிலும் அமர்ந்திருந்த அந்தப் பெண்களை எங்கே காணவில்லை என்று கேட்டால் இதைவிட அபத்தமான நகைச்சுவையொன்றைச் சொல்வான். பிறகு அவன் ஓர் அர்த்தமுள்ள வெளிப்பாட்டைக் கைக்கொண்டான். என் பக்கமாகச் சாய்ந்து ஏதோ தேச ரகசியத்தைச் சொல்வதுபோலச் சொல்வான்: "மாலை நேரத்தில் அந்தப் பக்கமாக."

நாங்கள் இருவரும் தாந்திரீக யோகம் பற்றிய அனல் பறக்கும் விவாதத்தில் ஈடுபடுவோம் என்ற என் நம்பிக்கை பொய்த்துப்போனது. இதற்குமுன் அங்கே தங்கியவர்கள் ஒரு சிலரிடமிருந்து அவற்றுக்கு என்ன அர்த்தம் என்று தெரியாமலே கொஞ்சம் ஆங்கில வார்த்தைகளைக் கற்றுக்கொண்டிருக்கிறான். அவற்றுள் எவை முதலில் அவனது சிந்தனைக்குள் உதிக்கின்றனவோ அவற்றைக்கொண்டு என் கேள்விகளுக்குப் பதில் சொல்லியிருக்கிறான். இருந்தும் நான் மறுபடியும் முயன்றேன்.

மந்திரவாதியின் சீடன்

மடத்தில் உயரமான, கறுப்புச்சிகை கொண்ட ஹென்றி நெப்போலியன் அலெக்ஸாண்டர் என்ற அமெரிக்கர் இருக்கிறார் என்றேன். இன்னும் விலாவாரியாக விவரித்து அவரிடம் என்னை அழைத்துப்போக முடியுமா என்று டோர்ஜேவிடம் கேட்டேன்.

“ஆமாம், ஆமாம்” ஆர்வமாகத் தலையாட்டினான். “மாலை நேரத்தில் அந்தப் பக்கமாக” என்றான். சொல்லிவிட்டு நான் அவனைப் பாராட்டுவதற்காகக் காத்திருந்தான்.

நாள் முழுக்க என் பின்னாலேயே வந்தான். ஒரு மூலைக்குள் சென்று மறைவது, ஏதாவது அறையிலிருந்து சத்தமின்றி வெளியேறிவிடுவது, அவன் அந்தப் பக்கம் பார்க்கும்போது இந்தப் பக்கம் ஒரு தூபியின் பின்னால் மறைந்து கொள்வது என பலமுறை அவனிடமிருந்து விடுவித்துக்கொள்ள முயன்றேன். ஆனால் சற்று நேரத்திலேயே வழியில் அவனிடம் மாட்டிக்கொள்வேன். இனி இதைப்பற்றி அலட்டிக்கொள்ள வேண்டாம் என்று முடிவு செய்தேன்.

அற்புதமான சூரிய ஒளி என்னைக் கவர்ந்தது. சூரியனின் கதிர்கள் தொட்ட எல்லாமே ஒளிர்ந்தன, புறவொளியால் அல்ல தமது அகவொளியால். இந்தப் பருவுலகே ஒரு கண்ணாடிபோலச் சூரியன் அதில் பிரதிபலித்தது.

வண்ணங்களின் செழுமை எனக்குப் போதையேற்றியது. அவற்றின்மீது சிவப்பு, பச்சை, மஞ்சள் வண்ணப் பிரார்த்தனைக் கொடிகள் படபடத்த சாம்பல் வெள்ளைத் தூபிகள், அலங்காரமான பாறைகளின் செங்குத்துச் சுவர்கள், நீல வானின் பின்னணியில் ஓய்வற்ற நாவுகள்போல அலையும் வண்ணங்கள். மரத்தில் குடைந்த பால்கனிகளில் பிக்குகளின் செம்பழுப்பு வண்ண அங்கிகள். திறந்த சன்னல்வழி சூரியன் உள்நுழைந்த புனிதத் தலங்களில் கூட்ட அரங்குகளில் சதுர, வட்ட வடிவிலான விளக்குகள். சூரியஒளியுடனான தங்களது முரண்பாட்டில் ஒரு தெய்வீகத்தன்மையை அடைந்துவிட்ட இருண்ட மூலைகளில் கண் சிமிட்டிக்கொண்டிருக்கும் மஞ்சள், சிவப்பு வெண்ணெய் விளக்குகள். ஒளியூட்டப்பட்ட சுவர்களில் சிவப்பு, மஞ்சள், பச்சை ஒளிவட்டங்களுடன் பலவகைத் தியான நிலைகளில் அமர்ந்திருக்கும் நூற்றுக்கணக்கான புத்தர் சிலைகளில் கனிவான முகங்கள், நடுவே பட்டுத் துணியால் அட்டையிடப்பட்ட புனித நூல்கள் ஒளிவீசிய பன்னிரண்டு வண்ணங்களாலான மண்டலங்கள்—அவற்றுள் சில வெண்ணெய் விளக்குகளின் வெளிச்சத்தில் மங்கலாகவும், சில சூரியஒளியில் தெளிவுறவும் தோன்றின, நெருப்பிலிருந்தும் கொதிகலன்களிலிருந்தும் எழுந்த புகையை ஊடுருவிச் சூரியன் நுழைகையில் பனிமூட்டம்போல ஒளிர்ந்த செப்புக் கெண்டிகள், கூரைகளில் அமர்ந்து உறங்கும் புறாக்களின் சாம்பல் வெள்ளை இறகுகள், மயக்கமூட்டும் தூபப்புகை நிறந்த அறைகளின் வியக்கவைக்கும் வண்ணமிகு சித்திரத் தொங்கலாடைகள், *மரணமுற்றோரின் திபெத்தியப் புத்தகத்திலிருந்து* பீதியூட்டும் காட்சிகள் வரையப்பட்ட ஓவியத்திரைகள் இவற்றுடன் கூட்ட அரங்குகளில் இருந்து எதிரொலிக்கும் பிரார்த்தனைகள், உச்சாடனங்கள். இவையெல்லாம் என்னை இங்கு

கொண்டுவந்து சேர்த்த என் ஊழுக்கு இன்னதென்று விவரிக்க முடியாத நன்றியாலும், இங்கிருந்து வேறுபட்ட மனிதனாகச் செல்வேனே என்ற எண்ணத்தால் எழுந்த கவலையாலும் என்னை நிறைத்தன.

சோறும் பட்டாணியும் சேர்ந்த மதிய உணவுக்குப் பின் டோர்ஜே மடையர், ஓடை பாய்ந்துசென்ற குகையின் இருண்ட உட்பகுதிக்கும், ஒரு சுரங்கப்பாதை வழியாகக் காற்றோட்டமின்றி மூச்சு முட்டவைத்த ஒரு நடைவழிக் கூடத்துக்கும் என்னை அழைத்துச்சென்றான். அதன்வழியாக கொடும்பாறையின் ஆழ்மையத்தை நோக்கிச்சென்றோம். முதல் நூறு அடி தூரம் மிகவும் இருட்டாக இருந்தது, என் மூக்கைத்தாண்டி எதையும் பார்க்க முடியவில்லை. டோர்ஜேவின் மரக் காலணிச் சத்தத்தைத் தொடர்ந்து நடந்தேன். பிறகு ஒளி தெரிந்தது, வெளியேயிருந்து பாறை முகப்பில் இடப்பட்டிருந்த துளைகள் வழியாகப் பத்து மீட்டருக்கு ஒரு ஒளிக்கற்றை உள்ளே வந்து வெளிச்சம் தந்தது.

சீக்கிரமே வலதுபக்கம் செங்கல் தூண்களால் தாங்கப்பட்ட வளைவான சுரங்கவழியாக நடைவழி விரிவுகொள்ள ஆரம்பித்தது. தூண்களுக்குப் பின்னால் பாறையில் குடையப்பட்ட சிறு அறைகளும் ஆலயங்களும் பீடங்களும் சுவரோவியங்களுடன் காணப்பட்டன. சிலவற்றுள் வெண்ணெய் விளக்குகள் சுடர்ந்தன, மற்றவற்றுள் துளை வழியாகச் சூரிய ஒளி உள்ளே நுழைந்தது. சில இருட்டாகவே இருந்தன. சிலவற்றுள் தியானத்திலிருக்கும் பிக்குகளின் புறவடிவைக் காண முடிந்தது.

சுரங்கவழி அகன்ற தளஅடுக்குக் கூரைக்கு அழைத்துச்சென்றது, அங்கிருந்து பனிமூடிய மலைகளின் அற்புதமான காட்சி தெரிந்தது.

“அந்தப் பக்கம்” என்ற டோர்ஜே கைநீட்டி அதைக் காட்டினான், ஏதோ தானே கண்டுபிடித்த அல்லது உருவாக்கிய ஒன்றைக் காட்டுவதுபோல.

லாமா மடாலயம் கட்டப்பட்டிருந்த அந்தக் கொடும்பாறையின் அந்தப் பக்கம் நாங்கள் நின்றோம். மடத்தின் பிரதான பகுதி வடகிழக்கு நோக்கிக் கட்டப்பட்டிருந்தது. கூரையிலிருந்தபடி நாங்கள் தெற்கு நோக்கி, இந்தியாவின் திசையில், கதகதப்பான மழைக்காலக் காற்றுகளின் திசையில் நின்றோம். இந்த மலைத்தொடர் மத்திய இமயத்தின் நீட்சியாக இருந்தது.

தளஅடுக்குக் கூரை முப்பது அடி அகலமும் இருபது அடி ஆழமும் கொண்டிருந்தது. கருங்கற்கள் பாவி ஓரத்தில் பாதுகாப்புச் சுவருடன் காணப்பட்டது. ஓரத்தில் சென்றுபார்க்க கீழே வெகு ஆழத்தில் எதுவோ பளபளத்தது. அங்கே, ஐநூறு மீட்டர்கள் கீழே கணவாயிலிருந்து நான் பார்த்த அந்த நீல ஏரி இருந்தது.

ஏரியின் கரைகளில் செங்குத்தாக அமைந்த தளஅடுக்குக் கூரை வீடுகளும் வயல்களும் மரங்களும் ஓடைகளும் அமைந்த பச்சைப் பசேலென்ற பள்ளத்தாக்கு சமவெளிக்குள் இறங்கிச்சென்றன. இது மறுபக்கம் இருந்த சமவெளிக்கு நேர் எதிராக அமைந்திருந்தது. நான் ஏதோ வழிதவறி இமாலய மலைமுகட்டுத் திரளின் தென்பகுதிக்கு வந்துவிட்டதுபோல உணர்ந்தேன். அதிசயம் போன்ற இந்த லாமா மடாலயம் இரண்டு வேறுபட்ட உலகங்களின் பொருளாதார, மத, ஆன்மீக மையம்; வடக்கின் புழுதி நிறைந்த பாழ்நிலமும்

தெற்கின் வளங்கொழிக்கும் பசுமை வெளியுமான இரண்டு எதிரெதிரான பிரதேசங்கள் சந்திக்கும் புள்ளி.

“அந்தப் பக்கம், இதோ இந்தப் பக்கம்தான்” என்றான் டோர்ஜே.

தான் பேசுவது இன்னதென்று அறிந்தேதான் இந்தப் பையன் பேசியிருக்கிறான். அவனை முட்டாள் என்று நினைத்ததற்காக நான் வெட்கினேன். கொடும்பாறையை நோக்கித் திரும்பினோம். எங்களுக்கு மேலே செங்குத்துப் பாறைச் சுவரில் வரைந்திருந்த சிவப்பு ஸ்வஸ்திகா சின்னத்தின் அடியில், அங்கிருந்து கீழே பார்க்கவென, வரிசையாக மேற்புற வளைவுகளுடன் பாறைகளைக் குடைந்து பக்கத் தாழ்வாரங்கள் அமைக்கப்பட்டிருந்தன. அவற்றின் கீழிருந்த மேற்புறம் வளைவாக அமைந்த நடைவழிகள் தரைமட்டத்துக்கு அடியில் இருந்த பரந்த கூடத்துக்கு அழைத்துச்சென்றன.

கூடத்தின் வாசலை நோக்கி டோர்ஜே என்னை இழுத்தான்.

வெண்ணெய் விளக்குளின் வெளிச்சத்தில் பன்னிரண்டு பிக்குகள் வட்டமாக அமர்ந்து தலைகவிழ்ந்து மந்திரங்களை உச்சரித்துக் கொண்டிருந்தனர். சிவபெருமானின் பாலுறுப்பைக் குறிக்கும் ஒரு கல் லிங்கம் வட்டத்தின் நடுவில் நின்றது. அதன் அடிப்புறத்தைப் பெண் பாலுறுப்பின் குறியீடான யோனி தழுவியிருந்தது. இரண்டையும் சுற்றிச் செப்புக் கிண்ணங்கள் இருந்தன, அவற்றிலிருந்து கிறக்கமூட்டும் தூபப்புகை எழுந்துவந்தது.

நான் சுவர்களைக் கூர்ந்து பார்த்தேன். அவற்றில் தெளிவுற வரைந்த கடவுள் உருவங்கள். ஒரு வினோத சக்தி என்னைப் பின்புறச் சுவரை நோக்கி இழுத்தது. அங்கே எனக்குப் பரிச்சயமான முகஞ்சுழித்தபடியிருக்கும் அரக்க உருவம் வரையப்பட்டிருந்தது.

நான் அதன்முன் நின்றுவிட்டேன்.

அந்தச் சித்திரத்துக்கு உயிர் வந்தது. அந்த அரக்க உருவம் வேகமாகவும் பயங்கரமாகவும் மூச்சுவிட்டது. அதன் உடலெங்கும் பச்சைச் செதில்கள், அவற்றில் என் முகம் பலநூறு முறை பிரதிபலித்தது. கொத்துக்கொத்தான விரல்களுடன் பல கைகள் அதற்கு இருந்தன, ஒரே நேரத்தில் அவை என்னை ஈர்க்கவும் வெருளவும் வைத்தன. அரக்க உருவத்துக்குப் பன்னிரண்டு தலைகள். ஒன்றுக்குள் இன்னொன்று கலந்த குமட்ட வைக்கும் ஒளிர் வண்ணங்களில் என்முன் அது நடனமாடியது, அதில் என் முகத்தின் பிரதிபலிப்புகள் பளிச்சிட்டன.

இதுதான் எமாந்தகன் என்னும் பேய், எனது புரவலர். தாந்திரீகப் புராணத்தில் மிகவும் பயங்கரப் பேயான இந்த ‘மரணத்தை அழிப்பவர்’ பற்றி யோகானந்தர் என்னிடம் சொல்லியிருக்கிறார். அவரது எருமைத் தலை மரணத்தின் கடவுளான எமனைக் குறிக்கிறது, நிஜத்தில் அவர் கருணைமிக்க அவலோகிதேஸ்வரன் – இறந்தோரை நியாயத் தீர்ப்பிடுபவர். அவர்களை அவர் பலவித வாதைகளினூடாக மாயையின் எல்லைக்குக்

கொண்டுசென்று அங்கிருந்து விடுதலைக்கும் ஞானத்துக்கும் அழைத்துச் செல்பவர்.

எனது பீதிக்கனவுகளின் பேயுரு உருப்பெற்று நேரில் வந்திருக்கிறது. அது உதட்டைச் சுழித்துச் சப்புக்கொட்டி முணுமுணுத்தது. மூச்சிரைக்கத் தனது குளம்புக் கால்களால் தரையை உதைத்தது. அது நைச்சியமாகப் பேசியது, அச்சுறுத்தியது, என்னைத் தேற்றியது, எனக்காக அழுதது, என்னைப் பார்த்து இளித்தது.

இந்தக் கற்பனை நடனத்தில் எவ்வளவு நேரம் கட்டுண்டு கிடந்தேனோ தெரியாது, இயல்புநிலைக்குத் திரும்பியபோது அந்த நிலவறைக்கூடம் மக்கள் கூட்டத்தால் நிரம்பிவழிந்தது. கூட்டத்தினரைத் தள்ளிக்கொண்டு வெளியேறும் வழியை அடைந்து கூரைக்கு வந்தேன், அங்கேயும் மக்கள் கூட்டம்.

மக்கள் எல்லோரும் விசித்திரமானதொரு அபோத நிலையிலிருந்தனர். வயதான பெண்கள் கையில் ஜெபமாலைகளுடன் ஒரு லயத்துடன் சாய்ந்தாடியபடி மாறாத ஒரே ராகத்தில் பாடினர். இளம் பெண்கள் நீலப்பச்சைக்கல் காதுவளையங்களுடன் தன்னிலை மறந்து சடங்கு மந்திரங்களை உச்சரித்துக்கொண்டிருந்தனர். ஆண்கள் சுற்றிநின்று தமக்குள் பேசியபடி எதற்காகவோ காத்திருந்தனர். பிக்குகள் அனைவருக்கும் தேநீர் கொடுத்தனர். இங்கேயொன்று அங்கேயொன்று எனக் குழந்தைகள் அலறின. கொஞ்சம் வளர்ந்த குழந்தைகள் குழுவாக அமர்ந்திருந்தன அல்லது சோம்பல் நாய்களுடன் விளையாடின.

பார்வையாளர் மாடங்களிலிருந்து ரடோங் எனப்படும் பித்தளை எக்காளங்கள் முழங்குவது கேட்டது. அவற்றின் மாறாத ஒரே ராகம் ஒரு ஓசைத்தளத்தை அமைக்க அதில் மேளங்களும் சோகமான புல்லாங்குழல்களும் சேர்ந்து குழப்பமூட்டும் இசைக்கோர்வைகளை நெய்தன. குகையின் நுழைவாயிலில் நின்றிருந்த கூட்டம் உடைந்து பிளவுண்டது.

பிளவின் வழியாகத் தாந்திரீகக் குருவும் மடத்தின் தலைவருமான மேன்மைக்குரிய லாமா மஞ்சள்பட்டுக் கழுத்துத் துணியணிந்தவராக வந்தார். நீண்ட அலங்காரத் தொப்பிகள் அணிந்த இரண்டு பிக்குகள் அவருடன் வந்தனர். இளம் பிக்குகள் இருவர் தரையில் கம்பளம் விரித்தனர், அதில் ஆசான் மண்டியிட்டார். கைகளைக் குவித்துத் தலைக்குமேல் உயர்த்தித் தெற்கே ஒருமுறை, மேற்கே ஒருமுறை, கிழக்கே ஒருமுறை என மூன்றுமுறை விழுந்து வணங்கினார். பிக்குகளின் பாடற்குழு ஒன்று துயரார்ந்த மெல்லிசையில் கீர்த்தனைகளைப் பாடியது. தலைக்குமேல் இடைவிடாது எக்காளங்கள் முழங்கிக்கொண்டிருந்தன.

ஆசான் எழுந்து தனது பரிவாரங்களுடன் பாறையில் வெட்டி அமைக்கப்பட்டிருந்த படிக்கட்டுகளில் ஏறி மற்ற மாடங்களுக்கு மத்தியில் அமைந்திருந்த, இருப்பவற்றிலேயே பெரியதான பார்வையாளர் மாடத்தை அடைந்தார். அலங்கரிக்கப்பட்ட சிம்மாசனத்தில் அமர்ந்து கையை உயர்த்தினார். பாடற்குழுவின் தலைவர் வழிபாட்டு மந்திரம் ஒன்றைக் கட்டைக் குரலில் முழங்கத் தொடங்கினார். மத்யம ஸ்தாதி, உச்ச ஸ்தாதி,

சிறுவர்களின் உச்ச ஸ்தாதி என்ற படிநிலையில் பாடற்குழுவினரும் அவரோடு சேர்ந்து முழங்கினர். இந்தச் முழக்கச் சடங்கு மிதந்து மேலே சென்றது.

நானும் மிதந்தேன். ஸன்ஸ்கரில் நவங் வீட்டுக்கூரையில் யோகானந்தர் என்னைத் தொலையுணர்வில் ஆட்கொண்டபோது இவையனைத்தையும் கண்டு அனுபவித்திருந்தேன். அப்போது எனது ஆன்மா மலைகளுக்கு மேலும் எதிர்காலத்துக்குள்ளும் மிதந்துசென்றது. எனது கனவில் கண்டவை யாவும் நிஜமாகிவருவது என்னைத் தொந்தரவுக்குள்ளாக்கியது, ஆனால் அச்சுறுத்தவில்லை. இப்படி நான் நினைப்பதுகூடப் பொருத்தமற்றதாக இருக்கலாம். ஏனென்றால் ஒன்று மற்றதைப் போன்றது, ஆனால் இரண்டும் ஒன்றல்ல. இதெல்லாம் ஒருபுறமிருந்தாலும் நான் முற்றிலும் செயலற்றுப்போய் பேருவகையில் மிதந்தேன்.

இந்தச் சடங்கைத் தொடர்ந்து பேய் முகமூடி அணிந்தவர்களும் நிமித்திகர்களும் ஆடிய உணர்ச்சிமிகு நடனம். அங்கிருந்தவர்கள் கைதட்டினர், சிரித்தனர். குழந்தைகள் வீறிட்டன, நாய்கள் குரைத்தன. மேன்மைக்குரிய ஆசான்கூட உற்சாகமாகப் புன்னகைத்தார். மாலை நெருங்கும்போதுதான் கூரையில் கூட்டம் குறைய ஆரம்பித்தது.

எல்லோரும் சென்றுவிட்டனர். நான் மட்டுமே அங்கிருந்தேன்: ஓசைகளிருந்த இடத்தை நிரப்பியிருந்த நிசப்தத்துள் மூழ்கியவனாய், அங்கே சூரியன் இருந்த இடத்துக்கு வந்திருந்த நிலவின் ஒளியில் மூழ்கியவனாய். இரவாகி நேரம் கழித்துக் கூரையில் சம்மணமிட்டு அமர்ந்தேன். சிந்தனை ஏதுமற்றவனாய்ச் சுற்றுப்புறத்துடன் என்னை இணைத்தேன்.

அப்போது கூரைக்கு மேலிருந்த பார்வையாளர் மாடத்தில் நரம்புக்கருவிகளை யாரோ சுண்டினர், அதனுடன் ஒரு குழலிசை இணைந்தது, பிறகு பலவீனமான மேளத்தின் ஒலியும். அந்த இரவு மெல்லிய பெண்குரலில் ஒலித்த அற்புதமான சோகப்பாடலால் நிறைந்தது. அது உயர்ந்தது, தாழ்ந்தது, இரவின் மௌனத்துள் சென்று அடங்கியது. பிறகு மீண்டும் உயர்ந்துவந்து எனக்கு மேல் நடுங்கி ஒலித்தது. அது முதன்முதலாகக் கணவாயின் சரிவில் நான் கேட்ட, ஒருபோதும் மறக்கமுடியாத குரல். அப்போது மஞ்சள் உடையணிந்த திபெத்தியப் பெண்கள் அங்கே தோன்றினர்: என் கனவில் கைலாய மலை உச்சியில் கண்ட பெண்கள் அவர்கள். அவர்கள் என் கையைப் பிடித்து எழுப்பி என்னைச் சுற்றிவந்து நடனமாடினர். அவர்களது கலைந்த கேசங்கள் மெத்தனமான அழகின் வட்டவடிவ லயத்துக்குக் காற்றில் துள்ளின. அவர்களை அலங்கரித்திருந்த ஆபரணங்களின்மேல் நிலவு பால் போல் காய்ந்தது.

நடனம் நின்றது, பெண்களுள் ஒருத்தி என்னை நெருங்கினாள். எனக்கு நேர் எதிரே வந்ததும் நின்றாள். நிலவொளியில் அது டோல்மா என்று கண்டுகொண்டேன். என் கனவுகளில் எப்போதும் கத்தியுடன் வரும் பெண் அவள்தான். தன் மார்பைத் திறந்துகாட்டி “கத்தியால் குத்துங்கள்” என்றாள். அதே கனவில் எங்களைக் கணவாயைக் கடந்து அழைத்துவந்த ஹென்றியின் வழிகாட்டியான வயதான அந்தத் திபெத்தியரைப் பார்த்ததும்

நினைவுக்கு வந்தது. என் கனவில் அவரும் கையில் ஒரு கத்தியைக் கொடுத்துத் தன்னைக் குத்தச் சொன்னார்.

டோல்மா திரும்பி அந்தப் பெண்கள் கூட்டத்திடம் போய்ச்சேர்ந்தாள். வட்டமாக நின்று இன்னொரு நடனமாடியபின் அவர்கள் சுரங்கப் பாதைக்குள் ஓடினர். இசை நின்றது.

நான் தனியே நின்றிருந்தேன்.

எனது இருப்பின் ஒவ்வொரு இழைநாரிலும் திகில் நிறைந்தது. இனியும் என்னையே நான் குருடனாக்கிக்கொண்டிருக்க முடியாது. எனது கனவுகளில் நிகழ்வில் அவை நடப்பதற்கு முன் எதிர்காலத்தின் துண்டுகளைக் கண்ணுற்றேன் என்பதை நான் ஒத்துக்கொள்ள வேண்டும். பின்னிரவில் நான் குளிரில் நடுங்கியபடி கூரையில் சம்மணமிட்டு அமர்ந்தேன், குளிரைவிட அச்சத்தில் அதிகம் நடுங்கினேன்.

நான் கடவுளிடம், எனது பழைய கிறித்தவக் கடவுளிடம், என்மீது இரக்கம் கொள்ளுமாறும், என்னை அப்படியே என் வீட்டுக்குத் தூக்கிக்கொண்டு போய்விடுமாறும், இப்போது நான் வீழ்ந்துகொண்டிருக்கும் குழப்பத்தின் ஆழத்திலிருந்து என்னை மீட்டெடுக்குமாறும் மன்றாடினேன்.

24

நரியைப்போலத் தந்திரமாக

மறுநாள் காலை எதிர்பாராதவிதமாக ஆசானது வீட்டுக்கு முன்னால் ஹென்றி அலெக்ஸாண்டரைச் சந்தித்தேன். இருவருக்குமே ஒருவர் மற்றவரைப் பார்த்ததில் மகிழ்ச்சி.

“இங்கு என்ன நடக்கிறதென்றே தெரியவில்லை” நான் புலம்பினேன். “என்னால் இங்கிருந்து வெளியேற முடியவில்லை, ஆசான் என்னை வசியப்படுத்திவிட்டார். நல்லக் குணமான ஒரு பதிமூன்று வயதுப் பெண்பிள்ளை என்னைத் தத்தெடுத்துக் கொண்டுள்ளாள். ஆனால் சிலநேரம் அவள் மர்மமான விதத்தில் காணாமல்போய்விடுகிறாள். மற்ற நேரங்களில் என் துணிகளைத் துவைக்கிறாள், எனக்கு உணவு கொண்டுவருகிறாள், என்னருகே படுத்து உறங்குகிறாள். என்னிடமிருந்து என்ன எதிர்பார்க்கிறீர்கள் என ஆசானைத் திரும்பத்திரும்பக் கேட்கிறேன், ஒன்றுமில்லை என்றே பதில் சொல்கிறார். உங்களுக்கு இங்கே என்ன நடக்கிறதென்று தெரிந்திருக்கும். இப்போது நாம் என்ன செய்யப்போகிறோம்?”

“உறங்குங்கள், உண்ணுங்கள், அருந்துங்கள்” என்றார் அவர். “காதுகொடுத்துக் கேளுங்கள், உற்றுக் கவனியுங்கள். காத்திருங்கள், யாராவது வருவார்கள் நம்மை எங்காவது அழைத்துச்செல்வார்கள் அல்லது ஏதாவது சொல்வார்கள். எவ்வளவு தூரம் பொறுமையிழக்கிறோமோ அவ்வளவு தூரம் எதுவும் நடக்காது. நேற்று ஸ்விட்சர்லாந்திலிருந்து வந்திருந்த ஒருவரிடம் பேசிக்கொண்டிருந்தேன். அவர் ஒருமாத காலமாக இங்கே இருக்கிறார். மேலோட்டமாகப் பார்க்க எதுவுமே நடப்பதில்லை. சடங்குகள், நடனங்கள், ஒன்றுகூடல்கள், மந்திர உச்சாடனங்கள் மட்டும்தான். குழந்தைகளுக்கும் பயிற்சிப் பிக்குகளுக்கும் கற்பித்தல், தியானங்கள், மங்கிவரும் சுவரோவியங்களைப் புத்தாக்கம் செய்தல். ஒரு வழமையான லாமா மடாலயத்தின் வழமையான வாழ்க்கைமுறை. ஆனால் விஷயம் இதுதான்: உங்களுக்கு இது போதவில்லையென்றால் உங்களுக்குக் கிடைக்கப்போவது

இதுமட்டும்தான். உங்களது வேகத்தை நீங்கள் அவர்மீது செலுத்துவதாக ஆசான் ஐயுற்றால் உங்களை வெளியே குளிரில் தள்ளிவிடுவார். நீங்கள் வந்த நிமிடமே அவர்கள் உங்களுக்கு ஒரு தேர்வு வைத்துவிடுவார்கள் என அந்த ஸ்விட்சர்லாந்துக்காரர் சொன்னார். அதில் தேறியதும் இன்னொரு தேர்வு. தொடர்ந்து நீங்கள் தேர்வுகளில் வெல்லும்போது மெல்ல அவர்கள் தங்களது வழிபாட்டு மரபின் ரகசியங்களை உங்களுக்குத் திறப்பார்கள். ஒரு குறிப்பிட்ட சூழ்நிலையில் அவர்கள் விரும்புவதுபோல நீங்கள் எதிர்வினையாற்றினால் ஒரு தேர்வில் நீங்கள் வெல்கிறீர்கள். நாம் இருவருமே தேர்வுகளை எதிர்கொள்வோம், ஆனால் என்னுடைய தேர்வுகள் உங்களது தேர்வுகளிலிருந்து வேறுபட்டவை. இதுதான் இருப்பதிலேயே பெரிய பொறி. ஒரு தேர்வு எப்போது முடிகிறது அடுத்தது எப்போது தொடங்குகிறது என்று தெரியாது. ஏன், தேர்வுகள் எவை என்றே தெரியாது. ஒவ்வொரு படிநிலையிலும் நீங்கள் தவறு செய்ய முடியும். இந்நேரம் ஒரு தவறை நீங்கள் செய்துவிட்டிருக்கலாம். எனக்கும் அதேதான்."

இந்த வார்த்தை விளையாட்டுகள், புதிரீடுகள் எல்லாம் அலுத்துவிட்டன. உண்மையான தாந்திரீக நடைமுறைகளை அறிய ஆர்வமாயிருக்கிறேன்—

"முட்டாளாக இருக்காதீர்கள்" அவர் எச்சரித்தார். "இவையெல்லாம் என்னவென்று நினைக்கிறீர்கள்? எதுவுமே நடக்கவில்லையென்ற என்ற உங்களது பொறுமையின்மை, உங்களிடமிருந்து என்ன எதிர்பார்க்கிறோம் என்று அவர்கள் சொல்லாததால் உண்டான கோபம், அவர்கள் உங்களை வசியம் செய்துவிட்டார்கள் அதனால் இங்கிருந்து வெளியேற முடியவில்லை என்ற உங்களது அச்சம், இவையெல்லாம் என்ன? இது தாந்திரீக நடைமுறை இல்லையா? ஆசான் உங்களுக்கொரு தேர்வை முடிவு செய்ததும் நீங்கள் அந்த நடைமுறையின், செயல்முறையின் ஓர் அங்கமாகிவிடுகிறீர்கள். சரியான வகையில் எதிர்வினையாற்ற உங்களுக்கு ஏற்கெனவே ஒரு சந்தர்ப்பம் தரப்பட்டிருக்கிறது. தொடக்கம் முதல் முடிவு வரை தாந்திரீகம் என்பது தொடர்ச்சியான தேர்வுகள்தாம், வேறொன்றும் இல்லை."

"தாந்திரீகம் உளவியல் மாற்றத்துக்கான ஓர் ஆபத்தான வழி என்பதை ஏற்றுக்கொள்ளத் தயாராக இருக்கிறேன்" என்றேன். இதன் புரியாத மாந்திரீக அம்சங்களே எனக்கு எரிச்சலூட்டுகின்றன. புராணிகப் பேயுருக்கள், ஒரு தொகையான மூடநம்பிக்கைமிக்க மத்தியக்கால நாட்டுப்புறக் கதைகள். கீழேயுள்ள நிலத்தடி நடைக்கூடங்களில் நான் பார்த்த பீதியூட்டும் தாந்திரீகக் கடவுள்களின் சுவர்ச் சித்திரங்கள் பற்றி அவரிடம் சொன்னேன். கையில் ரத்தம் தோய்ந்த வாட்களையும் கபாலங்களையும் வைத்திருக்கும் பழிதீர்க்கும் அரக்கர்கள்; நெருப்பு உமிழும் பேய்கள்; பெண் தெய்வங்களுடன் பலவித பாலுறவு நிலைகளில் இருக்கும் ஆண் தெய்வங்கள், இவையெல்லாம் என்றேன். ஏதோ ஓர் ஆதிக்காலக் காமாந்தக மாந்திரீகத்தில், பில்லி சூனியச் செய்வினைகளில் சிறுபிள்ளைபோல விளையாடிக்கொண்டிருப்பதாய் உணர்கிறேன். இது எனக்கானது இல்லை" என்றேன். இதற்கான ஆள் நானில்லை.

ஹென்றி சிரித்தார். "பொலிவியாவின் சிறு கிராமமொன்றில் நான் கண்ட சிறுவனை நினைவூட்டுகிறீர்கள். அவனிடம் ஒரு வாதுமைக்

கொட்டையைக் கொடுத்தேன். இதற்குமுன் அவன் வாதுமைக் கொட்டையைப் பார்த்ததில்லை. இது சாப்பிட உகந்தது என்றேன். கொட்டையை உடைக்காமலே அவன் வாயில் போட்டு மென்றான், பல் உடைகிறார்ப்போல அதைக் கடித்தான். பிறகு கொட்டையைத் திரும்ப என்னிடமே கொடுத்துவிட்டு இது எனக்கானது இல்லை என்றான், உங்களைப் போலவே. பலவிதப் பழம்பாரம்பரியங்கள் கொண்ட திபெத்தின் விளிம்பில் இருக்கும் ஒரு மலையில் நீங்கள் இருக்கிறீர்கள். ஒவ்வொரு ஞானமுறையும் அதன் கடினமான கலாச்சார ஓட்டினை மேலே கொண்டிருக்கும். ஞானத்தைச் சுவைக்கும் முன் நீங்கள் அந்த ஓட்டினை உடைக்க வேண்டும்."

"அப்படியானால் தாந்திரீகம்தான் உலகின் முதலும் ஆதியுமான உளவியல் முறையா" எனக் கேட்டேன்.

"அது மட்டுமல்ல" என்றார். "தாந்திரீகத்தின் சாரம் தேர்ந்தெடுக்கப்பட்ட சிலர் மட்டுமே அறிந்த ஒரு ரகசிய ஞானம். அது, மனிதன் என்பவன் முழுமையடையா ஓர் உற்பத்திப் பண்டம் எனக் கருதுகிறது. என்னவாக முடியுமோ அதுவல்ல அவன். தீவிர மனச்சிக்கல் கொண்டவராயிருக்கும் ஒருவர் தெய்வத்தன்மைமிக்கவராக மாறலாம். தனது தன்முனைப்புக்குச் சேவகம் செய்யும் ஒருவர் தேர்ந்தெடுக்கப்பட்ட சிலரோடு சேர்ந்து மனித மனதின் பரிணாமத்தை முன்னெடுப்பவராக மாறலாம்."

இந்த ரகசிய ஞானத்தை நான் அடைவது எப்படி எனக் கேட்டேன். நான் பரிசோதனைகளுக்கு ஆளாக்கப்பட்டுக்கொண்டிருக்கிறேன், ஆனால், என்ன நடக்கிறதென்று யாருமே சொல்லப்போவதில்லை. நான் திபெத்திய மொழியைக் கற்றுக்கொள்ள வேண்டுமா? வரிகளுக்கு நடுவேயிருந்து ஞானம் தாவி என்னிடம் வந்துவிடுமென்று நம்பிக்கொண்டு தாந்திரீகம் தொடர்பான புத்தகங்களைப் படிக்க வேண்டுமா?

"இளம் பிக்குகளில் சிலர் எவ்வளவு முட்டாளாக இருக்கிறார்கள் என்று பார்த்திருக்கிறீர்களா? கையடக்க கால்குலேட்டர் ஒன்றைக் கொடுங்கள். ஏதோ வினோத ஒலியெழுப்பும் வேடிக்கை பொம்மையை நீங்கள் கொடுத்துவிட்டதாக எண்ணி டிங் டிங் டிங் என்று பொத்தான்களை அழுத்திக்கொண்டிருப்பர். அதே கால்குலேட்டரைக் கொண்டு குவாண்டம் கோட்பாட்டின் கணித அடிப்படைகளைச் சில நிமிடங்களில் என்னால் நிறுவ முடியும். அதேபோன்ற ஒலிகளைக் கேட்கும் அந்தப் பிக்கு நான் ஏதோ அவரைப்போலவே பொம்மையுடன் விளையாடுவதாய் நினைப்பார். உங்கள் கையில் இருக்கும் தாந்திரீகம் அந்தப் பிக்குவின் கையில் இருக்கும் கால்குலேட்டர்போல. எளிய பெருக்கலில் ஆரம்பித்து அங்கிருந்து நீங்கள் மேலே செல்ல வேண்டும். அவர்கள் செய்துகொண்டிருப்பது அதைத்தான். அவர்கள் உங்களுக்குப் பெருக்கலைக் கற்பிக்கிறார்கள், தேர்வு வைக்கிறார்கள். ஏதோவொரு கட்டத்தில் நீங்கள் அதை அறிந்து 'அட, அப்படியா' என்று வியப்பீர்கள் என்ற நம்பிக்கையில்."

○○○

நள்ளிரவில் காற்றின் ஊளை கேட்டு விழித்தேன்; அரைமணி நேரத்துக்குச் சன்னல் தடுப்புகள்மீது சீற்றத்துடன் மோதி அவற்றை உடைத்து

விடுவதுபோலச் சடசடத்துக்கொண்டிருந்தது. சற்றுக் கழித்து, மடத்தின் மையப்பகுதியிலிருந்து வெண்கல மணி ஒலிப்பதைக் கேட்டேன். இங்கு டோல்மா இல்லை. யாருமற்றத் தனிமையில் உறங்கும்பைக்குள் நான் நடுங்கினேன். அவ்வப்போது களைப்பு என்னை விழித்திருக்கும் அவஸ்தையிலிருந்து தப்புவித்தது, ஆனால் குளிரும் வினோதச் சத்தங்களும் நான் விரும்பாமலே விரைவாக என்னை எழுப்பி என்ன நடக்கிறதெனக் கவனிக்கவைத்தன.

விடிகாலை நெருங்குகையில் கீழே நிலவறையின் சுழல்வட்டப் பாதைகளில் ஒரு பெண்ணின் சிரிப்பொலி அதிர்ந்தது. ஆரம்பத்தில் அது விளையாட்டுப்போன்ற கீச்சென்ற சிரிப்பாய் இருந்தது. பிறகு அது அநாதரவான ஒரு நீண்ட சிரிப்பாக மாறிக் கடைசியில் அஞ்சி நடுங்கும் வலிமிக்க முனகல்களாகி அடங்கியது. அச்சிரிப்பொலியோடு ஒரு ஆணின் குரலும் சேர்ந்துகொண்டது. முதலில் அது தேற்றும் ஒரு குரலாக இருந்தது, பிறகு மெல்ல எதையோ சொல்லி நம்பவைப்பதாக மாறியது. பிறகு வசைகூறுவதாகக் கத்திக்கூச்சலிடுவதாக மாறிப் பின் மீண்டும் நம்பிக்கையூட்டும் ஒன்றாக ஆனது. ஆனால் கடைசியில் அது சிரிப்பாக மாறியது. அக்குரலுடன் இன்னும் சில குரல்கள் சேர்ந்துகொண்டன, ஆண் குரல்களும் பெண் குரல்களும். பிறகு அந்தச் சிரிப்பு ஏதோ கூட்டுப் பிரார்த்தனைபோல மாறியது. மணிச் சத்தங்களும் மேளச் சத்தங்களும் கேட்டன. பிறகு சட்டென்று அங்கு அமைதி நிலவியது. கீழுள்ள கூடங்களில் ரகசியச் சடங்குகள் நடந்துகொண்டிருந்தன. என்னமாதிரியான சடங்குகள், யாருக்கான சடங்குகள் என்பது கடவுளுக்குத்தான் வெளிச்சம். நான் மீண்டும் உறக்கத்துள் நழுவி தனது இடுங்கிய கண்களால் என்னைப் பார்த்துக்கொண்டிருந்த மேன்மைமிகு லாமாவின் காலடியில் அமர்ந்திருப்பதுபோலக் கனவு கண்டேன்.

கண்களைத் திறந்தபோது விடிந்து வெகுநேரமாகியிருப்பதை அறிந்தேன். சிறிய சன்னல் வழியாகச் சூரியன் உள்ளே வழிந்துகொண் டிருந்தது. உண்மையிலே எனக்கு முன்னால் லாமா அமர்ந்திருந்தார். பாதி வியப்பும் பாதிக் கவலையுமாக என்னைப் பார்த்துக்கொண்டிருந்தார். இன்னும் கனவில்தான் இருக்கிறோம் என முதலில் தோன்றியது, காரணம் கனவில் கண்டது போலவேதான் நேரிலும் அவர் இருந்தார். நான் விழித்திருக்கிறேன் என்று உறுதியாக என்னால் சொல்ல முடியவில்லை. ஆசான் இருந்த விதத்தைப் பார்த்தபோது கனவிலிருந்து படிப்படியாக உருக்கொண்டு அவர் வந்தவிட்டதைப் போலிருந்தது.

சற்றே குழப்பமும் சங்கடமும் அடைந்தவனாக “காலை வணக்கம்” என்றேன். அவர் புன்னகைத்துவிட்டு மௌனமாக இருந்தார். விசித்திரமான வகையில் அவரது கண்கள் உணர்ச்சியற்று இருந்தன, அதே நேரம் அவை ஊடுருவிப் பார்த்தன. என் எண்ணவோட்டத்தை அவர் அறிந்துகொள்ள முடியும் எனத் தோன்றியது.

“நீங்கள் ஐயப்பாடுகளால் நிரம்பியிருக்கிறீர்கள்” என்றார்.

நான் எழுந்து சுவரில் முதுகைச் சாய்த்து அமர்ந்தேன். “நனவிலியின் ஆற்றலால் நடத்தப்படும் விளையாட்டுகள் என்னை அச்சமுற வைக்கின்றன.

எனது ஆன்மா துணி துவைக்கவும் தேய்க்கவும் விரும்பினால், அதைப் பழைய, ஏற்கெனவே நிரூபிக்கப்பட்ட வழியில் செய்யவே விரும்புவேன். துணியைக் கிழித்துச் சாயம் போகவைக்கும் முன்பின் தெரியாத வழியில் செய்யமாட்டேன். எனது ஐயப்பாடுகள் எச்சரிக்கையின் வெளிப்பாடுகள் மட்டுமே. குதிக்கும் முன் தரையில் நான் இறங்கப்போகும் இடம் எது என்பதை அறிந்துகொள்ள விரும்புகிறேன்."

ஆசான் உடலை முறுக்கிக்கொண்டு புன்னகைத்தார். "உங்களுக்குத் தாந்திரீகம் என்றால் என்னவென்று தெரியாது என்கிறீர்கள், ஆனால் உங்களுக்குத் தெரியாமலே நீங்கள் ஒரு தாந்திரீகராக இருக்கிறீர்கள். எங்கே பறந்துகொண்டிருக்கிறோம், எங்கே தரையிறங்கப்போகிறோம் என்பதை அறிந்துகொள்ள விரும்புகிறீர்கள். இதுதான் தாந்திரீகம். நீங்கள் நேரத்தை வீணடிக்க விரும்புவதில்லை."

காலம் எப்போதாவதுதான் எனக்குப் பணிகிறது, மற்ற நேரமெல்லாம் நான் அதன் அடிமை. இதனால் எனக்குச் சாதகம் ஒன்றுமில்லை என்று தெரிகிறது, ஆனால் காலத்தை எப்படி எனக்கேற்பப் பழக்குவதென்று தெரியவில்லை.

"தாந்திரீகத்தின் இரண்டாவது கொள்கையை விளக்கியிருக்கிறீர்கள்" என்றார் ஆசான். "இரண்டு வழிகளில் வாழ்வது சாத்தியம் என்பதை நீங்கள் அறிவீர்கள். உங்களுக்குச் சாதகமான வழியிலும், உங்களுக்குப் பாதகமான வழியிலும். விழித்திருக்கும் ஒவ்வொரு நொடியும் உங்களுக்குச் சாதகமான வழியில் வாழ்வீர்களானால் நீங்கள் ஏற்கெனவே ஆசானாகி விட்டீர்கள் என்று அர்த்தம்."

"அந்த நிலையிலிருந்து வெகு தொலைவில் இருக்கிறேன்," என்றேன். அநேகமும் எனக்குப் பாதகம் உண்டாகும் வழியில்தான் வாழ்கிறேன். மூச்சு முட்டவைக்கும் சமூக நெறிகள், பழக்கவழக்கங்கள் நிறைந்த உலகில் வாழ்கிறேன். ஆனால் வாழ்வைச் சுலபமாக்கிக்கொள்ள ஓரெல்லைவரை அவற்றுக்கேற்ப என்னைத் தகவமைத்துக்கொள்கிறேன். கலகம் செய்ய வேண்டும் என்பதற்காகவே கலகம் செய்வது பயனற்றது, சிறுபிள்ளைத்தனமானது.

"வாழ்வதற்குப் பணம் தேவைப்படும் ஓர் உலகில் நான் இருக்கிறேன். தேவைப்படும் பணத்தை நான் சம்பாதிக்க வேண்டும். பணம் சம்பாதிக்க நான் செய்யும் வேலையோ நான் விரும்புமளவு மதிப்புமிக்கது அல்ல. சமரசங்கள் செய்துகொள்ளாவிடில் என்னை அழித்துவிடக்கூடிய தினசரி முரண்களும் மோதல்களும் நிறைந்த ஓர் உலகில் வாழ்கிறேன். நானறிந்த அனேக மக்களைவிடவும் குறைவாகவே நான் சமரசங்கள் – அவையும் ஒழுக்கக்கேடானவை அல்ல – செய்துகொண்டாலும் இந்த வாழ்வை வாழும் 'நான்' உண்மையான 'நான்' இல்லை என்றே இப்போதும் உணர்கிறேன். பெரும்பாலான நேரம் நான் விரும்பும் வழியில் அல்லாமல் என்னால் இயன்ற வழியில் மட்டுமே வாழ முடிந்த இவ்வுலகினால் நான் பாதிப்புக்குள்ளானவன்.

“ஆனால் உலகம் மாறாமல் அப்படியே இருக்கிறது, என்னால் அதை மாற்ற முடியவில்லை. என்னால் முடிந்ததெல்லாம் என்னை மாற்றிக்கொள்வதுதான்.”

“தாந்திரீகம் என்றால் என்னவென்று தெரியாது என்கிறீர்கள், ஆனால் அதன் கொள்கைகளை விளக்கிக்கொண்டே போகிறீர்கள். இன்னொரு உலகைக் கற்பனை செய்துகொள்வது ஆபத்தான தப்பித்தல் வாதம் என்பதை நீங்கள் உணர்ந்திருக்கிறீர்கள். தாந்திரீக ஆசானாக நீங்கள் எதையும் எதிர்பார்க்காத, ஆனால், எதற்கும் எப்போதும் தயாராக இருக்கும் போர்வீரராக இருக்கிறீர்கள். சவாலுக்கான உங்களது எதிர்வினை எப்போதும் பொருத்தமானதாகவே இருக்கும். போர்க்களத்தை விட்டு நீங்க முடியாது என்பதை உணர்ந்திருக்கிறீர்கள். இது உங்களது வாழ்க்கை, நீங்கள் ஒரு போர்வீரர். ஆனால் இங்கே இந்த லாமா மடாலயத்தில் நீங்கள் ஒரு நிஜமான தாந்திரீகராக இருக்க முடியாது. இது உங்கள் உலகமல்ல. தாந்திரீகம் உங்களது அன்றாட உலகுக்கான வாழும் கலை. நீங்கள் வீடு திரும்பிய பிறகுதான், உண்மையிலே அப்போதுதான், உங்களால் ஒரு தாந்திரீகராக இருக்க முடியும். இங்கே நீங்கள் உற்றுநோக்கலாம், கற்கலாம், கற்றதை முயன்று பார்க்கலாம் அவ்வளவே.

“நன்றி” என்றேன். “நான் வீடு திரும்புகையில் எனக்கு உதவிகரமாக அமையவிருக்காத ஒரு விஷயத்தில் இப்போது என்னைச் சிக்கவைத்துக் கொண்டிருக்கிறேனோ என்ற பயத்தில் உறைந்துபோயிருந்தேன்.”

சற்றுநேரம் அவர் அமைதியாக இருந்தார். பிறகு சொன்னார்: “தாந்திரீகம் என்பது உங்களுக்குள் இருக்கும் கடவுளரை வணங்குவது. உங்களது ஆற்றல்கள்தாம் இந்தக் கடவுளர்கள். நீங்கள் தெய்வீகமானவர். ஆனால் விஷயங்களின் உண்மையான இயல்பை அறியாது அவற்றை நீங்கள் நம்பத் தொடங்கினால் நீங்கள் ஒரு பைத்தியம். விஷயங்களின் உண்மையான இயல்பு என்று ஒன்றுமில்லை. உங்களது உண்மையான இயல்பும்கூட ஒன்றுமில்லை. உங்களது கடவுளர்களும் ஒன்றுமில்லை. அனைத்துமே ஒன்றுமில்லை என்ற அறிதலை நோக்கிய உங்கள் பயணத்தில் இக்கடவுளர்கள் வெறும் குறியீடுகள் மட்டுமே.”

அவர் பேசுவது புரியும் என்ற தெளிவு மெல்ல உண்டாகத் தொடங்கி யிருக்கிறது என்றேன். இருப்பினும் அவரது வார்த்தைகள் இன்னும் சற்று விளக்கமாக இருந்தால் நன்றாக இருக்கும் என்றேன்.

“சரி” என்று அவர் புன்னகைத்தார். “பெரும்பாலான நேரம் நான் விரும்பும் வழியில் அல்லாமல் என்னால் இயன்ற வழியில் மட்டுமே வாழ முடிந்த இவ்வுலகினால் நான் பாதிப்புக்குள்ளாகியிருக்கிறேன் என்று சொன்னீர்கள். அது உண்மையில்லை. இந்த உலகத்தால் பாதிப்புக்குள்ளானவரல்ல நீங்கள். இந்த உலகைப்பற்றிய உங்கள் பார்வைகளே உங்களைப் பாதிப்புக்குள்ளாக்கியுள்ளன. ஒவ்வொரு காலகட்டத்திலும் இந்த உலகம் உங்களது எதிரி. ஆனால் உலகம் என்பதன் மூலம் சமுதாயத்தின் வற்புறுத்தல்கள் அல்லது பொருளியல் தேவைகள் அல்லது உங்கள் கலாச்சார, அறிவுசார் சூழல் அல்லது நவீன

உலகின் வாழ்வியல் நிபந்தனைகள் இவற்றை நான் குறிப்பிடவில்லை. நான் குறிப்பிடுவது உங்களை. உங்களது எண்ணங்களும் உணர்வுகளுமே உண்மையான உலகு. உங்கள் விருப்பங்கள், குறிக்கோள்கள், ஒழுக்கநெறிகள், அல்லது ஒழுக்கமின்மை, உங்களது எதிர்பார்ப்புகள், அச்சங்கள் – இவையெல்லாம்தான் உங்களது உலகு. நீங்கள் என்னவாக இருக்கிறீர்கள் என்ற உங்கள் எண்ணமும், உங்களது சுய உருவாக்கமான 'நான்' – இவையும்தான் உங்கள் உலகு. இவை நீங்கள் எப்போதும் மோதிக்கொண்டே யிருக்கும் ஆற்றல்கள். நீங்கள் உங்களுடனே மோதிக்கொண்டிருக்கிறீர்கள். தாந்திரீகம் என்பது இந்த ஆற்றல்களை ஒத்திசைந்து இயங்கவைப்பது."

ஒரு மந்தகாசப் புன்னகையுடன் என்னைப் பார்த்துக்கொண்டிருந்தார்.

அவரது பேச்சுக்குப் பிறகு எனக்கு விஷயங்கள் தெளிவடைந்தன. தாந்திரீகம் நிச்சயமாக எனக்குத் தேவைப்படும் ஒன்று. என்னை இணையற்ற ஆசானின் பாதங்களில் கொண்டுவந்து சேர்த்த என்னுடைய ஊழுக்கு நன்றிக்கடன் பட்டிருக்கிறேன் என்றேன்.

அவர் சிரித்தபடி மெதுவாக எழுந்து நின்றார்.

"வாருங்கள்" என்றார்.

சூரியக் கதிர்களால் ஒளியூட்டப்பட்ட ஒரு நிலவறையை அடையும் வரை அவர் பின்னாலேயே இருண்ட பாதைகள் வழியாகச் சென்றேன். அறையின் நடுவில் இளிக்கும் டிராகன் போன்ற முகத்துடன் ஒரு பெரிய மரப்பாச்சி நின்றுகொண்டிருந்தது. அடியில் அகலமாக வட்டவடிவிலும், மேற்புறம் குறுகி உச்சியில் சிறுத்துக் கூராகவும் இருந்தது.

"என்னை என்னவென்று அழைத்தீர்கள்?" மேன்மைமிக்க லாமா சிரித்தார். "இணையற்ற ஆசான் என்றுதானே? அது நானல்ல. இணையற்ற ஆசான் உங்கள் முன் நிற்கிறது. எட்டி உதையுங்கள். அதன்மீது விழுந்து அதனைச் சாயுங்கள்."

அவர் மரப்பாச்சியை நோக்கி ஓர் உதை விட்டார். அது முன்னும் பின்னும் ஆடியது ஆனால் திரும்ப நிலைக்கு வந்து அசையாமல் நின்றது. அதனது ஈர்ப்பு மையம் அதன் நடுப்பாகத்துக்கும் கீழ் இருந்தது. நான் இரண்டு கைகளாலும் அதன் தலையைப் பற்றித் தரைக்கு இழுத்துவந்தேன். நான் கையை விடுத்த கணம் மரப்பாச்சி திமிறி தன் நிலைக்குச் சென்று அசையாது நின்று என்னைப் பார்த்துப் பொல்லாங்குடன் இளித்தது.

"இதுதான் உண்மையான தாந்திரீக ஆசான்." லாமா சிரித்தார். "நீங்கள் அதை அடிக்கிறீர்கள் உதைக்கிறீர்கள், அது எதிர்ப்புக் காட்டுவதில்லை. அது பேசாமல் ஏற்றுக்கொள்கிறது. அது இழுப்புக்கு ஏற்ப வளைந்து கொடுக்கிறது. கடைசியில் துள்ளித் தனது இயல்புக்குக்கு மீள்கிறது. அது தன்னோடு மோதிக்கொண்டிருப்பதில்லை, உலகத்துடனும் அது மோதிக்கொண்டிருப்பதில்லை. அது தற்கணத்தின் ஆசான்."

எங்களுக்கிடையிலான அடுத்த உரையாடலின்போது எனது எண்ணங்களை விரிவாகத் தெரிவிக்கும்படி ஆசான் கேட்டார்.

"வியப்பு, நிம்மதி, மனக்கிளர்ச்சி" என்றேன் நான். தாந்திரீகம் நான் எண்ணியிருந்ததைவிடவும் வேறுபட்ட ஒன்றாக இருந்ததால் வியப்பும், நான் எதை அடைய முயன்றுகொண்டிருக்கிறேன் என்பதை உணர்ந்ததால் நிம்மதியும், இறுதியாக எனது இலக்கு அடையக்கூடியதுதான் என்பதை அறிந்ததால் மனக்கிளர்ச்சியும் என்றேன்.

"ஒவ்வொரு கணமும் நீங்களும் உலகும் மோதிக்கொண்டே இருக்கிறீர்கள். எப்படி இதைத் தீர்க்கப்போகிறீர்கள்? உங்களுக்குச் சாதகமாகவா, பாதகமாகவா? இந்த ஒரு கேள்வியே நீங்கள் கவனம் குவிக்கத் தகுதியுள்ளது."

அவர் சொன்னார், "ஒரு தாந்திரீகருக்கு முக்கியமானவை மூன்று வார்த்தைகள் மட்டுமே: கவனம், கவனம், கவனம்."

"நீங்கள் கவனமாக இருக்கும்போது கருத்தூன்றி இருக்கிறீர்கள்" என்றார். "நீங்கள் தற்கணத்தின் மையத்துள் இருக்கிறீர்கள். தற்கணத்தின் மையத்துள் நீங்கள் தனித்திருப்பதில்லை; அங்கே இருவர் இருக்கிறீர்கள்: நீங்கள், இந்த உலகு. இதன் அர்த்தம் நீங்களும் உங்கள் விளக்கமும். எந்த நேரத்திலுமான, சூழலைப் பற்றிய உங்கள் விளக்கம்தான் உங்கள் எதிரி. எதையோ நீங்கள் செய்கிறீர்கள். எதுவோ நிகழ்கிறது. இதுதான் தாந்திரீகத்தைச் செயலாக்கும் விதம். முழுக்க நீங்கள் கருத்தூன்றி நிற்கும்போது உங்கள் பார்வை சரியாக இருக்கும், எதிர்வினை பொருத்தமாக அமையும், இவற்றின் விளைவு உங்களுக்குச் சாதகமாக அமையும்."

இவற்றையெல்லாம் தெரிந்துகொண்ட பிறகு "தாந்திரீகம் என்பது என்னுடனே நான் கொள்ளும் நட்பு என்று புரிந்துகொள்கிறேன்," என்றேன். எனது இயல்பை அடக்கி ஒடுக்குவதற்குப் பதில் அதனோடு நான் ஒத்திசைய வேண்டும், அதன் பாய்ச்சல்களின் வேகத்துக்கு என்னை ஒப்புக்கொடுக்க வேண்டும், அவற்றைத் தடுத்து நிறுத்த முடியாதபோது அவற்றோடு சேர்ந்து பயணிக்க வேண்டும், உரிய தருணத்தில் அவற்றின் ஆற்றலைக் கொண்டே அவற்றைக் கட்டுக்குள் கொண்டுவர வேண்டும். என்னோடு நான் நடனமாடக் கற்றுக்கொள்ள வேண்டும், நானாக உணரும் அனைத்துடனும் எனக்குள் நான் சுமக்கும் அனைத்துடனும். லேசாக, இலகுவாக மாற வேண்டும், கற்பனைத் திறமும் சூழ்ச்சித் திறமும் கொள்ள வேண்டும். ஒரு நரியைப்போலத் தந்திரமாக, முயலைப்போலக் கவனமாக, தீண்டும் நாகத்தைப்போல விரைவாக.

"நீங்கள் ஒரு நரியாக மாறுங்கள், முயலாக மாறுங்கள், நாகமாக மாறுங்கள்" என்றார் ஆசான்.

25

கண்ணுக்குத் தெரியாத பந்துடன் ஒரு விளையாட்டு

தாந்திரீகத்தைக் கடைப்பிடிக்க ஆரம்பித்த ஆரம்ப நாட்களில் அது அர்த்தப்படும் ஒரு வெளியை வரையறுத்துக்கொண்டேன். இந்த வெளி என்பது தற்கணம் என்று புரிந்துகொண்டேன். இந்தத் தற்கணம் ஒரு சூழ்நிலை, ஒரு பிரச்சனை. தற்கணம் தன்னை வெளிப்படுத்திக்கொள்ளும் வடிவமே சூழ்நிலை. பிரச்சனை எனது பார்வை. சவாலுக்கான எனது எதிர்வினை சரியாக இருந்தால் சூழ்நிலையை வென்று விட்டேன், நான் தாந்திரீக ஆசான் என்று பொருள். நான் தோற்கவும் கூடும். மிகவிரைவாகவோ, மிக மெதுவாகவோ, மிகப் பலவீனமாகவோ, மிக வலுவுடனோ எதிர்வினையாற்றும் போது நான் தோற்பேன். தாந்திரீகம் என்பது பொருத்தமாக எதிர்வினையாற்றும் கலை.

நான் ஆசானுடன் பேசி எறிபந்தாட்டத்தின் விதிகளை விளக்கினேன். நான் வாழ்க்கையை இப்படித்தான் பார்க்கிறேன் என்றேன். விளையாட்டு மைதானம்தான் தற்கணம், எதிர்வினை தேவைப்படும் சவால்தான் பந்து, எப்படிச் சரியான பந்தைத் தேர்ந்தெடுப்பது என்பதுதான் பிரச்சனை. விளையாட்டின் நோக்கம் எளிமையானது. எதிரணி வீரரிடமிருந்து பந்தைப் பிடுங்கி எதிரணி கோல்கீப்பரைத் தாண்டி, அவர் அதைத் தடுக்க முடியாத வகையில் எறிய வேண்டும்.

சிறிது நேரம் யோசித்தபின் அவரது முகம் சட்டென்று பிரகாசித்தது. அவர் எழுந்துநின்று பிரார்த்தனையின்போது இருப்பதுபோலக் கைகளைக் குவித்துக் குனிந்து என்னை வணங்கினார். "நன்றி" என்றார். அவரைப் பின்தொடர்ந்து கொடும்பாறையின் தெற்கு விளிம்புக்குச் சென்றேன். வழியில் ஹென்றி நெப்போலியன் அலெக்ஸாண்டரையும், மேன்ஃப்ரட் என்ற ஸ்விட்சர்லாந்துக்காரரையும் உடன் அழைத்துக்கொண்டோம். தளஅடுக்குக் கூரையில் ஆசான்

எங்களை வரிசையாக நிற்கவைத்தார். பிறகு எங்கள் முன்னே வந்து சொன்னார்: "நாம் எறிபந்தாட்டம் ஆடப்போகிறோம்."

நம்ப முடியாமல் நாங்கள் ஒருவரையொருவர் பார்த்தபோது அவர் தொடர்ந்தார். "பந்து கண்ணுக்குத் தெரியாதது. அதைக் கற்பனையில்தான் காண வேண்டும். இறுதியில் பந்து என்ற ஒன்று இல்லவேயில்லை, அது நாம் கற்பனை செய்யும் ஒன்று என்பதை உணர்வோம்."

அவர் என்னை நோக்கித் திரும்பினார், "தாந்திரீகம் என்பது தருணங்களைக் கட்டுக்குள் வைத்திருக்கும் கலை என்று சொன்னீர்கள். எனக்கு அது பிடித்திருக்கிறது. தாந்திரீகம் கண்ணுக்குத் தெரியாத பந்தைக் கொண்டு ஆடப்படும் எறிபந்தாட்டம். இப்போது உங்களில் யார் பெரிய தாந்திரீக ஆசான் என்று பார்க்கப்போகிறோம்."

அவர் தன் காலணிகளைக் களைந்தார். அவற்றுள் ஒன்றைக் கூரையின் சுவரருகே வைத்தார். மூன்று அடிகள் வலதுபுறமாக எடுத்துவைத்து இன்னொன்றை அங்கே வைத்தார். நடுவில் வந்துநின்று "இதுதான் கோல், நான் கோல்கீப்பர். நீங்கள் மூவரும் விளையாடுபவர்கள்" என்றார்.

கால்களை அகட்டி நின்றுகொண்டு முதல் பந்தை எதிர்கொள்ளத் தயாரானார்.

சந்தேகம் மேலிட்ட எங்கள் முகங்களைப் பார்த்து அவர் சிரித்தார். "உங்களுக்கு இந்த விளையாட்டுத் தெரியுமில்லையா? பள்ளிக்காலத்தில் விளையாடியிருக்கிறோம் என்று சொன்னீர்களே?"

எறிபந்தாட்டத்துக்கெனத் தனிப்பட்ட விதிகள் உண்டு, அவர் சொல்வது முற்றிலும் வேறு ஒன்று என்று சொன்னோம்.

அவர் நிமிர்ந்தார்.

"கனவான்களே, இதுவல்ல தாந்திரீகம். எதிர்வினை சவாலுக்குப் பொருத்தமானதாக இருக்க வேண்டும். தாந்திரீகத்தின் முதல் கொள்கை: முன்னறிவிப்பின்றி ஆட்டத்தின் விதிகள் மாறலாம். அநேக நேரம் அப்படி நடப்பதில்லை, ஆனால் அடிக்கடி அப்படி நடக்கும். நாம் விதிவிலக்கானவர்கள், வாழ்க்கைக்கு ஏற்ப நாம் தகவமைத்துக் கொள்ளத் தேவையில்லை, மாறாக, வாழ்க்கை நமக்கேற்பத் தன்னைத் தகவமைத்துக்கொள்ள வேண்டும் என்ற எண்ணத்தில் மூன்று மரக்கட்டைகள்போல நீங்கள் நின்றுகொண்டிருந்தால் ஆட்டம் தொடங்கும் முன்பே அதில் தோற்றுப்போவீர்கள். வாழ்வின் ஓட்டம் ஒய்வற்றது, இருந்தும் அதனுடன் பேரம் பேச முயல்கிறீர்கள். அது சாத்தியமில்லை. கனவான்களே, இங்கே கலகம் ஒரு பொருத்தமான எதிர்வினை இல்லை. உங்களிடம் குயுக்தி இருக்க வேண்டும், திறந்த மனதும் காணப்பட வேண்டும், எதற்கும் நீங்கள் தயாராக இருக்க வேண்டும். உங்களைக் காலியாக வைத்துக்கொள்ள வேண்டும். உங்களது அறிவைத் தூக்கிப் போட்டுவிட வேண்டும் என்று நான் சொல்லவில்லை. அதை ஒரு பாதுகாப்புச் சுவராகப் பயன்படுத்தக்கூடாது என்றுதான் சொல்கிறேன். அதைப் பின்னுக்குத் தள்ளிவிட்டு அதன் முன்னால் வந்து ஒன்றுமறியாதவர்களாய், நிராயுதபாணிகளாய் நிற்க வேண்டும்.

உங்களை எதிர்த்து நிற்பது எதுவென்று தெரிந்தபின் உங்களது அனுபவம் உங்களுக்கு உதவலாம், ஆனால் அதற்கு முன் அல்ல. ஏனென்றால் ஆட்டத்தின் விதிகள் வேகமாக மாறிக்கொண்டிருக்கின்றன, நீங்கள் கண்ணிமைக்கும் நேரத்தில் முடிவுகளை எடுக்க வேண்டும். அப்படிச் செய்யவில்லையாயின் உங்கள் எதிர்வினை முட்டாள்த்தனமாகவும் குருட்டுத்தனமாகவும் இருக்கும். ஆரம்பிக்கலாமா?"

அவர் கால்களை அகட்டி 'பந்து' எறியப்படுவதற்காக காத்திருந்தார்.

நாங்கள் ஒருவரையொருவர் பார்த்து மனதுக்குள்ளாகவே ஒரு முடிவெடுத்தோம். மேன்ஃப்ரட் 'பந்தைப் பிடித்து' ஹென்றியிடம் அனுப்பினார், அவர் சிறிதுநேரம் அதைத் தரையில் தட்டிக்கொண்டிருந்தார், பிறகு என்னிடம் அனுப்பினார். அதைப்பிடித்து நான் மேன்ஃப்ரடிம் எறிந்தேன். அதைப் பிடித்த அவர் சட்டென்று திரும்பி ஆசானை நோக்கி எறிந்தார். ஆசான் அதைப் பிடித்துக் கூரையின் மையத்தில் எறிந்தார். இப்படியே நாங்கள் ஆடிக்கொண்டிருந்தோம். சில நிமிடங்களில் சலிப்புத் தட்ட ஆரம்பித்தது. உண்மையான பந்து இல்லாததால் இது உண்மையான ஆட்டமாக இல்லை என்றோம்.

"உண்மையான பந்து இல்லை" என்ற ஆசான் கோல் கம்பங்களை விட்டு வெளியே வந்தார். "கோல்கீப்பராக இது உங்களது முறை" என்று என்னைக் காட்டினார்.

அந்தச் செருப்புகளுக்கிடையே சென்று என்னுடைய இடத்தில் நின்றேன். ஆசான் 'பந்தை' பிடித்து ஹென்றியிடம் அனுப்பினார். ஹென்றி அதை மேன்ஃப்ரடிடம் அனுப்பினார், அதை மேன்ஃப்ரட் சிறிது நேரம் தட்டிக்கொண்டிருந்தார். அவர் தட்டுவதைப் பார்க்க சிறிதுநேரம் அப்படியே தட்டிக்கொண்டிருப்பார் என்று தோன்றியது. ஆனால் சடாரென்று என்னை நோக்கித் திரும்பிய மேன்ஃப்ரட் காற்றில் துள்ளி 'பந்தை' கோலின் வலது மூலை நோக்கி எறிய ஆயத்தமானார். நான் அப்படியே வலதுபக்கம் பாய்ந்தேன். ஆனால் நான் பாய்ந்த அதேகணம் மேன்ஃப்ரட் பந்தை இடது மூலை நோக்கி எறிந்தார்.

"கோல்" என்று கத்தியபடியே மெதுவாக நடந்துவந்தார் ஆசான். "பிரச்சனையே இல்லாத இடத்தில் அது இருப்பதாக நீங்கள் நினைத்துக் கொண்டால் என்ன நடக்கிறது? பந்து இடதுபக்கம் போனபோது நீங்கள் வலதுபக்கம் போனீர்கள். பந்து இல்லை, ஆனால் நீங்கள் வலதுபக்கம் பாய்ந்தபோது அது கோலின் இடது மூலை வழியாகச் சென்றதை நாங்கள் அனைவரும் பார்த்தோம். உங்களது ஆற்றலனைத்தையும் திரட்டித் தவறான திசையில் பாய்ந்தீர்கள். இது தாந்திரீகமா? இல்லை. எதிரி நீங்கள் செய்யப்போவதை முன்கூட்டியே யூகித்துவிட்டார். அவர் செய்யப்போவது என்ன என்று தீர்மானிக்கும் முன்னரே நீங்கள் எதிர்வினையாற்றிவிட்டீர்கள். மீண்டும் முயலுங்கள். பொறுமையாகக் காத்திருங்கள், தாமதமாகிவிடுமோ என்று பயப்படாதீர்கள். எதிர்வினையை யோசிக்காதீர்கள், எதிரிமீது கவனம் வையுங்கள். அமைதியாக அவரைப் பாருங்கள், முழுக் கவனத்துடன் பாருங்கள். அவர் கையை உயர்த்தும்போது எதிர்வினையாற்றுங்கள்."

மேன்ஃப்ரட் மீண்டும் என்னை நோக்கிப் பந்தை எறிய ஆயத்தமானார். பந்தைத் தடுப்பது குறித்த எண்ணங்களை என் மனதில் இருந்து அகற்றினேன். நான் செய்ததெல்லாம், அவர் செய்யப்போவது அவ்வளவு முக்கியமான செயல் என்பதுபோல, அவரது உடலசைவுகள், கண்ணிமைகளின் அசைவுகள் இவற்றைக் கொண்டு மேன்ஃப்ரடைக் கவனித்ததுதான். தனது இடது பாதத்தை உயர்த்தியபோது அவர் தன் முன்னிருந்த சாத்தியங்கள், எனது அரணில் இருந்த ஓட்டைகள் இவற்றை அனுமானிப்பதைப் பார்த்தேன் (உணர்ந்தேன்). அவர் 'பந்தை' வலது கையில் வைத்து வலதுபக்கமாகக் குறிபார்த்தார். உடன் அவர் அதை இடது கைக்கு மாற்றி இடது மூலை நோக்கி எறிந்தார். அவரது பந்தை, பார்க்கச் சற்றே அசிரத்தையானது போன்ற உடலசைவுகளுடன், தடுத்தேன். ஆனால் உண்மையில் அது அப்படித்தான் இருந்தது. நான் என் ஆற்றலைச் சிறிதும் வீணடிக்கவில்லை.

"நீங்கள் செய்தது என்ன தெரியுமா?" என்று ஆசான் இப்போது மேன்ஃப்ரடைப் பார்த்துக் கேட்டார். "உங்கள் நோக்கத்துக்குத் துரோக மிழைத்துவீட்டீர்கள். பந்தைத் தடுப்பவரை அதே உத்தியைக் கொண்டு தொடர்ந்து இரண்டுமுறை ஏமாற்ற முடியாது என்பது உங்களுக்குத் தெரியும். இது உங்களைக் குழப்பி உங்கள் தன்னம்பிக்கையைக் குறைத்துவிட்டது. வெற்றிபெற முடியாது என்ற அச்சத்தில் எப்படியாவது வென்றே தீருவது என முடிவெடுத்தீர்கள். உங்களது, பத்து மடங்கு மிகைப்படுத்தப்பட்ட, முயற்சியில் கையில் கிடைப்பதையெல்லாம் பற்றிக்கொண்டீர்கள். உங்களது தாக்குதல் நேராக அமையவில்லை. குடிகாரனைப்போலத் தள்ளாடினீர்கள். பந்து உங்கள் கையை நீங்கியபோது அதை எறிந்தது உங்களது கை அல்ல. நீங்கள் வேறு எங்கோ இருந்தீர்கள். இதுவல்ல தாந்திரீகம். சாத்தியங்களை ஆராயும்போது அமைதியாக இருங்கள். என்ன செய்யப்போகிறோம் என்று தீர்மானிக்கும் முன் செயலில் ஈடுபட்டால், தரையிலிருந்து பாதம் மேலெழுந்தபின் உங்கள் இலக்கைத் தேர்ந்தெடுத்தால் இலக்கு இடம் மாறிவிடும் வாய்ப்புண்டு. தாக்குதலில் ஈடுபடுகையில் ஒரேயொரு சிந்தனைக்குப் போதுமான இடம் மட்டுமே உங்கள் மனதில் இருக்கும். இந்த அபூர்வ சந்தர்ப்பம் மறுபடி வாய்க்காது. அப்படியொரு சந்தர்ப்பம் யாதார்த்தத்தில் இல்லை. இப்போது நீங்கள் முயலுங்கள்" என்று ஹென்றியிடம் சொன்னார்.

ஹென்றி நெப்போலியன் 'பந்தை' கையிலெடுத்து அதனுடன் விளையாடத்தொடங்கினார். அதை மேலே எறிந்து கீழே வரும்போது பிடித்தார். உடம்பை முன்னோக்கி வளைத்து வலது குதிகாலால் பந்தை தன் தலைக்குமேல் உதைத்தார். முதலில் இடதுகையாலும் பிறகு வலதுகை யாலும் பந்தைத் தட்டிக்கொண்டே இருந்தார், ஏதோ முடிவேயில்லாமல் தட்டிக்கொண்டிருக்கப்போவதுபோல. சர்க்கஸ் கலைஞனைப்போலக் கட்டைவிரல் நுனியில் பந்தைச் சுழலவிட்டார். இந்தக் கையிலிருந்து அந்தக் கைக்கு மாற்றினார், மறுபடியும் முதலில் இருந்த கைக்கே கொண்டு வந்தார். இவையெல்லாம் என் கவனத்தைச் சிதறடிக்க; சந்தேகமேயில்லை. பிறகு அவர் பின்னோக்கி வளைந்து வலது கையை உயர்த்தினார், கோலின் வலது மூலையைக் குறிபார்த்தார், என்னை நோக்கித் தாவிவந்தார். நான்

வலதுபக்கம் பாய்ந்தேன். நான் பாய்ந்துகொண்டிருக்கும்போதே பந்தை இடது கைக்கு மாற்றி முன்புபோல அதனுடன் விளையாடத் தொடங்கினார். நானோ தொப்பென்று தரையில் விழுந்தேன். ஆசானும் மேன்ஃப்ரடும் சிரித்தார்கள்.

இனி அடுத்தவரது கேலிக்கு ஆளாகக்கூடாது என்ற உறுதி கொண்டவனாய்ச் சிராய்த்த முழங்கையுடனும் சங்கடத்துடனும் மீண்டும் நான் கோலுக்குள் வந்துநின்றேன். ஹென்றி எந்த உணர்ச்சியு மின்றி வலது கையால் பந்தைத் தட்டிக்கொண்டிருப்பதையும், எனது மனநிலையை ஆராய்வதுபோல அவ்வப்போது என்னைப் பார்ப்பதையும் கவனித்துக்கொண்டிருந்தேன். அவர் சட்டென்று உடம்பை வளைத்து என்னை நோக்கி இரண்டுகைகளாலும் பந்தை எறியத் தயாரானார். நான் பந்தைத் தடுக்க ஆயத்தமானேன். ஆனால் தன் மனதை மாற்றிக்கொண்டு ஹென்றி கூரையைச் சுற்றிவந்து பந்தைத் தட்டிக்கொண்டிருந்தார். ஐந்து நிமிடங்களுக்கும் மேலாக என்னுடன் இதுபோல விளையாடிக்கொண்டிருந்தார். என்னை நோக்கிப் பாய்வது, பந்தை எறியத் தயாராவது, ஏதாவதொரு மூலையைக் குறிபார்ப்பது, ஆனால் பந்தை எறிவதே இல்லை. ஒவ்வொரு முறையும் முன்பைவிட அதிக சீற்றத்துடனும் அதிகக் களைப்புடனும் இது நடந்தது. கடைசியில் எனக்கு முதுகுகாட்டி நின்றவாறு ‘பந்தை’ தோளுக்கு மேலாக நேராக கோலுக்குள் வீசினார்.

“அபாரம்” ஆசான் பாராட்டினார். “இதுதான் தாந்திரீகம்.”

ஒரு எள்ளல் பார்வையுடன் என்னிடம் வந்தார். “எது தாந்திரீகம் இல்லையென்பதை நீங்கள் காட்டிவிட்டீர்கள். மிகவும் களைத்து விட்டீர்கள். உங்களால் நிற்கக்கூட முடியவில்லை. நம்பவே முடியவில்லை. ஒரேயொரு முறைதான் பந்தை அவர் எறிந்தார் ஆனால் அதைக்கூடத் தடுக்க வழியில்லாமல் மிகவும் களைத்துப்போய்விட்டீர்கள். நிழல்களுக்கு, வெற்று அச்சுறுத்தல்களுக்கு, கற்பனையில் கண்ட பிசாசுகளுக்கு எதிர்வினையாற்றிக் கொண்டிருந்தீர்கள். வாழ்வெனும் விளையாட்டை இப்படி ஆடினீர்கள் என்றால் உங்களுக்கு மனக்கோளாறு உண்டாகும். இப்போது நீங்கள்” அவர் ஹென்றியிடம் சொன்னார்.

ஹென்றி தன்னைக் கோலில் நிறுத்திக்கொண்டார். பழிதீர்க்கும் எண்ணம் என்னில் கொழுந்துவிட்டு எரிந்தது. வேண்டுமென்றே அவர் என்னை முட்டாளாக்கினார் என்று நினைத்தேன். எவ்வளவு கடினமாக முயன்றும் கசப்புணர்வை என்னால் அடக்க முடியவில்லை. அந்தக் கற்பனைப் பந்தை ஒரு கையிலிருந்து இன்னொரு கைக்கும், தோளுக்கு மேல் எறிந்தும், ஹென்றி செய்ததுபோலத் தலைக்கு மேல் உதைத்தும் (என்னாலும் அது முடியும் என அவருக்குக் காட்ட விரும்பினேன்), ஒரு முனையிலிருந்து இன்னொரு முனைக்குக் கூரையை வட்டவடிவில் சுற்றிச்சுற்றி வந்து தட்டிக்கொண்டும் இருந்தேன்.

எந்த பரபரப்புமின்றி ஹென்றி சாவதானமாக என்னைக் கவனித்துக் கொண்டிருந்தார். தனது பாதுகாப்பு உத்தி செயல்படுமா இல்லையா என்ற கவலையெல்லாம் அவருக்கு இல்லை. இதுதான் என்னைக் குழப்பியது.

கோபப்படுத்தியது. என்னைப் போன்ற ஒரு மனிதனுக்கு பழிவாங்கும் எண்ணம் முதிர்ச்சியற்ற விஷயம் என்பதால் கோபம் தலைக்கேறியிருந்தது. எனக்கு ஹென்றியுடன் கோபம், எனக்கு என்மீதே கோபம். உணர்ச்சிகளால் நான் ஸ்தம்பித்து நின்றேன். என்னால் பந்தை எறிய முடியவில்லை, காரணம் எனது ஒவ்வொரு எறிதலும் ஒரு பழிவாங்கும் செயலாகவே இருக்கும். கோபம் வெடித்து மனம் தளர்ந்துவிடப் பந்தை நான் நேரே ஹென்றியை நோக்கி எறிந்தேன், எறிதலின் வலு அவரை கோலிலிருந்து வெளியே தள்ளிவிடும் என்ற எண்ணத்தில். அபாரமாக மணிக்கட்டை ஒரு சுழற்றுச் சுழற்றிப் பந்தை கோலுக்கு வெளியே திசைமாற்றிவிட்டார்.

“நீங்கள் இரண்டு தவறுகளைச் செய்தீர்கள்” என்றார் ஆசான். “நீங்கள் கோபமாக இருந்தீர்கள், அந்தக் கோபம் உங்களுக்கே உவக்கவில்லை. எனவே அந்தக் கோபத்தைத் அடக்க முற்பட்டீர்கள். அது முடியாததால் அதை மறைக்க முயன்றீர்கள், அதுவொரு பாவனை. எந்தப் பாவனையுமே ஆற்றலை வீணடிப்பது. கோபமாக இருக்கும்போது கோபமாக இருங்கள். கோபம் ஓர் ஆற்றல். அதைப் பாவனை செய்யாதீர்கள். அப்படிச் செய்தீர்களானால் கோபம் உங்களைத் தன் கட்டுக்குள் கொண்டு வந்துவிடும், உங்களுக்கு வேறெதையும் தேர்ந்தெடுக்கும் சுதந்திரம் இருக்காது. இனியும் அந்த எதிர்வினை உங்களுடையதல்ல, அது உங்கள் கோபத்தினுடையது. இங்கே எதிர்வினையாற்றிய உங்களின் ஒரேயொரு உணர்ச்சி கோபம் மட்டும்தான். ஆக்ரோஷம் ஆக்ரோஷத்தையே விளைவிக்கிறது, மோதலை இன்னும் மோசமாக்குகிறது. அது தாந்திரீகமில்லை. தாந்திரீகராக இருக்கத் தற்கணத்தை நன்கு உணர்ந்திருக்க இருக்க வேண்டும். உங்களையே நீங்கள் அடக்க முடியாதபோது உங்கள் எதிரியை எப்படி அடக்குவீர்கள்?

“இன்றைக்கு இதுபோதும்” முடிவாக அவர் சொன்னார். செருப்பை அணிந்துகொண்டு கோல் கம்பங்களை “அழித்தார்”. ஒரு வார்த்தையும் பேசாது நிலவறை நடைவழியின் நுழைவாயிலை நோக்கி நடந்தார்.

ஹென்றி குனிந்து அந்தக் கற்பனை ‘பந்தை’ எடுத்து அவர் பின்னால் எறிந்தார்.

அப்போது நடந்ததை ஒருபோதும் என்னால் மறக்க முடியாது.

மின்னல் வேகத்தில் ஆசான் சுழன்று திரும்பினார், இல்லாத அந்தப் பந்தைப் பிடித்து என்னை நோக்கி வீசினார். அது நேரே வந்து என் வயிற்றில் மோதியது. கடும் வலியை உணர்ந்தேன். நிலைதடுமாறிக் கிட்டத்தட்ட விழப்போனேன்.

குனிந்து வணங்கிய ஆசான் நடைவழிக்குள் சென்று மறைந்தார்.

26

தாந்திரீக ஆசான்

ஒவ்வொரு காலையிலும் முதல் வேலையாக ஓடையின் குளிர்ந்த நீரில் குளிப்பேன். பிறகு ஆசானது இருப்பிடத்துக்கு வெளியே இருக்கும் கூரைக்குச் செல்வேன், சூரியனைப் பார்த்துவிட்டுக் கண்களை மூடிக்கொள்வேன். நுரையீரலில் காற்றை நிரப்பி வாய்வழியே வெளியேற்றுவேன். "ஹா...!" என்று கத்துவேன். மீண்டும் "ஹா...!"

நான் சுவாசிக்கக் கற்றுக்கொண்டுள்ளேன். என் வாழ்க்கை முழுவதும் தவறாக மூச்சுவிட்டுக்கொண்டிருந்திருக்கிறேன், அதுபற்றிய அக்கறையின்றியும் இருந்திருக்கிறேன். எனது மூச்சு மேலோட்டமாக, லயமின்றி அமைந்திருந்தது. சுத்தம் செய்யும் இந்த ஆக்ஸிஜன் இழுப்புகள் நுரையீரலின் அடிப்பகுதிகளை அடையவே இல்லை. ஒன்று நான் என் மூச்சைப் பிடிக்க ஓடிக்கொண்டிருப்பேன், அல்லது என் மூச்சு என்னைப் பிடிக்க ஓடிவந்துகொண்டிருக்கும்.

தாந்திரீகத்தை அறிந்த ஒருவனாக என் சுவாசத்தை கொண்டு எனது எண்ணங்களையும் உணர்வுகளையும் கட்டுப்படுத்துவேன். இந்த உலகுடனான எனது யுத்தங்களில் மூச்சு ஓர் ஆயுதமாக இருக்கும். சுவாசத்தைக் கட்டுக்குள் வைக்காமல் மனதைக் கட்டுக்குள் வைக்க முடியாது. மனதைக் கட்டுப்படுத்தாமல் கவனத்தைக் குவிக்க முடியாது. கவனக்குவிப்பு இல்லாமல் நான் மன அமைதியுடன் இருக்க முடியாது. நான் மன அமைதியுடன் இல்லாவிடில் எப்படி மகிழ்ச்சியாக இருப்பேன்?

தாந்திரீகம் அறிந்தவனாக நான் எப்போதும் மன அமைதியுடன் இருப்பேன், ஏனென்றால் நான் என் கட்டுப்பாட்டுக்குள் வைத்துள்ள வெளியில்தான் எப்போதும் வசிப்பேன். அது நான் நினைக்கும் மகிழ்ச்சியாக இல்லாதபோதும், எப்போதும் நான் மகிழ்ச்சியாக இருப்பேன். மகிழ்ச்சி என்பது தற்கணத்தை முழுதாக அறிந்திருத்தல் என்பதைத் தாண்டி வேறொன்றுமில்லை.

இவால்ட் ஃப்ளிஸர்

இப்போதும் நான் கற்றுக்கொண்டிருப்பவன்தான். ஓர் ஆசானின் செயல்கள் தன்னுணர்வற்று, பிரயாசையற்று இருக்க வேண்டும். ஒரு மாணவனாக நான் கடுமையாக முயல்கிறேன். எனது பயிற்சியின் குறிக்கோள் தாந்திரீகம் என்பதால் நான் முயற்சியின்றிக் கற்கப் பிரயாசைப்படுகிறேன். பதற்றம் தாந்திரீகமன்று. எனது மிகச்சிறந்த மற்றும் ஒரே உண்மையான நண்பன், முயன்று அடையாத இளைப்பாறுதல்.

என் நுரையீரலைச் சுத்தப்படுத்தும்போது எல்லையற்ற அமைதிக்குள் சுவாசிப்பதுபோல நான் மிக மெதுவாகச் சுவாசிக்கிறேன். மூச்சை வெளிவிடும்போது உடலிலிருந்தும் மனதிலிருந்தும் சிடுக்குகளை வெளியேற்றுவதாகக் கற்பனை செய்கிறேன். பிறகு எல்லையற்ற வலிமைக்குள் நான் சுவாசிப்பதாகக் கற்பனை செய்கிறேன். அவ்வலிமை என் தமனிகளிலும் நரம்புகளிலும் தசைநார்களிலும், என் உடலின் அனைத்து மூலைகளைத் தொட்டும் ஓடுகிறது. மூச்சை வெளிவிடும்போது எனது எல்லா அச்சங்களையும் நுரையீரலிலிருந்து வெளியேற்றுவதாகக் கற்பனை செய்கிறேன்.

பிறகு நான் முடிவில்லா மகிழ்வுக்குள் சுவாசிப்பதாகக் கற்பனை செய்கிறேன். வலி, துயரம், மனத்தளர்ச்சி ஆகியனவற்றை மூச்சை வெளிவிடுகையில் வெளியேற்றுகிறேன். பிறகு பிரபஞ்ச ஆற்றலுக்குள் சுவாசிக்கிறேன். வேகமாக ஓடும் ஆற்றைப்போல அது என்னைக் கழுவி என்னுள் ஓடுகிறது. மூச்சை வெளிவிடும்போது கண்ணியக்குறைவான எண்ணங்கள், குழப்பமான கருத்துகள், எதிர்மறை உணர்வுகள் முட்டாள்த்தனமான ஆசைகள் இவற்றின் குப்பைகளையும் படிவுகளையும் அடித்து வெளியே தள்ளுவதாகக் கற்பனை செய்கிறேன்.

அடுத்து நான் நுரையீரலைப் பயன்படுத்தாமல் எனது இதயம், தோல், கண்கள், ரோமம் இவற்றைக்கொண்டு சுவாசிப்பதாகக் கற்பனை செய்கிறேன். நான் எல்லாவற்றாலும் சுவாசிக்கிறேன், இங்கிருக்கும் எல்லாவற்றாலும் சுவாசிக்கிறேன். ஆதார ஆற்றலாக விளங்கும் வெண்ணிற மூடுபனியைச் சுவாசிப்பதாகக் கற்பனை செய்கிறேன். அதனை உள்ளே இழுக்கிறேன், அது மூச்சுக்குழாய் வழியே இறங்கி நுரையீரலுக்குள் செல்வதையும், அங்கிருந்து ரத்தம் அதனை உடலின் அனைத்துப் பாகங்களுக்கும் எடுத்துச் செல்வதையும் உணர்கிறேன். என்னுள்ளிருக்கும் அசுத்தமானவற்றையும், தீங்கானவற்றையும் கொண்ட கருமைநிற முடுபனியைச் சுவாசத்தின் வழியாக வெளியேற்றுவதாகக் கற்பனை செய்கிறேன்.

இன்னும் அதிகமாக என்னுள் வெண்ணிற மூடுபனி சேரச்சேரக் கறுப்பு மூடுபனியின் அளவு குறைந்துகொண்டே வருகிறது. இறுதியில் என்னிடம் கருமையே இல்லை. கதகதப்பான ஒளி என்னை நிறைக்கிறது. எல்லாம் சரியாக இருக்கின்றன, மோதல் எதுவும் இல்லை. நானும் இந்த உலகும் ஒன்றென ஆகிவிட்டோம்.

ஆனால் இந்த உணர்வு நெடுநேரம் நீடிப்பதில்லை, கருமை திரும்பி வருகிறது, நானும் இந்த உலகும் மோதிக்கொள்ள ஆரம்பிக்கிறோம். தொடர்ந்த பயிற்சியின் மூலமாக நான் அதைக் குறைக்க முயல்கிறேன்,

மந்திரவாதியின் சீடன்

இந்த உலகம் ஓர் ஆற்றுப்படுகையாகி அதனில் தண்ணீர்போல இலகுவாக நான் உருண்டோட ஏதுவாக இறுதியில் அந்தக் கருமையை நிரந்தரமாக நீக்கிவிடுகிறேன்.

தாந்திரீகத்தின் சாரம் தற்கணத்தில் கவனம் குவித்தல், ஏனென்றால் இலக்குகள் எதிர்காலத்தில் உள்ளன. நீங்கள் எதிர்காலத்தில் இருக்கும்போது இங்கே இப்போது இருப்பதில்லை. கடந்தகாலத்தை எண்ணிப்பார்ப்பது உங்களை வருத்தங்களால் நிரப்பும், அவை உங்களது ஆற்றலை அழிக்கும். எதிர்காலம் குறித்த சிந்தனை நிலவெளியை மறைக்கும் மூடுபனிபோல நிகழ்காலத்தை மறைக்கும் பொய்த்தோற்றங்களால் நிரம்பியது. நீங்கள் செய்துகொண்டிருப்பது மிகச்சரியாக நீங்கள் அந்தச் செயலுக்கான கணத்தில் என்றால் எந்த ஆற்றலும் வீணாவதில்லை.

பகுத்தறிவு எதிர்க்கிறது. இதுபோல நீ வாழ முடியாது என்று சொல்கிறது. எதிர்காலத்தைப் பற்றி, வருங்காலத் திட்டங்கள் பற்றி அவற்றின் சாத்தியப்பாடுகள் பற்றிச் சிந்திக்கமாலிருக்க முடியுமா? நினைவுகளைப் புறக்கணித்துவிட்டு ஒருவரைத் தற்கணத்தின் இடுக்கமான குகைக்குள் அடைத்துக்கொள்ள முடியுமா? எதிர்காலத்தைப் பற்றிய சிந்தனை உண்மையில் பொய்தோற்றங்கள் நிறைந்ததுதான், ஆனால் அது நம்பிக்கையின் ஊற்றுக்கண். அது இல்லாமல் வாழும் மனிதன் தாவரத்துக்கு ஒப்பாகிவிடுவான். கடந்தகாலத்தைப் பற்றிய சிந்தனை வருத்தங்களால் நிறைந்ததுதான், ஆனால் அது அனுபவக் கிடங்கு, அது இல்லாமல் எதிர்வரும் நாட்களை எதிர்கொள்ளும் துணிவு கிடைக்காது.

பகுத்தறிவு என்னிடம் சொல்வது இதைத்தான்.

ஆனால் பகுத்தறிவுதான் இன்னும் உலகோடு மோதிக்கொண் டிருக்கிறது. தாந்திரீகரும் தனது கடந்தகாலம், எதிர்காலம் இவற்றைப்பற்றிச் சிந்திக்கிறார். அவர் தனது நினைவுகளைத் துறந்துவிடவில்லை, மொண்ணையாக, உணர்வின்றி ஒவ்வொரு நாளையும் வாழ்வதில்லை. ஆசானுக்கும் மாணவனுக்கும் இடையேயுள்ள வித்தியாசம் என்னவென் றால், ஆசான் தேவைப்படும்போது தனது நினைவுகளை அழைப்பார், ஆனால் மாணவன் என்னை அவை மறைந்திருந்து தாக்குகின்றன. எனக்கு உபயோகப்படாத நினைவுகளும் என்னைத் தாக்குகின்றன. அந்நினைவுகளோடு தொடர்புடைய விஷயங்கள் எதிரெதிர்த் திசைகளில் என்னை இழுக்கின்றன. இதுதான் என்னுடைய எதிர்காலம் குறித்த சிந்தனைகளிலும் நடக்கிறது. எனக்கு நிகழலாம் என நான் கருதும் விஷயங்கள் குறித்த கவலையிடம் சரணடைகிறேன். நான் விரும்பும் எதிர்காலம் குறித்த கற்பனையிடம் சரணடைகிறேன். இந்தக் கனவுகளில் கடந்தாலக் கணக்குகளை நேர்செய்கிறேன், அவமானங்களுக்கும் ஏமாற்றங்களுக்கும் பழிதீர்க்கிறேன். தவறுகளைச் சரிசெய்கிறேன், நான் தோற்றுப்போன இடங்களில் வெற்றியைப் பதிவு செய்கிறேன். எதிர்காலத்தைப் பற்றிக் கனவு காணும்போது வாழ்க்கை என்மீது, அநேகநேரம் என் சுய பிம்பத்தின்மீது, சுமத்தியவற்றைத் திரும்பத் தருகிறேன்.

மிருகக்காட்சி சாலையில் விலங்குகளைப் பழக்குபவன்போல இருக்கிறேன். எனக்கு இடதுபுறம் செம்பட்டை நிறக் குரங்குக் கூட்டம்

– இவை என் நினைவுகள். வலதுபுறம் சாம்பல் நிறக் குரங்குக் கூட்டம் – இவை நிறைவேற்றப்பட வேண்டிய ஆசைகள். இடதுபுறமிருக்கும் செம்பட்டைக் குரங்குகள் ஓடிவந்து என்னைக் கடந்தகாலத்துக்குள் இழுத்துச்செல்கின்றன. சாம்பல் குரங்குகள் ஓடிவந்து என்னை எதிர்காலத்துக்குள் இழுத்துச்செல்கின்றன. இப்படி இழுக்கின்றன, அப்படி இழுக்கின்றன. ஏதோ கந்தலான துணிப் பொம்மை என நினைத்து என்னைக் கைப்பற்றக் கடூரச் சத்தத்துடன் சண்டையிடுகின்றன.

தாந்திரீகத்தில் தேர்ச்சி பெறும்போது, இடதுபுறமிருக்கும் செம்பட்டைக் குரங்குள், வலதுபுறமிருக்கும் சாம்பல் குரங்குகள் – எனக்கு எல்லாமே ஒன்றுபோலவே இருக்கும். அவற்றுக்கு நடுவே நானிருப்பேன். ஆனால் வித்தியாசம் என்ன? அவற்றை வரிசையாக நிற்கவைத்து என் சொல் கேட்டு நடக்கச் செய்வேன்: மேலே கீழே குதியுங்கள், தலைகீழாக நில்லுங்கள். அவற்றை நடனமாடச் சொல்லி, அமைதியாக இருக்கச் சொல்லி அல்லது உறங்கச் சொல்லி ஆணையிடுவேன். மறுத்து ஒரு வார்த்தையும் பேசாமல் அவை எனக்குக் கீழ்ப்படியும்.

ஆசான் வீட்டுச் சுவரில் திட்டாகக் கறுப்பு வண்ணத்தில் வரைந்தேன். அதற்கு இருபது சென்டிமீட்டர்கள் தள்ளி நின்று உற்றுப்பார்த்தேன். அந்தக் கறுப்புத் திட்டு என்னுள் இருக்கும் அனைத்தையும் கவர்ந்திழுக்கும் காந்தம். அது என்னைக் காலியாக்கிக்கொண்டே இருந்தது. கவனம் குவித்தல் என்பது வலியச் செய்வதன்று, அது அந்தக் கறுப்புத் திட்டுக்குள் பலவந்தமாக நுழைவதும் அன்று. கவனம் குவித்தல் என்பது சரணடைதல். முயற்சியும் வலுவும் அந்தத் திட்டுக்குள்ளேயே இருக்கின்றன, நான் செய்வதெல்லாம் சரணடைவது மட்டும்தான். எனக்குள் ஓர் எண்ணம் உதித்தவுடன் கறுந்திட்டு அதை ஈர்த்து விழுங்கிவிடுகிறது. எண்ணங்கள் உணர்வுகள் இவற்றின் சுமையிலிருந்து கறுந்திட்டு என்னை விடுவிக்கிறது. அது என்னைத் தளர்த்துகிறது. கவனம் குவித்தல் என்பது ஓய்வு.

மூன்று நிமிடங்கள் கருந்திட்டை உற்றுப் பார்த்துக்கொண்டிருந்தபின் அத்திட்டு வெளிவிடும் காற்றை நான் சுவாசித்துக்கொண்டிருப்பதாகவும், நான் வெளிவிடும் காற்றை அது சுவாசித்துக்கொண்டிருப்பதாகவும் கற்பனை செய்கிறேன். அத்திட்டு உயிர்கொண்டு விளங்குவதாகக் கற்பனை செய்கிறேன். நாங்கள் இருவரும் கலவி கொள்கிறோம். அந்தக் கருந்திட்டு என்னைப் பிரசவிப்பதாகக் கற்பனை செய்கிறேன், சுவாசிப்பதன் மூலம் உண்மையில் அது என்னை மீளுருவாக்கம் செய்கிறது.

தலையிலிருந்து பாதம்வரை நான் ஒரு பெரிய விழியாக இருப்பதாகக் கற்பனை செய்கிறேன். எனது இருப்பே பார்வைதான், என்னால் காணமுடிந்ததெல்லாம் அந்தக் கருந்திட்டைத்தான். மெல்ல நான் சுருங்க ஆரம்பிக்கிறேன், விழியும் சுருங்குகிறது. கடைசியில் அது அந்தக் கருந்திட்டைவிடவும் சிறியதாகி விடுகிறது. நானும் கருந்திட்டைவிடச் சிறியதாகி விடுகிறேன். அதனருகே சென்று ஒரு புழுவைப்போல அதன் கருமையைத் தோண்டுகிறேன், தோண்டிக்கொண்டு அடுத்த பக்கம் வருகிறேன். திரும்பித் துளைவழியே, நான் உண்டாக்கிய துளைவழியே, பார்க்கிறேன். என் உடலைப் பார்க்கிறேன், என் கண்கள் என்னையே

உற்றுப் பார்த்துக்கொண்டிருப்பதைப் பார்க்கிறேன். எனது கவனம் குவித்தல் மிகச்சரியாக இருக்கிறது.

கவனம் குவித்தலில் வெற்றிபெறுவதற்குக் கட்டுப்பாட்டுக்குட்பட்ட கற்பனை தேவை. அது இல்லாமல் கவனம் குவித்தல் வெறுமனே கருந்திட்டை உற்றுப் பார்ப்பதாகிவிடும். ஆசான் இந்த முறையை அகக்காட்சி முறை என்கிறார். இதற்கு முதலில் கண்களை மூடி ஒரு மஞ்சள் பார்லி வயலைக் கற்பனை செய்ய முயல வேண்டும் என அவர் அறிவுறுத்தினார். பார்லியைக் காற்று மெல்ல அசைக்க நான் வயலுக்குள் இறங்கி நடப்பதாகக் கற்பனை செய்ய வேண்டும். அதேநேரம் சற்றுமுன் மழை பெய்து பார்லியின் தாள்களில் மழைத்துளிகள் நிறைந்து சூரியவொளியில் மினுமினுப்பதாகவும் கற்பனை செய்ய வேண்டும். ஈரம் எனது கால்சராய்களை நனைத்து உடம்பைத் தொடுவதாகவும் நான் கற்பனை செய்ய வேண்டும்.

தாந்திரீகத்தைக் கடைப்பிடித்தலில் இதுதான் துவக்க நிலை, ஓர் அடிப்படைப் பயிற்சி என்றார் ஆசான். என் கற்பனை எனக்குக் கீழ்ப்படிய மறுத்ததில் ஆச்சரியம் ஒன்றும் இல்லை. நான் கற்பனையில் காணும் யாவும் என் சிந்தனைவெளியில் உயிரோட்டமாக இருக்க வேண்டும். பார்லி வயல் ஒன்றைக் *காண்பதற்கும்* அதில் *இருப்பதற்கும்* பதிலாக, நான் அதனை *அறிந்துகொள்ள* மட்டும் செய்தேன்.

நான் வலிந்து கற்பனை செய்தேன். என் மனதில் ஒரு காட்சியை உருவாக்க அதிகப்படியாக முயன்றேன். என் சிந்தனைக்கு வெளியே அதனைக் கட்டடமைக்க முயன்றேன். அதனால்தான் என் சிந்தனை ஒரு சுவராக நின்றது, அதனூடாகப் பார்க்காமல் அல்லது அதைத்தாண்டிப் பார்க்காமல் அந்தச் சுவரை அகற்ற நான் முயன்றேன். நரித் தந்திரத்துடன் இருந்திருக்க வேண்டும், ஆனால் நான் வலிமை, அழுத்தம் ஆகியனவற்றைச் சார்ந்திருந்தேன்.

தாந்திரீக ஆசான் ஓநாயோ காளையோ யானையோ அல்ல. அவர் உறுமுவதில்லை, கொம்பால் குத்துவதில்லை, காலடியில் போட்டு மிதிப்பதில்லை. தாந்திரீக ஆசான் ஒரு நரி, முயல், நாகம். முரட்டு பலத்தைவிடத் தந்திரம் பெரியது, முறுக்கி நிற்பதினும் வளைந்துகொடுத்தல் ஆற்றல்மிக்கது. ஒன்றைச் சரணடைவதன் மூலமும் அதற்கேற்பத் தன்னை மாற்றியமைத்துக்கொள்வதன் மூலமும் அதனது ஆற்றலைத் தனக்கேற்ற வகையில் பயன்படுத்திக்கொள்வதன் மூலமும் அதனை அவர் கட்டுப்படுத்துகிறார். அதனாலேயே அவர் வெல்ல முடியாதவராக இருக்கிறார். அவரோடு சண்டை செய்யும்போது நீங்கள் உங்களுடனே மோதுகிறீர்கள். நீங்கள் சண்டை செய்கிறீர்கள், அவர் ஓய்வெடுக்கிறார்.

உங்களது முயற்சிகளால் அல்ல முயற்சியின்மைகளாலேயே நீங்கள் ஒரு தாந்திரீகராவீர்கள் என்று ஆசான் சொன்னபோது எனக்குப் பெரும் நிம்மதி ஏற்பட்டது.

அவர் பொறுமையற்ற ஆஸ்திரேலியரைப் பற்றிய ஒரு சம்பவத்தை விவரித்தார். ஒரு வருடத்துக்கு முன் இங்கு வந்த ஆஸ்திரேலியர் வந்தவுடனே தான் தாந்திரீகத்தைக் கற்றுத்தேற எவ்வளவு காலமாகும் எனக் கேட்டார். “ஐந்து ஆண்டுகள்” என்று லாமா சொன்னார்.

"நான் இரண்டு மடங்கு முயன்றால் எவ்வளவு காலமாகும்?" அந்த நபர் கேட்டார்.

"அப்படியென்றால் பத்து வருடங்கள் ஆகும்" என்றார் லாமா.

"இரவு பகலாக ஒரு கணம்கூட ஓய்வின்றிக் கற்றால்?" அந்த ஆஸ்திரேலியர் கேட்டார்.

"அப்படியானால் இருபது ஆண்டுகள் பிடிக்கும்" என்றார் லாமா.

அந்த ஆஸ்திரேலியர் தாழ்ச்சியுடன் இது எப்படியென்று எனக்குப் புரியவில்லை எனக் கேட்டபோது ஆசான் தாந்திரீகத்தின் அடிப்படை விதியை அவருக்கு விளக்கினார்.

உங்களது இலக்கின்மீது கவனம் குவிக்க அதிக ஆற்றலைச் செலுத்தும்போது, இலக்கை அடையும் வழியின்மீது கவனம் குவிக்க உங்களிடம் குறைந்த ஆற்றலே எஞ்சியிருக்கும். வழியே எல்லாமும். வழியில் நீங்கள் இருக்கும்போது (அந்த நேரத்தில் நீங்கள் வேறெங்கும் இருக்கக்கூடாது) இலக்கை ஏறத்தாழ நீங்கள் அடைந்துவிட்டீர்கள். ஆனால் உங்கள் எண்ணங்கள் இலக்கைச் சுற்றியே இருக்குமானால் நீங்கள் இன்னும் வழியில் கால்கூட வைக்கவில்லை என்று அர்த்தம்.

27

கண்களால் அல்ல, கண்களினூடாக

நேற்று மீண்டும் ஒருமுறை கண்ணுக்குத் தெரியாத பந்தைக்கொண்டு கையெறிபந்து ஆடினோம். நான் ஐந்துமுறை கோல் அடித்தேன், கோல் கீப்பராக ஐந்துமுறை பந்தைத் தடுத்தேன். இருபத்தியிரண்டுமுறை கோல் அடிக்கத் தவறினேன். ஆனால் அது என்னை மனச்சோர்வுக்கு உள்ளாக்கவில்லை. ஹென்றியும் மேன்ஃப்ரடும் என்னைவிடச் சிறப்பாக ஒன்றும் விளையாடிவிடவில்லை. வாழ்க்கை யென்னும் விளையாட்டுக் களத்திலும் இதுபோன்ற முடிவுகளைக்கொண்டு திருப்தியுற வேண்டும் என்றார் ஆசான்: பாதிக்குப் பாதி கிடைத்தாலே அது நல்ல ஆட்டம்தான்.

கண்ணுக்குத் தெரியாத எறிபந்து ஆட்டம் எங்களில் மறைந்திருந்த ஆற்றல்களை வெளிக்கொண்டு வந்திருக்கிறது என்றார். நாங்கள் இளமையாக இருக்கிறோம், ஒப்பீட்டளவில் நல்ல வலுவோடு இருக்கிறோம் என்றார் – கீழே கிராமத்திலிருந்து பார்லி மாவு மூட்டைகள் சிலவற்றை மேலே மடத்துக்குச் சுமந்துவர வேண்டியிருந்தது.

காலையுணவுக்குப் பின்னர் இந்த வேலையை முடிக்க கீழே கிராமத்துக்கு நடந்துசென்றோம். மாவு மூட்டைகள் கண்ணுக்குத் தெரியாமலில்லை. நாங்கள் நினைத்ததைவிட அவை கனமாக இருந்தன. மொத்தம் இருபது மூட்டைகள்! மேலேறும் பாதை செங்குத்தாக இருந்தது. ஒவ்வொரு பத்து அல்லது இருபது மீட்டருக்கு ஒருமுறை மூட்டையைக் கீழே இறக்கிச் சற்றே இளைப்பாற வேண்டியிருந்தது.

மூவரில் நான்தான் மிகவும் மோசம். கட்டுமஸ்தான ஹென்றியோடும், பரந்த தோள்களைக் கொண்டிருந்த மேன்ஃப்ரடுடனும் ஒப்பிட என் மெல்லிய உடல்வாகினால் ஒரு வளர்ந்த ஆணைப் போலில்லாமல் அதிகமும் ஒரு சிறுவனைப் போலத் தோன்றினேன். பல வாரங்கள் சரியான

உணவு உட்கொள்ளாததால் கடுமையான உடலுழைப்புக்குத் தேவையான வலு என்னிடம் இல்லை. மலைப்பகுதியில் கனமான முதுகுப்பையைச் சுமந்து நடந்திருக்கிறேன்தான், ஆனால் மாவுச் சாக்குகள் அதைப்போல இரண்டு மடங்கு கனமானவை. அதோடு முதுகுப்பையில் தோள்பட்டிகள் இருந்தன. நான் என்னுடைய இரண்டாவது மூட்டையைத் தூக்கிக்கொண்டு மேலே ஏறிக்கொண்டிருக்கையில் மூன்றாவதை எடுத்துவர ஹென்றியும் மேன்ஃப்ரடும் கீழே இறங்கி வந்துகொண்டிருந்தனர்.

நான்காவது மூட்டையைக் கொண்டுவரும்போது லாமா மடாலயத்தின் சுவரடியில் மயங்கிச் சரிந்துவிட்டேன். கண்ணைக் குருடாக்கும் சூரியன் எனது வேர்வை சொட்டும் தலையை இறுக அணைத்துக்கொண்டிருந்தது.

எதிரே கண்ட உலகம் சுருங்கி அடர்ந்து உடைந்த துண்டுகள் மிதக்கும் ஒரு சுழலாகிப் பின் தட்டையாகி அச்சமூட்டும் வகையில் உருமாறி, உடைந்த ஒரு சன்னலைத் துளைத்துவருவதுபோல என்னை நோக்கி வந்தது. எனது நாளங்களில் ரத்தம் பீறிட்டுப் பாய்வதை உணரமுடிந்தது. மண்டையோட்டுக்குள் மூளையை உணரமுடிந்தது. அதனை சாம்பல் செல்களின் தொகுதியாகவும் நுண்ணிய ரத்தத் தந்துகிகளின் சிக்கலான வலைப்பின்னலாகவும் உணரமுடிந்தது. அவற்றுக்குள்ளே என்னைப் பல வாரங்களாகத் தொடர்ந்துவரும் மன இறுக்கத்தையும் உணரமுடிந்தது. சற்று வலுவாக அழுத்தினால் குழப்பங்களைச் சேர்த்துவைப்பதற்காக நான் கட்டியிருக்கும் இந்த அணை கரை உடைந்து எல்லாம் அடித்துக் கொண்டு போய்விடும்.

இதுபோன்ற சூழலில் நான் மாட்டிக்கொள்வது இதுதான் முதல் தடவை என்றில்லை. குழந்தைப் பருவத்திலிருந்தே பல மாறுவேடங்களில் இது என்னைப் பின்தொடர்ந்து வந்திருக்கிறது. ஏதாவது ஒன்றைத் தொடங்கினால் தடை ஏற்படும், அந்தத் தடையைத் தாண்டியபின் இன்னொன்று வரும். இப்படியே தொடர்ந்து இறுதியில் வெற்றிபெறுவேன் அல்லது என்னால் தாண்டமுடியாத ஒரு தடையில் வந்துநிற்பேன். கடைசியில் ஒரு முடிவுக்கு வருவேன். இருப்பது ஒரேயொரு வழிதான்; தலையால் முட்டி தடைச் சுவரைத் தகர்க்க வேண்டும்.

அதுவொரு தாந்திரீகச் சூழ்நிலை, இல்லையா? அது உளநோய்கள், மனச்சிதைவுகள், மனச்சோர்வுகள், பித்துகள், தற்கொலைகள் ஆகியன முளைக்கும் நிலமல்லவா? நீங்கள் நினைத்திருந்ததுபோல அல்லது மற்றவர்கள் எண்ணியிருந்ததுபோல நீங்கள் பலம் பொருந்தியவர் இல்லையென்பதை உணரும்போது என்ன செய்வது? தொடர்ந்து முயல்வதா? முயற்சியைக் கைவிட்டுத் தோல்வியை ஒப்புக்கொள்வதா? நடிப்பதா?

ஒருவழியாக நாலாவது சாக்கை லாமா மடாலயத்துக்குக் கொண்டுவந்து சேர்த்தேன். மூச்சுவாங்க ஆசானிடம் சென்றேன். எனது குழப்பத்தை அவரிடம் சொன்னேன், "வாழ்க்கைச் செயல்முறை பல தொடர் முயற்சிகளால் ஆனது. ஒவ்வொரு நாளும் நான் எதிர்கொள்ளும் சூழல்களின் விளைபயன்கள் எனது திறமையின் அளவைப் பொருத்தே அமைகின்றன. தடைகள் எனக்குத் திசை பற்றிய அறிவைத் தருகின்றன, பாதை தடையற்று இருக்கும்போது இதை நான் உணர்வதில்லை.

தடையைத் தாண்ட முடிகிறவரை வாழ்க்கை மகிழ்ச்சியாக இருக்கிறது. நான் நடக்கிறேன், ஏதோ ஓர் இடத்தை நோக்கிப் போகிறேன் என்ற உணர்வு என்னுள் இருக்கிறது. தாண்டிச்செல்ல முடியாத தடையை எதிர்கொள்ளும்போதுதான் பிரச்சனை எழுகிறது. சிலநேரம் அந்தத் தாமதம் தற்காலிகமாக இருக்கிறது. பொருத்தமான செயல்களைக் (ஓய்வு, ஆழ்சிந்தனை அல்லது சிறு தந்திரம்) கொண்டு என் பயணத்தைச் சீக்கிரமே தொடர முடிகிறது. ஆனால் விரைவிலேயே ஒரு தடையை, எனது பலம் அல்லது தந்திரம் அல்லது அறிவைக்கொண்டு தகர்க்க முடியாத தடையை, எதிர்கொள்கிறேன்."

போதுமான பலம் இல்லாதபோது ஆற்றலற்றவனாக உணர்கிறேன். அப்போது நான் நிகழ்வது தடைப்படுகிறது, பெருக்கு அசையாது நின்றுவிடுகிறது. இதுபோன்றவைதான் வாழ்வின் மிகவும் பயங்கரமான கணங்கள் என நினைக்கிறேன். ஏன்? நாம் வழுக்கிவிழும்போது அதுபற்றிய நமது எண்ணம் தவறாகவே இருக்கிறது, அதற்கான நமது எதிர்வினை மிக வேகமாகவும் உணர்சிகரமாகவும் இருக்கிறது (வினை அல்ல எதிர்வினை). ஒரு தாந்திரீக ஆசான்கூட எல்லா பலமும் பொருந்தியவரல்லர் என்பதுதான் என் எண்ணம். அவரும்கூட எப்போதாவது மிக உயரமான ஒரு சுவரை எதிர்கொள்கிறார். அப்படி நடக்கும்போது அவர் என்ன செய்வார்?

ஒரு வண்டியளவு அர்த்தமற்ற உளறலைக் கேட்க நிர்பந்திக்கப் பட்டவர் போல என்னை உற்றுப்பார்த்தார் லாமா. "மூட்டை கனமாக இருக்கிறது, நீங்கள் பலம் குன்றியவராக இருக்கிறீர்கள் – இதுதானே பிரச்சனை?"

நான் ஆமென்று தலையசைத்தேன். விரைவாக இதையும் சொன்னேன். சிரமத்துடன் நான் மேலே தூக்கிவந்த ஸ்தூல மூட்டைகள் பற்றிச் சொல்லவில்லை, பொதுவாகச் சொன்னேன். தான் ஆற்றலற்றவர் என உணரும்போது ஒரு தாந்திரீக ஆசான் எப்படி எதிர்வினையாற்றுவார்?

"பிரச்சனை அதை நீங்கள் எங்கே பார்க்கிறீர்கள் என்பதல்ல, எங்கிருந்து பார்க்கிறீர்கள் என்பதுதான்" என்றார். "மிகவும் கனக்கும் மூட்டை உங்களுக்குள் இருக்கிறது, உங்களது தாந்திரீகமல்லாத மனதைக் கொண்டு நீங்கள்தான் அதை உருவாக்கியிருக்கிறீர்கள். நீங்கள் உருவாக்கியதுதான் உங்களை ஆற்றலற்றவராக உணரவைக்கும் சுமை."

நான் என்ன தவறு செய்தேன் என்று சொல்லுங்கள் என்றேன். ஏதோவொன்று சரியில்லை என்று தெரிகிறது. கண்ணுக்குத் தெரியாத பந்தைப் பிடிப்பதற்காகக் கையை நீட்டுகிறேன், ஆனால் என்னுள்ளிருக்கும் ஒன்று என் கண்களை மறைக்கிறது.

"உங்களது பார்வைதான் உங்களது பார்வையை மறைக்கிறது" என்றார். "உங்களால் நேரடியாகவே *கண்கள்வழி* பார்க்க முடியும். சுற்றியுள்ளவற்றை உங்கள் கண்களைக் கொண்டு பார்த்தால் காணக்கூடிய விஷயங்களோடு நேரடியாகத் தொடர்புகொள்ளக்கூடிய உங்களது திறனை இழக்கிறீர்கள். உங்களது கண்கள் மூடுபனி படிந்த சன்னல் கண்ணாடியைப்போல ஒரு

திரையாகிவிடுகின்றன. நீங்கள் பார்ப்பது அந்தத் திரையின்மீது வீழும் உங்களது மன பிம்பத்தைத்தான். கண்கள்வழியாக நீங்கள் உண்மையில் என்ன இருக்கிறதோ அதைப் பார்க்கிறீர்கள். கண்களைக் கொண்டு பார்க்கையில் நீங்கள் பார்க்க விரும்புவதைப் பார்க்கிறீர்கள். அதனால்தான் தாந்திரீக ஆசான் உலகைத் தனது *கண்கள்வழி* பார்க்கிறார். அவர் உங்களை உற்றுப்பார்ப்பதாக, தனது பார்வையால் உங்களை ஊடுருவுவதாக நீங்கள் நினைக்கலாம். அனைத்தையும் தன் மனதைக்கொண்டு *கண்கள்வழியாகப்* பார்ப்பதால் எப்போதுமே அவர் தான் செய்ய வேண்டியது என்னவென்பதை அறிந்திருக்கிறார்."

சிறிது நேரம் மௌனமாக இருந்தவர் மீண்டும் தொடர்ந்தார். "உங்களுக்கொரு இலக்கு இருக்கிறது. என்னமாதிரியான இலக்கு அது? உங்களது நண்பர்கள் இருவரை விடவும் நீங்கள் சிறந்தவராக இருக்க வேண்டும், சிறந்தவராக இல்லாவிட்டாலும் அவர்களுக்குச் சமமானவராகவாவது இருக்க வேண்டும். குறைந்தபட்சம் அவர்களுக்கு வெகு பின்னால் தங்கிவிடக்கூடாது. ஏன்? மற்றவர்கள் நம்மைவிடத் திறன் படைத்தவர்கள் என்பதுபோன்ற விஷயங்கள் வாழ்க்கையில் இருப்பதை நீங்கள் ஏற்றுக்கொள்ள மறுக்கிறீர்கள். ஒரு மூட்டை பார்லி மாவுக்கும் இதற்கும் என்ன தொடர்பு?"

என்னை அவர் உற்றுப் பார்த்தார். "ஒன்றுமேயில்லை. இவை யெல்லாம் கண்திரையின் மீதான உங்களது மனதின் பிம்பங்கள். இவையெல்லாம் மூட்டையை வெறுமனே ஒரு பொருளாகப் பார்க்க முடியாமல், உங்களது தன்உறுதிப்பாட்டு விளையாட்டின் ஒரு பகுதியாகப் பார்க்கும் தன்முனைப்பின் வழமையான வேடிக்கைகள்."

பிரச்சனையை என் *கண்கள்வழியே* பார்க்க அறிவுறுத்தினார்.

நான் முயன்றேன்.

"என்ன தெரிகிறது?" என்று கேட்டார்.

"மூட்டை மட்டும்தான் தெரிகிறது" என்றேன்.

"வேறொன்றும் *இருக்கிறது*. மூட்டைதான் உங்களது ஒரே எதிரி. நீங்கள் தடையைக் கண்டது உங்களது சகபணியாளர்கள் இருவரிடத்தில், உங்களுடையதைத் தாண்டிய அவர்களது வலுவில், உங்களது போட்டி மனப்பான்மையில். நீங்கள் கண்கள்வழியே பார்க்கும்போதுதான், உண்மையில் எதிரே இருப்பதைப் பார்க்கும்போதுதான், தாந்திரீகம் உங்களுக்கு உதவ முடியும்."

"எப்படி?" நான் கேட்டேன்.

"இங்கே உங்களிடம் இருப்பது ஒரு மூட்டை மாவு. ஒரு தந்திரம் செய்யுங்கள். உடல்வலு எல்லைக்குட்பட்டது, மனவலுவுக்கு எல்லை யில்லை."

அடுத்துக் கொண்டுவரப்போகும் மூட்டை இப்போது கொண்டுவந்த மூட்டையைவிட மூன்று மடங்கு கனம் குறைந்தது எனக் கற்பனை

செய்துகொள்ளச் சொன்னார். மூட்டையைத் தோளுக்கு ஏற்றும்போது அது நான் நினைத்ததைவிட மூன்று மடங்கு கனம் குறைந்தது என்ற உண்மை எனக்கு நிம்மதி தரும், உற்சாகத்தை ஏற்படுத்தும், என்னைத் தன்னம்பிக்கையால் நிறைக்கும். இந்தச் சவாலுக்குப் பொருத்தமானவன் நான் என்ற நம்பிக்கையை உண்டாக்கும். பாதையில் ஏறத் தொடங்கும் முன் இதற்குமுன் சுமந்த மூட்டையைவிட இந்த மூட்டையை நான் இரண்டு மடங்கு அதிக தூரத்துக்கு, பாறையின் பக்கவாட்டில் அமைந்த கூரைக்கு, சுமந்து செல்வதாகக் கற்பனை செய்ய வேண்டும்.

என்னுடைய உண்மையான இலக்கான மடத்தின் அடிப்பகுதியில் இருக்கும் சரக்கு அறைக்குச் செல்வதற்கு நான் செலவிட நினைத்த சக்தியில் பாதியைச் செலவிட்டால் போதுமானது.

நான் கிராமத்துக்குத் திரும்பிச்சென்றேன். ஹென்றியும் மேன்ஃப்ரடும் மூச்சு வாங்கியபடி அந்தச் செங்குத்துச் சரிவில் அமர்ந்திருந்தனர். அவர்கள் மிகவேகமாகத் தங்கள் பணியைச் செய்ய ஆரம்பித்தனர், அதனாலேயே சீக்கிரமே களைப்படைந்துவிட்டனர் எனத் தோன்றியது.

நான் ஆசான் சொன்னவற்றைப் பின்பற்றினேன். முடிவு ஆச்சரியப்படத்தக்க வகையில் இருந்தது. வழியில் மூன்றுமுறை சிறு ஓய்வு மட்டும் எடுத்து எனக்கு ஒதுக்கப்பட்ட ஏழு மூட்டைகளில் மீதியிருந்த மூன்றை சரக்கு அறைக்குக் கொண்டுசேர்த்தேன். பிறகு இன்னும் இரண்டு மூட்டைகளைக் கொண்டுவரத் திரும்பிக் கீழே சென்றேன் – ஒன்று மேன்ஃப்ரடுடையது மற்றது ஹென்றியுடையது. அவர்கள் என்னை நம்பமுடியாமல் பார்த்தனர்.

"தாந்திரீகம்" நான் விளக்கினேன்.

28

தாந்திரீகத்தின் ரகசியங்கள்

கண்சிமிட்டும் பல்வண்ணப் பட்டை விளக்குகளும், மடத்தின் கூரைமீது விழுந்துகொண்டிருந்த காற்றிலசையும் பிரார்த்தனைக் கொடிகளின் நடனமிடும் நிழல்களும் சேர்ந்து பகற்பொழுதுகளிலெல்லாம் கண்கூசும் வெளிச்சம். கொடிகள் காற்றில் படபடக்கும் ஒலி எனக்குள் தொண்டையைக் கவ்வுவது போன்ற உணர்வுடன் விநோதமனாதொரு எரிச்சலைக்கொண்டு நிரப்பியது. வீட்டு நினைவு வாட்டுகிறதா?

ஒரு வகையில் ஆமாம்தான். ஆனால் வீட்டை நினைத்து நான் ஏங்கவில்லை. நான் முன்பிருந்த இடத்துக்காக, அப்போது நிகழ்ந்தவற்றுக்காக, அப்போது கழிந்துகொண்டிருந்த காலத்துக்காக ஏங்கினேன். நீங்கிச் செல்வதைத் தவிர்க்க இயலாது என்பதை உணர்ந்தேன். இந்த உணர்வு எந்தளவுக்குத் தீவிரமாக இருந்ததென்றால் நிகழ்காலம் இறந்தகாலம்போல் தோன்றி, இழந்துவிட்ட அந்தக்காலத்தை நினைத்து நான் ஏங்கத் தொடங்கியிருந்தேன்.

ஆச்சரியப்படும்வகையில் இதுவரை எனக்குப் போக்குக் காட்டி வந்த விழிப்புநிலை இப்போது கைகூடி வந்தது. எப்போதும் நிகழில் இருக்கும் ஆசையில் எதிர்காலத்துக்கு முதுகைக் காட்டிக்கொண்டு ஒவ்வொரு கணமும் என்னை மறுஒழுங்கு செய்துகொண்டேன். ஒவ்வொரு கணமும் நான் இருக்கும் இடத்திலேயே இருக்க விரும்பினேன், அதனாலேயே அதிசயம்போல ஒவ்வொரு கணமும் என் இலக்கில் இருப்பதுபோல உணர்ந்தேன். அனுபவத்தின் ஒவ்வொரு துணுக்கும் அதற்கு முந்தைய துணுக்கைப் போலவே விலைமதிப்பற்றது.

இப்படித்தானே தூக்குக்குக் காத்திருக்கும் மனிதன் அல்லது அல்லது மீளவியலா நோயில் வீழ்ந்து தனது இறுதி மாதங்களில் வாழ்ந்துகொண்டிருக்கும் மனிதன் உணர்வான்? இங்கே, இப்போது என்பதுதான் நீங்கள் உண்மையாகவே உயிரோடு இருக்கும் இடம். நிகழ்கணத்தில் முழுமையாக

இருக்கும்போது உங்களது இருப்பு இல்லாததுபோல உணர்கிறீர்கள், நிகழ்வனவற்றின் வெறும் தொகையாக நீங்கள் இருக்கிறீர்கள். வழமையான மனநிலைகளின் அழுத்தும் வலிமிக்க மோதல்கள் இல்லை; அங்கேயிருப்பது இருவர்தான் – நீங்களும் இந்த உலகமும்.

நீங்களும் உலகமும் சேர்ந்து ஒரே அனுபவமாக இருக்கிறீர்கள்.

எல்லாமே சடங்குகளாகிவிட்டன. நான் உணர்ந்த, சிந்தித்த, செய்த விஷயங்கள் குறித்த பிரக்ஞை நான் உணர்ந்த, சிந்தித்த, செய்த விஷயங்களைத் தொடர்ந்து செல்வதில்லை; அது உடனிகழ்வாக அமைந்துவிடுகிறது. எல்லாமே கூர்மையாக, தெள்ளத்தெளிவாக – வழக்கமான மனநிலைகளைச் சூழும் குழப்பமான நிழல்களும் வடிவங்களும் அவற்றின்மீது கவியாமல் இருக்கின்றன. மனதில் பதிந்த நிழல்களும் சிறு கணநேர வெளிச்சங்களும்கூட என் விழிப்பின் மையத்துள்ளே உள்வாங்கப்பட்டன.

இதுதான் அது என்று நினைத்தேன். எனக்கு நடுக்கமேற்பட்டது. ஒரு தாந்திரீக ஆசான் வாழும் மனநிலை இதுதான். நான் காண்பவை, முகர்பவை, கேட்பவை எல்லாம் எப்படி வேறுபட்டிருக்கின்றன இப்போது! தினமும் காலை உணவுக்கு முன் எப்படி என்னுடம்பில் தண்ணீர் மோதி அடித்துச் செல்கிறது. வெண்ணெய்த் தேநீரின் சுவை எவ்வளவு வித்தியாச மாக இருக்கிறது! ஒவ்வொன்றையும் முதல்முறையாகவும் கடைசிமுறை யாகவும் உணர்ந்து அனுபவிப்பதுபோல இருந்தது.

அந்த ஓடை பாறைகளுக்கிடையே புகுந்துவருவதால் வழக்கமாக லாமா மடாலயங்களில் வீசும் மோசமான வாடை இங்கே இல்லை. பிக்குகள் தினமும் குளித்தனர் (தெற்குக் கூரையில் படுத்துச் சூரியக் குளியலும் எடுத்தனர்.) கிராமத்துப் பெண்கள் அவர்களது உடைகளைத் துவைத்துத் தந்தனர். கடும் வெயில் நேரத்தில் ஓடையில் ஆட்டம் போடுவதை மாஸ்டிஃப்புகளும் விரும்பின. ஆலயங்கள் பிரார்த்தனைக் கூடங்களினுள் பழுப்பேறிய புத்தகங்களின் மக்கிக்கொண்டிருக்கும் ஏடுகளின் மணமும் வெண்ணெய் விளக்குகளின் மிக மெல்லிய முடைநாற்றமும் சேர்ந்து அடர்ந்த, கிறங்கவைக்கும் தூபப்புகை மணம்.

புழுதியும்கூட நல்ல மணமாகத்தான் இருந்தது. தொட்டால் பொடியும் சாம்பல் பழுப்பு மலைப்புழுதி தரையை, கூரைகளை, முடிவற்ற படிக்கட்டுகளை மூடியிருந்தது. நிலவறை நடைவழிகளிலும்கூட அது படிந்திருந்தது. மடத்துக்கு மேல் நேர்க்குத்தாக நின்ற பாறையின் மெல்லிய அடுக்குகளை காற்றுத் தொடர்ந்து அரித்து அரித்து சிறுசிறு துகள்களாக்கி கூரைகளுக்கு மேலாக கண்ணுக்குத் தெரியாத புழுதி மேகங்களாக அனுப்பி வைத்தது.

ஆனால் இவையனைத்திலும் இனிய வாசம் டோல்மாவிடமிருந்தது. பின்னிரவில் உறங்கும்பைக்குள் என் பக்கதில் வந்து உறங்குகையில் அவளது கேசம் காற்றின் புத்துணர்ச்சி மிக்க மணத்தையும், சருமம் கதகதப்பான பாலின் மணத்தையும், உடைகள் ஒரு சிறுமியின் வியர்வை மணத்தையும் கொண்டிருக்கும். குழந்தைமை மாறாத அவளது கைகளில்

பட்டாணி வெங்காயம் அல்லது அன்று அவள் கையாண்ட ஏதோ ஒரு பொருளின் மணமும் இருக்கும்.

அவள் எப்போதுமே தனது உடைகளை அகற்றியதில்லை, அந்தக் கம்பளி மேல் சட்டையைக்கூட. தனது சப்பாத்துகளை மட்டும் அவள் கழற்றுவாள். உறங்கும்பைக்குள் நாங்கள் முஷ்டிகளைக் கொண்டு செல்லக் குத்துச்சண்டை செய்வோம், கிச்சுக்கிச்சு மூட்டிக்கொள்வோம். ஒருவர் மற்றவரது தலைமுடியைப் பிடித்திழுத்து முதலில் யார் வலியில் "ஆ" என்கிறார்கள் என்று பார்ப்போம். பிறகு காட்டு விலங்குளைப்போல ஊளையிட்டு விளையாடுவோம். எந்த முன்னறிவிப்புமின்றி அவள் சட்டென்று உறங்கிவிடுவாள். ஒரு குறும்புச் சிரிப்பின் நடுவில் ஆழ்ந்து மூச்செடுப்பாள், தோதான விதத்தில் உடலை நீட்டிக்கொள்வாள், பிறகு ஒரு லயத்துடன் அமைதியாக மூச்சுவிடத் தொடங்குவாள்.

இரவுகளில் குளிர் மிகக் கடுமையாக இருந்தது. ஒருபோதும் நான் ஆழ்ந்து உறங்கியதே இல்லை, அன்று நடந்தவை என் நினைவிலிருந்து அகன்றுவிடவில்லை என்பதை உறுதிசெய்து கொள்வதுபோலக் கனவிலும்கூட அவற்றை அசைபோட்டுக்கொண்டிருப்பேன். அநேகநேரம் நான் கனவு காண்பது போலவே தோன்றாது, காரணம் கனவின் பிம்பங்கள் தெளிவாகவும் துல்லியமாகவும் இருக்கும். நான் இருக்குமிடத்திலேயே இருக்க விரும்பினேன். நான் வாழ்வது போலவே வாழ விரும்பினேன். ஒவ்வொரு கணமும் நான் இருக்க விரும்பிய இடத்தில்தான் இருக்கிறேன் என்ற அற்புதமான உணர்வைத் தக்கவைத்துக்கொள்ள விரும்பினேன்.

எனக்குள் நிகழ்ந்த மாற்றத்தால் உலகமும் மாறியிருந்தது. அது வெளிப்படையானதாக, கைநீட்டி வரவேற்பதாக, தவறுகளை மன்னிப்பதாக மாறியிருந்தது. மடத்தின் எல்லாப் பகுதியிலும் என்னை அன்புடன் வரவேற்றார்கள். பயிற்சிகள் மேற்கொள்ளாத நேரத்தில் நான் மடத்தைச் சுற்றிவந்தேன், ஆலயங்கள் நிலவறை அரங்குகள் (அனேகமாக அவை குகைகளாக இருக்கும்) அவற்றை ஆர்வத்துடன் கண்டுவந்தேன். மண்டலங்கள், சிலைகள், சுவரோவியங்கள் இவற்றைப் பார்த்து வியந்தேன். பிக்குகளின் குழுக்களில் இணைந்து மௌனமாக அமர்ந்திருந்தேன், அவர்களது தியானநிலைகளைக் கவனித்தேன், அவர்களோடு சேர்ந்து தியானித்தேன், ஒருவார்த்தையும் புரியாதபோதும் அவர்களது உரையாடல்களைக் கேட்டேன். நாளுக்கு ஐந்துமுறை மடத்தில் பல்வேறு இடங்களிலிருந்தும் ஒலித்த வழிபாட்டு இசையின் முதுகுத்தண்டைச் சில்லிடவைக்கும் ஒலிகளையும் கேட்டேன்.

எனக்குள் ஏற்பட்ட மாற்றத்தையடுத்து மனிதர்களும் மாறினர். அவர்கள் எளிதில் அணுகக்கூடியவர்களாக மாறினர். ஹென்றி நெப்போலியன், மேன்ஃப்ரட், நான் ஆகிய மூன்று வெளிநாட்டவர்கள் – மூன்று சீடர்கள் – எங்களுக்குள் போட்டியை விடுத்து நண்பர்களானோம். இப்போதும் கண்ணுக்குத் தெரியாத பந்தைக்கொண்டு எறிபந்தாட்டம் ஆடினோம், ஆனால் தந்திரங்கள் செய்யாமல் அடுத்தவரைவிடத் திறமைசாலி என்று நிரூபிக்கும் நோக்கம் இல்லாமல் ஆடினோம். எங்களது போட்டியுணர்வு மறைந்து அங்கே புதிய தாந்திரீக முறைகளைப்

பரிசோதிக்கவும் கண்டுணரவுமான விருப்பம் முளைவிட்டிருந்தது. எங்களது மிக அந்தரங்கமான எண்ணங்களையும் பரிமாறிக்கொள்ள முடிந்தது. முகமூடிகளைக் கிழித்த நாங்கள் நம்பமுடியாதவொரு சுதந்திர உணர்வைப் பெற்றோம்.

எங்களது மனதிலிருப்பதைக் கொட்டியபோது ஆச்சரியப்படத் தக்கவகையில் எங்களுக்குள் ஓர் ஒற்றுமையைக் கண்டோம். நாங்கள் மூவருமே ஆன்மீகப் பொருள்முதல்வாதத்தால் பாதிப்புக்குள்ளாகி யிருந்தோம். எங்களை இன்னும் பயன்மிக்க வகையிலும் குறைந்த விரயங்களுடனும் வாழ உதவும் கருத்துகளைப் பேராசையுடன் தொடருதல், இருப்பு, வாழ்தலின் அர்த்தம் ஆகியவற்றின் ரகசியங்களைக் கண்டடைய உதவும் அறிவைத் தொடர்ந்து சேகரித்தல், அதேநேரம் எங்களது ஆன்மீக மாளிகைகளை விலைமிக்க மீமெய்யியல் ஓவியங்களால் அலங்கரித்தல் என்னும் ஆன்மீகப் பொருள்முதல்வாதம் அது. ஒரு கட்டத்தில் குவித்துவைத்த எங்களது ஆன்மீக ஆதாயங்கள் கடும் சுமையாகிக்கொண்டு வருவதை உணர்ந்தோம். திகிலுற்றவர்களாய்த் தப்பும் வழிதேடி மதம், உளப்பகுப்பாய்வு, மார்க்சியம் ஆகியற்றில் வீழ்ந்து எழுந்து இறுதியில் விரக்தியின் விளிம்பில் நின்றவர்களாய்க் கால்போன போக்கில் எல்லாவித நிவாரணங்களையும் தேடிச்சென்றோம்; மாயமந்திரங்களைக்கூட நாடினோம்.

கடைசியில் நேரான வழி ஒன்று மட்டுமே எங்களைக் காப்பாற்ற முடியும் என்பதை உணர்ந்தோம். தொடர்ந்து, கிடைப்பதையெல்லாம் வாங்கிச் சேர்க்காது, மேலும் மேலும் எங்கள் மனநலத்தைக் குலைக்கும் வேறுபட்ட புதிய மாத்திரைகளை எடுத்துக்கொள்ளாது, இவற்றை நிராகரிக்கும் ஒரு வழியாக அது இருக்கவேண்டும். மருந்தும் வேண்டாம் சிகிச்சையும் வேண்டாம் என்னும் நிராகரிப்பு. ஒன்றே ஒன்றுதான் எங்களைக் குணப்படுத்தும் என்று தெரிந்துகொண்டோம்: எங்களுக்கு நோய் இல்லை, மோசமான எதுவும் எங்களை அச்சுறுத்திக்கொண்டிருக்க வில்லை, நாங்கள் நன்றாக இருக்கிறோம் இந்த உலகமும் நன்றாக இருக்கிறது, நிலைமை ஒன்றும் கைமீறிப் போய்விடவில்லை என்ற நம்பிக்கைதான் அது. ஓர் உளவியல் மாற்றம் தேவை, எங்கள் பார்வையில் மாற்றம் தேவை என்பதை உணர்ந்தோம்.

ஆனால் இந்த மாற்றம் நிகழ்வது அவ்வளவு எளிதாக இல்லை. குழந்தைகளாக இருக்கும்போது மட்டுமே இந்த வாழ்வையும் உலகையும் நேரடியாக அனுபவிக்க முடியும். பின்னால் வயதாகும்போது நம்மில் பலர் உலகை அது இருக்கும் நிலையிலேயே விட்டுவிட்டு அதனின்று மிகத் தூரமாக விலகிப்போகிறோம், அதற்கு மாற்றான ஓர் உலகை உருவாக்கிக்கொள்கிறோம், முன்னிலும் சிக்கலான தனிப்பட்ட மற்றும் சமூக வரையறைகளுக்குள் சிக்கிக்கொள்கிறோம். உண்மையான நிலம் இருந்த இடத்தில் வரைபடம் வந்துவிடுகிறது, பிறகு வரைபடமே நமது யதார்த்தம் என்றாகிவிடுகிறது. மிக்கடுமையான அதிவிரைவான எதிர்த்து வெல்ல முடியாத ஒன்றுதான் உலகை அதன் உண்மையான ஸ்திதியில் மீளவும் கண்டடைய உதவ முடியும் என்று நாங்கள் நினைத்தோம்.

தாந்திரீகம்.

தற்கணத்தைக் கைக்கொள்ளும்போது எல்லாமே ஒரு சடங்குப்பூர்வ லயத்தைப் பெற்றுவிடுகின்றன. லாமாமடாலயத்தில் வாழ்க்கை அப்படித்தான் இருந்தது, ஒரு சடங்குப்போல. சூரியன் ஒளிவீசியபோது ஒளிவீசியது சூரியன்தான், பனி பெய்தபோது பெய்தது பனிதான்; வெண்கலமணி ஒலித்து உணவறை நோக்கி நாங்கள் நடந்தபோது உணவறை நோக்கி நாங்கள் நடந்தோம்; உலோகக் கிண்ணத்தை இறுகக் கையில் பிடித்துகொண்டு நாங்கள் *ஸாம்ப்பா* அண்டாக்களுக்கு முன் நின்றபோது, *ஸாம்ப்பா* அண்டாக்களுக்கு முன் நாங்கள் நின்றோம்; நாங்கள் மரப்பலகைகளில் உட்கார்ந்து உணவருந்தியபோது, மரப்பலகைகளில் உட்கார்ந்து நாங்கள் உணவருந்தினோம்; பிரார்த்தனை மந்திரங்களைத் திரும்பத்திரும்ப உச்சரித்தபோது நாங்கள் அதைத்தான் செய்தோம், அதை மட்டும்தான் செய்தோம், கூடக் குறைய எதுவுமின்றி அதை மட்டும்.

முந்தினநாள் பனிப்பொழிவு இருந்தது. வானத்தின் துளையிட்ட பஞ்சுமெத்தையிலிருந்து பிரிந்துவந்த வாத்து இறகுகள்போலப் பள்ளத்தாக்குக்கு மேலாக மிதந்து அலைந்துகொண்டிருந்த பனிக் கீற்றுகள் ஓசைகளை அமுக்கி லாமாமடாலயத்தை அமைதிக்குள் ஆழ்த்தியபடி மெல்ல படிக் கூரைகள்மீது இறங்கிக்கொண்டிருந்தன. ஹென்றி *த்ரபா* (லாமா நிலையை அடையாத பிக்கு) ஒருவருடன் சிறிது நேரம் செலவிட்டிருந்தார். சில தம்ளர்கள் பார்லி ஜின் அருந்தி உடலைக் கதகதப்பாக்கிக்கொண்டிருந்தார். இதனால் அவரது மனம் தத்துவ – மறைஞான விசாரணைக்குள் ஆர்வமுடன் இறங்கியது. தனது வழமையான ஸ்திதி மாறாமல், அந்தச் சிடுசிடுப்பும்கூட மாறாமல், இருந்த அவர் "நாம் பனியில் மூழ்கப்போகிறோம்!" என்று உரத்துச் சொன்னார். "அடுத்த வருடம் பனி உருகத் தொடங்கும்போது நாமெல்லோரும் தாந்திரீக ஆசான்களாகியிருப்போம்!"

மூன்று குழந்தைகளோடு தனது மனைவி ஸ்விட்சர்லாந்தில் தனக்காகக் காத்துக்கொண்டிருப்பதாக மேன்ஃப்ரட் சொன்னார். வெவ்வேறுபட்ட நூற்றுக்கணக்கான கடமைகள் எனக்காகக் காத்திருக்கின்றன என்றேன் நான். இவையெல்லாம் வெற்று வார்த்தைகள் என்பதை நாங்களிருவரும் அறிந்தேயிருந்தோம். நாங்களும் ஏராளம் பனிச்சரிவுகள் ஏற்பட்டு, கிளம்பிப் போகும் எண்ணத்திலிருந்து எங்களைக் காப்பாற்ற வேண்டுமென்று ஆழ்மனதில் எண்ணிக்கொண்டோம்.

நாங்கள் ஸ்வஸ்திகா சின்னத்தைப் பற்றிப் பேச ஆரம்பித்தோம். அது படைப்பின் ஆதிக் குறியீடுகளில் ஒன்று, சகாராவின் கீழிருக்கும் ஆப்பிரிக்காவும் ஆஸ்திரேலியாவும் மட்டும்தான் அதைப்பற்றி அறிந்திராத பிரதேசங்கள். ஜெர்மானியப் புராணத்தில் அது தோர் கடவுளின் லச்சினை. அதைப் பண்டைய கிரேக்களும் அறிந்திருந்தனர். அமெரிக்க இந்தியர்களின் மூதாதையர் அதனை *புதிய உலகு*க்குக் (அமெரிக்காவுக்கு) கொண்டு வந்தனர். மத்திய ஆசியாவிலிருந்து வந்த ஆரியர்கள் வழியாக (வேதங்களோடு சேர்ந்து) அது இந்தியாவுக்கு வந்தது. அது இந்துமதச் சின்னங்களுள் ஒன்றானது, கடைசியில் அது பௌத்தர்களாலும் ஏற்றுக்கொள்ளப்பட்டது.

திபெத்திலும் அதைச் சுற்றிய பகுதிகளிலும் இடது நோக்கிய ஸ்வஸ்திகா பௌத்தத்துக்கு முந்தைய மதமான பான் மதத்திலேயே இருந்திருக்கிறது.

இரவு பனிப்பொழிவு தணிந்திருந்தது, காலையில் மலைச்சரிவுகளிலும் லாமா மடாலயத்தின் கூரைகளிலுமிருந்த பனியைச் சூரியன் விரைந்து உறிஞ்சிவிட்டது. பள்ளத்தாக்கில் மட்டுமே சில வெண்ணீலத் திட்டுகள் காணப்பட்டன. மடத்திலிருந்த நாய்கள் ஏனோ அமைதியிழந்திருந்தன, தங்கள் காதுகளைச் சொறிந்தபடியும் காற்றில் மோப்பம் பிடித்தபடியும் அவ்வப்போது குரைத்தபடியும் இருந்தன. இரவு பயணத்திலிருக்கும் "நல்ஜோர்பா" ஒருவர் மடத்துக்கு வந்ததாக ஹென்றி குறிப்பிட்டார். நல்ஜோர்பா என்பவர் பத்தாண்டுகளுக்கு மேல் பயிற்சி செய்து தனது அகநெருப்பைக் (*தம்மோ*) கொண்டு உடலை உஷ்ணப்படுத்திக் கொள்ளும் கலையிலும், காற்றில் நடக்கும் (*லங்கோம்*) கலையிலும், எண்ணத்தை பருப்பொருளாக்கிக் கண்முன் துலங்கச்செய்யும் (*தூல்பா*) கலையிலும் தேர்ந்தவர். அவர் காலநிலையைக் கட்டுப்படுத்தக் கூடியவர், இறந்தவரை மீண்டும் உயிர்ப்பிக்க வல்லவர். பனிப்பொழிவு நின்றதற்கான காரணம் வழியில் பனிச்சரிவுகளால் அல்லலுறக்கூடாது என அவர் நினைத்ததுதான். அவரது அமானுஷ்ய சக்திகளை உணர்ந்தே நாய்கள் அமைதியிழந்திருந்தன.

லாமா மடாலயத்துக்கு இன்னும் அதிக விருந்தினர்கள் வந்தனர். இந்தியாவின் தென்பகுதியிலிருந்து வந்த தாந்திரீகர்கள் குழுவில் வசீகரிக்கும் அழகுடைய இளம் பெண்கள் சிலர் இருந்தனர். மடத்தை அடைந்ததும் ஒரு சடங்காக ஓடையில் குளித்த அவர்கள் அவர்களை வரவேற்க நியமிக்கப்பட்டிருந்த லாமாவிடம் ஆசி பெற்றனர். ஏதோ நிகழப்போகிறதென்று ஹென்றி உறுதியாக நம்பினார். அவர்கள் எதற்கோ ஆயத்தமானார்கள், ஏதோ நிகழ்ச்சியாக இருக்க வேண்டும். அங்கே ஒருவிதப் பதற்றம் நிலவியதை உணரமுடிந்தது.

"ஏதோ நடக்கப்போகிறது" என்றார் ஹென்றி. "நமக்கு, அல்லது நம்மால்."

29

கிருஷ்ணலீலை

மேலே ப்க்கத் தாழ்வாரங்களிலிருந்து மெல்லச் சுண்டப்பட்ட நரம்புகளின் ஒலி என்னை நோக்கி மிதந்து வந்தது. அதனுடன் மெல்லிய குழலோசையும் இணைந்தது. அந்த ஒலிச் சித்திரத்தில் நாணமுடன் சிறிய மேளமும் தன்னை இணைத்துக்கொண்டு பின்னணியில் ரகசியமாக ஒலித்தது. சட்டென்று சோகமாகப் பாடும் ஒரு பெண்ணின் மெல்லிய குரல் அந்த இரவை நிறைத்தது. அக் குரல் உயர்ந்தது, தாழ்ந்தது, விலகிச்சென்று பின் திரும்பி வந்தது, எனக்கு மேல் நடுங்கி ஒலித்தது. கணவாயைக் கடந்தபோது நான் கேட்ட அதே குரல், என்னால் மறக்க முடியாத அந்தக் குரல்.

நிலவறை நடைவழியிலிருந்து மஞ்சள் அங்கியணிந்த பெண்கள் நடனமாடியபடி வெளியே வந்தனர். கைகளைக் கோர்த்து வட்டமாய் என்னைச் சுற்றிவந்து நடனமாடினர். அவர்களது அமைதிமிக்க அழகின் வட்டமான லயத்தில் கூந்தல் மேலும் கீழும் குதிக்க அவர்கள் நடனமாடினர். அவர்களை அலங்கரித்த ஆபரணங்கள்மீது நிலவு மெல்ல ஒளிர்ந்தது. வட்டத்திலிருந்து விலகி ஒரு பெண் மட்டும் வெளியே வந்தாள், நடனமாடியபடியே என்முன்னே வந்துநின்றாள்.

“டோல்மா” என்றேன்.

கையைப் பிடித்து இழுத்து நடனத்தில் என்னை நுழைத்தாள். அதன் அர்த்தம் என்னவென்று தெரியாமலே நான் அவர்கள் செய்வதைப் பார்த்து அப்படியே தொடர்ச்சியாக குனிந்து வளைந்து என்னால் முடிந்த அளவு டோல்மாவுடன் இணைந்து சிறப்பாக ஆடினேன். அது எனக்குக் கழுகு தனது சிறகுகளை விஸ்தாரமாக விரிப்பது போலவும், நள்ளிரவுக் காற்றில் மரங்கள் கிளைகளை அசைப்பது போலவும், புகை வானை நோக்கி மெல்ல எழும்புவது போலவும் இருந்தது.

நாங்கள் கைகளைக் கோர்த்துக் கடிகாரச் சுற்றில் ஆடியபோது மற்றப் பெண்களைக் கொண்ட வட்டம்

எதிர்க் கடிகாரச் சுற்றில் ஆடியது. அவர்கள் திசையை மாற்றியபோது நாங்களும் திசையை மாற்றிக்கொண்டோம். தொடர்ந்து இப்படிச் செய்துகொண்டே இருந்தோம். அப்போது சில பெண்கள் பெரிய வட்டத்திலிருந்து தங்களை விடுவித்துக்கொண்டு அதற்குள்ளேயே ஒரு சிறிய வட்டத்தை அமைத்து ஆடத் தொடங்கினர். பெரிய வட்டம் எதிர்க் கடிகாரச் சுற்றில் ஆடினால் சிறிய வட்டம் அதற்கு எதிர்த் திசையில் சுற்றிவந்து ஆடியது. நானும் டோல்மாவும் சிலநேரம் சிறிய வட்டத்துக்கு எதிர்த் திசையிலும் சிலநேரம் அவர்களையொத்து அதே திசையிலும் சுற்றிவந்து ஆடினோம். இவ்வாறு மற்ற இரண்டு வட்டங்களின் திசைகளையும் மாற்றிமாற்றி அனுசரித்து ஆடிக்கொண்டிருந்தோம்.

இது இந்தியர்களால் கிருஷ்ணலீலை என அழைக்கப்படும் சிற்றின்ப நடனம். கிருஷ்ணர் விஷ்ணுவின் எட்டாவது அவதாரம், அவரது கவனம் தங்கள்மீது விழுந்துவிடாதா என ஏங்கி நடனமிடும் இடையர் இனப் பெண்களால் எப்போதும் சூழப்பட்டிருக்கும் “மாறாத இளமையுடைய கடவுள்.” தாந்திரீகமான அனைத்தும் மூன்று நிலைகளில் குறியீடாக உள்ளன. பருப்பொருள் (உடல்), உளநிலை (ஆன்மா), பிரபஞ்சம் (உணர்வு).

முதல் நிலையில் வெட்கமற்ற காமம்தான் குறியீடு: இடையர் பெண்கள் பசுவிடம் பால் கறப்பது, பசுக்களின் மடியைப் பிசைவது, அழுத்திப் பாலை பீய்ச்சச் செய்வது, பாலைக் கடைந்து வெண்ணெய் எடுப்பது. இரண்டாம் நிலையில் அவர்கள் சுற்றிவந்து நடனமிடுவது உளமையங்களில் பொங்கும் பாலுறவு ஆற்றலைக் குறிக்கிறது. மூன்றாவது வட்டவடிவச் சுற்றியக்கம் விண்மீன்கள் மற்றும் வின்மீண் திரள்களின் இயக்கத்தைக் குறிக்கிறது.

பர்லுறவு ஆற்றல் ஆன்மீக ஆற்றலாக மாறுவதன் சடங்குக் குறியீடுதான் கிருஷ்ணலீலை. இதில் ஆண் தொல்படிமம் பல வேடங்களை ஏற்கிறது: வேடன், பாதுகாவலன், போர்வீரன், தந்தை, கணவன், காதலன், வியாபாரி, கலைஞன். தாந்திரீகத்தைக் கடைப்பிடித்து இந்த வேடங்களை வடிகட்டி ஒரு தூய, வலுமிக்க உயிரியாக மாறலாம், அவன் ஒரு தாந்திரீக யோகியாகலாம். தாந்திரீகத்தில் தேர்ந்த யோகியைப் பொருத்தமட்டில் வாழ்க்கை ஓர் ஆடையலங்காரப் போட்டி, அதில் அவன் நூற்றுக்கணக்கான வேடங்களைத் தரித்து வரலாம். வெளியே தனக்குப் பிடித்த அல்லது தேவைப்படும் எந்தத் தோற்றத்திலும் வரலாம். உள்ளே அதே மாறாத, எப்போதும் அவனது உள ஆழத்திலிருக்கும் அந்தத் தோற்றம்தான்.

இதேபோலப் பெண்ணும் (முறையான பயிற்சியுடன்) தனது தொல்படிமத்தை எண்ணிக்கையற்ற பெண்ணியத் தோற்றங்களாக மாற்றிக்கொள்ளலாம்: தாய், மனைவி, காதலி, கன்னிப்பெண், விலைமகள், இன்னும் பல. ஒன்றையடுத்து மற்றது அல்லது ஒரேநேரத்தில் என அவள் குறிப்பிட்ட தாந்திரீக நிலையில் இந்த வேடங்களை நடிக்கலாம், ஆனால் அதே தாந்திரீக நிலையில் கிருஷ்ணரின் அவதாரமாக இருக்கும் ஓர் ஆணுடனான விளையாட்டில் தனது சுய விருப்பத்துடன் பங்கெடுப்பதன் மூலமாக மட்டுமே அவள் இதைச் செய்யலாம். பெண் ஓர் ஆணுக்கான அனைத்துப் பெண்களாகவும் மாறலாம், ஆனால் அவளுக்கு ஓர் ஆண்

ஒற்றை ஆணாக மட்டுமே இருக்க முடியும். அவனுக்கு அவள் முடிவற்ற பல்பெருக்கத்தின் வடிவம், அவளுக்கு அவனோ பல்பெருக்கத்தின் ஆதாரமான ஒருங்கிணைப்பின் வடிவம்.

நடனப் பெண்கள் உணர்ச்சிமிகு பாலுறவு ஆற்றலின் கண்ணால் காணத்தகு வெளிப்பாடுகளாக மாறினர். பொங்கிவழியும் உணர்ச்சியால் அல்லாமல் சமூக வழக்கங்கள், வெளிப்படையான இருமை ஆகிய தடைகளை உடைத்து வெளியேற முடியாது எனத் தாந்திரீகம் கற்பிக்கிறது. காம இச்சையால் உருவான ஓர் ஆற்றலே இத்தகு உடைப்பை நிகழ்த்தத் தேவைப்படும்.

புராணப்படி தன்னுருவைப் பலதாய்ப் பெருக்கிக்கொண்டு அனைத்து இடையர் பெண்களோடும் ஒரே நேரத்தில் உறவுகொள்கிறார் கிருஷ்ணர். ஒவ்வொரு பெண்ணும் கிருஷ்ணர் தன்னுடையவர் தனக்கு மட்டுமேயானவர் என எண்ணுகிறாள். இது துரோகமா? இல்லை, ஏனென்றால் இடையர் பெண்களும் பெண் தெய்வமான லட்சுமியின் அம்சமாக இருக்கின்றனர். கிருஷ்ணலீலை, அதாவது கிருஷ்ணரின் விளையாட்டு, தெய்வீகக் காதலின் குறியீட்டு வெளிப்பாடு. விஷ்ணுவும் லஷ்மியும் சாஸ்வதக் காதலர்கள், அவர்களது காதல் தாந்திரீகமானது, ஏனென்றால் அது கட்டற்றது முன்னுதாரணமற்றது. வேறுபட்ட பாத்திரங்களை அவர்கள் ஏற்பதால் அவர்களது இணைவு ஒவ்வொரு முறையும் புதிதாக, புத்துணர்வூட்டுவதாக இருக்கிறது, அவர்களது ஆற்றலும் தீராத ஒன்றாக இருக்கிறது.

இசை நின்றபோது சிறிய வட்டத்திலிருந்த பெண்கள் நகர்ந்து மீண்டும் பெரிய வட்டத்துள் சேர்ந்துகொண்டனர். பிறகு அந்த வட்டம் பிளந்து நீண்ட வரிசையாகி அருகேயிருந்த நிலவறை நடைவழியின் நுழைவாயிலை நோக்கி நடனமிட்டபடி சென்றது. டோல்மா என் கையைப் பிடித்து வெண்ணெய் விளக்குகள் மங்கலாகக் கண் சிமிட்டிக் கொண்டிருந்த நிலவறைக் கூடத்துக்கு அழைத்துச்சென்றாள். ஒரு பெரிய கல் லிங்கத்தின் முன் அமர்ந்திருந்த பன்னிரண்டு மிகவும் முதிய பெண்கள் வெளியே கேட்காத மந்திரங்களை முணுமுணுத்தபடி முன்னும் பின்னும் உடலைச் சாய்த்து ஆடிக்கொண்டிருந்தது சற்று நேரம் கழித்தே என் கண்களுக்குப் புலப்பட்டது. அவர்களுக்கு அருகே செப்புப் பானைகளி லிருந்து வழக்கத்துக்கு மாறாக குமட்டும் அசட்டுத் தித்திப்பு வாசனையுடன் தூபப்புகை எழுந்து கூரையை நோக்கிச்சென்றது.

மஞ்சள் அங்கியணிந்த பெண்கள் அப்போது திரும்பிவந்தனர். பக்கவாட்டுப் பாதை ஒன்றிலிருந்து அவர்கள் வந்தனர். அவர்களுள் ஒருத்தி டோல்மாவிடம் வந்தாள், இன்னொருத்தி என்னிடம் வந்தாள். ஒரு வட்டம் உருவானது. நாங்கள் லிங்கத்தையும் அதைச்சுற்றி அமர்ந்து மந்திரம் உச்சரிக்கும் எண்பது வயதுக்கு மேற்பட்ட அந்தப் பெண்களை யும் சுற்றிவந்தோம். இந்தத் திசையில் ஒரு சுற்று, அந்தத் திசையில் ஒரு சுற்று, பிறகு மீண்டும் பழையபடி. அந்த முதிய பெண்கள் தலையை உயர்த்தி என்னைப் பார்த்துத் தங்களது பொக்கை வாய்களில் இளித்தனர். முன்னோக்கிச் சாய்ந்து தங்களது கைகளை லிங்கத்தை நோக்கி நீட்டினர்.

எல்லோரும் ஒரே சமயத்தில், ஒரு நொடி முன்போ பின்போ இல்லை, முன்னே விழுந்தனர். ஒருவித சன்னதத்தில் அவர்களது நலிந்த முதிய உடல்கள் வெட்டியிழுத்தன, ஏதோ அவர்கள் மரணிக்கப்போகிறார்கள் என்பதுபோல. பிறகுதான் அதுவும் கிருஷ்ணலீலை என்பது எனக்குத் தெரியவந்தது. பெண் தனது பல்வேறு அவதாரங்களை எடுப்பது புரிந்தது: கன்னிப்பெண், நடன மங்கை, வயதான மூதாட்டி, குழந்தை, தாய், பாட்டி, மரணத்தின் பிளந்திருக்கும் வாய். எல்லாமே பெண்கள்தான். இவையெல்லாம் அவளது வளர்ச்சியும் படிப்படியான தேய்வுமான நிலைகள். ஆனால் வெளித்தோற்றம் மாறிக்கொண்டிருக்க உள்ளே அவள் எப்போதும் போலவே இருக்கிறாள். எதிர்த்துருவமாக, எதிர்ப்பாலினத்தவளாக, முழுமையின் இன்னொரு பாதியாக.

தாந்திரீகம் ஒன்றுசேர்தலுடன் தொடங்குகிறது – இரண்டும் சேர்ந்து ஒன்றாகும்போது முழுமை உயிர்பெறுகிறது. இதை எனக்குக் கற்பித்த பெண் காதலி அவதாரத்தில் வந்தவள்.

அந்தப் பன்னிரண்டு முதிய பெண்கள் லிங்க வழிபாட்டை முடித்ததும் டோல்மா என்னை அழைத்துச்சென்ற குறை வெளிச்சத்திலிருந்த நிலவறைக்கு அந்தப் பெண் வந்தாள். வட்டமாக வைக்கப்பட்டிருந்த வெண்ணெய் விளக்குகளின் நடுவே இதழ்விரியும் தாமரை பல வண்ணங்களில் சித்தரிக்கப்பட்டிருந்த ஒரு மெல்லிய தரைவிரிப்பு காணப்பட்டது. டோல்மா என்னைத் தாமரையின் மையத்துக்கு அழைத்துச் சென்றாள். என்னை முழங்காலிடச் செய்தவள் எனது ஆடைகளை நீக்க ஆரம்பித்தாள். அவளது அசைவுகள் நிதானமாக, ஒரு சடங்குபோல இருந்தன. என்ன செய்யப்போகிறாள் என்று எனக்குத் தெரியவில்லை. நான் நிர்வாணமானபோது எனது கால்களை மடித்துப் பத்மாசனத்தில் அமரச்செய்தாள். தாமரையில் இருக்கும் ஆபரணமே வாழ்க! சில அடிகள் பின்னே சென்று சற்றுத் தொலைவில் இருந்து என்னைப் பார்த்தாள்.

டோல்மா ஒரு தாந்திரீகர், அதில் ஐயமே இல்லை. அவள் உங்களைப் பார்க்கும் விதத்தில்தான் அவளது உண்மையான இயல்பை அறிய முடியும். தாந்திரீகப் பார்வை உங்களைத் தழுவுகையில் ஏதோ வலுமிக்க சக்தி உங்களை வந்து முட்டியதுபோல உணர்கிறீர்கள். ஏதோ ஒன்று உங்களுடையதைவிட வலுவானது மட்டுமல்லாமல் மிகவும் இயல்பானதும் அதிகக் குழப்பமில்லாததுமான ஒரு சக்தியின் அரவணைப்புக்குள் உங்களைக் கொண்டு நிறுத்தியதை உணர்கிறீர்கள். நீரில் தத்தளிக்கும் உங்களைக் காப்பாற்றி ஓர் உயிர்காக்கும் படகுக்குள் ஏற்றிக்கொண்டதுபோல உணர்கிறீர்கள். விவரிக்க முடியாத நிம்மதியை உணர்கிறீர்கள். மேன்மைமிக்க லாமாவின் பார்வை இது போன்றது. யோகானந்தரிடம் அது இருக்கிறது. ஆல்பர்ட் ஐன்ஸ்டைனிடம்கூட இருந்தது. ஐந்து வயதுக்குட்பட்ட குழந்தைகள் அனைவரிடமும் உள்ளது அது. ஏமாற்றத்தின் முதல் பெருமூச்சு வெளிப்படும் வரை காதலர்களிடம் அது இருக்கிறது.

தாந்திரீகப் பார்வை அப்பாவித்தனமானது தந்திரமிக்கது, குறும்புத்தனமானது நிம்மதி தரக்கூடியது, விஷம விளையாட்டுத்தனம் கொண்டது, நான் பார்த்துக்கொள்கிறேன் என்று உறுதிதரக்கூடியது,

எள்ளல் நிறைந்தது, மனங்கனிந்த சிரிப்பால் ஆனது. பெரும் எதிர்நிலைகள். அந்தப் பார்வையால் நீங்கள் ஆட்கொள்ளப்படும்போது ஐயுறாத (ஐயப்பட அதற்கு எதுவுமில்லை), எல்லாமும் தனதே என்பதால் ஆக்ரோஷம் எதுவும் காட்டாத (எதையும் சொந்தமாக்கிக்கொள்ளாமல் எல்லா வற்றையும் நீங்கள் உங்களுடையதாக்கிக் கொள்ளலாம்) ஒரு மனநிலை உங்களுக்கு வாய்க்கிறது. தாந்திரீகப் பார்வை இதயத்திலிருந்து, தன்னிலை திரியவில்லை என்ற உணர்வின் மையத்திலிருந்து, வாழ்வெனும் பெரும் புதிரீட்டிலிருந்து பார்க்கப்படும் பார்வை.

தாந்திரீகப் பார்வை புறக்கணிக்க இயலாதது, நீங்கள் கடும் குளிரில் இருக்கையில் ஒரு கதகதப்பான அலையாக அது உங்களைத் தழுவும், உங்களுக்கு மூச்சுமுட்டுகையில் சட்டென்று வீசும் புத்துணர்வுமிக்க தென்றலாக இருக்கும். அதை எதிர்த்து நிற்பதற்குப் பதிலாக அதனிடம் சரணடையுங்கள். அதனோடு சேர்ந்துகொள்ளுங்கள். அந்தப் பார்வையில் கண்டிப்பும் கோபமும் (இது அபூர்வம்) தெரிகிறது என்றாலுமேகூட நீங்கள் நன்றியுடனே எதிர்வினையாற்றுங்கள். கண்டிப்பும் கோபமும் உங்களது உளவெளியில் உண்டான ஒரு காலநிலை மாறுபாடன்றி, ஒரு நட்பான எச்சரிக்கையன்றி வேறில்லை என்பதை உணர்கிறீர்கள். தாந்திரீகப் பார்வை கேள்வி கேட்கிறது, அதேநேரம் பதிலும் சொல்கிறது, பதிலை நீங்கள் ஏற்றுக்கொள்வதால் உங்கள் மீதான நம்பிக்கையையும் அது வெளிப்படுத்துகிறது. அது உங்களைத் தரையிலிருந்து உயர்த்துகிறது, உங்களை உலகின் மிகப்பெரிய சதித் திட்டத்துக்குள் கொண்டு வருகிறது—வாழ்க்கை நீங்கள் சுமந்து திரிய வேண்டிய சுமை இல்லை, அது உங்கள் மரணபரியந்தம் ஒளியின் ஊற்றாக விளங்கக்கூடிய ஒரு பரிசு.

ஒருமாதிரி, புத்தரைப்போல வெண்ணெய் விளக்குகளின் வட்டத்துக்குள் உட்கார்ந்திருக்கும் என்னை டோல்மா பார்த்து நெற்றி தரையில் பட வீழ்ந்து வணங்கி மூன்றுமுறை "ஓம் மணி பத்மே ஹூம்" என்றாள்.

அப்போதுதான் அது நிகழ்ந்தது. என்னால் சிரிப்பை அடக்கமுடியாமல் போனது. சிறிது நேரத்துக்கு விலகித் தொலைவேயிருந்து இதையெல்லாம் பார்த்தேன், குழந்தைத்தனமாகவும் சற்றே முட்டாள்த்தனமாகவும் தெரிந்தது. உண்மையிலே இது குழந்தைத்தனமானது, முட்டாள்த்தனமானது என்று உணர்ந்தேன். இது வெறுமையான ஒரு விஷயம். அந்தவகையில் எல்லாச் சடங்குகளுமே வெறுமையானவைதான். தொடர்ச்சியான வார்த்தைகள் மற்றும் உடலசைவுகளான சடங்குகள் அவற்றில் பங்கேற்போரின் உணர்வுகளாலேயே (அவர்கள் விரும்பிய) அர்த்தத்தைப் பெறுகின்றன. அந்த நேரத்தில் பௌத்தத் தத்துவமான சூன்யதா (வெறுமை) முன்னெப்போதை யும் விட எனக்கு நெருக்கமானதாகத் தோன்றியது. அனைத்துமே சாரம் ஏதுமற்ற வெறுமை என்று உணர்ந்தேன், வெறுமையை நிரப்பி இருப்பவை நம் மனப்பிரம்மைகளன்றி வேறில்லை.

நிலவறையில் ஆழ்ந்த மௌனம் நிலவியது. சாம்பல் நிறச் சுவர்களி லிருந்து கசகசப்பான, மண்ணுக்குரிய ஒரு கதகதப்பு வெளிப்பட்டது. என் கண்களை மூடிக்கொண்டேன். முதலில் எனக்குக் கேட்டது கீழே நடைவழியில் ஒலித்த மெல்லிய மணியோசை. அதைத் தொடர்ந்து

வழவழப்பான கல்தரையை மெல்ல உரசிவரும் வெற்றுப் பாதங்களின் ஓசை.

கண்களைத் திறந்தபோது என் முன்னே அவள் நின்றிருந்தாள். அவளது பிரமிப்பூட்டும் அழகு என்னைப் பதற்றத்தால் நிரப்பியது. காலிலும் மணிக்கட்டுகளிலும் பூட்டியிருந்த மணிக்கொலுசையும், கூந்தலில் அணிந்திருந்த ஆபரணங்களையும் தவிர்த்து அவள் உடலை மூடியிருந்த ஊடாகக் காணக்கூடிய சேலை வழியே அவளது உடற்கட்டை என்னால் பார்க்கமுடிந்தது. இடுப்பின் மெல்லிய வளைவுகள், பிசிரற்ற வட்டமாய் அமைந்த தளராத தனங்கள், அந்தரங்கப் பகுதி ரோமத்தின் அடர் கரிய நிறம். நீண்ட, கரிய அவளது கேசம் பெரிய முடிச்சிட்டுக் கட்டப்பட்டிருந்தது. அவள் நெற்றியில் சிவனின் குறியீடான கருஞ்சிவப்புப் பிறை.

அவள் இந்தியப் பெண், திபெத்தைச் சேர்ந்தவளல்லள். இரண்டு நாட்களுக்கு முன்பு மடத்துக்கு வந்த இந்திய தாந்திரீகக் குழுவில் இருந்தவர்களுள் ஒருத்தி என்பதை உடனே கண்டுகொண்டேன். அவள் கைகளைக் குவித்து என்னை வணங்கினாள். பிறகு நடனமாடத் தொடங்கினாள். அவளது நடன அசைவுகள் ஒரேநேரத்தில் நளினமாகவும் அபத்தமாகவும் இருந்தன. நாணியும் வெளிப்படையாகவும், சீர்மை குன்றியும் சீராகவும் அமைந்த, என்னையும் மனிதனைத் தாண்டிய ஓர் உச்ச ஆண்மகனையும், பிறகு பிரபஞ்ச எதிர்நிலைகளின் வடிவமாக வரித்துக்கொண்ட என்னையும் கலவிக்கு அழைத்த அடவுகள் அவளிடமிருந்து வெளிப்பட்டன. அவளது நடனம் எதிரெதிரான வற்றின் ஒருங்கமைவாக இருந்தது. அது புலனின்பம் தருவதாக இருந்த அதேவேளை சடங்குப்பூர்வமானதாகவும் ஆன்மீக அனுபவத்தைத் தருவதாகவும் இருந்தது. உணர்வைத் தூண்டுவதாக – ஏறத்தாழ காமவெறியூட்டுவதாக – இருந்தாலும் ஆழ்ந்த மறைபொருள் கொண்ட தாகவும் இருந்தது. தனது காமம் பொங்கும் நடன அசைவுகள் மூலம் அவள் ஆன்மீகத்தின் உயரங்களை வெளிப்படுத்தினாள்.

அவளது நடனமும் கிருஷ்ணலீலைதான். பெயரில்லாத நடனக்காரி, பெயரற்றவள், பல அவதாரங்களில் தன்னை எனக்கு அளித்தாள்: பாம்பாக, மிருதுவான பூனைக்குட்டியாக, நறுமண மலராக, ஆதரவற்ற குழந்தையாக, சில்மிஷக் குழந்தையாக, தந்திரமிக்க விலைமகளாக, புரிதலுள்ள தாயாக, மணம் மீறிய உறவில் ஈடுபடுபவளாக, தேறுதலளிக்கும் கன்னிகாஸ்திரீயாக, போதை கொண்ட விலைமகளாக, கண்ணியமான ஆனால் தீவிர உணர்ச்சிப் பெருக்குடைய காதலியாக, நாணம் கொண்ட கன்னிப்பெண்ணாக, ஆணுடலை ஆராய்ந்தறியும் ஆவல்மிக்க பெண்ணாக.

சிறிய கிண்ணத்தில் வாசனை எண்ணெயுடன் டோல்மா வந்தாள். தனது மெல்லாடையை வீசியெறிந்த அந்தப் பெண் தரைவிரிப்பின்மீது மண்டியிட்டாள், அவளது முட்டிகள் என்னுடைய முட்டிகளை ஏறக்குறையத் தொட்டுக்கொண்டிருந்தன. அவளுடைய முட்டிகள் அச்சில் வார்த்ததுபோல இருக்க என்னுடையவை தொளதொளவென்று காணப்பட்டன. சாதிக்காயும் மல்லிகையும் மணந்த வாசனை எண்ணெயில் அந்தப் பெண் கைகளைத் தோய்த்துக்கொண்டாள். விரல்களால்

என்மேல் அந்த எண்ணெயைத் தேய்த்துவிடத் தொடங்கினாள். என் உடம்பில் ஓர் அங்குலத்தையும் அவள் விடவில்லை. உணர்வைத் தூண்டும் இந்தச் சடங்கின்போது டோல்மா வெண்ணெய் விளக்கு வட்டத்துக்கு வெளியே மண்டியிட்டுச் சிறிய செப்புக் கிண்ணத்தில் தூபத்தை எரியவிட்டுக்கொண்டிருந்தாள். ஒரு மந்திரத்தைத் தொடர்ந்து உச்சரித்தவாறு சடங்குக்கு ஏற்றபடி உடலசைவுகளை மேற்கொண்டிருந்தாள். அவளைப் பார்க்கப் பெருமகிழ்வில் திளைத்தவாறு விசித்திர அனுபூதியில் ஆழ்ந்திருப்பதுபோல இருந்தது.

அவள் அறைக்குள்ளேயே இருந்தாள், எங்களைக் கிளர்ச்சியுடன் பார்த்துக்கொண்டிருந்தாள். அது அங்கே தேவையே இல்லை என்றபோதும் எங்களை உற்சாகமூட்டக்கூடச் செய்தாள்.

காதலர்களின் உடல்கள் ஆற்றல்மிகு வாத்தியக் கருவிகள். கூடல் நிலைகள் கலவியில் ஒத்திசைவை உருவாக்கும் அடிப்படை அம்சங்கள். தொடக்கமாக ஓர் இருவர் இசை. இரண்டு இசைக்கலைஞர்கள் தாங்கள் மனப்பாடம் செய்துவைத்திருக்கும் ஓர் இசைக்கோர்வையை இசைக்கிறார்கள், திறமையுடனோ, திறமைக் குறைவாகவோ. அவர்களுக்குத் திறமை இருக்கலாம், அவர்கள் உணர்ச்சியுடன் பாடலாம், புதுமைகளைப் புகுத்தி இசையை இன்னும் பரிமளிக்கச் செய்யலாம். ஆனால் அவர்கள் இசைப்பது ஏற்கெனவே எழுதப்பட்ட இசைக் குறிப்பைத்தான். எப்படி இசைத்தாலும் அந்தக் குறிப்பின் உயர்ந்தபட்ச மறு–இசைப்பு என்பது தவிர்த்து அதில் வேறொன்றும் இல்லை.

தாந்திரீகம் புதியனவற்றை முயன்று பார்த்தல்; இரண்டு இசைக் கலைஞர்கள் சேர்ந்து தங்களது இசைக்குறிப்பை இசைத்துச் செல்கையில் ஒத்திசைவு கூடுவதற்காகப் புதிய சாத்தியங்களைக் கண்டறிதல். அவர்கள் தன்னியல்பாக இசைக்கிறார்கள், அவர்களது கலவி தருணங்களின் தொடர்ச்சியால் வழங்கப்படும் வாய்ப்புகளில் இருந்து பெருகி வருகிறது. அதேநேரம் (தாந்திரீகத்தின் முரண்விதிகளால்) அது சடங்காகிறது, ஏனென்றால் தாங்கள் செய்வது தற்செயலானதல்ல, தங்களது இலக்கை அடைய உகந்தத் தொடர்ச்சியான வாய்ப்புகளைப் பின்தொடர்வதுதான் என்ற பிரக்ஞை அவர்களுக்கு இருக்கிறது.

தாந்திரீகம் என்பது நூல் அல்லது தறி. தாந்திரீகக் கலவி என்பது உடலையும் உணர்வையும், இயல்பானதையும் இயல்பை மீறியதையும், சாத்தியப்படுவதையும் மிக உகந்ததையும், உடல் இன்பத்தையும் உடலை மீறிய பேரானந்தத்தையும் சேர்த்து நெய்வதாகும். இவற்றைத் தொகுப்பதன் மூலம் கலவி ஒரு மண்டலமாக, அதாவது காதலர்கள் புலனின்பத்தைத் தாண்டி அதி புலனின்பத்தை அடைதல், அன்றாடத்தின் சிறையிலிருந்து மீண்டு முழுமுற்றான சுதந்திரத்தை அடைதல் ஆகிய தங்களது தாந்திரீக இலக்குகளை அடைய உதவும் நம்புதற்கரிய ஆற்றலின் மூலமாக மாறுகிறது.

30

மாபெரும் பரீட்சை

அங்கிருந்த கதவுகள் ஒன்றின் முன் அமர்ந்திருந்த தசைச்சுருக்கம் விழுந்திருந்த முதியவளைப் பார்க்கும்போது தோன்றியது. அவளும்கூடத் தனது இளமையில் பிரபஞ்சத்தின் அடிப்படை ஒலிகளைப் புரிந்துகொள்ள நினைத்திருக்கிறாள். இப்போது கவர்ச்சி எல்லாம் போய்விட்டது. ஒருகாலத்தில் கிளர்ச்சியூட்டும் அழகு என்றிருந்ததன் மெல்லிய தடயங்கள் மட்டுமே சுருங்கிப்போன அந்த முகத்தில் காணப்பட்டன. அந்தக் கண்களில் குறும்போ சவாலோ இல்லை. அவை தாய்க்குரிய கண்களாகவும் மன்னிக்கும் கண்களாகவும் மாறியிருந்தன. பரிவால் நிரம்பியிருந்தன. அவளைத் தாண்டி நடந்தேன், அவளது கண்கள் என்னைப் பின்தொடர்ந்தன. மனதில் என்ன நினைத்துக்கொண்டிருப்பாள்? தனது பருவ காலத்து இளம் ஆண்களையா? மடத்தில் நிறைய முதிய பெண்கள் இருந்தனர், எல்லோருக்குமே வெயிலில் வந்து அமர்வது பிடிக்கும். இப்போது அந்த முதியவளும் நானும் பார்த்துக்கொண்டது முதல் தடவை இல்லை. ஆனால் முதல் தடவை ஒரு விசித்திரமான முறையில் நாங்கள் சந்தித்துக் கொண்டோம்.

அவளைக் கடந்து நான் நடந்தபோது அவளது கண்கள் என்னைப் பின்தொடர்ந்தன, ஏதோ நடந்தது. உணரத்தக்க ஒரு தீவினை என்னை நோக்கி மிதந்துவந்தது. ஒரு தாயாக இருந்தவள் தன்னை இப்போது சூனியக்காரியாக மாற்றிக் கொண்டிருக்கிறாள். அவள் பெண்ணின வீழ்ச்சியின் உருவமாக, கொடுந்தெய்வம் ‘தாகினி’யின் உருவமாக இருக்கிறாள். என்னைத் தன்னோடு சேர்த்து அணைத்து சிலந்தி ஈயின் உயிரைக் குடிப்பதுபோல என்னுயிரைக் குடிக்க விரும்புகிறாள் என நினைத்தேன்.

லாமா மடாலயத்தில் வாழ்வின் லயம் மாறிவிட்டிருந்தது. அங்கு வழக்கத்துக்கு மாறானதொரு பதற்றம் நிலவியது, எல்லோரது கண்களிலும் இன்னதென விவரிக்க முடியாத ஒரு எதிர்பார்ப்பு. குட்டி டோல்மா என்னைப் பார்த்தாள்,

அவளது பார்வை சொன்னது: கடைசியில் அது நடந்தே தீரும். லயத்துடன் ஒலித்த குழல், மேள ஒலிகளும்கூட முன்பு ஒருபோதும் இல்லாத வகையில் பதற்றத்தைக் கிளப்பின.

பிறகு நள்ளிரவில் கடுமையாகப் பனிபொழிய ஆரம்பித்தது. நடக்கவிருக்கும் நிகழ்வைத் தவறவிடக்கூடாது என நினைத்ததுபோலப் பெரிய பனிக் கீற்றுகள் வானிலிருந்து வேகமாக அலைந்து தவழ்ந்துவந்து விழுந்தன. சிலமணி நேரங்களில் எல்லாமே இறகுபோன்ற வெண்மையால் நிறைந்தது. எல்லாமே குரலமுந்தி மௌனமாயின. கீழே வெதுவெதுப்பான நிலவறைக் குகைகளில் மடத்தவர் எல்லோரும் சென்று ஒடுங்கினர். பனிப்பொழிவு நீண்ட நாட்கள் நீடிக்கப்போவது எல்லோருக்கும் நன்றாகவே தெரிந்தது: ஒருவழியாக நீண்ட அந்தக் குளிர்காலம் வந்தேவிட்டது. டோர்ஜே என்னும் வயதான பிக்கு (வித்தியாசமான பெயர்கள் கொண்ட சில பிக்குகள் அங்கே இருந்தனர்) எங்களுக்குக் 'கஞ்சா' கொடுத்தார். அதன் விளைவுகள் ஹென்றி அலெக்ஸாண்டர் நெப்போலியனையே வியக்கவைத்தன. பனி விடாமல் பொழிய வேண்டும், அடுத்த கோடைக்கு முன் நாங்கள் இங்கிருந்து போகக்கூடாது என்ற எண்ணத்தில் சட்டென்று எங்களுக்குள் உண்மையான மகிழ்ச்சி ஏற்பட்டது. உலகம் தனக்கான வீட்டை எங்களுக்குள் கண்டுகொண்டது. அச்சம், ஐயம், நிச்சயமின்மை ஆகியவற்றின் கூரைகளை மூடி எங்கள் கபாலங்களுக்குள் பனி பொழிந்தது.

மறுநாள் காலை, ஆகாரத்துக்குப் பின் டோர்ஜே என்ற அந்த இளம் பிக்கு (ஆங்கிலம் பேசிய பிக்கு) எங்களை நிலவறையின் மையக்கூடத்துக்கு அழைத்துச்சென்றான்.

மங்கலாக எரிந்துகொண்டிருந்த நூற்றுக்கணக்கான வெண்ணெய் விளக்குகளின் வெளிச்சத்தில் நாங்கள் கண்ட காட்சி அப்படியே எங்களை ஸ்தம்பிக்கச் செய்துவிட்டது. வளைவான வாயில் அமைந்த ஒரு குகைக்குள் நூற்றுக்கும் மேற்பட்டோர் இருந்தனர். ஒன்றுக்குள் ஒன்றான நான்கு வட்டங்களில் அவர்கள் அமர்ந்தோ மண்டியிட்டோ இருந்தனர். உள் வட்டத்தில் மஞ்சள் அங்கியணிந்த சிறுமிகள். அடுத்த வட்டத்தில் இளம் பெண்களும் நடுத்தர வயதுப் பெண்களும். மூன்றாவதில் வயது முதிர்ந்த பெண்கள் (என்னைப் பிசாசுப் பார்வை பார்த்த 'தாகினி'யும் அங்கு இருந்தாள்). வெளிவட்டத்தில் சிறுவர்களும் ஆண்களும் இருந்தனர், பெரும்பாலானோர் கிராமத்தைச் சேர்ந்தவர்கள். ஆனால் அவர்களோடு பிக்குகளும் இருந்தனர், மடத்தில் வசிப்பவர்களாக இருக்க வேண்டும். மையத்தில் சிவா அமர்ந்திருந்தார். குள்ளமான தடித்த உருவம் கொண்ட இந்தியரான சிவா சிலநாட்களுக்கு முன்பு மடத்துக்கு வந்த இந்தியத் தாந்திரீகர்கள் கூட்டத்தில் இருந்தவர். அவருக்கு வலதுபுறம் மேன்மைதங்கிய லாமா இருந்தார். அவரது வலதுகையில் *வஜ்ரம்* இருந்தது. இடதுகையில் ஒரு வெண்கல மணியைப் பிடித்திருந்தார்.

அவர்களுக்கு அருகே ஒரு கல் மேடையில் ஓநாய்த்தோலை விரித்து அதன்மேல் தூய வெண்ணிற ஆடையணிந்த டோல்மா அமர்ந்திருந்தாள். கால்முட்டிகள் தோள்கள்மீதும், பாதங்கள் புட்டங்கள்மீதும் பதிந்த நிலையில்

இருந்தாள். நாங்கள் உள்ளே நுழைந்ததும் என்னைப் பார்த்து உற்சாகமாகப் புன்னகைத்தாள்.

நூறு ஜோடிக்கும் மேலான கண்கள் எங்களை வெறிப்பதை மங்கலான வெண்ணெய் விளக்குகளின் வெளிச்சத்தில் கண்டோம்.

ராட்சச எக்காளங்களான ரடோங்குகள் நிலவறைக் கூடத்தின் மூலைகளிலிருந்து திடீரென ஒலித்தன. ஒன்றைத் தொடர்ந்து இன்னொன்று என ஒலிக்க ஆரம்பித்த அவற்றின் செவிடாக்கும் ஓங்காரம் தனது பிடியிலிருந்து தானே தப்ப முடியாத இடிபோல இறங்கி அந்த இடத்தை நிறைத்தது. தனது எதிரொலியின் எதிரொலி போலத் தோன்றிய இடத்துக்கே மீண்டும் மீண்டும் திரும்பிவந்து இறுதியில் மெதுவாகத் தணிந்தது. *அஹ்–ஹா–ஹா–ஹா–ஹா–ஹம்* என்ற லயம் தீவிரமடைந்து வெடித்தது, வெடிக்கத் தொடங்கும்போதே தடுக்கப்பட்டது.

சிவா எழுந்து டோல்மாவை நோக்கி நடந்தார். அவரது இடதுகையில் பெரிய சங்கு ஒன்றை வைத்திருந்தார். வலதுகை விரல்களைச் சங்குக்குள் விட்டெடுத்து மஞ்சள் வண்ணத் திரவத்தை டோல்மாமீது தெளித்தார். அவளைச் சுற்றிவந்து அவள்மேலெங்கும் அதனைத் தெளித்தார்.

பிறகு அவர் கைகளைக் கூப்பித் தலையை நன்கு தாழ்த்தி வணங்கினார். மிகவும் உரத்த குரலில் “சக்தி!” என்றார். உலகம் உருவானதன் இயக்கவிசைக் கோட்பாடுகளை வெளிப்படுத்தும் பெண் தெய்வத்தின் அவதாரமாக மாறினாள் டோல்மா. அவள் மையமானாள், அங்கே கூடியிருந்தவர்கள் உயிருள்ள மண்டலமாக மாறினர். நூற்றுக்கும் மேற்பட்ட தலைகள் ஆழ்ந்த போற்றுதலில் வணங்கித் தாழ்ந்தன. இதைத் தொடர்ந்து ரடோங்குகளின் இன்னுமொரு சுற்று ஆர்ப்பரிக்கும் இசை நிகழ்ந்தது.

சற்றுநேரம் ஆழ் மௌனம் நீடித்தது. பிறகு மேன்மைதங்கிய லாமா தனது வெண்கல மணியை ஒலித்தார், *வஜ்ரத்தை* நெஞ்சோடு அணைத்துக்கொண்டார். திரும்பிய அவர் நேரே என்னைப் பார்த்தார். அவரைத் தொடர்ந்து நூறு ஜோடிக்கும் மேலான கண்கள் என்னைப் பார்த்தன.

எனக்குப் பின்னால் மேன்ஃப்பிரடுடனும் ஹென்றியுடனும் நின்றிருந்த டோர்ஜே என்னை இடித்து நான் மண்டலத்தின் மையத்துக்குப் போகவேண்டுமென்று சமிக்ஞை செய்தான். என் உடல் பீதியில் உதறிக்கொண்டது. நான் தலையை உதறிக்கொண்டேன்.

சட்டென்று சிவா என்னை நோக்கி நடந்தார். அமர்ந்திருந்த உடல்கள் இடமும் வலமும் சாய்ந்து அவருக்கு வழிவிட்டன. என் கையைப் பிடித்துக் கூடத்தின் மையத்துக்கு ஏறத்தாழ என்னை இழுத்துச்சென்றார். டோல்மாவின் முன்னால் என்னைத் தள்ளி “நீங்கள் அதிர்ஷ்டசாலி, ஒரு கன்னிப்பெண் உங்களைத் தேர்ந்தெடுத்திருக்கிறாள். அவளைக் கர்ப்பமாக்குங்கள், அப்போது அவளை நாங்கள் சக்தியாக, படைப்பின் தெய்வமாக வணங்குவோம்.”

அவர் விலகி நின்றார். லாமா வெண்கல மணியை ஒலித்தார். பிறகு அந்தக் கூடம் அமைதியில் ஆழ்ந்தது. பதற்றம் மிக்க எதிர்பார்ப்புடன் டோல்மா என்னைப் பார்த்தாள். என்ன நடக்கப்போகிறதோ என்று அவள் அஞ்சிக் கொண்டிருந்தாள், இருந்தும் இந்தச் சந்தர்ப்பத்தை நழுவவிடுவதற்குப் பதில் இறந்துபோவது உத்தமம் என நினைத்தாள்.

இதை நான் கனவாகக் கண்டிருக்கிறேன் என அவளிடம் சொல்ல நினைத்தேன். நான் அவளை முதன்முதலாகச் சந்தித்த கைலாய மலையின் உச்சியில் நடனப் பெண்களின் வட்டத்திலிருந்து தன்னை விடுவித்து கொண்டு வந்து என்னிடம் ஒரு கத்தியைக் கொடுத்து நெஞ்சில் குத்தச் சொன்னவள் அவள். அந்தச் சிறு உடலை – ஒரு குழந்தைத் தோழியின் உடலை – அணைத்து அவள் காதுகளில் கிசுகிசுப்பாக இப்படிச் சொல்ல நினைத்தேன்: "இங்கே நடப்பவற்றுக்கு எந்த அர்த்தமும் இல்லாத ஓரிடத்துக்கு நாம் ஓடிப்போவோம். அங்கே தற்செயல்களின் மொத்தத் தொகையைவிடப் பெரிதான விதியின் பலியாடுகள் நாம் என்ற அச்சத்திலிருந்து தப்பிக்கலாம். அல்லது இவை அனைத்தினது அர்த்தத்தை நமக்கு *விளங்கச்* செய்யும் ஓர் இடத்துக்கு நாம் தப்பிச் செல்லலாம். அங்கே தண்ணீர் அதனின்று உயரும் அலையின் வளைவுக்கு ஏற்பத் தன்னை மாற்றிக்கொள்வதுபோல நம்மிடமிருந்து என்ன எதிர்பார்க்கப் படுகிறதோ அதைச் *செய்யலாம்*."

ஆனால் என்னால் பேச முடியவில்லை.

ஏனென்றால் அந்தக் கணம், அந்தக் கணத்துக்கேயுரிய வகையில், நான் இறந்துபோனேன்.

எனக்குள் ஏதோ அறுந்தது, எதுவோ உடைந்தது. மண்டலத்தின் நடுவே, எந்த ஐயமுமின்றித் தற்கணத்திடம் சரணடைந்து என் நிழலிட மிருந்து தப்பிச்சென்றுவிடும் சாத்தியத்தின் மையத்தில் நின்றுகொண் டிருப்பதை உணர்ந்தேன்.

ஆனால் என் நிழல், என் தன்முனைப்பு என்னை அதற்கு அனுமதிக்கவில்லை. அதன் பிடி முன்பைவிட வலுவடைந்தது. நான் பிரபஞ்ச ஆற்றல் மண்டலத்தின் நடுவே நிற்பதை அறிந்திருந்தேன், ஆனால் என் நிழலின் கண்கள் வழியாகப் பார்க்க எல்லோரது கவனமும் என்மீது குவிந்திருக்க நான் நடுவில் நின்றிருந்தேன். அந்தக் கவனம் என்னைப்பற்றிய மற்றவர்களது மனப்பிரம்மைகள்தாம்.

தன்னை அழிக்க முனைகிறார்கள் எனத் தன்முனைப்பு உணரும்போது அது எதிர்த்துக் குரலெழுப்புகிறது, "இல்லை, இல்லை, இல்லை! நீங்கள் நினைப்பதுபோலத்தான் நான் இருக்கிறேன்!" எனக்குள் அது இருக்கிறது என்பதை உணர்ந்த கணமே எனது தன்முனைப்பு இவ்வாறு தன்னை அழித்துக்கொண்டது.

எப்படி இதை நான் செய்ய முடியும்? நூற்றுக்கும் மேற்பட்டோர் பார்த்துக்கொண்டிருக்க என் கால்சராயை இறக்கிப் பன்னிரண்டு அல்லது பதிமூன்று வயதேயான ஒரு சிறு பெண்ணுடன், என் பாசத்துக்குரிய

தோழியுடன், அஞ்சித் திரும்பத் தன் ஓட்டுக்குள் போய்விட்ட நத்தையைப் போலாகிவிடும் உறுப்பைக்கொண்டு, எப்படி நான் கூடமுடியும்?

நான் சிவாவைப் பார்த்து என்னால் முடியாது என்றேன். மன்னிக்கவும் என்னால் இதைச் செய்யவே முடியாது. நான் திரும்பிச்செல்ல எத்தனித்தேன்.

கனவில் அவள் கொடுத்த கத்தியைக் கொண்டு அவளைக் குத்தியதுபோல எனக்குப் பின்னால் டோல்மா கிறீச்சென்று கத்தினாள். கல்மேடையிலிருந்து தாவி இறங்கியவள் என் முன்னால் வந்து மண்டியிட்டாள். என் கால்களைப் பிடித்துக்கொண்டு தலையைப் பின்னோக்கிச் சாய்த்துக் கண்ணீர் நிறைந்த கண்களால் என்னைப் பார்த்தாள்.

அவளது வலியை என்னால் உணர முடிந்தது, அவளது வலியினால் நானும் துன்பப்பட்டேன். அவளுக்கு நான் துரோகமிழைத்துவிட்டேன். விரைவாக நான் அங்கிருந்த மற்றவர்களது கண்களையும் பார்த்தேன். அவர்களது முகத்தில் வியப்பும் அதிர்ச்சியும். அனைவரிலும் லாமாவின் கண்களைப் பார்க்க எனக்குத் துயரமாக இருந்தது. அவற்றில் நான் கண்டது அன்புகலந்த பரிவுணர்வு, அடக்கிக்கொண்ட ஏமாற்ற உணர்வு.

நான் நல்ல சீடனாய், மாணவனாய் இருந்தேன்.

என்னவொரு துயரம், கடைசிப் பரீட்சையில் தோற்றுப்போனேன்.

சிவா என்னைப் பார்க்க எனது அறைக்கு வந்தார். நான் நன்றாக அழவேண்டி அங்கு ஓடிவந்துவிட்டிருந்தேன். தீவிர உணர்வுகள் அலைக்கழிக்கத் தலையைச் சுவரில் மோதிக்கொண்டிருந்தேன். மேன்மைதங்கிய லாமா பரிவுடன் எனக்கு இன்னொரு வாய்ப்பு வழங்கத் தயாராக இருப்பதாகச் சொன்னார். நான் நினைத்தால் என்னை மீளப் பெறலாம். என் தவறை நேர்செய்து மடத்திலிருந்து வெளியேற்றப்படுவதனின்று தப்பிக்கலாம்.

நான் அழுதபடியே சொன்னேன் "என்ன வேண்டுமானாலும், என்ன வேண்டுமானாலும் செய்கிறேன்."

அவர் மீண்டும் என்னைக் கூடத்துக்கு அழைத்துச்சென்றார். நான் அங்கிருந்து நீங்கியபோது இருந்தவாறே அனைத்தும் இருந்தன: நான்கு வட்டங்களில் அமர்ந்திருந்த மக்கள், தனது *வஜ்ர*த்துடனும் வெண்கலமணியுடனும் மேன்மைதங்கிய லாமா, என்னை உற்றுப்பார்க்கும் நூறு ஜோடிக் கண்கள். ஆனால் டோல்மா வந்து முதல் வரிசையில் அமர்ந்திருந்தாள். இப்போது ஆடைகளை முழுமையாக அணிந்திருந்தாள். அவளது கண்களில் கண்ணீர் இன்னும் வடியவில்லை. நான் நினைத்ததைவிடவும் மிக முக்கியமான ஒரு வழக்கத்தை உடைத்துவிட்டிருக்கிறேன்.

இப்போது மண்டலத்தின் நடுவிலிருந்த ஓநாய்த்தோல்மீது அமர்ந்திருந்தது பெண்ணினத்தின் இழுக்கு என அறியப்படும் 'தாகினி'யின் அவதாரமென நான் கண்ட, முந்தின நாள் என்னைத் தீராத கடும் காம இச்சை கொண்டு பார்த்த அந்த முதியவள்.

சிவா அவளை நோக்கி என்னை அழைத்துச்சென்றார்: "உனது விதைகளை இவளுள் விதை, பிறகு அவளை நாங்கள் படைப்பின் தெய்வமான சக்தியாக வணங்குவோம்."

பார்க்க எண்பத்தைந்துக்கும் குறையாத வயதுதிருக்கும் எனத் தோன்றிய அந்த முதியவள் என்னை இச்சையுடன் பார்த்தாள், ஆனால் அதேநேரம் அந்தப் பார்வை ஒரு தாய்க்குரிய உற்சாகமூட்டலாகவும் தோன்றியது. *அஹ்—ஹா—ஹா—ஹூ—ஹூ—ஹூம்*, ரடோங்குகள் மீண்டும் ஒலித்தன.

வேண்டாம், எனக்குள் எதுவோ கதறியது. வேண்டாம்! வேண்டாம்! வேண்டாம்!

நான் கூடத்தைவிட்டு வெளியே ஓடிவந்தேன், நிலவறைப் பாதைகளின் புதிர்வழியில் சென்று மறைந்தேன். நான் நடுங்கினேன், மூச்சடைத்தது, என்னைத் தொடர்ந்துவரும் பேய்களிடமிருந்து தப்பிக்க மாற்றிமாற்றி என் தலையையும் தோள்களையும் சுவரில் மோதினேன். மூச்சுமுட்ட, கன்னங்களில் ரத்தம் வழிய என் அறைக்கு வந்து உறங்குள் பைக்குள் சென்று விழுந்தேன்.

இத்துடன் முடிந்தது, எனக்குள் சொல்லிக்கொண்டேன்.

ஒருமணி நேரம் கழித்து இதற்குமுன் நான் பார்த்திராத இரண்டு பிக்குகள் வந்து என்னுடைய உடைமைகளை எடுத்து முதுகுப்பைக்குள் திணித்தனர். அவர்களில் ஒருவர் எனது உறங்கும்பையைச் சுருட்டி என் கைகளில் திணித்தார். இருவரும் என் முழங்கைகளைப் பிடித்து என்னை நிலவறைக்கு வெளியே இழுத்துவந்து மேலே விட்டனர். லாமாவின் வீட்டுக்கு முன் கூரையில் நின்ற என்னிடம் வந்தார் சிவா.

"நீங்கள் சக்தியை நிராகரித்துவிட்டீர்கள்" என்றார். "அவளுக்குப் பல முகங்கள். உங்கள்மீது காதல் கொண்ட கன்னிப் பெண்ணின் முகம் அவள், நாளை இறந்துவிடும் நிலையில் இருக்கும் முதியவளின் முகமும் அவள். இருவரையுமே நீங்கள் நிராகரித்துவிட்டீர்கள். கவலைப்படாதீர்கள், ஒவ்வொரு மனிதனுக்கும் தாந்திரீகராக மூன்று வாய்ப்புகள் கிடைக்கும். சக்திதான் மரணத்தின் கடவுளான காளியும்கூட. கிளம்புங்கள், அவள் உங்களுக்காகக் காத்திருக்கிறாள்."

அவர் திரும்பி நடந்து நிலவறை நடைவழிகளில் மறைந்தார். இரண்டு பிக்குகளும் என்னை அன்று விசித்திரமாக நிசப்தத்தில் மூழ்கி ஆளரவமற்று இருந்த மடத்தின் கீழ்முனைக்கு இழுத்துவந்தனர். முதல் தூபியருகே வந்ததும் வெளியே பனியில் என்னை உருட்டிவிட்டனர்.

பனித்துணுக்குளின் மெல்லிய நடனத்தின் நடுவே ஒரு கரிய நிழல் என்மீது இடறி விழுந்தது.

"உர்ர்ர்ர்ர்ர்ர்வ்வ்வ்வ்". ஒரு பெரிய மாஸ்டிஃப் தனது பற்களைக் காட்டியது.

31

இன்று நான் சாகப்போகிறேன்

மாஸ்டிஃப் என் பின்னாலேயே வந்தது. பாதி திடமான அடிகள் எடுத்துவைத்தும் மீதி பனிச்சரிவில் உருண்டவாறும், உறுமிக்கொண்டும் பற்களைக் காட்டிக்கொண்டும் வந்தது. பனித்துணுக்குத் திரையின் பின்னால் மறைந்திருந்த, யாருமே வசிக்காததுபோலத் தோன்றிய வீடுகளைத் தாண்டி என்னை அது துரத்தியது. உச்சியில் கூரான பனித் தொப்பிகள் வைத்திருந்த தூபிகளைத் தாண்டிச் சொதசொதவென்ற பனியின் உறையவைக்கும் குளிரில் பள்ளத்தாக்கு வரை என்னை அது விரட்டியது. அங்கே அது ஒரு பனிச் சறுக்கலில் மாட்டிக்கொண்டது. உறுமலுடன் உடலை வேகமாக அசைத்துப் பார்த்தது, பிறகு மெல்ல பனியில் புதைந்தவாறே உதவி கேட்டு மன்றாடுவதுபோல ஈனஸ்வரத்தில் நீளமாகக் குரைத்தது.

“செத்துப்போ!” நான் வெறிச் சிரிப்புடன் அதைப் பார்த்துக் கத்தினேன். “ஒழிந்துபோ மிருகமே!”

நாயைப் பனியிலேயே விட்டுவிட்டுக் கவனமாக அடி வைத்து மங்கலாகத் தெரிந்த மலையோடைப் பாதை தொடங்குமிடத்தை நோக்கி நடந்தேன். அது என்னை மௌன இருட்டுடன் வரவேற்றது. அந்த இருட்டில் எனது சப்பாத்துகள் ஆழப்படிந்த பனிக்குள் தள்ளாட்டத்துடன் நடந்தபோது, நான் ஏதோ மிதித்துத்துவைத்து நடப்பதுபோல ஒலி எழுந்தது. அந்த ஒலி ஓடைப் படுகையின் குழிந்த சுவர்களில் பட்டு மீண்டுவருகையில் அச்சமூட்டும் அந்த இடத்தைத் தனது ஆழமான, உள்ளழுந்திய எதிரொலியால் நிறைத்தது.

மலையோடை நாற்புறமும் அரிக்கப்பட்ட பாறைகள் உயர்ந்துநின்ற ஒரு அகன்ற வடிநிலத்தில் சென்று முடிந்தது. பனி என் முட்டியளவும் அதைத் தாண்டியும் வர நான் அந்த நிலத்தினூடாக நடந்தேன். பாதிவழியில் சட்டென்று அப்படியே விழுந்து மனமுடைந்து ஒரு குழந்தையைப்போல அழ ஆரம்பித்தேன். என் உடலின் வலு குறைந்துகொண்டே

வருவதை உணர்தேன். பெரிய, சில்லென்ற பனித்துணுக்குகள் என் முகத்தில் பட்டுத் துடிக்கவைத்தன. திடீரெனக் குளிர்மிக்க கொடுவெளியில் நான் தனித்துவிடப்படிருப்பதை என்னால் நம்ப முடியவில்லை.

எதிர்பாராத வகையில் என் வலு என்னிடம் திரும்பியது, ஒரு திடீர்க் காற்றுப்போல வந்து என்னை ஆக்கிரமித்தது. நான் திரும்பிச்செல்வேன், மெல்ல அடிகள் வைத்து நடந்து திரும்ப லாமா மடாலயத்துக்குச் செல்வேன். என்னை வைர வாகனத்தின் ஆசானிடம் அழைத்துச் செல்லும்படி கேட்பேன், மன்னித்து மறுபடியும் ஏற்றுக்கொள்ளுங்கள் என்பேன். தேவையெனில் என்னையே இழிவுபடுத்திக்கொள்வேன். அவர் விரும்புவதையெல்லாம் செய்வேன். அவரது புட்டத்தை நோக்கி ஊர்ந்து வரச் சொன்னால் புழுவென ஊர்ந்துசெல்வேன். இமாலயக் குளிர்காலத்தின் நடுவிலிருக்கையில், ஓநாய்கள் பக்கமிருக்க, தன்மானம் ஒருவனுக்குத் தேவைக்கு மீறிய படோடோபமாகும்.

நான் சிரமத்துடன் எழுந்து மெல்ல அடிகள் வைத்து வந்த வழியிலேயே நடந்தேன். மயிரடர்ந்த மாஸ்டிஃப்பின் உருவம் சட்டென்று என் முன்னே தோன்றியது.

“உர்ர்ர்ர்ர்ர்ர்வ்வ்வ்”. உறுமிக்கொண்டு தன் பற்களை அது காட்டியது. அதன் கண்கள் தீர்மானமான வெறுப்பில் கனன்றன. அதன் மூக்கை நுரை மூடியிருந்தது. ஓரடி எடுத்துவைத்தால் என்மீது பாய்ந்துவிடும் என்பது நன்றாகத் தெரிந்தது. என் சட்டைப்பைக்குள் இருக்கும் கத்தி நினைவுக்கு வரக் கையைப் பைக்குள் விட்டேன். அப்போது நினைத்தேன்: நான் அதைக் கொல்ல நினைத்தாலும் அது இறுதிவரை சண்டையிடும். அதன் பற்கள் கூர்மையாக இருக்கின்றன, கத்திபோலக் கூர்மையாக. இப்போதிருக்கும் நிலையில் நான் இந்தச் சீற்றமிக்க நாயால் துண்டுதுண்டாகக் கடித்துக் கிழிக்கப்பட வேண்டுமா ?

நான் திரும்பி அடிமீது அடிவைத்துப் பனியின் வெண்மைக்குள் நடந்தேன். மாஸ்டிஃப் என்னைப் பின்தொடர்ந்தது. மூச்சுவாங்கிக் கொள்ள நான் நின்றபோதெல்லாம் அது உறுமி, தாக்க வசதியான நிலையில் தன்னை நிறுத்திக்கொண்டது. அது என்னை நெருங்கவில்லை, ஒரு பாதுகாப்பான தொலைவிலேயே வந்தது. என் நடையில் வேகம் குறைந்தாலோ அல்லது நான் மடத்துக்குத் திரும்ப நினைத்தாலோ மட்டும் அது என்னை அச்சுறுத்தியது. என் பாதங்களையொட்டித் தம்போக்கில் கற்கள் நீட்டிக்கொண்டிருந்த ஒரு செங்குத்துச் சரிவில் என் காலைகளையொட்டி என்னை அது பின்தொடர்ந்து வந்தது. நான் நின்று சற்று ஓய்வெடுத்தபோது நாயும் ஓய்வெடுத்தது. அதன் நாக்கு பல்வரிசைக்கு உள்ளும் வெளியும் விரைவாகப் போய்வந்துகொண்டிருந்தது. என்னை நரகத்துக்குத் துரத்திவிடும் தீர்மானத்துடன் ஒரு பேயின் கண்களைப்போல அதன் கண்கள் ஒளிர்ந்துகொண்டிருந்தன.

பனிபொழிவது மெல்ல நின்றது, மலையைப் பிரகாசமான சூரியனின் கதிர்கள் தழுவின. பனிப்பாறைகள் மூடிய சரிவில், எனது வலுவின் எல்லையில் நின்றுகொண்டிருந்தேன். இதயம் மிக வேகமாகத் துடிக்க, உடல் உஷ்ணம் கூடியிருக்க, வியர்த்து விறுவிறுத்து மூச்சு வாங்க

நின்றுகொண்டிருந்தேன். லாமா மடாலயத்திலிருந்து மூன்று கிலோமீட்டர் தொலைவு வந்துவிட்டிருந்தேன், ஆனால் தனது வலு சிறிதும் குறையாமல் சூரிய வெளிச்சத்தில் முன்பைவிடப் மிகப் பெரிதாய்த் தோன்ற இன்னும் அங்கேயே இருந்தது மாஸ்டிஃப்.

“எவ்வளவு தூரத்துக்கு என்னைத் துரத்திக்கொண்டு வருவாய்?” அதைப் பார்த்துக் கத்தினேன்.

பின்னங்கால்களில் நின்று “உர்ர்ர்ர்ர்ர்வ்வ்வ்வ்” என்று பதிலுறுத்தது. நாங்கள் சரிவில் ஏறத்தொடங்கினோம். மண்ணும் கல்லுமான வழித்தடம் சமனடைந்து புறங்களில் உயர்ந்து நடுவில் குழிந்த பாதையானது. எதிர்த்திசையிலிருந்து குளிர்காற்று என் முகத்தில் வீசியது. கண்களை மூடி சீழ்க்கையுடன் வீசிய குளிர்ந்த காற்றும், தரையிலிருந்து கிளம்பிக் காற்றில் என்னைச் சுற்றிச்சுழன்ற பனித் துணுக்குகளும் தந்த குளிர்ச்சியை அனுபவித்தேன்.

எனக்குச் சில மீட்டர்கள் பின்னால் மாஸ்டிஃப் உடல் உதறியபடி வந்தது. காற்று அதன் கலைந்த உடல் ரோமங்களை உடலோடு அழுத்துகையில் பார்க்க அது மிகவும் மெலிந்துபோய், நீருக்குள் விழுந்த பூனையைப்போலத் தோன்றியது. அது மிகச் சலிப்புடனும் வெறுப்புடனும் காணப்பட்டது.

நான் அதை அச்சுறுத்துவதுபோலக் கையை நீட்டி உரக்கக் கத்தினேன், “எங்காவது போய்த்தொலை!”

அது அசையவில்லை, என்னைத் துக்கம்பொங்க, கிட்டத்தட்ட இறைஞ்சுவதுபோலப் பார்த்தது.

பாவப்பட்ட நாய் என நினைத்துக்கொண்டேன். நீகூட ஒரு நாய் போலத்தான். நாமிருவருமே நாய்கள்தாம். நமது கடியைவிடக் குரைப்பு மோசமானது. என் முதுகுப்பையைக் கழற்றிப் பனித்தரையில் போட்டேன், அப்படியே அதன்மீது விழுந்தேன்.

விழுந்த கணமே விசித்திரமானதொரு அசைவை உணர்ந்தேன். மாஸ்டிஃப் எழுந்து நின்றது, தலையை நீட்டி வலதுபக்கமாகச் சுழற்றிப் பார்த்தது. மலைச்சரிவில் எங்களுக்கு மேலாக எதுவோ நகர்ந்தது, ஏதோவொன்று வெள்ளையாக முட்டை வடிவில் பலூன்போலப் பருத்தபடியே எங்களை நோக்கி வேகமாக உருண்டு வந்தது. சட்டென்று எனக்கு உறைத்தது – பனிச்சரிவு! நாயைப் பார்த்துக் கத்தியதில் நான்தான் பனிச்சரிவை உண்டாக்கிவிட்டிருந்தேன்.

தனக்கடியிலிருந்த கருங்கல் பாறைகளின் கரும்பரப்பை வெளிப்படுத்தியபடி திரண்டு நகர்ந்து ஒரு பெரிய சுவராக விரைந்து வளர்ந்தபடியிருந்த சீற்றமிகு வெண்மையைக் கண்டு உறைந்துபோனேன். ஒரு கடுமையான மோதலை எதிர்பார்த்த மாஸ்டிஃப் முனகல் ஒலியுடன் தன் தலையைத் தோள்பட்டைகளுக்குள் இழுத்துக்கொண்டது, ஆனால் தன்னிடத்திலிருந்து அது நகரவில்லை. உதவுங்கள் என்பதுபோல என்னை அது பார்த்தது. சற்றுத் தொலைவில் தரையிலிருந்து நீட்டிக்கொண்டிருந்த ஒரு பாறையை நோக்கிப் பாதித் தாவலிலும் மீதி பறத்தலிலுமாகப்

போய்க்கொண்டிருந்தேன் நான். நான் பாறையின் பின்னால் சென்று மறைந்த அக்கணம் அந்த வெள்ளைச் சீற்றம் என்னை மிதித்துக் கடந்தது.

நூறு குதிரைகளின் குளம்பொலியுடன் சத்தம் அதிகமில்லாத வழுக்கல் ஒலி எழும்பி அடங்கியபின் திடீரென்ற ஆழ்ந்த நிசப்தம். எல்லாப் பக்கமிருந்தும் கனமான குளிர்ப்போர்வை என்னை அழுத்தி மூடியது.

நான் பனிக்கடியில் புதையுண்டுவிட்டேன்!

நான் பின்சென்று மறைந்த பாறையின் கடினத்தன்மையை என்னால் உணர முடிந்தது. அதன்மீது சாய்ந்தபடி எழுந்துநிற்க முயன்றேன். பனியின் கனம் என் தோள்பட்டைகளிலிருந்து நழுவ வெளிச்சம் கண்ணுக்குத் தெரிந்தது. பாறை பனிச்சரிவைப் பிளந்து அதன் இரண்டு பக்கமும் பனியைப் பிரித்துவிட்டிருக்கிறது. பாறைக்கு மேல் வந்து நழுவிய மேலடுக்குப் பனி மட்டுமே என்மேல் விழுந்திருந்தது. என்னைச்சுற்றி எல்லாமே வெள்ளையாக இருந்தன. மாஸ்டிஃப் இருந்ததன் தடயமே இல்லை. என் முதுகுப்பை இருந்த இடமும் தெரியவில்லை.

நான் தோண்ட ஆரம்பித்தேன். என் கைகளைச் சிறு மண்வெட்டி களாகப் பாவித்துப் பனியைத் தோண்டித் தூர எறிந்தேன். கீழே உறைந்த மண்தரையை அடைந்தபோது அது இரண்டு மீட்டர் ஆழப் பள்ளமாக இருந்தது, ஆனால் அங்கே என் பை இல்லை. பனிச்சரிவின் வேகம் அதனைச் சில மீட்டர்கள் முன்னே தள்ளிக்கொண்டு போயிருக்க வேண்டும் என நினைத்தேன். எனவே பள்ளத்திலிருந்து வெளியே வந்து அதிர்ஷ்டமான இடம் என்று தோன்றிய இடத்தில் மீண்டும் தோண்ட ஆரம்பித்தேன். அங்கே மாஸ்டிஃப் கிடந்தது. அதன் உடல் வெம்மை குறையால் இருந்தது, ஆனால் உயிரில்லை. மூக்கு விடைத்திருக்கத் தொண்டை வரை பனி அடைத்திருந்தது.

அதைப் பள்ளத்திலேயே விட்டுவிட்டு மேலே வந்தேன்.

பனிச்சரிவு எல்லாவற்றையும் விழுங்கியிருந்தது: எனது ஆடைகள், குறிப்பேடுகள், புகைப்படக் கருவி, புகைப்படச் சுருள்கள், மருந்துகள், ஆவணங்கள், மொத்தமாக எல்லாவற்றையும். இவற்றை மட்டுமல்ல, எனது கூடாரம் மற்றும் உறங்கும்பையையும். இரவு என்னைக் கொல்லப்போகிறது! பைத்தியம் பிடித்தாற்போல் நான் மீண்டும் தோண்ட ஆரம்பித்தேன். நான்கு இடங்களில் நான்கு பள்ளங்கள் தோண்டினேன். பிறகு ஐந்தாவதையும் ஆறாவதையும். ஏழாவது பள்ளத்தைத் தோண்டுகையில் வலுவிழந்து சோர்ந்து அதனுள்ளேயே படுத்துவிட்டேன்.

எப்பேர்ப்பட்ட முட்டாள் நான். நாயைப் பார்த்துக் கத்தியிராவிட்டால் இந்தப் பனிச்சரிவு ஏற்பட்டிருக்காது. இங்கே நின்றுகொண்டிருக்க நேர்ந்திராவிட்டால் இந்நேரம் வேறு எங்காவது இருந்திருப்பேன். நான் பிறக்காமல் இருந்திருந்தால் இறக்காமல் இருப்பேன்.

நான் வாழ்ந்திருக்கவும் மாட்டேன்.

பள்ளத்திலிருந்து வெளியேறி மற்ற பள்ளங்களருகே நான் தோண்டிக் குவித்த பனியைப் பார்த்தேன். சூரியனை நோக்கி உறைந்த என் கைகளை

உயர்த்தினேன். இவை குழந்தையாக இருந்தபோதிருந்த எனது கைகள், ஒருபோதும் நான் ஆக முடியாத கிழவனது கைகளும். தான் தேடியது கிடைக்கப்பெற்ற இளைஞனது கைகள் இவை, கடைசியில் இந்தப் பனிமூடிய மலைக் கணவாயில் ஞானமடைந்து புத்தனாகப்போகிற, அடுத்த கோடை வரை நிர்வாணத்தில் இங்கேயே அமர்ந்திருக்கப்போகிற எதையும் எதிர்பார்க்காத தாந்திரீக ஆசானது கைகளும் இவை. காற்று அவரது தாடியை அலைக்கழிக்கும் காதோரம் சீழ்க்கையடித்துச் செல்லும், ஆனால் அதையெல்லாம் அவர் செவியுறமாட்டார். மௌனமே அவரது புகலிடம்.

மனதில் உயர்ந்த எண்ணங்களை விரும்பினேன். நான் விலகி ஒதுங்கியிருக்கும் இந்நேரத்தில் விதிப்படி எனக்கு நிகழவிருப்பதை ஏற்றுக்கொள்ள அவை உதவும். ஆனால் என் நனவிலி மனம் தொடர்ந்து கசப்பையும் பழிதீர்த்தலையும் அச்சத்தையும் வெளியே கொட்டிக் கொண்டிருந்தது. எனக்குள்ளே என்ன நடக்கிறது என்று தெரிந்தும் என்னால் ஒன்றும் செய்ய முடியவில்லை. அந்தத் தீய எண்ணங்களின் பாய்ச்சல் அவ்வளவு வலுவாக இருந்தது.

அந்த வலு என்னை எழுப்பிப் பனித்தரையில் நடக்கவைத்து இறந்த மாஸ்டிஃப்பை நான் விட்டுவிட்டுவந்த பள்ளத்துக்குக் கொண்டுசென்றது. அது என் சட்டைப் பைக்குள் கைவிட்டுக் கத்தியை எடுத்துக் கையில் திணித்தது.

என்னைச் சுற்றி ரத்தம் குட்டையாக நிற்கும்வரை கையை மேலும் கீழும் வீசி நிறுத்தாமல் மாஸ்டிஃப்பைக் குத்தச் செய்தது. ரத்தம் பனியையும் என் கால்சராயின் முட்டிப் பகுதியையும் நனைத்தது. அப்போது நான் வேண்டுமென்றே என்னை மரணத்தின் மடியில் தள்ளிய மடத்தைச் சேர்ந்த அந்த மனித்தன்மையற்ற நபர்களையும் கத்தியால் குத்தினேன்.

பழிதீர்க்கும் ஆசை வடிந்தபின், எனக்குள் இருந்த குழந்தை ‘அவர்கள் யாரென்று காட்டிய’ பின் நான் பள்ளத்திலிருந்து வெளியேறி ரத்தம் தோய்ந்த என் கைகளைச் சூரியனை நோக்கி உயர்த்தினேன்.

“சிரியுங்கள்!” காற்றின் பாய்மரங்களில் ஏறி யோகானந்தரின் குரல் என்னை நோக்கி மிதந்துவந்தது. “இந்த உலகம் உங்களது வீடு, உங்களது வீட்டில் நீங்கள் என்ன வேண்டுமானாலும் செய்யலாம்.”

“ஹா ஹா ஹா ஹா!” கணவாயின் உச்சியில், கடல் மட்டத்திலிருந்து நான்காயிரம் மீட்டர் உயரத்தில், தனது நாட்டை விட்டுக்கொடுத்த பிறகு லியர் செய்ததுபோல வானிலுள்ள கடவுளர்களுக்குச் சவால் விட்டபடி நின்றேன். விரல்களுக்கு நடுவே பேனாவை வைத்திருக்கும்போது மிகவும் பயங்கரமானவையாகிவிடும் கைகள் இவை. பிரியத்துக்குரிய பெண்ணைத் தழுவுகையில், நிஜமாகவும் உண்மையாகவும் மகிழ்வுகொள்ளும் கைகள் இவை. இத்தனை ஆண்டுகள் களங்கமற்றவனாக இருந்துவிட்டுக் கடைசியில் இறந்துபோன ஒரு நாயைக் கொன்ற மனிதனின் கைகள் இவை.

“ஹா ஹா ஹா ஹா!” நான் சிரித்தேன். ஏற்கெனவே பாதிப் பைத்தியமாகி, என்னைப் புதைக்கப்போகும் இன்னொரு – இதுதான் கடைசி – பனிச்சரிவுக்காகக் காத்திருக்கிறேன். மண்டியிட்டு அமர்ந்து கால்சராயின்

முட்டிகளில் படிந்த ரத்தக்கறையை அகற்றினேன். தாந்திரீகத்தின் கத்தி தன்முனைப்பைக் கொல்ல முடியாமல் குத்த மட்டும் செய்தபோது தெறித்த ரத்தத்தின் கறையை அகற்ற எனது ஆன்மா விரும்பியதுபோல, கறை அகன்றபின்னும் தொடர்ந்து தேய்த்துக்கொண்டிருந்தேன்.

எனக்கு இடதுபுறமிருந்த வெண்ணிற மலையுச்சியின் பின்னால் சூரியன் இறங்கிக்கொண்டிருந்தது. கருநிழலொன்று கணவாயை விழுங்கத் தொடங்கியது. இரவின் முன்களப் படையணியான அது ஓர் எதிரியைப்போல ரகசியமாக மலையோடைப் பாதை வழி ஊர்ந்துவந்தது. கீழே இரவு ஒன்றும் அவ்வளவு குளிராக இருக்காது என்று நினைத்தேன். குகை ஒன்றைத் தேடி அதில் அடங்கிவிடலாம், அப்படியே இன்னும் ஒன்று அல்லது இரண்டு நாட்கள் பிழைத்திருக்கலாம்.

பனியில் சிரமத்துடன் நடக்க ஆரம்பித்தேன், பனிவிரிப்பின் மேல் பகுதி உறைந்து ஓடுபோல ஆகத் தொடங்கியிருந்தது. ஐந்து அல்லது ஆறு அடிகள் வைத்தபின் எதிலோ தடுக்கித் தடுமாறி முகம் குப்புறப் பனியில் விழுந்தேன். எழுந்துநின்று திரும்பிப் பின்னால் பார்த்தேன்.

வெள்ளைப் பனிக்குவியலுக்கு வெளியே நீட்டிக்கொண்டு எனது உறங்கும்பையின் ஒரு மூலை தெரிந்தது.

“ஹஹ்ஹஹ்ஹா . . .!” நான் கத்தினேன்.

பைத்தியம்போலத் தோண்டினேன். உறங்கும்பை மட்டுமல்ல எனது முதுகுப்பை, கூடாரம் இவற்றையும் அங்கிருந்து விரைவாகத் தோண்டிக் கண்டெடுத்தேன். இந்தக் கொடுவெளியில் கழிக்கவிருக்கும் முதல் இரவில் நான் உறைந்துபோகப் போவதில்லை, வேண்டுமென்றால் அது இரண்டாவது அல்லது மூன்றாவது இரவில் நடக்கலாம் என்பதைத் தாண்டி இந்த முதுகுப்பை எனக்கொன்றும் அத்தனை முக்கியமானதல்ல என்றாலும் என்னை முடிவற்ற மலையோடைப் பள்ளங்கள், பனிவண்டல் பிரதேசங்களைத் தாண்டி ஒரு சொகுசு விடுதியின் கதகதப்பான அறைக்குக் கொண்டுசெல்லக்கூடிய ஒரு மந்திரக் கம்பளத்தைக் கண்டுபிடித்ததுபோல மகிழ்ச்சியில் கத்தினேன். விலைமதிப்பற்ற எனது சொத்துக்களைச் சுமந்துகொண்டு கணவாயின் அடுத்த பக்கமிருக்கும் தாழ்வுப் பகுதிகளை நோக்கி தள்ளாட்டத்துடன் நடந்தேன்.

அப்போதுதான் அவர்கள் என் கண்ணில் பட்டனர்.

கொடும் புயலால் அலைக்கழிக்கப்பட்டு, பிரபஞ்சத்தின் ஆழம்வரை பாய்ந்திருக்கும் ஒரு முடிவற்ற கொந்தளிக்கும் கடலைப்போல என் முன்னே அவர்கள் நின்றனர். சூரியஒளியில் ஒளிர்ந்து மின்னிய அதேவேளை, அலைபாயும் நிழல்கள் மேலே விரவியிருக்க மணற்பாறைகளிலும், சுண்ணப் பாறைகளிலும் அமைந்த விசித்திர உருவங்களின் கருங்கல் சமவெளியில் கூராக அல்லது மூன்று நான்கு கொம்புகளாகச் செதுக்கப்பட்டு நீட்டிக்கொண்டிருக்கும் வெண்ணிறக் கூம்புகளும் அவற்றுக்குக் கீழே கணக்கற்ற சிறிய கூம்புகளும்தான் அவர்கள். மேலே மூடியிருந்த பனி காற்றில் அடித்துச்செல்லப்பட்டதால் சிலர் கறுப்பு அல்லது அடர்பழுப்பு வண்ணத்திலும் காணப்பட்டனர். மற்றவர்கள் கண்கூசும் வெண்ணிறத்தில்

இருந்தனர். அவர்கள் அச்சத்தில் நடுங்கி ஒழுங்கின்றிச் சிதறிக்கிடந்த பொங்கூசிப்பாறை வீரர்கள், ஒரு நிரந்தர அமைதி ஒப்பந்தத்தில் உறைந்துபோய் நின்றுகொண்டிருந்தார்கள். அவர்களுக்கு நடுவே பாம்புபோல நீண்ட, முடிச்சிட்ட, இடையில் சிதிலமுற்ற கல் விலா எலும்புகள். பூமிக்குக் கீழிருந்துவந்த அழுத்தம் அவற்றை அமுக்கி ஒன்றன்மீது ஒன்றாக அடுக்கி அவற்றுக்கு நடுவே படியமைப்புச் சரிவுகளைக் கொண்ட அகண்ட பள்ளங்களையும் குறுகலான ஆற்றுப்படுகைகளையும் ஏற்படுத்தியிருந்தது. அவற்றுக்கும் கீழே உடைந்த பாறைகளின் துண்டுகள் நழுவி வந்து ஒன்று சேர்ந்துசேர்ந்து முடிவற்ற காம விளையாட்டின் குறியீடான லிங்கங்கள் வடிவில் தம்மை அமைத்துக்கொண்டிருந்தன. இவற்றைக்கொண்டே இந்த மலைகள் தம்மைப் பராமரித்துக்கொள்ளவும் புதுப்பித்துக்கொள்ளவும் செய்கின்றன.

ஒழுங்குக் குறைவு இருந்தாலும் எல்லாமே தமக்குரிய இடத்தில் இருந்தன. ஒற்றைக் கல்கூட அது இருக்கக்கூடாத இடத்தில் இல்லை. எல்லாமே நிரந்தரமானவையாக, சுதந்திரமாக, அமைதியுடன் இருந்தன. மலைகள் சுதந்திரமானவை. அவற்றின் நிரந்தரத் தன்மையில் எனது நிலையாமை பிரதிபலித்தது.

மலைகள் இருக்கின்றன. நான் இருக்க முயல்கிறேன். அதனால்தான் நான் இறந்துபோக வேண்டியிருக்கிறது.

என் கண்களில் நீர் கோர்த்தது. எனக்குமேல் ஒரு ஜோடிச் சிறகுகள் அடித்துக்கொண்டன. அதன் நிழல் பனிமூடிய தரையில் பின்தொடர கணவாயைக் கடந்து ஒரு பெரிய பறவை பறந்தது.

தனிமையின் நிசப்தம், தனிமையின் இரைச்சல். என்னைத் தனிமை சூழும்போது எனது வாழ்க்கை இரைச்சலாக இருக்கிறது. முடிவற்ற வாதங்கள், முடிவற்ற பிரதிவாதங்கள், முடிவற்ற சிந்தனை, உணர்ச்சித் துணுக்குகள். ஏதோ என்னுள் மலைகள் உருக்கொள்வதுபோலப் பெரும் சத்தங்களுடனும், மோதும் உராய்வில் கீச்சிடும் ஓசைகளுடனும் இவை நடக்கின்றன. ஆனால் அவை, எல்லாமும் எப்போதும் அவற்றுக்குரிய இடத்தில் அமைந்திருக்கும் என் முன்னே உள்ள மலைகளைப் போலில்லை.

தொலைவே மௌனக்கடலின் அந்தப் பக்கமிருந்து மேளச் சத்தமும் பெரும் ஓசையான ரடோங்குகளின் பிளிறலும் மெலிதாக என்னை நோக்கி மிதந்துவந்தன. நான் பின்னால் திரும்பிப் பார்த்தேன். வெண்ணிற மலைச்சரிவுகளுக்கு அப்பால் ஒரு கொடும்பாறையின்மீது அமைந்த தெற்குமுக ஸ்வஸ்திகா சின்னத்தின் லாமா மடாலயம் தெரிந்தது. மலைமுகத்தில் ஒரு கொத்தான அணிகலனாக, அஸ்தமனச் சூரியனில் பொன்னிறத்தில் மின்னியபடி, ஒரு மாயம்போல, நம்பமுடியாததாய் அது இருந்தும் நான் அதை நலிந்த என் உடலினும், யதார்த்தம் என நான் அழைக்கும் கனவுகளை விடவும் நிரந்தரத்தன்மையுடையதாய் என் மனதார உணர்ந்தேன்.

தொலைவிலிருந்து பார்க்கும்போதுதான் அந்தச் சுவர்களுக்குள் இருந்து நான் வாழ்ந்தவையெல்லாம் எவ்வளவு தூரம் அழிக்க

முடியாதவை என்பதை உணர முடிந்தது. அவை எல்லாமே என் நினைவில் கலைந்துகிடந்தன, எல்லாமே திருகி முடிச்சிட்ட ஒளி – ஒலித் துணுக்கு களாக இருந்தன. ஆழ்ந்த பொருளுடைய வழிபாடுகளும் ரகசியப் பாலுறவுச் சடங்குகளும், ஈரமான நிலவறை நடைவழிகளும் மூச்சுமுட்ட வைக்கும் தூபப்புகையும், படபடக்கும் பிரார்த்தனைக் கொடிகளும் பல்லில்லாத முதிர்வயதுப் பெண்களும், அழகு, அச்சம், நம்பிக்கைகள், மாற்றங்கள் – இவற்றின் துணுக்குகள்.

ஈடேறாத பெரிய எதிர்பார்ப்புகளது துணுக்குகளும்.

எப்படி அது சாத்தியம்? என்னை நானே தேடியபடி வாழ்வது எப்படி சாத்தியம்? நான், நானாக இருப்பதன் உண்மையை அறிந்திருக்கிறேன். ஆனால் நான் நினைத்துக்கொண்டிருக்கும் 'நான்'க்கும் நிஜத்தில் இருக்கும் 'நான்'க்கும் இடையே ஓர் இடைவெளி இருக்கிறது. விளிம்பிலிருந்து என் மையத்தை நோக்கி நகர்வதை ஏதோ தடுக்கிறது. ஏதோ சரியில்லை. எனக்குள் வாழ்வதற்குப் பதிலாக விலகிநிற்றலின் நிரந்தரக் குளிரில் வாழ்ந்துகொண்டிருக்கிறேன். உள்ளே புக உகந்த இடத்தைப் பார்த்துகொண்டிருக்கும் திருடனைப்போல நான் என்னையே சுற்றி வந்துகொண்டிருக்கிறேன்.

நான் அளவுக்குக் குறைவாக வன்முறை கொண்டுள்ளேனா? அல்லது நான் தவறான கேள்வியைக் கேட்டுக்கொண்டிருக்கிறேனா? நானே எப்படி இதை அறிய முடியும்? ஒருவேளை கேள்வி இப்படி இருக்க வேண்டுமோ: நானே என்னை அறிந்திருக்கவில்லை, எப்படி இது சாத்தியம்? நிச்சயமாக அது நான்தான், என்னிடமிருந்து என்னைப் பிரிக்கும் வேலியை உருவாக்கி அதைப் பராமரித்துவருவது நானேதான். ஏன் இதை நான் செய்கிறேன்? அல்லது, இன்னும் துல்லியமாகச் சொன்னால்: எப்படி இதை நான் செய்கிறேன்? ஏன் என்னால் உள்ளவற்றை உள்ளவாறே பார்க்கக் கூடாமல் போகிறது?

பிரச்சனை என்னவென்றால் யதார்த்தம் என்றால் என்னவென்று எனக்கு நானே *விளக்கிக்கொள்கிறேன்.* எனக்குப் புரிந்த மொழியில் அதை மொழிபெயர்த்துக் கொள்கிறேன்: அது கருத்துகள் மற்றும் வரையறைகளின் மொழி. இப்படிச் செய்வதன் மூலம் நான் யதார்த்தத்தை நெருங்க முடியும் என நம்புகிறேன். ஆனால் உண்மையில் அதில் யதார்த்தம் குறித்த எனது *விளக்கங்களை* மட்டும் நான் தொட்டுணர முடிகிற ஒரு கனவு மேகத்தை மட்டுமே உருவாக்குகிறேன்.

எனக்கும் யதார்த்தத்துக்கும் இடையில் உலகம் நிற்கிறது. எனக்குப் புரிந்த மொழியில் விஷயங்களை மொழிபெயர்த்துக் கொள்கிறேன், ஆனால் அதே நேரம் இயற்கையாக அமையாத ஒரு சூழ்நிலைப் பொருத்தப்பாட்டை அவற்றின்மீது திணிக்கிறேன். அந்த பொருத்தப்பாடு குறிப்பிட்ட அந்தக் கணத்தில் என் உணர்வுகள் உண்டாக்கும் மாயத் தோற்றம்தான். உறையவைக்கும் பனிக்குவியல்களாலான கொடுவெளியைப் பார்த்து நினைக்கிறேன்: கொடுமையான குளிர்காலம். இது குரூரமானது, யாரைப்பற்றியும் அதற்கு அக்கறையில்லை. இது என்னைக் கொல்லப் போகிறது. என் சப்பாத்துக்களோடு சேர்த்துச் சறுக்குப் பலகைகள்

கட்டப்பட்டிருந்தால், அதோடு இங்கே கீழே ஒரு சொகுசு விடுதியும் இருந்தால் நான் நினைப்பேன்: அடடா, இந்த முடிவில்லாத குளிர்காலம்தான் எத்தனை அழகு! எப்படி அது கைநீட்டி என்னை அழைக்கிறது. என்ன ஒரு பிரமாதமான விடுமுறை!

உறைந்த எனது கைகால்களை அசைத்தேன். சட்டென்று வீசிய காற்று உலர்ந்த பனித்துணுக்குகளைக் கொத்தாக என் முகத்திலடித்துச் சென்றது. மரணம் ஒன்றும் வெகு தொலைவில் இல்லை என்பதை உணர்ந்தேன்.

இந்த உணர்வு என்னை அதிர்ச்சிக்குள்ளாக்கியது. என் வாழ்வை நான் வீணடித்துவிட்டேன். தவறான கனவுகளைப் பின்தொடர்ந்து விட்டேன். ஒரு புனைவை உருவாக்கி அதை வாழ்க்கை என்று அழைத்து விட்டேன், நான் எதிர்கொள்ளப் பயந்த நிஜமான யதார்த்தத்துக்கு முன் அதனைக் கேடயமாக நிறுத்திக்கொண்டேன். ஏனென்றால் அந்த யாதர்த்தம் மிகவும் கரடுமுரடாக, உயிர்ப்பின்றி, சுவாரயஸ்மற்று இருந்தது. இப்போது அதனிடம் நான் சிக்கிக்கொண்டேன். முட்டாளாகிய நான் இப்போதும், இந்த இறுதிக் கட்டத்திலும் அதை ஏமாற்றிவிட முடியும் என நினைக்கிறேன்.

எனக்கொரு ஜப்பானிய மௌனத் திரைப்படம் நினைவுக்கு வந்தது. அப்படத்தில் இயக்குநர் காட்சி விவரணைகளை அழகுறத் தொகுத்துப் படத்தின் இறுதிக் கட்டத்தில் தாங்கமுடியாததாகிவிடும் ஓர் எதிர்பார்ப்பை வெற்றிகரமாக உருவாக்கியிருப்பார். அந்தப் படத்தில் திடீரென்று ஒரு கதாபாத்திரம் பேசிவிடுமோ என நினைத்து நான் அடைந்த பீதி நினைவுக்கு வந்தது. அவன் வாயைத் திறந்து பேசினால் எல்லாமே நாசமாகிவிடும்.

வார்த்தைகள் என்பவை உலகின் சன்னல்மீது நாம் தொடர்ந்து எறியும், அதனை ஊடுருவிப் பார்க்க முடியாத திரையாக மாற்றிவிடும் கற்கள்தான் என்று தோன்றியது. ஒவ்வொரு வார்த்தையும், மிக நேர்மை யான வார்த்தையும்கூட, தன்னளவில் ஒரு சிறிய பொய்யாக இருக்கிறது. அது உணர்வைச் சிந்தனைக்குள் மொழிபெயர்ப்பதாக, அதனால் அதனைத் தோராயமான ஒன்றாக மாற்றுவதாக இருக்கிறது. நாம் அனைவரிலும் சிந்தனையை மேற்கொள்வது தன்முனைப்பு, தன்முனைப்பு ஒரு முகமூடி, தன்முனைப்பு ஒரு சுயபிம்பம்.

வாழ்க்கையில் நான் கொண்டிருக்க விரும்பியதெல்லாம் அர்த்தமும் நம்பிக்கையும்தான். என்னுடைய விருப்பங்கள் நிறைவேறும் என்ற சாத்தியங்களின்றி நாளைய தினம் அமையாது என்ற நம்பிக்கை. நம்பிக்கையின்றி எப்படி வாழ்வதென்று எனக்குத் தெரியாது, அதைத் தெரிந்துகொள்ளவும் முடியாது. நாளை, நாளை மறுநாள் அல்லது எதிர்காலத்தில் ஒருநாள் வாழ்தலில் என்னுடைய முயற்சிகளுக்கு வெகுமதி கிடைக்கும் என்ற நம்பிக்கை இல்லாவிட்டால் ஒவ்வொரு நாளும் கதகதப்பான படுக்கையிலிருந்து ஊர்ந்து இறங்கி ஒரு புதிய நாளின் மோசமான வானிலைக்குள் எப்படி நான் செல்லமுடியும்?

வாழ்வு பிரயோசனமற்றது என்று எனக்கு நானே ஒத்துக்கொள்ள அச்சமாயிருந்தது. நாளை என்பது மாயை, உண்மையான (ஒரே)

242 இவால்ட் ஃப்ளிஸர்

நிகழ்காலத்து வாழ்வின்மீது அணிவிக்கப்பட்ட ஒரு முகமூடி என்பதையும். கடைசியில் என்னால் தவிர்க்கவே முடியாது என்ற நிலை வரும்வரை இந்த எதிர்கொள்ளலைத் தள்ளிப்போட்டுக்கொண்டு வருவது சுலபமாயிருந்தது. இப்போது எனக்கு நானே ஒரு பெரிய பொறியை வைத்துக்கொண்டுவிட்டேன் என்பது தெரிகிறது. இப்போது தொலைவே கேட்கும் முக்கியமற்ற ஒரு எதிரொலி என்றாகிவிட்ட என் வாழ்க்கையில் நான் அறிவை, கருதுகோள்களை, தத்துவத்தை, பலவற்றைக் குறித்த அபிப்பிராயங்களைப் பேணி வளர்த்தேன். வெறுமனே உணர்வதெல்லாம் எனக்குப் போதுமானதாக இருப்பதில்லை. உணர்வுகளுக்குப் பின்னால் எனக்கு ஒரு விளக்கம், ஒரு சூழ்நிலைப் பொருத்தம், ஓர் 'அர்த்தம்' தேவைப்பட்டது. வார்த்தைகளைக் கொண்டு மட்டுமே இந்த 'அர்த்த'த்தை கண்டுபிடிக்கவும் அணுகவும் முடியும் என்றுநம்பினேன். இந்த (எனதும் மற்றவர்களதுமான எழுதப்பட்ட அல்லது பேசப்பட்ட) வார்த்தைகள் ஓர் இரைச்சலை உண்டாக்கின, அந்த இரைச்சலின் எதிரொலி இப்போது மலைகளுக்குப் பின்னால் மெல்லத் தேய்ந்து மறைந்துகொண்டிருக்கிறது. யப் – யப் – யப், ப்ளா – ப்ளா – ப்ளா – ஒருபோதும் வாழ்வாக இல்லாத ஒரு வாழ்வின் எதிரொலி.

எல்லாமே மறைந்தன. எல்லாமே என்னைக் கைவிட்டிருந்தன. நாளையைக் குறித்து, அடுத்தவர்கள் என்னைப்பற்றி என்ன நினைப்பார்கள் என்பது குறித்து, எனது பணி குறித்து, என்னைப் பற்றியும் மற்றவர்களைப் பற்றியும் நான் என்ன நினைப்பேன் என்பது குறித்து, எனக்கும் இந்த மனித குலத்துக்கும் என்ன நிகழும் என்பது குறித்து நான் கவலைப்பட வேண்டியதில்லை.

இன்று நான் சாகப்போகிறேன்.

32

தனிமையின் இரைச்சல்

மலைகள் இருட்டுப் போர்வைக்கடியில் நழுவியபின் நானும் தனிமைக்குள் நழுவினேன். குண்டும் குழியுமான சாலையில் மேலும் கீழும் குதித்தாடும் கொத்தான முகப்பு விளக்குகள், அணைந்து அணைந்து எரியும் நட்சத்திரங்களுக்கிடையில் பயணிக்கும் விண்வெளிக்கலம் என்னை நோக்கித் தரையிறங்கும் ஒளி, இவைபோல எனக்குள் இருந்த ஒளிகளிடம் நான் சரணடைந்தேன். நான் ஒளிகளின் வட்டத்தில் இணைந்தேன், அங்கே மீண்டும் உலகைக் கண்டேன். அது வழமையான உலகமல்ல, தன்னுடையதல்லாத விஷயங்களைக் கொண்ட உலகம். அங்கு இல்லாதது எனது செயல்களுக்கு நானே பொறுப்பு என்ற உணர்வு மட்டுமே – என் புலன்களின் பிடிகளுக்கு அப்பால் என்போக்கில் நான் இருந்தேன். எனக்கும் எனக்கடுத்த சுற்றுப்புறத்துக்கும் இடையேயான வழக்கமான அந்த வேலியும் இல்லை. மாறாக எல்லாமே எனக்கும், எனக்குள்ளும் ஒரே கணத்தில் நிகழ்ந்தன என்ற அசைக்கமுடியாத உணர்வு இருந்தது: நான் நிகழ்வுகளுக்குக் காரணமாக இருந்தேன், இருந்தும் அவை தமது விருப்பப்படியும் நிகழ்ந்தன. காரணம் இனியும் புலனணுர்வுகளுக்கு வெளியே எனது இருப்பு இல்லை. பொருட்கள் நிகழ்வுகள் குறித்த வழமையான அணுகுதலை இழந்திருந்தேன்: பெயர்ச் சொற்கள் வினைச்சொற்களின்றி இருந்தன. அவை தனித்து, தன்னிறைவுடன் நின்றன. “பனியில் நான் அமர்கிறேன்” என்பதற்குப் பதிலாகப் பனியமர்வு, “எனக்கு அச்சமாயிருக்கிறது” என்பதற்குப் பதிலாக என்னச்சம், “இரவு நெருங்குகிறது” என்பதற்கு பதிலாக நெருங்குமிரவு.

எதிர்வரும் இரவையும் அதைத் தொடர்ந்த பகலையும் பற்றிய என் நினைவு இப்படித்தான் இருந்தது. இப்படிப்பட்ட தொடர்ச்சியான புலனுணர்வுகளாக:

நீலச்செம்மறியின் பொன்பழுப்புக் கண்கள், சூரியவொளியில் அவற்றின் ரோமத்தின் பட்டுப்போன்ற மினுமினுப்பு,

அசையும் கொம்புகள், நிசப்தம், கால்வலி, உறைந்த காற்றில் எரியும் கைகள், கரடுமுரடான மொடமொடவென்ற வெண்ணிறத் தரை, என் சப்பாத்துக்களில் பனி, என் கால்சராய்களில் பனி, காற்று ஒரு கூரான குறுங்கத்தி, வீழ்தல், உருளும் முதுகுப்பையைப் பிடித்தல், இருட்டுக்குள் வீழ்தல், உதறிக்கொள்ளுதல், முகத்தில் எதுவோ படபடவென்று அடித்தல், வாய்க்குள் எரிச்சல், தோள்பட்டைகளில் வலுவான விரல்கள், அக்குள்களில் கூரான விரல்கள், அன்னிய வாயின் உவக்காத மூச்சு வாசம், நெருப்பு அல்லது கைவிளக்கின் திடீர் வெளிச்சம், அகன்ற விளிம்புடைய தொப்பியணிந்த முதிய திபெத்தியரின் நிழலுரு, நகரும் விலங்குகளின் புறவடிவம், நீலச் செம்மறியை வேட்டையாடும் இந்தியரின் நிழலுரு, சடையெருமை முதுகுகளில் பெரிய சுமைகள், இறுகக் கட்டிய ரோமப் பொதிகளும் கொம்புப் பொதிகளும், எருமையோட்டிகளின் மெலிந்த உருவங்கள், சிரிப்பு, கிசுகிசுவென்ற உரையாடல், பனிவெளியினூடான பயணம், வானிலிருக்கும் நிலவு, ஒளிரும் வெண்மை, தள்ளாட்டத்துடன் நடக்கும் விலங்குகளின் உருவங்கள், ஒன்றன் பின் ஒன்றாக இன்னுமின்னும் கீழே, பனியில் கிடக்கும் குச்சிகள், விலங்குகளின் முதுகில் உள்ள குச்சிகள், இழுத்துக்கட்டிய பட்டைகள், சுமைகளின் கீச்சிடல், மலைச்சரிவின் அடிவாரத்தில் ஓய்வு, நெருப்பு, கூடாரங்கள், உறங்கும் பை, கதகதப்பு, முணுமுணுப்பான குரல்கள், இரவில் ஓநாய்களின் ஊளை, தொலைவே வெகு தொலைவே, கடைசியில் உறக்கம்

காலையில் புறப்படுவதன் பரபரப்பு, உற்றுப்பார்க்கும் இந்தியக் கண்கள், மர்மம் நிறைந்த திபெத்தியக் கண்கள், தோல் கால்சராய்களின் உரசல் ஒலி, உலோக அடிப்புறம் அமைந்த சப்பாத்துகள், ரோமங்களையும் கொல்லப்பட்ட நீலச்செம்மறியையும் ஏற்றிய சடையெருமைகள், மலையோடைப் பாதையில் தடுமாறுதல், பனியில் வீழ்தல், சுழன்றபடியே கருந்துளை ஒன்றுக்குள் வீழ்தல், இப்படியும் அப்படியுமான அசைவு, சடையெருமையின் முதுகு, கால்நடைகளின் வாசம், எள்ளலுடன் பார்க்கும் கூரிய கண்கள், தொடுவானத்தில் நடனமிடும் மலைகள், தொடுவானத்தில் நடனமிடும் மலைகள், புகையை வெளியிடும் வாய், ஊடுருவுவது போலப் பார்க்கும் இந்தியக் கண்கள், கோபமான குரல், "எங்கே, எங்கே, எங்கே?", முழங்கையில் இடித்தல், சீற்றம், களைப்பு, ஆலோசனை, பக்கவாட்டில் பார்த்தல், முணுமுணுப்புகள், எங்கேயென்று – யாருக்குத் – தெரியும், ஏனென்று – யாருக்குத் – தெரியும், என்னவென்று – யாருக்குத் – தெரியும், மீண்டும் சடையெருமை முதுகில் இப்படி அப்படி அசைந்தாடுதல், மீண்டும் பிரிந்த ஒரு சடையெருமைகள் மற்றும் எருமையோட்டிகளின் வரிசை சரிவில் ஏறுதல், வாடகைக்கு அமர்த்திய தொப்பியணிந்த திபெத்தியர் வரிசையின் முதலில், கொன்ற மிருகத்துடன் அந்த இந்தியன் கடைசியில், நான், சடையெருமை முதுகில் அமர்ந்திருக்கும் ஓசி சவாரிகளில் இமாலயத்தைச் சுற்றிப்பார்க்க வந்தவன், நடுவில்

மலைகளின் விரிகாட்சி, அதிசயிக்கவைக்கும், முடிவற்ற, வெறுமை நிறைந்த ஒரு கிரகத்தின் கருங்கல் பல், எதிலிருந்தும் பிறக்கவில்லை எதற்குள்ளும் திரும்பி நழுவிச் செல்லவில்லை, காலுக்கடியில் பனி, கொடும்பாறை உச்சியில் மீண்டும் ஒரு நீலச்செம்மறி, ஒரு சுடுதல்,

இன்னும் இரண்டு சுடுதல்கள், தடதடக்கும் குளம்பொலி, ஒரு சிவப்புத் தலைப்பாகையின் பின்னால் மேலும் கீழும் அலையும் துப்பாக்கி வாயின் புகை, நரைத்துக்கொண்டிருக்கும் மீசையின் பின்னால், இன்னும் வேண்டும் இன்னும் வேண்டும் என விரும்பும் கண்களின் பின்னால், கண்களில் சூரியனின் பிரதிபலிப்பு – கடவுளே தயவு செய்து, இதுபோன்ற கண்கள் எனக்கு வேண்டாம், இதுபோன்ற பேராசை பிடித்த கண்கள் ஒருபோதும் எனக்கு வேண்டாம்

கிராமத்தில் இன்னொரு ஓய்வு, சிறுவர்களின் ஆர்வமிகு கண்கள், எச்சரிக்கை மிகுந்த ஆனால் வெகுளியான, வட்டமாக எருமையோட்டிகள், சலசலப்பான பேச்சு, சிரிப்பு, ஒதுங்கி நிற்கும் தூபியின் முன் தனித்த ஒரு பிரார்த்தனைக் கொடி, ஓய்வெடுக்கும் சடையெருமைகளின் முட்டாள்த்தனமான கண்கள், பிறகு விடைபெறுதல், கிராமத்தின் எல்லைவரை மூச்சுவாங்கியபடி எங்களுடன் வரும் சிறுவர்கள், பின்னால் நின்றுவிடுதல், வெள்ளைப் பனியில் ஒரு கறுப்புக் குழு, தனித்த துயரத்தின் ஒரு கொத்து, வரிசையான சிறிய தூபிகளை கடந்துசெல்லல், மலையோடையின் உறைந்த மேற்பரப்பைக் கடந்துசெல்லல், எங்களுக்குப் பின்னால் நின்றுவிடுதல், எங்களுக்குக் கீழே, கீழே இன்னும் கீழே நின்றுவிடுதல், கடைசியில் ஒட்டுமொத்த வெண்மையோடு உருகிக் கரைதல், தொடுவானத்தின் மிகப்பெரும் சிகரங்கள், மறுபடி அவற்றின் பின்னால் விழுந்துவிடும் சூரியன், மலைச்சரிவெங்கும் பரவும் நிழல், மூடுபனிபோல மலையோடைப் பாதைகளிலிருந்து எழும் குளிர், களைப்பு, தடுமாற்றம், நழுவுதல், மீண்டும் சடையெருமை முதுகு, இந்த மலைகளின் அரசன், இந்த நசிந்த உடல், இந்த உறைந்த விரல்கள், இந்தக் கலைந்து கிடக்கும் எலும்பு மற்றும் பிறவற்றின் ரோமம் மழிக்காத பை, பெரும் சமவெளயினூடாக அசைந்தாடிச் செல்லல், இவற்றுடன் தொடுவானத்தில் நடனமிடும் மலைகள், தொடுவானத்தில் நடனமிடும் மலைகள்.

ooo

நான் யார், நான் என்ன? மெல்ல அணைந்துகொண்டிருக்கும் ஒளியின் கடைசிச் சுடர்பொறியா, மனம் வெறுத்துப்போன வாழ்வின் காதலனா? இறந்த நாயைக் கொன்றவனா? அமைதியின்மையின் அடிமையா – எதைப்போல நான்? – மாயங்களின் சுவர்விளிம்பில் காணும் ரத்தமா? – ஏன் நான் – ஓ கடவுளே, ஏன் நான் ஒரு மலையாக இல்லை, வானைநோக்கி நீட்டிக்கொண்டு, அசையாமல். ஏன் இந்த எண்ணங்கள், இந்த உணர்வுகள், இந்த இரைச்சல், இந்த நரகம்? இந்த 'நான்?'

முடிவில் இதையெல்லாம் நான் ஏற்றுக்கொள்ள வேண்டுமா?

மயக்கம், பனியில் வீழ்தல், மொறுமொறுவென்ற அடி, கன்னங்களில் பனி, முரட்டுக் கை ஒன்றின் வலுவான பிடி, கறுத்த இந்தியக் கைகள், இடதுபுறமுள்ள ஒரு கணவாயைக் காட்டுதல், 'லடாக்,' இரண்டு பல்வரிசைகளுக்கு இடையிலிருந்து இந்த வார்த்தை நழுவி விழுவது, அவற்றுள் ஐந்து தங்கம், "லடாக், லடாக்!", சிரிப்பு, திரும்புதல், கிறீச்சிடும் ஓசைகள், சாத்து கிளம்புதல்

வினைச்சொற்களற்ற உலகம். தனிமையின் மௌனம், தனிமையின் இரைச்சல். வாழ்வின் அர்த்தம் என்ன? யாரோ புத்தரைக் கேட்டார்கள். தொடர்ந்து போய்க்கொண்டிரு என்றார் அவர்.

வினைச்சொற்கள் திரும்பிவிட்டன, எனக்கும் நிகழ்வுகளுக்கும் இடையிலான எல்லை திரும்ப நிர்மாணிக்கப்பட்டது. மீண்டும் நான் 'நான்' ஆனேன், அமைதியில் கேட்கும் இரைச்சல் ஆனேன். அந்த இந்திய வேட்டைக்காரர் காட்டிய திசையில் நான் செல்லவில்லை, அவர்மீது எனக்கு நம்பிக்கையில்லை. சரிவின் வளைவுக்கு அப்பால் மறைந்துவிட்ட சாத்துவைப் பின்தொடர்வது என முடிவுசெய்தேன். அவர் என்னைக் கழித்துக்கட்ட விரும்பினார். அவருக்கு, நீலச்செம்மறியைக் கொன்ற கரிய கண்களைக்கொண்ட அவருக்கு, நான் தொல்லையாக இருந்தேன். என் உடம்பில் வெள்ளி ரோமம் இருந்திருந்தால் என்னையும் அவர் சுட்டிருப்பார். ஆனால் ஒரு மனிதனாக, குழப்பமுற்ற மனிதனாக, அவருக்கு நான் பயனற்றவன்.

ஆனால் அப்படியிருப்பதுதான் நான், எனக்குச் சட்டென்று உறைத்தது.

நான் மண்டியிட்டேன்.

நான் இல்லாதபோது என் இன்மையை உணர்ந்து யாரெல்லாம் வருந்துவார்கள்? நான் திரும்பிவரவில்லையாயின் எனக்கு நெருக்கமானவர்களும் பிரியமானவர்களும் தங்களது வாழ்வைத் தொடரவே செய்வார்கள். அவர்களும் தங்களது தனிமையின் இரைச்சலில் எப்போதும் இருப்பார்கள். எனது இன்மையை நினைத்து வருந்துவது நானாக மட்டுமே இருக்க முடியும். எதை நான் நினைத்து வருந்துவேன்? உருவாக்கப்பட்ட, இந்தப் புனைவான 'நானை'. அதை உருவாக்கிய, தினசரி தன்னறுதிப்பாட்டுச் சடங்குகளுடன் அந்தப் புனைவைத் தொடர்ந்து தக்கவைத்திருக்கிற சூழலில் அதற்கு வெளிப்படையான இருப்பும் முக்கியத்துவமும் இல்லை. ஆனால் இங்கே முற்றான தனித்திருத்தலின் மௌனத்தில் அது முழுக்க வெளிப்படையாகவும், தனிமையின் வெற்றுக் கூச்சலாகவும், 'வீட்டு'க்குத் திரும்ப வேண்டும், அங்கே மீண்டும் தன்னைக் கண்ணாடியில் பார்க்க வேண்டுமென்ற பீதி நிறைந்த ஏக்கமாகவும் இருக்கிறதா? நான் என்ற ஒன்று இல்லை என்பதை உணர்ந்தேன். அங்கே நான் இருந்தேன், ஆனால் எனது இருப்பு இல்லை.

மௌனத்தில், ஒன்றுமின்மையில் நீ யாராக இருக்கிறாய்? ஒவ்வொரு உயிரியும் ஆற்றல் துகள்களின் தற்காலிகக் கூட்டமைப்பு, அபிப்பிராயங்கள், மறிவினைகள், உளவியல் நுட்பஅமைப்புகள் இவற்றால் ஆன 'ஆளுமை' ஓர் ஈயின் சிறு நடனத்தைத் தாண்டி ஒன்றுமில்லை என்றபோதும் இது மாறாதது, நிரந்தரம் என அந்த உயிரி கற்பனை செய்துகொள்கிறது. அந்தச் சிறு நடனத்தின்போது – மரணம் என்றால் என்ன, இறந்தகாலம் என்பதென்ன, நம்பிக்கை என்றால் என்ன? கடவுளே! விளங்கிக்கொள்ள முடியாத இந்த 'நான்–தன்மை' என்னும் சுமையிலிருந்து என்னை விடுவி. என்னை ஓர் எறும்பாக, வண்ணத்துப்பூச்சியாக, மரத்தின் ஓர் இலையாக மாற்று. ஒரு பனித்துணுக்காக மாற்று.

சாத்துவின் தடத்தைத் தொடர்ந்து பள்ளத்தாக்கின் விளிம்புவரை சென்றேன். மெல்ல அது குறுகி மேலே கொடும்பாறைகள் நீட்டிக் கொண்டிருக்கும் ஆழ்ந்த மலையோடைப் பாதையாக மாறியது. ஏதோ ஒன்றின், ஏதோ இருட்டும் குளிருமான ஒன்றின் சுவாசம் என்னை உரசி முன்னே செல்வதை உணர்ந்தேன். அது நெருங்கும் இரவின் நிழல் மட்டுமல்ல.

பாதையின் முதல் வளைவைத் தாண்டியபின் இறந்துகிடந்த ஏழு மனித உடல்களைப் பார்த்தேன். முதலாவது கைகால்களைப் பரப்பிக்கொண்டு வாய்திறந்து வானத்தில் எங்கோ வெறித்தபடி மல்லாக்காகக் கிடந்தது. அதன் நெஞ்சில் ஒரு காயம், கழுத்து பாதி அறுபட்டிருந்தது. ஏதோ சிவப்புத் திண்டில் தலைவைத்துப் படுத்திருப்பதுபோலத் தலையின் பின்பகுதியில் ரத்தம் திட்டாகத் தோய்ந்திருந்தது. மெழுகு உருவத்தில்போல அதன் விரல்கள் தாக்கும் ஒருவரைத் தடுக்கும் நிலையில் வளைந்திருந்தன. ஈடேறாத தப்பித்தல் முயற்சிபோல உடலைக்குறுக்கி அமர்ந்திருந்தது அடுத்த உடல். அதன் இடதுகால் பக்கவாட்டிலும் வலதுகால் முன்னோக்கியும் நீட்டியிருந்தது. இறக்கும் தருணத்திலும் பிடிமானம் தேவைப்பட்டதுபோல இரண்டு கைகளையும் தரையில் அழுந்த ஊன்றியிருந்தது. கழுத்து குறுக்காக வெட்டப்பட்டிருக்க, அறுபட்ட மூச்சுக்குழலானது, பொருக்குக் கட்டிய ரத்தம் மற்றும் தசைகளுக்கு வெளியே நீட்டிக்கொண்டிருந்தது.

அந்த மூன்றாவது உடல் நீலச்செம்மறியை வேட்டையாடிய இந்தியர் என்பது தெரிந்தது. கழுத்தைச் சுற்றி இறுக்கப்பட்டிருந்த அவரது தலைப்பாகையை வைத்து அவரை அடையாளம் கண்டேன். அவரது துப்பாக்கியின் அடிப்புறத்தைக் கொண்டு அவரது முகம் நசுக்கப்பட்டிருந்ததில் தாடைகள் பற்கள் எல்லாம் உடைந்து பொடியாகிக் கூழாகியிருந்த தசையில் கலந்திருந்தன. அந்தத் துப்பாக்கி பக்கத்தில் கிடந்தது. அடுத்த மூன்று உடல்களின் தலைகள் ஒன்றுசேர்த்து வைக்கப்பட்டிருக்க அவற்றின் கால்கள் மூன்று திசைகளைக் காட்டிக்கொண்டிருந்தன. அவ்வுடல்களுக்கு அடியிலிருந்த பனி கருஞ்சிவப்பாயிருந்தது. உருக்குலைந்த முகங்களைப் பார்க்கத் தாக்குதலின் குரூரம் விளங்கியது: ஒன்றின் கண்கள் கத்தியால் தோண்டியெடுக்கப்பட்டிருந்தன, இன்னொரு உடலில் நாக்கு துண்டிக்கப்பட்டிருந்தது, மூன்றாவதில் மூக்கும் காதுகளும் இல்லை.

இதுபோன்ற ஒரு கொடுமையை யார் செய்திருக்க முடியும்?

கடைசி உடலை நோக்கி நடுக்கத்துடன் நடந்தேன். அது பத்து அல்லது பதினைந்து மீட்டர் தள்ளிக் கிடந்தது. அந்த மனிதன் தப்பிச் செல்வதற்குத் தீவிரமாக முயன்றிருக்க வேண்டும். நரைத்தலைக்குப் பக்கத்தில் அகன்ற விளிம்புடைய தொப்பி கிடந்தது. அந்த உடலின் தோல் கால்சராய் அசைந்தது, பனியோடு உரசிச் சத்தமிட்டது. அந்த உடல் முழங்கையை ஊன்றி எழுந்தது, ரத்தம் தோய்ந்த ஒரு திபெத்திய முகம் என் கண்களை ஊடுருவிப் பார்த்தது. நடுங்கும் கை இடுப்புப் பட்டியை நோக்கிச் சென்றது, உறையிலிருந்து குறுங்கத்தியை எடுத்தது (தாக்குதலின்போது அதை எடுக்க அவகாசமிருக்கவில்லை). அது கத்தியை என்னை நோக்கி உயர்த்தியது. அந்த மனிதனின் வாய் வெட்டிவெட்டிப் புரியாத ஏதோவொன்றைச் சொன்னது.

இந்த முயற்சியால் வயிற்றிலிருந்து இன்னும் அதிக ரத்தம் வெளியேறியது. கருணையை இறைஞ்சுவதுபோல இறந்துகொண்டிருந்த அந்தக் கண்கள் என்னைப் பார்த்தன. அப்போது அதன் கை நடுங்கியது, குறுங்கத்தி பனியில் விழுந்தது, மேல் நோக்கி வெறித்த பார்வையில் கண்கள் நிலைத்தன.

நான் மண்டியிட்டு அமர்ந்தேன். இதுவரை எப்போதும் இல்லாத வகையில் கடுமையாக வாந்தி எடுத்தேன். என்னைச் சுற்றியிருந்த காட்சியை மாற்றியமைக்க முயலுவதுபோலச் சுற்றிலும் பனித்தரையில் துழாவினேன். அந்தப் பக்கமிருக்கும் பள்ளத்தாக்கில் இந்த இந்திய வேட்டைக்காரர் என்னை விட்டுவிட்டுப் போகாமலிருந்தால் இந்நேரம் நாக்கும் காதுகளும் இன்றி அவருக்கு அருகில் கிடந்திருப்பேன். நான் செத்துப்போகும்படி அவர் பனியில் என்னை விட்டுச்சென்றார். ஆனால் இந்தப் படுகொலையிலிருந்து காப்பாற்றி இன்னும் சிலநாட்கள் நான் வாழவேண்டுமெனச் சபித்திருக்கிறார். எத்தனை நாட்கள்? மூன்றா? இரண்டா? நாட்களுக்குப் பதில் அது மணிகளாகவும் இருக்கலாம்.

நான் மலையோடைப் பாதையைப் பார்த்தேன். சடையெருமைகள், நீலச் செம்மறியின் விலையுயர்ந்த ரோமம் பற்றிய எந்த அறிகுறியும் இல்லை. மறைந்திருந்து நடத்திய தாக்குதல் வெற்றி. கொள்ளைக்காரர்கள் ரத்தத்தை மட்டுமே விட்டுச்சென்றிருக்கிறார்கள். அவர்கள் வெகு தொலைவு சென்றிருக்க முடியாது. அவர்கள் இரண்டாவது, மூன்றாவது அல்லது நான்காவது வளைவைத் தாண்டிப் போயிருக்க முடியாது. அவர்கள் திரும்பி வரவும் வாய்ப்புண்டு, எதையாவது அவர்கள் மறந்துவிட்டுப் போயிருக்கலாம், எந்த நேரமும் அவர்கள் என்னைப் பார்த்துவிடக்கூடும்...

வேகமாக மூடுபனி அதனை நிறைத்துக்கொண்டிருக்க இருட்டிக் கொண்டிருந்த பள்ளத்தாக்கின் குறுக்காக வந்த வழியே திரும்பி விரைந்து நடந்தேன். அச்சத்திலிருந்து பிறந்த ஓர் ஆற்றல் என்னைச் செங்குத்தான சரிவில் கணவாய்க்கு மேலே தொங்கிக்கொண்டிருந்த நிலவை நோக்கி ஏற்றிக்கொண்டிருந்தது. எனது சுமைகளுடன் சேர்த்து மேலே மேலே அது என்னை இழுத்தது. எங்கேயென்று தெரியாமல் தெரிந்துகொள்ளவும் விரும்பாமல் நான் சென்றுகொண்டிருந்தேன். அப்போது நான் விரும்பியதெல்லாம் அதன் அனைத்துத் துல்லியக் குரூர விவரங்களுடனும் என் மனதில் நிரந்தரமாகப் பதிந்துவிட்ட அந்தச் சம்பவ இடத்திலிருந்து அகன்று செல்ல வேண்டும் என்பதைத்தான்.

33

குகை மனிதன்

இரவின் பிரகாசிக்கும் ஒளியினூடாக நான் கணவாயின் உச்சியை அடைந்து அங்கிருந்து இன்னொரு பக்கமாகக் கீழே இறங்கத் தொடங்கினேன். நட்சத்திரங்கள் என்னைப்பார்த்துக் கண்சிமிட்டியபடியிருந்தன. நிலவு எனக்கு வெகு அருகில் என் தலையைத் தொட்டுவிடுவதுபோல இருந்தது. அது மிகப்பெரிதாக மலையின் அளவுக்கே இருந்தது. ஒரு நிலத்தடிக் குகையின் இருண்ட வாயில் என் முன்னே தோன்றியது. அதனுள்ளிருந்து கதகதப்பான காற்று வந்துகொண்டிருப்பதுபோலத் தோன்றியது. கரடியா, சிறுத்தையா, ஓநாய்க்கூட்டமா?

நான் மண்டியிட்டு மெல்ல ஊர்ந்து கவனமுடன் உள்ளே சென்றேன்.

உயிருள்ள ஏதோவொன்று என் முகத்தில் மூச்சுவிட்டது, என் கையைத் தொட்டது. நான் கூச்சலிட்டவாறே பின்னால் நகர்ந்தேன். அடுத்த கணம் குளிர்ந்த கடினமான எதுவோ ஒன்று என் கழுத்தைப் பிடித்தது. "சாப்பிட ஏதாவது வைத்திருக்கிறாயா?" நடுங்கும் ஆஸ்திரேலியக் குரல் என் காதுக்குள் இரைந்தது.

"இல்லை" என்றேன் தப்பிக்கும் வழியை யோசித்தபடி.

ஆனால் அப்போது ஒரு கத்தியின் கூரிய முனையை என் முகவாய்க்கட்டையில் உணர்ந்தேன்.

"சத்தியமாகச் சொல்கிறேன்" ஏறத்தாழக் கிறீச்சிட்டுக் கத்தினேன். "நான் சாப்பிட்டு இரண்டு நாட்களுக்கும் மேலாகிறது."

குளிர்ந்த விரல்களின் பிடி தளர்ந்தது, ஒரு கைமுஷ்டி என் தோளைக் குத்துவதை உணர முடிந்தது. "அவர்கள் உன்னை வெளியே எறிந்துவிட்டார்கள், ஹா ஹா" அந்த மிருகம் சிரித்தது. "இப்போது நீ விடுதலையடைந்துவிட்டாய்! உன் பெயரென்ன?"

இவால்ட் ஃப்ளிஸர்

நான் சொன்னேன், அவர் மறுபடியும் சிரித்தார். "இங்கே பார், உன் பெயர் தன்முனைப்பாளன் என்பதை நீ ஏன் ஒத்துக்கொள்ளக்கூடாது?"

சடாரென்று அந்தக் குகையிலிருந்து அவரைத் தாண்டி ஓடிவந்துவிடச் சந்தர்ப்பம் பார்த்துக் காத்துக்கொண்டிருந்தேன். எனது முதுகுப்பையின் இடதுபக்கத்தில் இருக்கும் கத்தியைத் தடவிப் பார்த்துக்கொண்டேன். நான் மரணிக்க நேர்ந்தால் இவரையும் சேர்த்தே என்னோடு அழைத்துப் போவேன்.

அவரால் மங்கலாகவாவது என்னைப் பார்க்க முடிந்தது. வெண்ணிற நிலவொளியில் இருந்து வந்ததால் இருட்டில் கண்களால் துழாவியும் என்னால் எதையும் பார்க்க முடியவில்லை. அவரது குரலை வைத்து அவர் இருக்குமிடத்தை யூகித்தேன்.

"உனக்கு தன்முனைப்பாளனைத் தெரியாதா?" அவர் கேட்டார். "உனக்குத் தெரியும். நீ தன்முனைப்பாளன்கள் கூட்டத்தைச் சேர்ந்தவன், உங்களைச் சேர்த்தது தன்முனைப்பியம். உன்னிடமிருந்து உன்னைத் தப்புவிக்க உதவும் ஆசான்களைத் தேடித்தான் நீ வந்தாய்."

அவர் குரல் உயர்ந்துகொண்டே போனது, அதில் டாம்பீகம் சேர்ந்தது. இருட்டில் அந்தக் குரல் என்னைச் சுற்றிச்சுற்றி வந்தது.

"தன்முனைப்பாளன் புத்திசாலி. அட, அவன் எப்பேர்ப்பட்ட புத்திசாலி தெரியுமா? அவன் வாழ்க்கையைக் கண்டுபிடிக்கிறான், ஆனால் அதில் அவனால் வாழமுடிவதில்லை. அவன் செலவு செய்ய ஆரம்பிக்க முடியாத அளவுக்கு மிக அதிகமாக முதல் போட்டிருக்கிறான். அவ்வப்போது, சிறிதுநேரம், அவன் கிடைக்கும் வட்டியை வைத்து வாழ்கிறான். ஆனால் முதலீடு தான் நினைக்குமளவுக்கு இல்லையே என்று அஞ்சுகிறான், இறுதியில் வட்டியைக்கொண்டு வாழ்வதையும் நிறுத்திவிடுகிறான். முதலீடு பெருகுகிறது. தன்முனைப்பாளன் ஒரு யூகவியாபரி. அவன் பேரம் பேசுகிறான், மிரட்டுகிறான், ஏமாற்றுகிறான். திட்டமிட்டோ எதேச்சையாகவோ அவன் கண்டுபிடிக்கும் எதுவும் அவனது உடைமையாகி விடுகிறது: ஒரு சிறு தகவல், எவ்வளவு சிறிதானாலும் சரி, உடனே அவனது முதலீட்டில் சேர்க்கப்பட்டுவிடுகிறது."

"அது நானில்லை" என்றேன். "அதுபோன்ற தன்முனைப்பாளர்களைப் பார்த்திருக்கிறேன், ஆனால் நான் அவர்களில் ஒருவனில்லை."

"நீ அவர்களில் ஒருவன்தான் என்பதை நிரூபிக்கிறேன்." அவரது முகம் இருட்டில் ஊசலாடியபடி என் முன்னே வந்தது, மிகவும் நெருங்கி வந்தது, அவரது அமில மூச்சை நான் உணருமளவுக்கு மிகவும் நெருங்கி வந்தது. பிறகு அந்தக் குரல் விலகிச்சென்று மீண்டும் குகைக்குள் அதிரத்தொடங்கியது, அந்தக் குகை நான் நினைத்ததைவிடப் பெரிதாக இருக்க வேண்டும்.

"தன்முனைப்பாளனுக்கு என்ன பிடிக்கும்? அதிகமும் அவனுக்கு ஆதிக்கம் செய்யப் பிடிக்கும். அவனது இலக்குகள் அனைத்தும் நேரடியாகவோ மறைமுகமாகவோ அவனுக்குத் தலைமைப் பொறுப்புக் கிடைக்க ஏதுவான சூழ்நிலைகளைத் தேடுவதில் தொடர்புடையவை. ஒவ்வொரு தன்முனைப்பாளனும் தான் ஆதிக்கம் செலுத்தக் குறைந்தது இன்னொரு

தன்முனைப்பாளனையாவது வைத்திருக்க வேண்டும். அப்படி ஒருவன் கிடைக்கும்போது இன்னும் ஒருவனை வைத்திருக்க அவன் விரும்புவான். இரண்டு அல்லது மூன்றுபேர் கிடைத்த பிறகு நிறையப்பேரை வைத்திருக்க ஆசைப்படுவான். தன்முனைப்பாளன் எப்போதும் கூட்டத்தின் முன்னால் எல்லோருக்கும் தெரியும்படி நிற்க வேண்டும் என விரும்புவான். அவன் தன்முனைப்பியல் வலையமைப்பில் தனதேயான சட்டதிட்டங்களுடன் சேர்த்துக்கொள்ளப்பட விரும்புவான். யாரும் அவனைக் கவனிக்காதபோது அவன் நோயுறுவான். வெளியேற வழி தேடுவான். வாழ்வின் அர்த்தம், மனநலம், விடுதலை என்னும் வழிகளில் ஒன்றைத் தேடுவான். தனது விதியின்மீதும் தானே ஆதிக்கம் செலுத்த வேண்டும் என்பதே அதன் அர்த்தம். தனது மகிழ்வை தானே உருவாக்கிக்கொள்ள அவன் விரும்புவான். நோயுறும்போது ஒரு விற்பன்னரைச் சென்று பார்ப்பான், ஏதோ பழுதாகிவிட்ட கைக்கடிகாரத்தைக் காட்டுவதுபோலத் தனது வாழ்வை அவர்முன் மேசையில் வைப்பான். அது உண்மைதான்: தன்முனைப்பாளனின் தன்முனைப்பிய இயந்திரம் பழுதாகிவிட்டது, அது இப்போது செம்மை யாக இயங்குவதில்லை, அதனுள்ளே எதுவோ அறுந்துவிட்டது."

"அது நானில்லை" பேச்சை அவர் நடுவில் நிறுத்தியபோது கத்தினேன். "அதுபோன்ற தன்முனைப்பாளர்களை எனக்குத் தெரியும், ஆனால் நான் அவர்களில் ஒருவனில்லை."

"அது நானில்லை" என் முன்னே அவர் சிரித்தார். "தான் பழுதாகிவிடும் போது தன்முனைப்பாளன் ஒரு தன்முனைப்பிய விற்பன்னரைச் சென்று பார்க்கிறான், எப்போதும்போல அவன் சொல்கிறான்: இது நானில்லை. ஏனென்றால் ஆமாம் நான் தன்முனைப்பாளன்தான் என்று சொன்னால், விற்பன்னர் சொல்வார்: சரியாக அதுதான் பிரச்சனை, இனி அப்படி இருக்காதீர்கள் உங்களுக்குக் குணமாகிவிடும். அவர்கள் இருவருமே இப்படியொரு விளையாட்டை விளையாட விரும்புவ தில்லை. தன்முனைப்பாளனுக்குத் தன்முனைப்பிய சுயஉறுதிப்பாடு தேவை. விற்பன்னர், அவரும் தன்முனைப்பாளர்தான், தான் பிற தன்முனைப்பாளர்கள்மீது ஆதிக்கம் செலுத்த உதவும் அந்தப் பதவியை ஒருபோதும் துறக்கமாட்டார். தான் முழுக்கச் சுதந்திரமாகவும் தன்னியல்பாகவும் இருப்பதான தோற்றத்தைத் தருகிறார் விற்பன்னர். ஏன்? மற்ற தன்முனைப்பாளர்களுக்குச் சிகிச்சையளிக்கும்போது அவர் தன்முனைப்பியல் சாராத ஒரு மொழியைப் பயன்படுத்துகிறார். இதுதான் அவரது சுயமறைப்பு. யதார்த்தத்தில் அந்த விற்பன்னரும் முன் நிர்ணயித்த திட்டப்படி இயங்குபவரே. அவரது நோக்கங்கள் மத்திய தன்முனைப்பியல் குழுவினால் அங்கீகரிக்கப்பட்டவை."

அப்படியானால் நீங்கள் யார், நான் நினைத்துக்கொண்டேன். இது என்ன விளையாட்டு, உங்களுக்கு நீங்களே எதை நிரூபித்துக்கொள்ள முயல்கிறீர்கள்?

அவர் தொடர்ந்தார் "அவ்வப்போது ஒரு தன்முனைப்பாளன் வந்து இந்த தன்முனைப்பு விளையாட்டிலிருந்து வெளியேற வேண்டும் என்பான். அவன் பெரும்பான்மையினரது சட்டங்களைப் புறக்கணித்து சிறுபான்மையினரோடு சேர்கிறான். இப்போது அவன் ஓர் உயர்தனிக்

குழுவைச் சேர்ந்தவனாகிறான், அதை அவன் விரும்பவும் செய்கிறான். *யதார்த்தம் என்னவென்று எண்ணிப்பார்* என்பதுதான் புதிய குழுவின் பெயர். அவன் நிகழ்வுகள் என்று அழைக்கும் மிகு கற்பனைகளால் ஆனதுதான் தன்முனைப்பாளனின் யதார்த்தம். அவன் இந்த மிகு கற்பனைகளைக் கலைத்து அடுக்கி, வெட்டி ஒட்டி புதிய அர்த்தங்களைக் கொண்டதாக்குகிறான். இதை அவன் *பிரச்சனைக்குத் தீர்வுகாணல்* என்கிறான். ஒரு தன்முனைப்பாளன் அர்த்தங்களின் புதிர்விளையாட்டை விளையாடத் தொடங்குகையில் அதைத் தனது இறுதிக்காலம் வரை அவன் விளையாடுவான் என்று நாம் உறுதிபடச் சொல்லலாம். அவனது குழப்பம் பெரிதாகையில், அவனுக்குக் குறைந்தபட்சச் சாகச உணர்வு உண்டாகையில் தனக்கொரு குருவைத்தேடி அவன் இந்தியாவுக்குக் கிளம்பிவிடுகிறான். மறுபடியும் அவன் நிம்மதிப் பெருமூச்சு விடுவான். அவன் ஒரு புதிய விளையாட்டைக் கண்டுபிடித்துவிட்டான்: *ஞானமடைதல்!*"

அவர் மௌனமானார், நீண்ட நேரம் எதுவும் பேசாமல் இருந்தார். அவர் பேசவேண்டுமென்று நான் தவிப்புற்றதை அவர் உணர்ந்திருக்க வேண்டும்.

அவர் பேச்சைத் தொடர்ந்தார் "தன்முனைப்பாளனுக்கு ஒரு குரு கிடைத்துவிடுகிறார். அவனுக்குக் குழப்பம், பெரும் குழப்பம். குருவுடனான அவனது உறவு வித்தியாசமாயிருக்கிறது. அது இதுவரை அவன் அனுபவித்திராதது. விடுதலையடைய வேண்டுமென்ற தனது விளையாட்டை, தொடர்ந்து தான் தன்முனைப்பாளனாக இருக்க எடுக்கும் முயற்சிகளை மறைக்க அவன் பயன்படுத்துவதைக் குரு அறிகிறார். தேடிப்போகாதே கண்டுபிடி, என்கிறார். ஆனால் எதிர்காலத்தில் தனக்கு விடுதலை காத்திருப்பதாக தன்முனைப்பாளன் நினைக்கிறான். நீ எங்கேயும் போகத் தேவையில்லை என்கிறார் குரு. நீ எங்கு இருக்க வேண்டுமோ அங்குதான் இருக்கிறாய், தற்கணம்தான் எல்லாமும். ஆனால் தன்முனைப்பாளன் அதை ஏற்றுக்கொள்வதில்லை. ஆனால் தற்கணம் இறந்தகாலத்துக்கும் எதிர்காலத்துக்கும் நடுவில் சிக்கி நசுங்கிக்கொண்டுள்ளது, அது அவனுக்குப் போதாது. இந்தக் குறுகிய இடத்தில் அவனுக்குப் போதுமான ஆக்ஸிஜன் கிடைப்பதில்லை, அவன் மயங்கிவிழுந்து இறந்துபோகிறான். அதனாலேயே அவன் சண்டையிடு கிறான். சரணடைந்துவிடு என்கிறார் குரு. தன்முனைப்பாளன் தனது உணர்வுகளைச் சரணடைகிறான். இந்த உணர்வுகள் அவனது பழக்கங்களன்றி வேறில்லை. புல்லில் படுத்து மேலே மேகங்களைப் பார் என்கிறார் குரு. கடிகாரத்தை நிறுத்து. அது நடக்கும். தேடாதே, எதிர்பார்க்காதே. தன்போக்கில் அதை நிகழவிடு. இலக்கு நீ நிற்குமிடத்திலேயே இருக்கிறது. இது தன்முனைப்பாளன் புரிந்துகொள்ளும் மொழியில்லை. ஆகவே தான் புரிந்துகொள்ள ஏதுவான ஒரு மொழிக்கு அவன் இதை மொழிபெயர்க் கிறான். மொழிபெயர்ப்பு முடியும்போது குருவின் அறிவுரை தலைகீழாகி விடுகிறது. தேடு, ஐயுறு, அலசு, அள, ஒப்பிடு, இன்னும் கடினமாக முயன்று பார், விரைந்து ஓடு, விவாதம் செய். மொழிபெயர்ப்பாளரான தன்முனைப்பாளன் ஒரு துரோகி. அதனால்தான் அவர் எப்படி வந்தாரோ அதேபோலவே கிளம்பிச் செல்லவும் செய்கிறார்."

அவர் மௌனமானார், அதன் பிறகு பேசவேயில்லை. சற்றுக் கழித்துக் குறட்டை ஒலி அதிர ஆரம்பித்தது.

நான் உறங்கவில்லை. அந்த அதிகாலை வேளை முழுக்க நான் விழித்திருந்தேன்.

ooo

குகைக்கு வெளியே வந்தபோது உறையவைக்கும் காற்று நேரே முகத்தில் அறைந்தது, உள்ளே எலும்புகள் வரை என் உடலைப் பனியால் நிறைத்தது. தொலைவே தெரிந்த மலைகளின் வளையம் ஒரு பெரிய கடலின் மேற்பரப்பில் பனிமூடிய தீவுகளாலான ஒரு தீவுக்கூட்டம் போலத் தோன்றியது. சிகரங்கள் உயரமாக இருந்தன, நம்ப முடியாத அளவுக்கு உயரமாக!

தமது அசைவின்மை குறித்து எந்தப் புகாருமில்லை அவற்றுக்கு. இருந்தும் அவை என்னை அச்சத்தால் நிரப்பின. அதேநேரம் கொலை நிறைவேற்றுபவனுக்காகக் கைதியின் மனதில் கிளர்வுறும் மன்னிப்பை என் மனதில் உணர முடிந்தது. நான் சாக விரும்பவில்லை. ஆனால் மரணம் நிகழப்போகிறதென்ற மன அவசத்தில் ஒருவித ஆசுவாசம், நான் மலைகளால் கொல்லப்படுவேனேயன்றி நோய்ப்படுக்கையில் சாகமாட்டேன் என்ற விசித்திரப் பெருமையுணர்வு எனக்குள் மெல்ல இறங்கியது.

என்ன விசித்திரம் என நான் நினைத்துக்கொண்டேன். தன்முனைப்பாளன் தன்னைக் கொல்லவிருப்பவனோடு அன்பு பாராட்டு கிறான். தான் அழிவுறப்போகிற நிலையிலும் தனது இருப்பை நிரூபிக்க விரும்புகிறான். நான் இறக்கிறேன், அதனால் நான் இருக்கிறேன்.

எனக்குச் சிறிது நேரம் கழித்து அந்த ஆஸ்திரேலியர் குகையிலிருந்து வெளியே வந்தார். சுருண்டுகிடந்த தாடி, சடைபாய்ந்திருந்த தலைமுடிக்குள்ளிருந்து ஒருஜோடி நீலக்கண்கள் என்னை மேலும் கீழும் வரவேற்கும் முகமான ஆர்வத்துடன் பார்த்தன. செம்பழுப்பு ஸன்ஸ்காரி கோட்டை அணிந்திருந்தார். பல வண்ணங்களில் நிறைய ஒட்டுப்போட்டிருந்தாலும் ஆச்சரியப்படத்தக்க வகையில் அது நல்ல நிலையில் இருந்தது. அவரது கால்கள் முட்டிகள்வரை கிழிந்த ஆனால் திடமான சப்பாத்துகளால் பாதுகாக்கப்பட்டிருந்தன. அவரது இடுப்புவாரின் பின்னால் ஒரு பெரிய திபெத்தியக் குத்துவாள் செருகப்பட்டிருந்தது. நான் எதிர்பார்த்ததை விடவும் குறைவாகவே மெலிந்திருந்தார். அவர் நின்ற விதத்தில் ஒரு காட்டு விலங்கின் இயற்கையான நெகிழ்வுத்தன்மை காணப்பட்டது.

"நான் பொறிகள் வைப்பேன்" என்றார். "எப்போதாவது பக்கத்தி லிருக்கும் கிராமத்துக்குப் போய் ஒரு மூட்டை பார்லி மாவு வாங்கி வருவேன். அல்லது அவர்கள் கொண்டுவந்து கொடுக்கும்வரை காத்திருப்பேன். எப்போதாவது ஒருதுண்டு இறைச்சி கிடைக்கும். சில காய்கறிகளும். மலைக் குகையில் ஒரு முனிவர் வாழ்கிறார் என்று செய்தி பரவிவிட்டது. நீலக்கண் முனிவர்! அவர்கள் காணிக்கை கொடுக்கிறார்கள். என் லிங்கத்தை வணங்குகிறார்கள்."

அவர் சிரித்தார். "இந்த மலையில் இருப்பவர்கள் எல்லோரும் தாந்திரீகர்கள். நான் எப்போதாவது ஒரு நீலச்செம்மறியைக் கொல்வேன். ஒருமுறை பெரிய கரடி ஒன்றைக் கத்தியால் குத்தினேன், ஆனால் அது தப்பிவிட்டது. நீ இங்கே தங்கப் போகிறாயா? குகையில் தாராளமாய் இடமிருக்கிறது."

உழுதுபோட்டது போன்ற குன்றுகளின் மேற்பரப்பைப் பார்த்தேன். அது மலைப்பிளவுகளாலும் மலையோடைப் பாதைகளாலும் துளையிடப்பட்டுத் தொலைவே காணப்பட்ட ராட்சச வெண்சிகரங்களின் வளையம் வரை நீண்டிருந்தது. இந்தக் கொடுவெளிக்கு என்னால் பழக முடியுமா?

ஒருவேளை முடியலாம். எனது குரூரத்தின் விதை அதற்குகந்த சூழ்நிலைகளில் என் மெல்லிதயத்தில் நான் நினைப்பதைவிட விரைவாக முளைக்கும் என்பதை உணர்தேன். எனது இருமை பற்றிய உணர்வு என்னைத் தாக்கியது: எனது நேர்மையின் உள்ளே நேர்மையின்மையின் விதை உறங்குகிறது. எனது விலகியிருக்கும் குணம் மூர்க்கத்துடன் மூக்கை நுழைத்துப் பார்க்கும் குணத்தின் மறுபக்கம்தான். எனது கனிவு மெத்தனத்தின் விதையை மறைத்துவைத்துள்ளது. எனது தன்னியல்பும் சீரின்மையும் ஒரே மூலத்திலிருந்து வருபவை. இரவு பகல், நான் இரண்டாக வும் இருக்கிறேன். நேர்–எதிர்மறை. நான் சுதந்திரத்தைத் தேடுகிறேன், ஆனால் அதுகுறித்து அஞ்சவும் செய்கிறேன். அதைப் புறக்கணிக்கிறேன், அப்போதுதானே தொடர்ந்து என்னால் அதைத் தேடமுடியும்.

இந்த மலைமனிதன் எனக்கு ஒரு வாய்ப்பை அளித்திருக்கிறார். ஏன் அதை நான் பற்றிக்கொள்ளக்கூடாது? ஆயிரக்கணக்கான வாய்ப்புகள் வந்தன. ஏன் அவற்றை நான் நழுவவிட்டேன்? அவற்றை நான் நிராகரிக்க வில்லை, வாய்ப்புகள் வரும்போதெல்லாம் அவற்றைப் பாய்ந்து பிடித்தேன். பிடித்த வேகத்தில் அவை வந்தவழியே திரும்பிவிட்டன. லாமா எனக்குச் சொல்லியிருந்தார், தாந்திரீகம் என்பது எந்த முயற்சியுமற்ற செயல். தேடாதே கண்டுபிடி என்றார் யோகானந்தர். புதிர்டுகள் மீதான காதலில் இந்த ஞானச் சொற்களில் இதுவரை வெறும் வார்த்தை விளையாட்டை மட்டுமே கண்டிருந்தேன்.

"எல்லாமே வீண்" என்றார் ஆஸ்திரேலியர். "சுதந்திரம் என்பது மாயை. நாம் அதனை அடைய இயலாதவர்கள். விடை இதயத்தில் இருக்கிறது, ஆனால் நம்முடைய உலகில் இதயம் என்பது மாற்றி வைத்துவிடக்கூடிய ஒரு தசை மட்டுமே. அல்லது அது ஓர் உருவகம். நாம் சரணடையும் கலையைத் தொலைத்துவிட்டோம். தாக்கி வெற்றிபெறு என்பதே நம் குறிக்கோள். அதிகாரம் செய், ஆதிக்கம் செய், சுவர்களுக்குள் வைத்துப் பூட்டு. தன்முனைப்பாளன் தான் வாழ ஏங்கும் ஒரு வாழ்வைக் கொன்றுவிடுகிறான்."

"இந்த வெளியைப் பார்" மலைகளின் கடலை நோக்கி அவர் கைகளை வீசினார். "இங்கே நான் விளையாட்டுகள் விளையாடத் தேவையில்லை. நான் என்னவாக இருக்கிறேனோ அதுவாக இருக்கலாம். எனது வெளிப்புறம் என்னைத் தொந்தரவுக்கு ஆளாக்காமல் அது விரும்பியதைச் செய்துகொண்டிருக்கையில் நான் எனது மையத்தில் வாழலாம்.

இங்கே வெற்று நம்பிக்கைகளுக்கு, முட்டாள்த்தனமான ஆசைகளைச் சேர்த்துவைப்பதற்கு, சுவர்கள் அலங்கார முகப்புகள் எழுப்புவதற்கு, பிம்பங்களைக் கட்டமைப்பதற்கு இடமில்லை.

"சொல்லு, அந்தக் கிராமத்துப் பெண் உணவு கொண்டுவருவதற் காகப் பரபரப்புடன் காத்திருப்பது யார்? பனி அதிகம் பெய்து அந்தப் பெண் வருவது தாமதமானால் கோபம் கொள்வது யார்? இளம் பெண்களுள் ஒருத்தியால் மிகவும் ஈர்க்கப்பட்டு அவளோடு சேர்ந்து வாழவும், முடிந்தால் குடும்பத்தை உருவாக்கவும் விரும்பியது யார்? அசட்டுப் பேச்சுகள் பேச மனிதத் துணை வேண்டுமென்று ஏங்குவது யார்? இந்தச் சப்பாத்துகள் நைந்து பயன்படுத்தமுடியாமல் போனாலோ, இந்தக் கோட்டு பயன்படுத்த இயலாத அளவுக்குக் கிழிந்துபோனாலோ எங்கே போய் அவன் புதியது வாங்குவான்? தன்முனைப்பாளன் வந்தான், தன்முனைப்பாளனை மடத்தைவிட்டு விரட்டினார்கள், தன்முனைப்பாளன் இப்போது இந்தக் குகையில் வசிக்கிறான். சிட்னியில், பிக்குகளுடன், குகையில் – எங்கே இருந்தாலும் ஒன்றுதான், வித்தியாசம் எதுவுமில்லை. எங்கேயும் எப்போதும் அவன் தன்முனைப்பாளன்தான்."

குகைக்குள் தடவியபடி சென்று என்னுடைய முதுகுப்பை, கூடாரம், உறங்கும்பை இவற்றை எடுத்துக்கொண்டேன். வெளியே வந்தபோது அந்தத் தனித்த முனிவர் கிட்டத்தட்ட இறைஞ்சும் குரலில் மீண்டும் கேட்டார்: "இங்கே தங்கமாட்டாயா? இது போதுமான அளவுக்குப் பெரிய குகை."

"ஒரு தன்முனைப்பாளனுக்குப் போதுமான குகை" என்றேன். "இருவர் இருந்தால் விரைவில் அது மிகவும் சிறியதாகிவிடும். விரைவில் நாம் *யதார்த்தம் என்னவென்று எண்ணிப்பார்* விளையாட்டை ஆரம்பித்துவிடுவோம். சொல்லப்போனால் அந்த விளையாட்டை ஆரம்பித்துவிட்டோம். இன்னும் சில நாட்களில் ஒரு தன்முனைப்பிய அமைப்பை இங்கு நிறுவுவோம். அது பரிதாபகரமான விஷயமில்லையா?"

"நீ இங்கு தங்கப்போவதில்லை என்பதுதான் ஒரே பரிதாபகரமான விஷயம்."

என்னோடு வாருங்கள், உலகத்துக்குத் திரும்புங்கள் என்றேன்.

"அதைத்தான் நீ செய்யப்போகிறாயா?" அவர் என்னை உற்றுப்பார்த்தார்.

சற்றுநேர யோசனைக்குப் பின் சொன்னேன் "என்னுடையதான, அதில் எதையும் நான் புறக்கணிக்க இயலாத உலகில்தான் என்னால் ஒரு தீர்க்கமான முடிவை எடுக்க முடியும். அங்குதான் ஆன்மீகச் சுதந்திரம் பற்றிய கேள்விக்கு ஏதாவது அர்த்தமிருக்க முடியும். இங்கே அது ஒரு விசித்திரமான விலைமதிப்புள்ள விஷயம் என்பதைத் தாண்டி ஒன்றுமில்லை. என் வாழ்வின் மையத்திலிருக்கையில் இங்கிருப்பதனின்றும் தன்முனைப்பாளன் வேறுபட்டவனாக இருப்பான். இன்னும் மூர்க்கமாக, கணிக்கமுடியாதவனாக, பெரும் பீதியில் அவன் இருப்பான். அவனது பிடியிலிருந்து நழுவ வேண்டுமானால் அவனுக்கே அவனை நான் புரியவைக்க வேண்டும். அவனது ஆதிக்கத்தின் கீழ் வாழுமிடத்தில்தான்

அது சாத்தியம். இறுதியாக நான் செய்யவேண்டியது என்னவென்பதைத் தெரிந்துகொண்டேன். இந்த மலையில் நான் கற்றுக்கொண்ட அனைத்தையும், தனக்குப் புரிய வேண்டும் என்பதற்காக தன்முனைப்பாளன் தனக்கு உகந்த மொழியில் மொழிபெயர்த்துக்கொண்ட அனைத்தையும் நான் மூலமொழிக்கு மீள மொழிபெயர்க்க வேண்டும். ஆன்மாவின் மொழியை நான் திரும்பவும் பயில வேண்டும்."

"பத்திரம்" நான் பனியில் அடிகள் வைத்துத் தடுமாறி முன்னேறிய போது பின்னாலிருந்து அவர் கத்தினார். அவர் குகையின் வாயிலில் நின்றிருந்தார். தனித்து நிற்கும் பைன் மரத்தை உலுக்குவதுபோலக் காற்று அவர் தலைமுடியை அலைக்கழித்துக்கொண்டிருக்கச் சற்றே வளைந்து நின்றிருந்தார். அவரது உடம்பின் ஒவ்வொரு வளைவும் என்னுடன் வருவதற்கான அவரது விருப்பத்தை வெளிப்படுத்தியது, அதே நேரம் அவர் அங்கேயே தங்கியிருக்க வேண்டும் என்ற புரிதலும் அவற்றில் வெளிப்பட்டது.

"இந்த வெளியைப் பார்." அவர் கடலென விரிந்திருந்த மலைக் கூட்டத்தைக் கைவீசிக் காட்டினார். "பார்வையாளர் யாருமில்லை. நடிக்கத் தேவையில்லை."

உங்களிடம் மட்டும், என்று நினைத்துக்கொண்டேன். வெகுதொலைவு வந்துவிட்ட பின் குரலெழுப்பிக் குறுகிய கணவாயை அடையும்வரை நான் வலதுபக்கச் சரிவை ஒட்டித்தான் போக வேண்டும் என அவர் கத்தினார். கணவாயின் மறுபக்கம் ஒரு கிராமம் இருந்தது. அங்கே எனக்கு ஏதாவது உணவு கிடைக்கலாம்.

○○○

பனிப்பரப்புக்கு அடியில் என்ன இருக்கிறதென்று தெரியவில்லை. சரிவின் ஒரு குறிப்பிட்ட செங்குத்துப் பகுதியில் அடிக்கடி வழுக்கி விழுந்தேன், விழுந்த பாதிப்பில் சிறு பனிச்சரிவு ஏற்பட்டு என்னை இழுத்துச்செல்லும். நீட்டிக்கொண்டிருக்கும் ஒரு பாறையோ அல்லது புதர்ச்செடியோ தடுத்து நிறுத்தும்வரை நான் வழுக்கிச் செல்வேன். சூரியன் அந்த நிலக்காட்சியை மின்னும் வெள்ளைக் கடலாக மாற்றியிருந்தது.

நான் கண்களை மூடிக்கொண்டு குத்துமதிப்பாக அடிகள் வைத்துப் பனியில் சிரமத்துடன் நடந்தேன், அப்படியும் அந்த வெண்ணிறம் என் இமைகளை ஊடுருவி நேரே என் மூளைக்குச் சென்றது. சரிவின் வடக்குப் பக்கம் பனிப்படலம் திடீரென்று மெலிந்து காணப்பட்டது. மலையோடைப் பாதையின் மறுபக்கமிருந்த இடைவெளி வழியாக வீசிய காற்று பாறைகளாலான நீள் திட்டுகளில் இருந்த பனியை அடித்துச் சென்றுவிட்டிருக்க அங்கே சூரியனின் வெப்பத்தை உணரமுடிந்தது. அவை இருப்பதை உணரக்கூட முடியாத அளவுக்குக் கால்கள் சோர்ந்து தளர்ந்துவிட்டிருந்தன. கீழே காணப்பட்ட நிழல்கவிந்த மலையோடைப் பாதையை நோக்கி என் உடம்பை இழுத்துச்செல்ல அவற்றுக்கு நான் வழிகாட்டவேண்டிய தேவை இருக்கவில்லை. எனக்குப் பெரும் நிம்மதி உண்டானது. என் முதுகுப்பை தோளிலிருந்து நழுவிப் பனியில் விழுந்தது. பெரிய கொடும்பாறையின் நிழலில் நான் முதுகுப்பைமீது விழுந்தேன்.

வாயில் விசித்திரமான அதேநேரம் பழக்கமானதொரு சுவையை உணர்ந்தேன். வழக்கமான ஒரு விஷயத்தை மீண்டும் அனுபவிக்கிறேன் என்று தோன்றியது. அந்த உணர்வு எந்தளவுக்குத் தீவிரமாக இருந்ததென்றால் எனக்கு மூச்சுத் திணறியது.

கணவாய்க்குப் பின்னால் ஓரிடத்தில் அந்தக் கிராமம், எனது முயற்சிகளின் இலக்கு இருந்தது. இடதுபுறம் தொலைவே ஒளிரும் மலை வளையத்தை என்னால் பார்க்க முடிந்தது. அப்போது எனக்கு உரைத்தது: இதை நான் அறிவேன், இங்கு ஏற்கெனவே வந்திருக்கிறேன். என்முன்னே ஒரு தடை, அதன் பின்னால் ஒரு வன்சரிவு, அதற்கு அந்தப்பக்கம் உறுதிப்படுத்தப்பட்ட பாதுகாப்பு. எப்போதும் அது உறுதிப்படுத்தப் பட்ட பாதுகாப்பு, எப்போதும் அது அந்தப் பக்கம் இருந்தது. கிராமம், பணம், பாதுகாப்பு, உண்மை, அன்பு, உள்ளமைதி. பிறகு தொலைவே தொடுவானத்தில் என்னை அச்சத்தால் நிரப்பும் விவரிக்கமுடியாத அழகு வளையம்.

நான் மலையோடைப் பாதைக்குள் இறங்கி நடப்பேன், கணவாயின் உச்சியை அடையும் நம்பிக்கையுடன் அதைக் கடந்து சரிவில் மேலே ஏறுவேன், இறுதியாக அந்தப்பக்கம் இருக்கும் கிராமத்தை அடைவேன். பிறகு மீண்டும். பிறகு மீண்டும்.

பிறகு மீண்டும்.

இதை நூறு அல்லது ஆயிரம் தடவைகள் செய்திருக்கிறேன். என்னை உந்தும் விசை எது? இவ்வளவு அவசரமாக எங்கே போக விரும்புகிறேன், ஏன் என்னை இந்த வாழ்க்கையினூடாகத் தள்ளிக்கொண்டு போகிறேன்? என்னால் ஏன் ஓரிடத்தில் இருக்க முடிவதில்லை, அந்தப் பக்கம் எனக்காகக் காத்திருப்பவை என நான் நினைப்பவற்றை ஏன் விட்டுத்தள்ள முடியவில்லை; ஏன் என்னால் தொடுவானத்தில் காணும் விவரிக்கவியலா அழகிடம், வாழ்வின் விரிகாட்சியிடம் சரணடைய முடியவில்லை?

ஏனென்றால் நான் பாதுகாப்பாக உணரவில்லையா? மரணம் எனக்குப் பின்னாலேயே வந்துகொண்டிருக்கிறது, அந்தப் பக்கம் போய்விட்டால் நான் பாதுகாப்பாக இருப்பேன். ஆனால் எவ்வளவு காலத்துக்கு? ஐந்து நிமடங்களுக்கு? அதற்கப்புறம், அப்புறம், அப்புறம்? ஏன் என்னையே நான் வாழ்க்கையினூடாகச் சவுக்கால் அடித்து நகர்த்துகிறேன்?

கணவாயின் உச்சியிலிருந்தபோது இரவு என்னைப் பிடித்து விட்டது. எனக்குக் குளிரவில்லை, என் உடல் வெப்பத்தை வெளியிட்டுக் கொண்டிருந்தது. நுரையீரலிலிருந்து வெளிப்பட்ட என் சுவாசம் என்னைச் சுற்றியிருந்த சிறிய வெண்மேகங்களைத் தழுவுவதாக இருந்தது. என்னைக் கைவிட்டது என் கால்கள்தான். மீண்டும் எனக்கு நேர்மேலே பெரும் திரட்சியாக நிலவு தொங்கிக்கொண்டிருக்க உறையவைக்கும் பனிக்குள் நான் தடுமாறி விழுந்தேன்.

நான் பிறந்த வீட்டுக்குக் கீழிருந்த சரிவில் அமர்ந்தபடி நான் பார்த்த நிலவு இதுதான், என்று நினைத்தேன். மாலை நேரங்களில் அந்தச்

சரிவிலிருந்து கீழிருந்த வயல்களை நோக்கி நான் சறுக்கி விளையாடுவேன். மீண்டும் சரிவில் ஏறும்போது நடுவில் நின்று நான் வாழநேர்ந்த இந்தப் பிரபஞ்சத்தின் மர்மங்களை அறிய முயன்றவனாய் நிலவையும் நட்சத்திரங்களையும் நீண்ட நேரம் பார்த்துக்கொண்டிருப்பேன். இது அதே நிலவுதான். நானும் அதே ஆள்தான். என்னை ஒரு சுமைப்பொதியாகத் தூக்கிக்கொண்டு உலகைச் சுற்றிவந்திருக்கிறேன். நான் வேறு ஒருவனாக முடியாது. அல்லது வேறுபட்ட ஒருவனாகவும்.

நான்தான்.

முதலில் கைகால்களில் மட்டும்தான் வலி தெரிந்தது, பிறகு முழு உடலும் வேகமாக முடங்கியது. கடும் குளிர் என்மீது வீசத் தொடங்கியது. நடுங்கக்கூட முடியாத அளவுக்கு மிகக்கடுமையான குளிர். குளிரினால் மயக்கம் உண்டானது. நான் நிலவைப் பார்த்தபடி காத்திருந்தேன். இனி அச்சமில்லை, ஆர்வம் மட்டும்தான்.

பிறகு குழப்பம், கிறீச்சிடும் ஒலிகள், தள்ளுதல், எதிலோ உரசுதல், பளீரென்ற நிழல்களின் நடனம், என்னால் எதையும் அடையாளம் காண முடியவில்லை. மரணமுற்றோரின் திபெத்திய புத்தகத்தில் கண்ட பேய்களுள் ஒன்றையும் காணவில்லை. முடிவேயில்லாமல் உடல் தூக்கிப்போட்டபடி மட்டும் இருந்தது. நிலவு திரும்பிவந்து மறுபடியும் எனக்குமேல் நின்றது, என் கண்களுக்குள் ஒளிர்ந்தது. அது பளிச்சிட்டது, தழல்களால் ஆனதுபோல அது கண்சிமிட்டியது. ஆமாம் அப்படித்தான் அது இருந்தது. என்னைக் கதகதப்புத் தழுவியது. தாழ்கூரை அமைந்த ஓர் அறையில் கணப்புக்குச் சற்றுத் தொலைவில் தரைவிரிப்பில் கிடந்தேன். என்னைச் சுற்றிலும் வட்டமாக முகங்கள். யாரோ என் சப்பாத்துகளையும் காலுறைகளையும் கழற்றிக்கொண்டிருந்தனர். ரத்த ஓட்டத்தை அதிகரிக்கவென்று யாரோ ஒருவர் எனது பாதங்களைத் தேய்த்துக்கொண்டிருந்தார். கணவாயைக் கடந்துகொண்டிருந்த யாரோதான் என்னைக் கண்டு இங்கே கிராமத்துக்கு கொண்டுவந்திருக்க வேண்டும்.

தணல் வெளிச்சத்தில் என்னைச் சுற்றியிருந்த முகங்களில் ஒன்று எனக்கு மிகப் பழக்கமானதாக இருப்பதை உணர்ந்தேன். அந்த முகம் என்னை நோக்கிக் குனிந்தது.

"இப்போது எப்படியிருக்கிறது?" மறக்க முடியாத அந்தக் கிழவர் யோகானந்தரின் குரலைக் கேட்டேன். "நீங்கள் என்னைத் தேடுகிறீர்கள், நான் உங்களைக் கண்டடைகிறேன்!"

கடவுளே! நான் அவரது கையைப் பற்றிக்கொண்டு அதன்மீது முத்தமிட்டேன், தன் போக்கில் வழிந்த என் கண்ணீரால் அதை நனைத்தேன். அவர் தன் கையை என் கழுத்துக்குக் கொடுத்து மெல்ல என் தலையை உயர்த்தினார். உள்ளூர்ச் சாராயத்தில் மூன்று தம்ளர்கள் எனக்குப் புகட்டினார்.

"ஓய்வெடுங்கள்" என்றவாறு என் தலையை மீண்டும் தரைவிரிப்பில் கிடத்தினார்.

மந்திரவாதியின் சீடன்

34

உள்ளிருக்கும் பாலம்

மறுநாள் காலை நாங்கள் லடாக்கை நோக்கிக் கிளம்பினோம். எனக்கு இப்போது குளிரவில்லை. அந்த வீட்டின் பெண் எனக்கு ஒரு ஜோடி கையுறைகள் தைத்துத் தந்திருந்தார், அவளது கணவர் ஒரு சுரைக்குடுவை மது அளித்திருந்தார், யோகானந்தர் தனது தடிமனான காலுறைகளில் ஒரு ஜோடியைக் கடனாகத் தந்திருந்தார். ரோஸினாந்தே (இந்நேரம் செத்துப்போயிருக்க வேண்டிய பாவப்பட்ட ரோஸினாந்தே முன்னெப்போதையும்விட நலமாயும் வலுவுடனும் இருந்தது) சிறு எதிர்ப்புமின்றி எனது முதுகுப்பையை ஏற்றுக்கொண்டது.

முன்னே யோகானந்தர் செல்ல, அவர் பின்னால் ரோஸினாந்தே நடக்கக் கடைசியில் நான் என ஒருவர்பின் ஒருவராக வயல்களினூடாகச் சிரமத்துடன் நடந்து இன்னொரு மலையோடைப் பாதையை நோக்கிச் சென்றோம்.

மலையில் கத்திகளை வீசிக்கொண்டபின் இப்போது என்னவொரு நிம்மதி. இந்த நிம்மதியில் ஒரு புதிய வலு உண்டாகியது. அந்த வலுவில் ஆபத்துகள் எல்லாம் பின்னால் நின்றுவிட்டன, நான் வீட்டுக்குச் செல்கிறேன் என்ற நம்பிக்கை பிறந்தது.

ஒருவழியாக வீட்டுக்குக் கிளம்பியாயிற்று. வழியில் அடிக்கடி நின்று பேசினோம், பேசினோம், பேசினோம். எனக்குள்ளிருந்து வார்த்தைகள் கொட்டின.

என்னவொரு விசித்திரம் என நான் நினைத்தேன். இதற்குமுன் இந்தளவு நான் பேசியதே இல்லை. எப்போதும் நான் மௌனத்தையே கைக்கொள்வேன், பெரும்பாலும் வார்த்தைகள் நன்றியற்றவை என்ற அச்சம் எனக்குண்டு.

இப்போது அவற்றை நம்ப ஆரம்பித்துவிட்டேனா?

ஆறு வீடுகளை மட்டுமே கொண்ட ஒரு கிராமத்துக்கு மேலேயிருந்த ஆளில்லாத லாமா மடாலயத்தில் நாங்கள்

இரவைக் கழித்தோம். பருமனான கிராமப் பெண் ஒருவர் எங்களை மடத்தின் கதவருகே அழைத்துச்சென்று பெரிய உலோகச் சாவியால் அதைத் திறந்தார். சற்றுக் கழித்து இரண்டு போர்வைகளுடன் அவர் திரும்பவும் வந்தார். யோகானந்தர் ஒரு மூலையில் உடலைச் சுருட்டிக்கொண்டார். என்னை உறங்கும்பைக்குள் வைத்து மூடிக்கொண்டு கதவில் சாய்ந்தேன். எதிர்ச்சுவரின் அழுக்கான சன்னல்வழியே நட்சத்திரங்கள் நிறைந்த வானைப் பார்த்தேன்.

நான் பேச ஆரம்பித்தேன்.

தன்முனைப்பும் ஆன்மாவும் தங்களது பரஸ்பர ஈர்ப்பை இழந்து விட்டன. தன்முனைப்பு அருவருப்பான வகையில் தன்னை ஊதிப் பெரிதாக்கிக் கொண்டு ஆன்மாவை இருட்டில் தள்ளிவிட்டது. தன்முனைப்பும் ஆன்மாவும் சமபலத்துடன் இருக்கையில்தான், பரஸ்பரம் உதவிக்கொள்ளுதல் திருத்திக்கொள்ளுதல் ஆகியனவற்றுக்குத் திறந்த மனதுடன் வரும்போதுதான் நான் இயல்பாகவும் நலமுடனும் இருப்பேன்.

ஆன்மா எங்கே அமைந்திருக்கிறது? தன்முனைப்பு மனதில் குடியிருக்குமென்றால், ஆன்மா நனவிலியில் ஒளிந்திருக்கிறதா? இந்த வெளிப்பாடுகளின் உண்மையான அர்த்தம் என்ன? ஒற்றுமையின்மை, இருதுருவ நிலை, எதிர்மைகளின் இணைப்பு, ஒன்றிணைத்தல், முழுமையாதல். தன்முனைப்பாளன் இவ்வார்த்தைகளை மீமெய்யியல் கம்பளிநூலில் மொழிபெயர்த்தான். அது இவற்றை நிராயுதபாணிகளாக்கி உருவக முகத்திரைகளின் பின்னால் மறைத்து வைத்தது, வெற்று வார்த்தைகளின் குவியலாக்கியது.

இவற்றை மீண்டும் நான் மூலமொழிக்குக் கொண்டுவர வேண்டும். அவற்றைத் தன்முனைப்பு எனக்கு விளக்க அனுமதிக்காமல் நானே அவற்றின் அர்த்தங்களை அறிய முயல வேண்டும். அவற்றை உண்மைகளாக நான் ஏற்க வேண்டும். ஒற்றுமையின்மை, இருமை, சமநிலைப்படுத்தப்பட்ட இருதுருவ நிலை, உணர்வும் பருப்பொருளும், உணர்வும் உடலும், இதயமும் மனமும், ஆன்மாவும் தன்முனைப்பும், அகவயமும் புறவயமும். இருதுருவ நிலை இப்பொருளுலகைத் தோற்றுவித்து நடத்துகிறது என்றால், அது அனைத்து மட்டங்களிலும் வெளித்தெரியும்: இயற்பியல், மின்காந்தவியல். வேதியியல், உயிரியல், உளவியல், ஆன்மீகம், மொழியியல், பட்டறிவு, உணர்வு. இதேபோல எல்லா பருப்பொருட்களது நிலையிலும், மிகச்சிறிய துகள் முதல் பிரபஞ்சம் வரை.

காந்தத்துக்கு இரண்டு துருவங்கள். அதை நான் உடைத்தால் இரண்டு தனித்தனித் துருவங்கள் கிடைக்காது, மாறாக இரண்டு துருவங்களையுடைய இரண்டு புதிய காந்தங்களே கிடைக்கும். மிகச்சிறு துகளாகிறவரை அவற்றை நான் உடைத்துக்கொண்டே போகலாம், அப்போது அந்தப் பொருள் மின்காந்த இருமைநிலைத் தத்துவத்தின் அடிப்படையில் அமைந்திருக்கிறது என்பது தெளிவாகும். உயிருள்ள யாவும் எதிர்ப்பண்புள்ள ஜோடிகளாக உருவாக்கப்பட்டவை, அவை அழிக்கமுடியாதவை. அவற்றில் ஒன்றில்லாமல் மற்றது வாழமுடியாது. எதிர்மறை நேர்மறை, இருட்டு வெளிச்சம், நன்மை தீமை, ஆண் பெண்,

இடது வலது – இவையெல்லாம் மொழியின் இருமை நிலையினால் நம்மீது திணிக்கப்பட்ட வெற்று வார்த்தைகளா, அல்லது மொழியுமேகூட இருதுருவ நிலையின் லட்சக்கணக்கான வகைகளில் ஒன்றா?

எளிய எதிர்நிலை ஜோடிகளை வேறுபடுத்தி அறிதலிலிருந்து படிப்படியாக மேலே சென்று மிகவும் சிக்கலானதும் நுட்பமானதுமான வடிவங்களைச் சிக்கலான தளங்களில் வெளிப்படுத்துதலே இருப்பு ஆகும். இடையறாது உருவாக்கப்படுவதன் வழியாகவே உலகு நிலைத்திருக்கிறது. உலகு ஒரே நிலையில் இல்லை, அது எப்போதும் நிகழ்ந்துகொண்டிருப்பது. கீழிருந்து மேலாக, ஒன்றிலிருந்து பலவாக, எளிமையானதிலிருந்து சிக்கலானதாக, கண்ணுக்குத் தெரியாததிலிருந்து கண்ணுக்குத் தெரிவதாக, இடையறாது வளர்ந்துகொண்டிருப்பது. அடிப்படை இருதுருவ நிலை பருப்பொருளுக்கு ஒரு பண்பை அளிக்கிறது, அதை நமது புலன்கள் அதன் 'சாரம்' எனப் பதிந்துகொள்கின்றன. ஒரு பருப்பொருளின் சாரம் என்பது மாயை, நமது மனப்பிரம்மை, பொருட்களை உள்ளது உள்ளவாறே காணமுடியாத காரணத்தால் ஓர் எல்லைக்குள் அடங்கிவிட்ட நமது அறிபுலன்களின் ஒரு பரிமாணம் என்கிறது தாந்திரீகம். இதையேதான் சமகால இயற்பியலாளர்களும் சொல்கிறார்கள். பருப்பொருளின் மிகச்சிறிய துகள்கள் 'முழுமையாக' இல்லாமல் பகுதியாக இருக்கின்றன. அசலான ஒருஜோடி எதிர்நிலைகளின் காரணமாகக் கண்ணுக்குத் தெரிகிற, உணரத்தக்க பருப்பொருளாக அமைக்கப்பட்ட உள்ளாற்றலின் மீச்சிறு கணங்களாக இருக்கின்றன. கண்ணுக்குத் தெரிகிற, உணரத்தக்க பருப்பொருள் – இவையெல்லாம் நாம் காணும் தோற்றங்கள், தன்னுணர்வு மேலிட்ட நம் மனதின் தோற்றங்கள்.

மனமும் இரண்டாகப் பிரிந்துதான் இருக்கிறது. அது ஒன்றல்ல இரண்டு யதார்த்தங்களைப் பதிவு செய்கிறது: புறவயமானதும் அகவயமானதும். தன்முனைப்பும் ஆன்மாவும் நமது மூளை மின்காந்தத்தின் இரண்டு எதிரெதிர்த் துருவங்கள். நமது நனவுநிலையின் ஆற்றல் புலத்தைப் பராமரிக்கும் ஒருஜோடி எதிர்நிலைகள். உலகம் தவறாகக் காணும் யாவும் நமக்குத் தவறாகத் தெரியும், நமக்குத் தவறாகத் தெரியும் யாவும் நம்முள்ளிருக்கும் ஆற்றல் புலங்களில் தவறாக அறியப்படும் என்பதே இதன் பொருள். அங்குதான் சமநிலை தவறுகிறது. அங்குதான் நாம் நிகழ்வதாக நினைக்கும் ஒன்று நிகழ்கிறது. அங்குதான் நரகம் இருக்கிறது, அங்குதான் சொர்க்கம் இருக்கிறது. அங்குதான் வேறெங்குமில்லை.

நமது அக உலகின் இரண்டு துருவங்களுக்கு இடையே, நனவுநிலைக்கும் நனவிலிக்கும் இடையே, அறிவுக்கும் உள்ளுணர்வுக்கும் இடையே, தன்முனைப்புக்கும் ஆன்மாவுக்கும் இடையே ஒரு பதற்றப் புலம் உருவாகிறது. துருவங்கள் இரண்டும் சமவலிமையுடன் இருந்தால் இந்தப் புலம் நடுநிலையாக்கப்படும், மோதல்கள் இருக்காது. ஆன்மாவில் அமைதி நிலவும். ஒன்றைக் கிரகித்து மற்றொன்று வலுப்பெற்றால், ஆன்மாவுக்குச் சொந்தமான பிரதேசங்களைத் தன்முனைப்பு தன்னுடன் இணைத்துக்கொண்டால் பிரச்சனைகள் தொடங்குகின்றன. இதுவே தலைகீழாக நடந்தால் மனச்சிதைவு உண்டாகிறது.

தாந்திரீகம் தன்முனைப்பை வீழ்த்த உதவும் வழிமுறை என்றால், அது விடுவிக்கும் ஒரு வழிமுறை என்றால், அது ஆன்மாவைத் தன்முனைப்பின் சிறையிலிருந்தும், உள்ளுணர்வை அறிவின் பிடியிலிருந்தும், தன்னியல்பைப் பழக்கத்தின் பிடியிலிருந்தும் விடுவிக்கிறது என்பது சொல்லாமலே விளங்கும். அப்படியே இருந்தாலும் தாந்திரீகத்தைக் கடைப்பிடிப்பதன் நோக்கம் தன்முனைப்பை அழிப்பதல்ல. அதன் நோக்கம் ஒன்று சேர்ப்பது, இரண்டுக்குமிடையே ஒரு பாலம் அமைப்பது.

அறிவு இல்லையேல், தன்முனைப்பு இல்லையேல் நீங்கள் பைத்தியமாகிவிடுவீர்கள். ஆனால் ஆன்மா இல்லையேல், உள்ளுணர்வு இல்லையேல் அதேயளவு நீங்கள் பைத்தியமாகிவிடுவீர்கள். இவற்றுக்கு இடையிலான சமநிலையே ஒருவரின் நலம்.

நான் பேசுவதை நிறுத்தி யோகானந்தரைப் பார்த்தேன். அவர் ஆழ்ந்து உறங்கிக்கொண்டிருந்தார்.

மறுநாள் காலை பள்ளத்தாக்கின் விளிம்பை அடைந்து பனிப்பாறைகள் மூடிய கணவாயை நோக்கிச்சென்ற இன்னொரு சரிவை நேருக்கு நேர் எதிர்கொண்டோம். உச்சியை எட்டும் நேரம் ரோஸினாந்தே பனியில் வழுக்கி வழியில் இரண்டுமுறை குப்புறப் புரண்டு சரிவில் கீழே உருண்டுபோய்க் கடைசியில் ஒரு பாறையில் மோதி நின்றது. அவனிடத்தில் ஓடிப்போனபோது அவனது முட்டாள்த்தனமான கண்களில் கண்ட பீதி என் கண்களைக் கண்ணீரால் நிறைத்தது. என் முதுகுப்பையையும் பிறவற்றையும் எடுத்துகொண்டு சரிவில் தொடர்ந்து ஏறும்படி சொன்ன யோகானந்தர், தான் சற்றுக் கழித்து வருகிறேன் என்றார்.

ஐந்து நிமிடம் ஏறியபின் பின்னால் பார்த்தேன். தோளில் ஒரு சாக்கும். அக்குளில் ஒரு போர்வையும், மறுகையில் ஒரு குச்சியுமாக மெதுவாக அடிகள் வைத்து என் பின்னே வந்துகொண்டிருந்தார் யோகானந்தர். குதிரையின் தலை பனியில் சாய்ந்திருந்தது. வெட்டப்பட்டிருந்த அதன் கழுத்துநரம்பிலிருந்து கருஞ்சிவப்பு ரத்தம் கோடுகளாகப் பரவிக் கொண்டிருந்தது.

நான் மண்டியிட்டு அமர்ந்துவிட்டேன். அய்யோ, ஏன் இப்படி? ஏன்? எனக்குப் பழக்கமான வழமையான ஒரு உலகுக்குத் திரும்பிப்போகிறேன் என்ற எண்ணமே எனது வலுவாக இருந்தது. என் பயணமெங்கும் விரவிக்கிடந்த குரூரங்களின் தடயங்களைப் பார்க்க எனக்கு வலுவில்லை.

“நாம் நடக்கலாம்” என்றார் யோகானந்தர்

லடாக்கின் கிழக்குப் பிராந்தியத்தை அடைந்தபோது மலைவிளிம்பு களின் பின்னால் சூரியன் கீழிறங்கிக் கொண்டிருந்தது. வலதுபுறமிருந்த பனிமூடிய சிகரங்களின் தொடரை சுட்டிக்காட்டினார் யோகானந்தர். “அங்கேதான் சீன எல்லை இருக்கிறது”.

பள்ளத்தாக்கின் விளிம்பில் கொத்தாக அமைந்திருந்த சதுரவடிவக் கட்டடங்களை நோக்கி மௌனமாக நடந்தோம். பக்கத்துக் குடியிருப்பி லிருந்து பல மைல்கள் தள்ளியிருக்கும் மலைவாழ் மக்களின் விருந்து

உபச்சாரம் சுவாசம்போல இயல்பாக இருந்தது. அவர்கள் *ஸாம்ப்பாவும்* வெண்ணெய்த் தேநீரும் தந்தனர், கணப்பு அருகே கதகதப்பூட்டிக் கொள்ளச் செய்தனர். அழுக்குச் சிறுவர்கள் சுற்றிலுமிருந்து எங்களை ஆர்வமாய்ப் பார்த்துக்கொண்டிருக்க நாங்கள் *சாங்* அருந்தினோம். கால்நடைக் கொட்டகைக்கு மேலிருந்த சிறிய அறைக்கு எங்களை அழைத்துச்சென்றனர். விருந்தாளி மரத்தால் அமைந்த தரையில் இருந்த கதவைத் திறந்தார். கீழிருந்து சாணநெடியுடன் கதகதப்பான காற்று வந்து அறையை நிறைத்தது. பண்ணை விலங்குகளின் பலவிதமான கத்தும் ஒலிகளைக் கேட்க முடிந்தது. நீண்ட நாட்களுக்கு முன் ஸன்ஸ்கரில் பெயர்தெரியாத ஒரு கணவாயின் பின்னால் இதுபோன்ற ஓர் இடத்தில் நாங்கள் உறங்கியிருக்கிறோம்.

மிகுந்த களைப்பினால் உறக்கம் வரவில்லை. இரவு முழுக்க அமர்ந்தபடி பேசிக்கொண்டிருந்தோம். உணர்வு, பருப்பொருள் இவற்றின் ஒன்றையொன்று இட்டு நிரப்பும் தன்மை பற்றிச் சிறிதுநேரம் பேசிக்கொண்டிருந்தோம். கடைசியில் பேச்சு மனித மனதின் பண்புகளில் வந்துநின்றது. நானுமேகூட அதன் அடிப்படையான இருதுருவ இயல்பினால் பாதிப்புக்குள்ளானவன் (அதை மரபுரிமையாகப் பெற்றவன்) என்றேன். ஒரேநேரத்தில் எனக்குள் விஞ்ஞானியும் மறைஞானியும் வாழ்கின்றனர். முதல் நபர் *எப்படி* என்று கேட்க இரண்டாமவர் *ஏன்* என்று கேட்கிறார். முதலாமவர் அளந்துபார்க்கிறார், ஒப்பிட்டுப் பார்க்கிறார்; இரண்டாமவர் உணர்கிறார், நிகழ்வுகளை எதிர்நோக்குகிறார். முதலாமவர் அறிவைப் பயன்படுத்துகிறார், இரண்டாமவர் உள்ளுணர்வைச் சார்ந்து செயல்படுகிறார். என் அக யதார்த்தத்தின் இரண்டு துருவங்களைப்பற்றிப் பேசுகிறேன் என நினைக்கிறேன், என்றேன். அவற்றை தன்முனைப்பு என்றும் ஆன்மா என்றும் அழைப்பது சரிதானே?

யோகானந்தர் சொன்னார், "நிச்சயமாக. இரண்டு முரண்பட்ட வழிகளில் வெளிப்படுவதாகத் தோன்றும் உங்களது மன அமைப்பின் சாய்வுகளைப் பற்றித்தான் பேசிக்கொண்டிருக்கிறோம் என்கிற தெளிவு இருக்கும்வரை அது சரிதான்."

இந்த முரண் ஒரு தோற்றமல்ல, நிஜம் என்றேன். தன்முனைப்பு மூர்க்கமானது, பேராசைமிக்கது, கருமித்தனமானது. அது அனுபவத்தைத் தகவலாக மாற்றிக்கொள்கிறது. ஆன்மா உணர்வுப்பூர்வமானது, அது யதார்த்தத்தை உணர்கிறது; தகவலை அனுபவமாக மாற்றுகிறது. அது மூர்க்கமில்லாதது, சிற்றின்ப நாட்டமுள்ளது. அதற்கு யோசிக்கத் தெரியாது ஆனால் கனவு காணத் தெரியும். ஆன்மா தொலையுணர வல்லது முன்னுணரக் கூடியது, காலத்தைக் கடந்தது, அழகியல் உணர்வு மிக்கது. தன்முனைப்பு அன்பு செய்வதில்லை; அது தாக்குகிறது தற்காத்துக் கொள்கிறது; அது நம்பிக்கை வைப்பதில்லை, ஐயம் கொள்கிறது. அதனால் முழுமையாக எதையும் புரிந்துகொள்ள முடியாது, வெட்டித் துண்டுத்துண்டாக்கிப் பகுத்தாய்கிறது; அது குறிப்புணர்த்துவதில்லை, விளக்கம் தருகிறது.

இவால்ட் ஃப்ளிஸர்

இது தொடர்பாக என்னை நானே கேட்டுக்கொள்கிறேன்: ஏன் அநேகம் மக்களில் தன்முனைப்பு ஆன்மாவைப் பின்தள்ளி விடுகிறது, குறிப்பாக அய்ரோப்பியர்களில்?

"உங்களிடம் விடை இருக்கிறது, சந்தேகமேயில்லை" என்றார் யோகானந்தர்.

என்னிடம் இல்லை என்றேன், என்னால் இயன்றதெல்லாம் யூகிப்பதுதான். அய்ரோப்பியரிலும் (அமெரிக்கரிலும்) தன்முனைப்பு ஆன்மாவை அடக்கிவைத்திருக்கிறது, காரணம் தன்முனைப்பு ஒரு வம்புச் சண்டைக்காரன், நீண்ட நாட்களாக அது இந்தச் செயலில் வெற்றிகண்டு வந்துள்ளது. அது இயற்கையை வென்றுள்ளது, நிலவில் கால் பதித்துள்ளது, பிரபஞ்சத்தை ஊடுருவியிருக்கிறது. இந்த வெற்றிகளால் அது வளர்ந்துள்ளது, தொடர்ந்து தன்னையே மறுஉறுதி செய்துகொண்டுள்ளது. அடுத்தவரை நம்பவைக்கும் விதத்தில் அமைந்த திறமையைக் கண்டு ஆன்மாவேகூட அதனுடன் காதலில் விழுந்தது. இந்த வெற்றிகளைச் செரித்துக் காரணங்களுக்கு அப்பாற்பட்டு ஊதிப்பெருத்த தன்முனைப்பு மண்டலத்தின் சமநிலையைக் குலைத்தது, ஒரு சீர்குலைவை உண்டாக்கியது, ஓர் உருச்சேதத்தை ஏற்படுத்தியது. ஒவ்வொரு தனிநபரும் உருச்சேதத்துக்கு ஆளானது மட்டுமல்ல, முழு உலகுமே அப்படி ஆனது. தன்முனைப்பு வசியப்படுத்தும் நிலைக்குச் சென்றது. ஆட்சியாளர்கள்தான் கவிஞர்களை பிச்சைக்காரர்களாக்குவர், எப்போதும் இது தலைகீழாக நடப்பதில்லை. தன்முனைப்பு ஆன்மாவைக் குறித்து அச்சப்படுகிறது. தாந்திரீகம் சமநிலைப்பட்டது, அதுவொரு வழிமுறை மட்டுமே. ஆனால் அது விடுதலைக்கான வழிமுறை, அடிமைத்தனத்துக்கானது அல்ல. அதனாலேயே தன்முனைப்பு அதனை அஞ்சுகிறது. ஆனால் தாந்திரீகத்தின் நோக்கம் தன்முனைப்பைத் தூர எறிந்துவிடுவது அல்ல, தன்முனைப்புக்கும் ஆன்மாவுக்கும் இடையில் சமநிலையையும் ஒருங்கிணைப்பையும் உருவாக்குவதுதான். அதனால்தான் தாந்திரீகம் வெற்றிகரமான ஒன்றாக இருக்கிறது.

"அதனால்தான் அது ஆபத்தனாதும்கூட" என்றார் யோகானந்தர்.

நான் தொடர்ந்தேன். அந்தப் பாலம் – நான் இங்கே வந்தபோது எனது பயணத்தை என் அகவெளியிலிருக்கும் பனிப்பாலத்தின் இடைவெளியைத் தாண்டிக் கடப்பதற்கான குறியீடாகக் கண்டேன். நான் எப்படிப்பட்டவனாக இருக்க விரும்பினேனோ அதில் பாதியாக மட்டுமே இருப்பதை உணர்ந்தே இங்கு வந்தேன். அதோடு எனது அறிவுசார் செயல்களின் நிழலாய் இருந்த, ஒருபோதும் மிகத் தொலைவாகச் செல்லாமலும் தொட்டுப் பார்க்குமளவுக்கு மிக அருகில் வராமலும் இருந்த எனது இரட்டையரைச் சந்திக்கவும் இங்கு வந்தேன். அந்த இரட்டையர் எனது உணர்ச்சிகளின் "நான்", எனது ஆன்மா. ஆனால் நான் வெகுகாலம் காத்திருந்தேன், எங்களுக்கு நடுவிலிருந்த பாலம் உடைந்து இடைவெளி தெரியத் தொடங்கியது – எனது அறிவு பைத்திய நிலைக்குள் விழாமல் அந்த இடைவெளியைத் தாண்ட முடியாது.

"அதனால்தான் நான் இங்கு வந்தேன், எனது மனதிலிருக்கும் இடைவெளியைத் தாண்ட நீங்கள் உதவுவீர்கள் என்ற நம்பிக்கையில். நீங்கள் உதவினீர்கள். இப்போதிருக்கும் பாலத்தைச் செப்பனிடுவது பற்றி நான் சிந்திக்கக் கூடாது, புதிதாக ஒன்றைக் கட்டவேண்டும் என்றீர்கள். இந்தப் பாலம் எனக்கு வெளியே இல்லை, எதிர்காலத்தில் எங்கோ இருக்கிறது. அது எனக்குள் இருக்கிறது, எனது மூளைக்குள் இருக்கிறது. தாந்திரீகமே பாலத்தைக் கட்டும் முறை."

யோகானந்தர் சிரித்தார். "இதுபோன்ற நன்கறிந்த உவமைகளை நான் பயன்படுத்தமாட்டேன். தாந்திரீகம் ஓர் அமைப்பு அல்ல, அதுவொரு நடனம். உங்களது மனதின் இரண்டு துருவங்களுக்கு இடையே ஒரு துடிப்பான நாடகம் நிகழ்வதற்கான சூழலை நீங்கள் உருவாக்க வேண்டும். எண்ணங்களால் இயக்கப்பட்டால் நீங்கள் ஓர் அடிமை, வேட்கையினால் இயக்கப்பட்டாலும் அப்படியே. தினமும் அல்லது நீண்ட காலத்துக்கு எண்ணத்துக்கும் உணர்வுக்குமிடையே நீங்கள் ஊசலாடிக்கொண் டிருந்தால் நீங்கள் அடிமையன்றி வேறு யார்? உண்மையான விடுதலை உணர்வாகவும் அமைந்த எண்ணத்திலிருக்கிறது, எண்ணமாகவும் அமைந்த உணர்விலிருக்கிறது. இந்த அன்னியோன்னியத்துக்குப் பெயர்தான் தாந்திரீகம்."

35

வெறுமை வெறுமையாக இல்லை

மறுநாள் நண்பகல் நேரத்தையொட்டி என் கண்களைத் திறந்து ஜன்னல் வழியே பார்த்தபோது இந்திய ராணுவ வீரர் ஒருவர் கையில் இயந்திரத் துப்பாக்கியுடன் நின்றுகொண்டிருந்தார். சாம்பல்நிற ராணுவ வாகனத்தின் சேறுமறைப்பான்மீது சாய்ந்து அவர் நின்றுகொண்டிருந்தார்.

“யோகானந்தர்” என்று நான் அழைத்தேன்.

பதிலில்லை, மௌனம். அவர் அங்கு இல்லை.

பிரதான அறையின் கதவைத் திறந்தேன். சீருடையில் இல்லாத இரண்டு இந்திய வீரர்கள் கணப்பருகே நின்றுகொண்டிருந்தனர். முதலாமவர், உயர் அதிகாரியாக இருக்க வேண்டும், என்னை நோக்கி வந்தார்.

“உங்கள் பெயர்?” ஆங்கிலத்தில் கேட்டார்.

நான் சொன்னேன்.

“நீங்கள் கைதுசெய்யப்படுகிறீர்கள்” உணர்ச்சியற்ற குரலில் சொன்னவர் உடன்வந்தவரிடம் சைகை செய்ய அவர் தனது கைத்துப்பாக்கியை வெளியே எடுத்தார். முரட்டுத்தனமாக எனது முழங்கையைப் பற்றி வாசலை நோக்கித் தள்ளினார்.

“எனது பொருட்கள்” என்று நான் பின்னால் திரும்பினேன்.

“அதை நாங்கள பார்த்துக்கொள்கிறோம்” என இரைந்த அந்த அதிகாரி நேரத்தை வீணடிக்காதே என உடன் வந்த வீரரிடம் சைகை செய்தார். வாசலில் முன் வீட்டுச் சொந்தக்காரரின் இறுகிய முகத்தைப் பார்த்தேன். அவர் வாயிலிருந்து மன்னிப்புக் கேட்பதுபோல வரிசையாக வார்த்தைகள் வந்தன. நிச்சயமாக அவர்தான் வீரர்களை அழைத்திருக்க வேண்டும், இப்போது எனக்கு வேறு வழியில்லை எனச் சொல்கிறார்போல.

அரைமணி நேரத்துக்குள் ஓர் ஆற்றின் கரையில் அமைந்த ராணுவ முகாமில் இருந்தேன். கைகளைப் பின்னால் கட்டிய ஒரு சீக்கியர் என்னைச் சுற்றிவந்து நடந்தபடியிருந்தார். தன்னை மேஜர் சிங் என்று அறிமுகப்படுத்திக்கொண்டார். அவர் சாந்தமாகவே நடந்துகொண்டார் ஆனால் அவரிடம் ஓர் எச்சரிக்கையுணர்வு இருந்தது. அவர் என்னை இயல்பாகவே பார்த்தார், ஆனால் அந்தப் பார்வையில் ஒரு தீவிரக் குறுகுறுப்பு இருந்தது.

"இங்கே என்ன செய்துகொண்டிருக்கிறீர்கள்?" எனக் கேட்டார்.

நான் என்ன செய்துகொண்டிருக்கிறேன் என எண்ணிப்பார்த்தேன். நான் என்ன சொன்னாலும் அவருக்கு அது முட்டாள்த்தனமானதாகவே தோன்றும். நான் தோள்களைக் குலுக்கினேன்.

அவரது குரல் உயர்ந்தது. "நீங்கள் தடைசெய்யப்பட்ட பகுதியில் இருக்கிறீர்கள். உங்களது மௌனம் குற்றத்தை ஒப்புக்கொள்கிறீர்கள் என்று அர்த்தமாகிறது."

நான் சிரித்தேன். கடந்த சில வாரங்களில் எனக்கு நிகழ்ந்தவற்றுள் இப்போதைய சூழ்நிலைதான் மிகவும் வேடிக்கையானது.

"உங்களது இடத்தில் நானிருந்தால் சிரிக்கமாட்டேன்" என்று ஒரு கோபப் பார்வையால் என்னை எச்சரித்தார் மேஜர் சிங்.

அது என்னை மேலும் சத்தமாகச் சிரிக்கத் தூண்டியது. "கடந்த எட்டு வாரங்களாக இங்கே மலைகளில் நான் உளவுபார்க்கிறேன்; சீனாவுக்காகவோ ரஷ்யாவுக்காகவோ அமெரிக்காவுக்காகவோ அல்ல, தனிப்பட்ட வகையில் எனக்காக என்றால் நீங்கள் நம்பப்போவதில்லை."

நடந்துகொண்டிருந்தவர் என்முன் வந்து நின்றார். "உங்களது உடைமைகளில் ஒரு புகைப்படக் கருவி, புகைப்படச் சுருள்கள், இந்திய சீன எல்லைப் பகுதியைக் காட்டும் ஒரு வரைபடம், இருமொழிகளில் குறிப்புகள் ஆகியவற்றைக் கண்டெடுத்தோம். ஒன்று ஆங்கிலம் இன்னொன்று புரியாத அந்நிய மொழி. நீங்கள் பல கிராமங்கள், லாமா மடாலயங்கள், கணவாய்களின் வரைபடங்களையும் வரைந்துள்ளீர்கள். யாருக்காக நீங்கள் வேலை செய்கிறீர்கள்?"

"நான் தடைசெய்யப்பட்ட பகுதியில் இருக்கிறேன் என்பது தெரியாது. என்னை மன்னித்துவிடுங்கள், எதிர்காலத்தில் நான் கவனமாக நடந்துகொள்வதாக உறுதியளிக்கிறேன். இப்போது நான் போகலாமா?"

"முடியாது" என்றார். "நாளை உங்களை லேயில் இருக்கும் ராணுவச் சிறைக்கு மாற்றுவோம். இந்தியப் பாதுகாப்புப் படைப்பிரிவின் உறுப்பினர்களால் நீங்கள் விசாரணை செய்யப்படுவீர்கள். உங்களது குறிப்புகளை வார்த்தை விடாமல் படித்து நீங்கள் ஒரு ரஷ்ய உளவாளி என்பதை நிரூபிப்போம்."

"ரஷ்யனா?" நான் எதிர்ப்புத் தெரிவித்தேன், "ஏன் அமெரிக்கனாக இருக்கக்கூடாது?"

“ரஷ்ய மற்றும் அமெரிக்க உளவாளி” என்றார் இறுதியாக.

என்னை ஒரு சிறிய கூடாரத்துக்கு அழைத்துச்சென்றார்கள். அங்கிருந்த இரும்புக் கட்டிலில் என் உறங்கும்பையை விரித்துக்கொள்ளலாம் என நினைத்தேன். உறையவைக்கும் குளிர் என்னைக் கொன்றுவிடும் என அஞ்சி (அதனால் அவர்களுக்கு முக்கியமான துப்புகள் கிடைக்காமல் போய்விடும்) அவர்கள் எனக்கு மிகவும் கதகதப்பான ஒரு போர்வையைத் தந்தார்கள். அவர்கள் சிடுசிடுவென நடந்துகொண்டார்கள் ஆனால் விஷயங்களை முறையாகச் செய்தார்கள். எனக்கு இரவு உணவுகூட அளித்தார்கள்: ஆட்டுக்கறிக் குழம்பு, புலவுச் சோறு, இரண்டு ரொட்டிகள் – எல்லாம் மிகவும் சுவையாக இருந்தன.

லடாக்குக்கு வந்ததிலிருந்து இவ்வளவு சுவையாக நான் உண்டதில்லை.

கூடாரத்தின் வாயிலில் ஆயுதமேந்திய வீரர்கள் நின்றிருந்தபோதும் உள்ளே நான் ஆசுவாசமாகவே உணர்ந்தேன். எப்படி அர்த்தப்பட வேண்டுமென எதிர்பார்க்கப்படுகின்றனவோ அவ்வாறே யாவும் அர்த்தப்படும் உலகை அந்த வீரர்கள் குறித்தனர். அவர்களது பெயர்களிலும் தோற்றங்களிலும் மறைந்திருக்கும் அர்த்தமென்று எதுவுமில்லை. மீண்டும் ஒருமுறை அவற்றைப் பற்றிப் பேசுவது சாத்தியமே. கடினமான கட்டிலில் என்னால் முடிந்த அளவு சௌகரியமாகப் படுத்துக்கொண்டேன். எனது கைதைவிட மிக முக்கியமான, அதைவிட மிகத் தற்காலிகமான விஷயங்களைப் பற்றிய சிந்தனைக்குத் திரும்பினேன்.

வெளியே காவலுக்கு வீரர்கள் நின்றாலும் உள்ளே நான் பதற்றமின்றி இருப்பதை நினைத்து நிம்மதி அடைந்தேன். மேஜர் சிங் என்னிடமிருந்து என்ன எதிர்பார்க்கிறார் என்பதை ஊகிக்க வேண்டிய அவசியமில்லை. அவர் என்னிடம் எதிர்பார்ப்பது: உண்மை. அது என்ன வகை உண்மை என்பது எங்கள் இருவருக்குமே தெரியும். நான் உளவாளியா இல்லையா என்ற கேள்வியில் குழப்பம் ஏதுமில்லை. நான் உளவாளி அல்லது உளவாளி இல்லை. அதில் மூன்றாவது சாத்தியம் கிடையாது. நான் வீட்டுக்கு, *சம்சார* உலகுக்கு, பொது ஒப்பந்தத்தின்–அடிப்படையிலான–யதார்த்த உலகுக்குத் திரும்பிவிட்டேன்.

மோட்சம் மலைகளிலிருந்து மிகத் தொலைவாக இருந்தது. சொல்லப்போனால் அது மகிழ்விழந்த டோல்மாவின் கண்களில் மரணமுற்றுவிட்டது, குளிர்காலம், மரணம் ஆகிய அப்பட்டமான உண்மைகளை ஏற்றுக்கொள்ள முடியாத என் மனதில் அது அழிந்துவிட்டது.

எனக்குத் தலைசுற்றியது. எனது எண்ணங்கள் இப்படியும் அப்படியும் முறுக்கிக்கொண்டன, பளிச்சிட்டன, கரைந்தன, மீண்டும் ஒன்றுசேர்ந்தன, தம்மை வரிசையாக அடுக்கிக்கொண்டன, இற்று வீழ்ந்தன, ஆவியாகின, புதிய தர்க்க வடிமைப்புகளில் மீண்டும் தோன்றின. என் மனதுக்கு வெறிபிடித்தாற்போல இருந்தது. வகை பிரித்தல், மாற்றியமைத்தல், சிக்கல் நீக்குதல் ஆகியன இரவு முழுக்க சொல்லப்போனால் அதிகாலை வரை நடந்தன. பிறகு நான் உறங்கிப்போனேன்.

நான் நீண்ட நேரம் உறங்கவில்லை, எட்டுமணி வாக்கில் கூடாரத்தின் நுழைவுத் தடுப்புவழி தலையை உள்நீட்டி ஒன்றும் பிரச்சனை இல்லையே என யோகானந்தர் கேட்கும்வரைதான் உறங்கினேன். எங்கே போனீர்கள் என்றோ, ராணுவத்தினரிடம் நான் ஒன்றுமறியாதவன் என்று ஏன் விளக்கவில்லையென்றோ அவரைக் கேட்க நேரமில்லை. அவரது அங்கியைப் பிடித்துக் கூடாரத்துக்குள் இழுத்துக் கட்டிலில் உட்கார வைத்தேன். அவர் எதையோ சொல்லத் தயாராக இருந்தார், ஆனால் அதைவிட முக்கியமான ஒன்றை அவரிடம் நான் சொல்லவேண்டியிருந்தது.

ஒருவழியாக நான் திபெத்திய வெறுமைத் தத்துவமான சூன்யதாவின் உண்மையான அர்த்தத்தைக் கண்டுபிடித்துவிட்டதாகச் சொன்னேன். நான் தவறாக எண்ணிக்கொண்டதுபோல வெறுமை என்பது பொருட்களுக்கு இடையே இல்லை, பொருட்களுக்குள் இருக்கிறது. எனது மனப்பிரம்மையே பொருட்களை நிறைத்து அவற்றுக்கு யதார்த்தத்தை அளிக்கிறது. அவற்றை உற்றுநோக்குவதன் வழி நான் பொருட்களுக்கு யதார்த்தத்தை அளிக்கிறேன். எனது இருப்பின் இயல்பு உள—இயற்பியல்; லௌகீகநிலையும் சிந்தனையும் ஒரே நாணயத்தின் இரண்டு பக்கங்கள். நான் கனவில் கண்டு பின்பு நிஜத்தில் நிகழ்ந்தவை யாவும் அக மற்றும் புற உண்மைகளால் ஒழுங்குபடுத்தப்பட்டவை என நினைக்கிறேன்: லௌகீக எதிர்காலத்தில் எனக்காகக் காத்திருந்தவை நனவிலியில் முன்பே பதிவாகியிருந்திருக்கின்றன. அன்று அந்தக் கனவு யோகநிலைக் காலம் ஒரு மாயை, ஒரு நிகழ்வின் சாத்தியமும் அது நிகழ்வதும் ஒரேநேரத்தில் நேர்வது என்பதுபோல எதிர்கால நிகழ்வுகளின் அடிப்படைச் சாத்தியங்களை என்னுள் பதியவைத்தது.

கடவுள் ஒரு சிலந்தி, பிரபஞ்சம் அவரது வலை. அதை பிரம்மன் பெருவெடிப்புக்கு உள்ளாக்கி இந்த உலகை உருவாக்கினார். உலகம் என்பது லீலை; ஒரு தெய்வீக விளையாட்டு. இந்த விளையாட்டுத்தான் கடவுள், கடவுள்தான் விதி. கடவுள் உலகுக்கு வெளியில் இல்லை, அதை அவர் உருவாக்கவோ அல்லது அதை உருவாக்குவதற்கான செயல்முறையையோ ஆரம்பிக்கவில்லை. கடவுளே அந்தச் செயல்முறை.

எல்லாமே இயங்குகின்றன. *தாவோ தே ஜிங்*கில் நாம் காண்கிறோம்: "தனது இயல்பின் விதிகளால் இயங்கும் தாவோ, தாவோவின் விதிகளால் இயங்கும் சொர்க்கம், சொர்க்கத்தின் விதிகளால் இயங்கும் பூமி, பூமியின் விதிகளால் இயங்கும் மனிதன்."

36

தாமரையில் வீற்றிருக்கும் ஆபரணமே வாழ்க

நான் இந்திய ராணுவத்தின் விதிகளால் இயங்குகிறேன். ஒரு ராணுவ லாரியை நோக்கி என்னை அழைத்துச் சென்றார்கள். ராணுவவீரர் துப்பாக்கியை இறுகப் பிடித்தபடி எனக்குப் பின்னாலேயே வந்தார், நான் சட்டென்று நின்றால் என்மீது மோதிவிடும் அளவுக்கு மிக நெருக்கமாக வந்தார். பள்ளத்தாக்கைக் காலைப்பனி மூடியிருந்தது, ராணுவ வீரர்கள் பிசாசுகளைப்போலப் பனிக்குள் தோன்றியும் மறைந்தும் கொண்டிருந்தனர். லாரியில் எதையோ ஏற்றிக்கொண்டிருந்தனர். ஓட்டுநர் தயாராக என்ஜினை ஓடவிட்டுக்கொண்டிருந்தார்.

எனக்குப் பின்னால் வந்துகொண்டிருந்த யோகானந்த ரிடம் சொன்னேன் "தயவுசெய்து அவர்களிடம் சொல்லுங்கள். அவர்கள் என்னைத் தவறாக அடையாளம் கண்டுள்ளனர் என்றும் நான் உங்களோடுதான் இருந்தேன் என்றும் சொல்லுங்கள்."

"எப்போதும் நான் ராணுவ வீரர்களிடம் பேசுவதில்லை" அவர் புன்னகைத்தார். "அது செவிடர் செவிடரைப் பார்த்துக் கத்துவதுபோல."

மேஜர் சிங்கின் திடகாத்திரமான உருவம் மூடுபனி யிலிருந்து வெளியே வந்தது. அவருக்குப் பின்னால் பைகள் இரண்டைத் தூக்கிக்கொண்டு ஒரு வீரர் வந்தார். மேஜர் என்னைப் பாதுகாப்புப் பிரிவில் ஒப்படைக்கப் போகிறார் என்பது தெளிவாகத் தெரிந்தது. இன்னமும் அவர் தான் ஒரு பெரிய உளவாளியைப் பிடித்துவிட்டதாக நம்பிக்கொண் டிருக்கிறார். அவர் பதவி உயர்வை எதிர்பார்த்திருக்கிறார் போலும்.

விரைவிலேயே நாங்கள் பயணத்திலிருந்தோம். நான் வீரர்களுக்கு நடுவே மர பெஞ்சில் அமர்ந்திருந்தேன். எதிர் பெஞ்சில் இன்னும் ஐந்து வீரர்கள் அமர்ந்திருந்தனர். அவர்களோடு யோகானந்தரும் அமர்ந்திருந்தார், லடாக்

வரை என்னோடு வருவதாக முடிவெடுத்திருந்தார். வண்டியை மூடியிருந்த கூடாரத்துணி ஒரு பக்கம் வண்டியின் சட்டகத்துடன் அடித்துக்கொண்டுவர, அரையிருட்டில் அவரது கண்கள் காட்டுப் பூனையின் கண்கள்போல ஒளிர்ந்தன. என் நெஞ்சில் யாரோ கத்தியால் குத்துவது போன்ற வலியை உணர்ந்தேன். அந்தக் கண்களை, இந்த உலகில், அவரது உடலுக்குள் சற்றுநேரமாவது வாழவேண்டுமென்ற ஆசையால் என்னை நிரப்பிய ஒரே மனிதரான அவரது கண்களை, தொடர்ந்து என்னால் பார்க்க முடியவில்லை.

எதிர்பார்த்ததைவிட விரைவாகவே அது நடந்தது. மோசமான சாலையில் இரண்டுமணி நேரக் குலுங்கலான பயணத்துக்குப்பின் லாரி சட்டென்று நின்றது. வீரர்களில் ஒருவர் வண்டியை மூடிய துணியின் பின்பகுதியை உயர்த்திப் பளீரென்ற பனிவெண்மையைக் காட்டினார். சற்றுத் தொலைவில் சூரிய ஒளியில் மூழ்கியிருந்த திக்ஸே லாமா மடாலயத்தின் சுவர்களை என்னால் பார்க்க முடிந்தது.

யோகானந்தர் என் கைமீது தனது கையை வைத்து இறுக்கிப் பிடித்தார். “நான் எனது நண்பர்களைப் பார்க்கச் செல்ல வேண்டும்,” மன்னிக்க வேண்டும் வருகிறேன் என்ற தோரணையில் அதைச் சொன்னார். “எதற்கும் தயாராக இருங்கள் ஆனால் எதையும் எதிர்பார்க்காதீர்கள்.”

ஏதோ இளைஞனைப்போல அனாயசமாக அவர் லாரியிலிருந்து குதித்தார். வீரர்கள் அவரது மூட்டையையும் கோலையும் போர்வையையும் தூக்கி அவர் பின்னால் போட்டார்கள். குனிந்து அவற்றைப் பொறுக்கும் போது யோகானந்தரைப் பார்த்ததுதான், திறப்புத் துணி விழுந்து அவரை மறைக்க வண்டி மீண்டும் குலுக்கல் பயணத்தைத் தொடர்ந்தது.

ஏதோ கனமான ஒன்று என் தொண்டையைக் கவ்வியது. நான் அப்படியே வண்டியில் பின்னால் ஓடிப்போய் துணியை உயர்த்தி “யோகானந்தரே நன்றி, உங்களுக்கு நல்லதே நடக்கட்டும்!” என்று கத்த நினைத்தேன். அதேநேரம் என்னுள் மெல்லிய குரலொன்று சொன்னது: அவருக்கு ஏராளம் நன்மை இருக்கிறது. வெற்று வார்த்தைகள் அவருக்குத் தேவையில்லை. விடைபெற்றால் விடைபெற்றதுதான். நீ திரும்பி உன் வழியைப் பார்த்துப் போ. உனது தனிமையின் இரைச்சலுடன் நீ ஏகாந்தத்தின் மௌனத்துள் இறங்கு.

இருந்தும்: எங்களிடையே பேசப்படாத ஏராளம் வார்த்தைகள் இருந்தன, நான் விளங்கிக்கொள்ளாத ஏராளம் விஷயங்கள் இருந்தன. ஏன் அவையெல்லாம் பாதி விடைகளுடன் அந்தரத்தில் நிற்க வேண்டும், அதுவும் விடைகள் நெருங்கிவந்துவிட்டன என நான் நினைக்கும் இந்த நேரத்தில்? அல்லது அந்த இறுதி வார்த்தைகளோடு நான் மனதில்கொள்ள வேண்டிய யாவற்றையும் அவர் சொல்லிவிட்டாரா?

விசாரணை நான்கு மணிக்கும் சற்றுக் கூடுதலான நேரம் நடந்தது. இஸ்லாமியருக்குரிய தொப்பியணிந்த ஒரு காஷ்மீரி எனது குறிப்புகளை ஊன்றிப் படித்தார். நடுநடுவே ஓரங்கள் மடிந்த தனது குறிப்பேட்டில் ஒன்று அல்லது இரண்டு வாக்கியங்களை படியெடுப்பார். அதைத் தொடர்ந்து என்மீது சாட்டப்பட்டிருக்கும் குற்றத்துக்கு ஏறத்தாழ தொடர்பே இல்லாத ஒரு கேள்வியைக் கேட்பார். எனக்கு உடன்பிறந்தவர்கள் உண்டா? எனக்கு

கிரிக்கெட் பிடிக்குமா, கால்பந்து பிடிக்குமா? நான் கத்தோலிக்கரா, பிராட்டஸ்டன்டா? அவ்வப்போது குறிப்பில் உள்ள ஸ்லோவீனிய வார்த்தைகளில் விரல் வைத்து அதனை மொழிபெயர்த்துச் சொல்லச் சொல்வார்.

"உண்மையில் எல்லாச் சூழ்நிலைகளும் ஒரேயொரு சரியான முடிவையே, ஒரேயொரு நகர்வையே வழங்குகின்றன" என நான் மொழிபெயர்த்துப் படிப்பேன். "இந்த நகர்வு எதிர்வருவதைத் தீர்மானிக் கிறது. முடிவு சரியாகவும் நகர்வு புத்திசாலித்தனமாகவும் அமைந்துவிட்டால் பிரச்சனை முடிந்துவிடுகிறது, உனது எதிரி நண்பனாகிவிடுவான்." ஏன் எல்லாக் குறிப்புகளும் ஆங்கிலத்தில் இல்லை என்பதற்கான காரணத்தை அவர் தெரிந்துகொள்ள விரும்பினார். நான் இருமொழிகள் அறிந்தவன் என்றேன்; குறிப்புகள் எடுக்கும்போது எனது முதல் சிந்தனை எந்தமொழியில் தோன்றுகிறதோ அதில் எழுதுவேன், இது தன்னியல்பாக நடக்கிறது என்கிற பிரக்ஞைகூட எனக்கு இல்லை.

அவரது குழப்பம் அதிகமானது; அவன் கண்கள் சுருங்குவதிலிருந்து இதை அறிந்தேன். நான் எதையே மறைப்பதாக அவர் உறுதியாக நம்பினார். புதைமணலுக்குள் விழுந்தாற்போல என் குறிப்புகளுக்குள் மூழ்கினார். அவர்மீது எனக்குப் பரிதாபம்தான் ஏற்பட்டது. அவர் அவரது வேலையைத்தான் செய்கிறார். என்னை விட்டொழித்தால் போதும் என அவர் நினைப்பதை உணரமுடிந்தது, ஆனால் ஓர் உண்மையான உளவாளியைக் கண்முன்னே நழுவ விட்டுவிடுவோமோ என அவர் அஞ்சினார். சந்தேகமில்லை, காப்பாற்ற அவருக்கு ஒரு குடும்பம் இருக்கும். ஆனால் அவர் தீர்க்க வேண்டிய பிரச்சனையின் இடத்திலிருந்து பார்க்கத் தாந்திரீகம் பற்றிய எனது குறிப்புகள் சங்கேதக் குறியீடுகள் போலத் தோன்றின.

"பிரச்சனை நீங்கள் பார்க்குமிடத்தில் இல்லை, நீங்கள் எங்கிருந்து அதைப் பார்க்கிறீர்கள் என்ற புள்ளியில் இருக்கிறது." எனது குறிப்பேடுகளில் ஒன்றிலிருந்து படித்துக்காட்டினேன். ஓர் அர்த்தபுஷ்டியுள்ள புன்னகையை என்னால் வீசாமல் இருக்க முடியவில்லை, அது அவரது துன்பத்தை இன்னும் அதிகமாக்கியது. எங்கள் இருவருக்கும் நடுவே மேசையில் அந்த வார்த்தைகள் இருந்தன. ஆனால் எங்களிடையே நெருக்கத்தை உண்டாக்குவதற்குப் பதிலாக எங்களுக்கிடையேயான தொலைவை அவை அதிகரித்துகொண்டிருந்தன.

எனது விசாரணை அதிகாரி தோல்வியை ஒப்புக்கொள்ள ஆயத்த மானார். "இப்போதைக்கு உங்களது திட்டங்கள் என்ன?"

"அது உங்கள் கையில்தான் இருக்கிறது" நட்பார்ந்த புன்னகையுடன் சொன்னேன். "உண்மையைச் சொல்லவேண்டுமென்றால் நான் நேரே விமானநிலையம் போய் அங்கிருந்து புதுடில்லி செல்ல வேண்டும். அங்கிருந்து லண்டனுக்கு."

நீண்ட வலிமிக்க மௌனத்துக்குப் பின் அவர் தனது நாற்காலியில் பின்னால் சாய்ந்தார். "திரும்பி வரமாட்டேன் என உத்தரவாதம் தந்தால் நீங்கள் போக அனுமதிக்கப்படுவீர்கள்" என்று சொன்னார்.

நான் எழுந்து எனது குறிப்பேடுகளை எடுக்கப் போனேன். உடன் அவர் அவற்றை ஓரமாகத் தள்ளிவைத்தார். “இவற்றை நாங்களே வைத்துக்கொள்வோம்” என்றார் என்னை வெற்றிப் பார்வை பார்த்தவாறே. வாங்கியதைத் திருப்பித் தரக் கடைசியாக அவருக்கு ஒரு வாய்ப்பு.

எனக்கு என் குறிப்புகள் தேவை என்று வாதிட்டேன், பலனில்லை. மறைமுகமாக மிரட்டியும் லஞ்சம் தருகிறேன் என மன்றாடியும் பார்த்தேன், அதற்கும் பலனில்லை. எனது குறிப்பேடுகள், புகைப்படச் சுருள்கள், ஏன் புகைப்படக் கருவியைக்கூட அவர் கைப்பற்றிக்கொண்டார்.

“வேண்டுமானால் நீங்கள் டில்லியில் புகார் தரலாம்” என்று ஒரு வழியிருப்பதை அவர் சுட்டிக்காட்டினார்.

நடைவழியில் ஒரு சுவரில் சாய்ந்து சுரந்துவந்த கண்ணீரை அடக்க முயன்றேன். எனது குறிப்புகள் இன்றி அம்மணமாக, அனைத்தையும் பறிகொடுத்தவன்போல உணர்ந்தேன். பெயரற்றவனாக, நான் என்றொருவன் இல்லை என்பதுபோல உணர்ந்தேன். நான் குறிப்பெடுக்கிறேன், அதனாலேயே இருக்கிறேனா? என் அனுபவங்களைப் பற்றி எழுதித்தான் ஆக வேண்டுமா? நான் வெறுமனே வாழ்வது மட்டும் போதாதா?

விமான நிறுவன அலுவலகத்தில் மறுநாள் பிற்பகல் விமானத்தில் ஒரு பயணச்சீட்டுப் பதிவு செய்தேன். இந்தப் பருவத்தின் கடைசி விமானங்களில் ஒன்றைப் பிடித்துவிட்டீர்கள் என்றார் அங்கிருந்த அலுவலர். குளிர்காலம் வாசற் கதவருகே வந்துவிட்டிருந்தது, லடாக் தனது குளிர்கால உறக்கத்துக்குத் தயாராகிக்கொண்டிருந்தது. இன்னும் சிலநாட்கள் தாமதித்திருந்தால் இந்திய ராணுவ விமானம் மட்டுமே என்னை லேயிலிருந்து வெளியேற்றியிருக்க முடியும்.

எனக்கு இன்னும் சிறிது நேரம் இருந்தது: ஒரு முழுப் பிற்பகல், இரவு, அதையடுத்த காலை. நான் பாம்போஷ் ‘கஃபே’வுக்கு (ஒரேயொரு சுவரையுடைய படைவீரர் தங்குமிடம் போன்றமைந்த கட்டடம் அது) வந்து நீண்டநாட்களுக்குப் பின் அசலான காபியை அருந்தினேன். இரண்டு மாதங்களுக்கு முன்பு நான் லடாக் வந்தபோது, பாம்போஷ் சாகச உணர்வுமிக்க வெளிநாட்டுச் சுற்றுலாப் பயணிகளால், அவர்களில் பெரும்பாலானோர் இளைஞர்கள், நிரம்பி வழிந்தது. இப்போது நான் மட்டும், ஒற்றை விருந்தாளியாக, ஓர் ஆர்வமூட்டும் பொருளாக, கடகடத்து ஆடிக்கொண்டிருந்த மேசையில் அமர்ந்திருந்தேன்.

பிறகு ட்ரீம்லேண்ட் உணவகத்துப் போய் அவ்வளவு சுவையாக இராத லஷா சௌ–மெய்ன் என்ற உணவைக் கொண்டுவரச் சொன்னேன். என் கண்கள் தொலைவே தெரிந்த பனிமூடிய சிகரங்களை நோக்கின. அங்கேதான், அந்த மலைகளுக்குப் பின்னால் எனது கனவு தேசம் உள்ளது என எண்ணிக்கொண்டேன். சட்டென்று என் மனதில் அந்த எண்ணம் தோன்றியது: இல்லை! கனவு தேசம் இங்குதான் இருக்கிறது. அங்கே மலைகளுக்குப் பின்னால் நான் சாப்பிடுவதன் பெயர் உணவு. இங்கே இந்த ட்ரீம்லேண்ட் உணவகத்தில் அதற்கு பெயர் லஷா சௌ–மெய்ன்.

நான் தினசரி அறிந்த கனவு மேகத்துக்குத் திரும்பினேன்: வகைமைகள், பெயர்கள், பெரியதும் சிறியதுமான பொய்களின் உலகத்துக்கு, இயல்பென அங்கீகரிக்கப்படும் பாவனைகளின் உலகுக்கு. தன்முனைப்பாளன் தன்முனைப்பிய வலைக்குள் மெதுவாகத் தன்னை நெய்துகொள்கிறான்.

மாலைநேரம் ஒன்றும் தொலைவில் இல்லை. நகரம் ஆட்கள் யாருமற்றுக் கடுமையான நிசப்தத்தில் இருந்தது. எனக்கு எங்கேயும் போக வேண்டுமென்று தோன்றவில்லை.

ஆனால் ஓர் இடத்துக்கு மட்டும் . . .

○○○

நான் பேருந்து நிலையத்துக்கு நடந்தேன், ஒரு ஜீப்பை வாடகைக்கு அமர்த்திக்கொண்டு என்னை திக்ஸே லாமா மடாலயத்துக்குக் கூட்டிப்போகச் சொன்னேன். தூபிகளைத் தாண்டிச் சதுர வடிவக் கட்டடங்களை நோக்கி மேலேறியபோது என்னைப் பார்த்து யோகானந்தர் எப்படி ஆச்சரியப்பட்டுப்போவார் என்ற எண்ணத்தில் மனம் வேகமாகத் துடித்தது.

ஆனால் அவர் அப்படியொன்றும் ஆச்சரியப்படவில்லை. மூன்றாவது வளைவில் திரும்புகையில் கிட்டத்தட்ட அவர்மீது மோதியே விட்டேன். அவர் எனக்காகக் காத்திருந்தார். நான் வருவது அவருக்குத் தெரிந்திருக்க வேண்டும்.

“இப்போது எப்படியிருக்கிறது?” அவர் சிரித்தார். “நீங்கள் என்னைத் தேடுகிறீர்கள், மறுபடியும் உங்களைக் கண்டடைவது நான்தான்! இது *நீங்கள்* என்னை ஆச்சரியப்படுத்தும் நேரமில்லையா?”

“நான் ஆச்சரியப்படுத்துவேன்” என்றேன். “அதற்காகத்தான் வந்திருக்கிறேன்.”

அவர் என்னை பிரதானக் கூடத்துக்கு அழைத்துச்சென்றார். கணப்பின் தணல்களிலிருந்து நல்ல கதகதப்புப் பரவிக்கொண்டிருந்தது. அந்தப் பிக்குகளுக்கு இப்போதும் என்னை அடையாளம் தெரிந்தது. எனக்கு வெண்ணெய்த் தேநீரும் *ஸாம்ப்பா*வும் நிறைய நட்பார்ந்த புன்னகைகளும் கிடைத்தன. கணப்புக்கு அருகே ஒரு பெஞ்சில் நானும் யோகானந்தரும் அமர்ந்தோம். எனது குறிப்பேடுகள், புகைப்படச் சுருள்கள் எல்லாம் கைப்பற்றப்பட்டுவிட்டன என்றேன். அதுபற்றி எனக்கு அக்கறையில்லை, அதை நான் ஏற்றுக்கொண்டுவிட்டேன். அதுதான் நல்லது என்றுகூட நினைக்கிறேன். நாளை பிற்பகல் எனக்கு விமானம் என்றேன். அவரிடம் சில விஷயங்களை விளங்கிக்கொள்ள வேண்டும், அதற்காகத்தான் லாமா மடாலயத்துக்கு வந்திருக்கிறேன் என்றேன். அவர் கேட்பாரா?

“என்ன விஷயங்கள்?” என்றார்.

எனக்குக் குழப்பமூட்டிய விஷயங்கள் அனைத்தினது ஆழம்வரையும் என்னால் செல்ல முடிந்தது என்றேன். எல்லாவற்றையும் சேர்த்துக் கட்டும் நூல்தான் இல்லை என்றேன். உதாரணமாக, எனது நாடகீயக் கம்பளி ஆடைக்கான முடிச்சுக்களாக நான் பயன்படுத்திய சொற்களது உண்மை யான அர்த்தங்களை இப்போது கண்டறிந்துவிட்டேன். நிலையானதும்

தனித்தனியானதுமான அலகுகளாக பொருட்கள், கருத்துகள் பற்றிய அறிவுப் போதாமை என நான் புரிந்துகொண்ட பௌத்த 'அவித்யம்', (அறியாமை). இப்போது 'அவித்யம்' என்பதுதான் உண்மையான அறிவு என்று புரிந்துகொண்டேன்: சூழல் பொருத்தப்பாட்டைப் புறந்தள்ளி தனிப்பட்ட அலகுகளைப் பதிந்துகொள்ளும் மனதின் சாய்வு; தொடர் நீரோட்டத்தின் பகுதிகளைத் தனியே பிரித்தெடுத்து அவற்றை நிகழ்வுகளென்றும் பொருட்களென்றும் என அழைத்தல்.

அது மிக இயல்பான விஷயம்தான், அது இன்றி நனவுநிலை இருக்காது. ஆனால் தனிப்பகுதிகளின் பொருட்டு நான் முழுமையைப் புறந்தள்ளுகிறேன் என்பதன் விளைவுதான் நனவுநிலை என்பதை நான் மறக்கும்போது பிரச்சனை எழுகிறது. அப்போது நான் தனிப்பட்ட பாகங்களை சுயஜீவிகள், 'உண்மையானவை' என்று காணத்தொடங்குகிறேன். இயற்கை 'இயற்கையாகவே' பிளவுண்டிருக்கிறது, அதன் பல்வகையான வடிவங்களை வெறுமனே கண்டறிபவன்தான் நான் என நம்பத் தொடங்குகிறேன்.

வடிவங்கள் சூழல் பொருத்தப்பாட்டிலிருந்து விடுவிக்க முடியாதவை என்பதே சூன்யதா (வெறுமை) என்பதன் அர்த்தம். அவை சுயஜீவிகள் அல்ல ஏனென்றால் ஓர் வடிவத்தின் உருவம் அதன் பின்னணியின் வடிவமும்கூட, இதேபோல பார்க்க எனது புறவடிவம் என்பது என்னைச் சுற்றியுள்ள உலகின் அகவடிவம். பரஸ்பரம் இடம் மாற்றிக்கொள்ள இயலாத இயக்கங்களின் களத்தைப்போலத் தாந்திரீக பொது இணைப்புப் பற்றித் தெளிவாக விளக்கக்கூடிய வேறு ஒன்று இல்லை.

இந்த உலகை முடிவற்ற எண்ணிக்கையிலமைந்த பனித்துளிகளாகக் கற்பனை செய்கிறேன். அதில் ஒன்றைப் பார்க்கும்போது மற்ற அனைத்துமே அதில் பிரதிபலிக்கின்றன, அந்த மற்ற அனைத்தும் மற்ற அனைத்தையும் பிரதிபலிக்கின்றன. இந்தத் துளிகளை இயங்கியல் செயல்பாட்டின் நிலையான குறியீடுகள் அன்றி வேறில்லை எனக்கொண்டால் நான் லீலை என்னும் தெய்வீக நாடகத்துக்கும் சிவனின் ஊழிக் கூத்துக்கும் வந்துவிட்டேன் என்று பொருள். கீழைத்தேயர்கள் உள்ளுணர்வு வழியாகவும், மேலைத்தேயர்கள் பகுத்தறிவின் வழியாகவும் லீலையைக் கண்டறிந்துள்ளனர். ஆனால் இருப்பது ஒரேயொரு லீலைதான், அதுகுறித்த விழிப்புணர்வின் சாத்தியமான அனைத்து வடிவங்களையும் அது கொண்டுள்ளது.

"அப்படியானால் பிரச்சனை ஒன்றுமில்லை" என்று யோகானந்தர் சிரித்தார். "நீங்கள் விடுதலையடைந்துவிட்டீர்கள்!" அவர் என்னைப் பரிவுடன் பார்த்தார், தனக்குப் பிடித்தமான பொம்மையைத் தொலைத்துவிட்ட குழந்தையைப் பார்க்கும் தந்தையைப்போல.

நான் இன்னும் விடுதலையை நெருங்கவில்லை என்றேன். விடுதலை அடைய வேண்டும் என்ற எனது ஆசையினால் நிஜத்தில் சுதந்திரமாக இருக்கும் தைரியம் இல்லாமல் போகிறது. ஏனென்றால், எனது நிரந்தரமின்மையை என்னால் ஏற்றுக்கொள்ள முடியவில்லை, இருப்பும் இன்மையும் பரஸ்பரம் எதிரெதிரான துருவங்களின் ஜோடி, ஒன்றில்லாமல் மற்றது இல்லை என்பதை என்னால் புரிந்துகொள்ள முடியவில்லை.

இவால்ட் ஃப்ளிஸர்

ஏனென்றால், அதை எனது வீடாக மாற்றிக்கொள்ளாமல் தவிர்க்க இயலாத எனது இறுதி குறித்த பிரக்ஞையை ஓரமாகத் தள்ளிவைத்துக்கொண்டே வருகிறேன்; இருப்பு எனக்குச் சொந்தமான ஒன்று என்று கருதுகிறேன்; அதை நான் தீவிரமாக அணுகுவதில்லை. கடந்த இரண்டு மாதங்களில் "இந்த நாட்களை எனது இறுதி நாட்கள்போல வாழ்ந்தேன்" என்று சொல்லத்தக்க தருணங்கள் குறைவில்லாமல் இருந்தன, ஆனால் அதுவும்கூட எனக்கு விடுதலையுணர்வைத் தரவில்லை.

நான் தீர்வு காணவேண்டிய ஒரே பிரச்சனை இதுதான் என்றேன். நான் தேடும் 'விடுதலை' என்பது என்ன? விழிப்புநிலை என்றால் என்ன? நான் எதிலிருந்து எதற்குள் விழிக்க வேண்டும்?

"சரி, நீங்கள் என்ன நினைக்கிறீர்கள்?" என்னைப் பார்த்து யோகானந்தர் கண்ணடித்தார்.

"என்னை வைத்து நல்ல நகைச்சுவையை அனுபவித்தீர்கள் என நினைக்கிறேன்" என்றேன். "நீங்கள் என்னை ஏமாற்றினீர்கள், உங்களுக்கு இது ஒரு விளையாட்டன்றி வேறில்லை."

"உங்களை ஏமாற்றினேனா? எப்படி?"

ஏமாற்றினீர்கள் என்பது சரியான வார்த்தையாக இருக்க முடியாது என்றேன். உண்மையில் அது பெரிய அளவிலான ஒரு தந்திரம், மனதில் விளையாடும் ஒருவிதமான ஜூடோ; கண்ணுக்குத் தெரியாத பந்தைக் கொண்டு விளையாடும் எறிபந்து.

"நீங்கள் தாக்குதலில் ஈடுபட்டதே இல்லை" என்றேன். "நான் ஓடித் தாண்டுவதற்காகக் காத்திருக்கிறீர்கள், ஒவ்வொரு முறையும் நான் ஓடும்போது என்னை முன்னோக்கி ஒரு தள்ளு தள்ளுகிறீர்கள். நான் சுவரில் போய் முட்டுகிறேன், என்னை நீங்கள் உற்சாகப்படுத்துகிறீர்கள். நான் உண்மையை, விழிப்புநிலையை, ஞானத்தை, ஒருங்கிணைப்பை, இன்னதென்று தெரியாத இன்னும் பலவற்றைத் தேடிவந்திருக்கிறேன் என்று உங்களிடம் சொன்னேன். நீங்கள் சொன்னீர்கள்: நல்லது! எனது துன்பங்களைத் தொடரான உருவகங்கள் வழியாக விளக்கினேன், ஆனால் ஒவ்வொருமுறையும் நான் என்ன செய்யவேண்டுமென்று நினைக்கிறேனோ அதைச் செய்ய வேண்டும் எனச் சொன்னீர்கள். கருத்துகள் அனைத்தும் என்னுடையவை; நீங்கள் அப்படியே அதைப் பிடித்துக்கொண்டீர்கள், அந்தக் கண்ணுக்குத் தெரியாத பந்துகளைப்போல – அநேகம் முறை அதை நான் வார்த்தைகளாக வெளிப்படுத்தும் முன் உங்களது உள்ளுணர்வு மூலமாகப் பிடித்துக்கொண்டீர்கள். பிறகு அவற்றின் பின்செல்ல என்னை வற்புறுத்தினீர்கள். உங்களது உதவியால் என் பக்கமே கோல்களை நான் அடித்துக்கொண்டேன்! தன்முனைப்பின் மீதான ஒவ்வொரு தாக்குதலும் அது தன்னைப் பாதுகாத்துக்கொள்ளும் கேடயங்களாயின. சிந்தனையற்ற நிலையை அடைய உதவும் ஒவ்வொரு முயற்சியும் சிந்தனையில் முடிந்தன. எனது மனப்பிரமைகளின் வரைபடங்கள் மீதான ஒவ்வொரு தாக்குதலும் இன்னொரு மனப்பிரமையாக முடிந்தது. எனது ஒவ்வொரு தப்பித்தல் முயற்சியும் என்னைப் பிணைத்த சங்கிலியில் இன்னொரு கண்ணியைச் சேர்த்தது. தொடர்ந்து செய், தொடர்ந்து செய் என

மந்திரவாதியின் சீடன்

கத்திக்கொண்டே இருந்தீர்கள், உங்களது சுயதிருப்தியை மறைத்தபடி. கடந்தகாலத்தை மறந்துவிடு, எதிர்காலத்தை மறந்துவிடு, நிகழ்காலத்தில் இரு. நான் உங்களைப்போல மாற விரும்பினேன். ஆனால் ஒவ்வொரு முயற்சிக்குப் பிறகும் நான் யாராக ஆகக்கூடாதென்று விரும்பினேனோ இன்னுமதிகம் அந்த நபராக மாறிக்கொண்டிருந்தேன். என்ன நடக்கிறதென்று உங்களுக்குத் தெரியும், ஏன் என்னிடம் எதையும் நீங்கள் சொல்லவில்லை?"

"நான் சொன்னேன்" என்று அவர் சிரித்தார். "நான் சொன்னேன், தேடாதீர்கள் வெறுமனே கண்டுபிடியுங்கள். தேடினால் தொலைத்து விடுவீர்கள். ஏற்கெனவே புத்தராகி விட்டோமென்று உணர்ந்தால் நீங்கள் புத்தராகிவிடுவீர்கள். உங்களது துன்பங்களிலிருந்து இதைவிட நல்ல தப்பித்தலை நான் வழங்கியிருக்க முடியாது. ஆனால் நீங்கள் என்ன செய்தீர்கள்? என் வார்த்தைகளைப் பிடித்து அவை ஏதோ மதக் கட்டளைகள் என்பதுபோல உங்களது சிறையின் சுவரில் ஆணியடித்து மாட்டிக்கொண்டீர்கள். இதைச் செய், அதைச் செய். உங்களது அகத்தினை அலங்கரிப்பதில் உங்களுக்கு இணை யாருமில்லை. உங்களது அனுபவங்கள் முற்றுப்பெறும் முன்பே அருங்காட்சியகப் பொருட்களாகிவிடுகின்றன. உங்களது வாழ்வை நீங்கள் அந்த உள்ளக அருங்காட்சியகத்தின் பகட்டை வைத்து, நீங்கள் சொல்வதுபோல உங்கள் ஆன்மீகச் செல்வத்தை வைத்து அளக்கிறீர்கள். என்னிடம் புகார் சொல்ல வந்திருக்கிறீர்கள்: எனக்கு வருத்தமாக இருக்கிறது, சிறைப்பட்டிருக்கிறேன், எல்லாமே அளவுக்கு அதிகமாக இருக்கின்றன, நான் நானாக இருக்க ஓர் இடம் இல்லை. இன்னொரு அருங்காட்சியகப் பொருளை (ஆன்மீக விடுதலை) வைத்து இந்தக் குப்பையை இன்னும் மேம்படுத்திக்கொள்ளலாம் என்று வந்திருக் கிறீர்கள், பிறகு எல்லாம் சரியாகிவிடும். ஏற்கெனவே அளவுக்கதிகமாக வைத்திருக்கும் ஒன்றில் இன்னும் சிறிது சேர்த்தால் எல்லாமே சரியாகிவிடும் என நீங்கள் நினைத்தீர்கள்; எல்லாவற்றையும் விட்டுவிடும்போது அல்ல. நீங்கள் அனைத்தையும் புறந்தள்ள வேண்டுமென்று சொல்லவில்லை, அவற்றைப் போக விடுங்கள், அவை இருக்குமிடத்திலேயே விட்டுவிடுங்கள், இருக்கும் நிலையிலே விட்டுவிடுங்கள்."

அவர் என் கண்களை உற்றுப்பார்த்தார். "இதுபோன்ற ஒருவரை வைத்துக்கொண்டு நான் என்ன செய்ய? இந்த விளையாட்டுக்குள் என்னை நீங்கள் சேர்த்துக்கொள்ள அனுமதித்தேன். நான் உங்களோடு விளையாட முடிவு செய்தேன், நாம் விளையாடுவது உண்மையான விளையாட்டு எனப் பாவனை செய்தேன். கைவிட முடியாத, ஆனால் கைவிட்டே ஆகவேண்டிய, தன்முனைப்பு உங்களிடம் இருந்தது. இறுதியில் சோர்ந்துபோய் இந்த விளையாட்டில் நாம் வெல்ல முடியாது என்பதை உணர்வீர்கள் என எதிர்பார்த்தேன். உங்களது ஆன்மாவின் துண்டுபட்ட பாகங்களைக்கொண்டு இந்த விளையாட்டில் வெல்ல முடியாது. இதைவிடக் கடினம் உங்களோடு நீங்களே புரிந்துகொண்டிருக்கும் யுத்தத்தில் வெல்வது."

எனது பாதங்களுக்கு அடியில் பூமி நழுவிவிட்டதைப்போல உணர்ந்தேன்.

"அப்படியானால் எனது உணர்வுகள் சரி" என்றேன். "அது ஒரு தந்திரம்."

“ஆமாம்!” என்று அவர் சிரித்தார்.

ஆமாம்! இல்லாத ஒரு செயல்முறையைத் தேடினேன், இல்லாத ஒரு வழியைத் தேடினேன், எங்கேயும் கொண்டுசேர்க்காத பாதையைத் தேடினேன், அர்த்தமற்ற கேள்விக்கு விடையைத் தேடினேன். நானே உருவாக்கிய அந்தப் பிரச்சனைக்குத் தீர்வில்லை!

நான் புத்திசாலியாக இருப்பதனால் முட்டாளாக இருக்கிறேன் என்று அவர் சொன்னார்தானே? வாழ்க்கை பிரச்சனை இல்லை; அது பிரச்சனையென்று நான் நினைப்பதுதான் பிரச்சனை. நீரோட்டத்தில் சரணடைந்துவிடு, என்று அவர் சொல்லிக்கொண்டேயிருந்தார். நான் முயன்றேன், முயற்சியின்றி வாழ எனது அனைத்து முயற்சிகளையும் மேற்கொண்டேன்.

நான் சரணடைய ஒரு நீரோட்டம் இல்லை. *நான்தான் அந்த நீரோட்டம்!* நீரோட்டத்தை எதிர்க்கையில் எனக்கெதிராக நான் கலகம் செய்கிறேன். ஞானம் அடைவது உயர்வான விஷயம், இயற்கையையும் மீறியது, எனக்கு உதவக்கூடியது என நினைத்திருந்தேன். ஞானமடைந்ததால் தனக்கு எதுவும் கிடைக்கவில்லை எனப் புத்தர் சொல்லவில்லையா? அதுதானே மிக உயர்ந்த விழிப்படைதலுக்கான காரணமாயிருக்க முடியும்.

இந்த முதிய ஆசான் ஒரு நரியைப்போலத் தந்திரமாக, முயலைப் போல எச்சரிக்கையுணர்வுடன், நாகத்தைப்போலத் தாக்கும் திறனுடன் எப்படி என்னை ஏமாற்றியிருக்கிறார்! கவனமாக இரு என்றார், நானும் இருந்தேன். நான் மனதைக் கட்டுக்குள் வைக்க முயன்றேன் – முயன்று தோற்ற ஒவ்வொருமுறையும், சிந்தனையற்ற நிலையை என்னால் அடைய முடியாது என்று புரிந்துகொண்ட ஒவ்வொருமுறையும். எனக்குள் இருக்கும் குரங்குளை என்னால் அமைதிப்படுத்த முடியவில்லை என்றும் அதைச் செய்யக்கூடிய ஆசான் யாருமில்லை என்றும் உணர்ந்தேன். அந்த ஆசானுமே கூட அந்தக் குரங்குகளில் ஒருவர்தான். சிந்தனையைச் சிந்திப்பவர், அறிவை அறிந்தவர் என்று யாருமில்லை என்பதையும், எனது தன்முனைப்பை அதன் சிந்தனையில் கவனம் குவிக்கச் செய்வதன் மூலம் நான் உண்மையான கவனக் குவிப்பை அழிக்கிறேன் என்பதை உணரச் செய்யத்தான் அந்த முதியவர் என்னை முட்டுச்சந்தில் கொண்டுநிறுத்த முயன்றாரா என்பது இன்னும் எனக்கு விளங்கவில்லை. மனம் எப்போதும் ஒருவிதக் கவனக்குவிப்பு நிலையிலேயே இருக்கிறது என்பதை அவர் எனக்குப் புரியவைக்க முயன்றார். எப்போதெல்லாம் அது சிந்திக்கிறதோ அப்போதெல்லாம் அது தான் சிந்திக்கும் விஷயத்தில் கவனம் குவிக்கிறது. மனம் என்பது தொடர்ச்சியான எண்ணங்களின்றி வேறில்லை.

இங்கே, இப்போது – அவர் நூறு தடவைகள் சொல்லியிருக்கிறார். தற்கணத்தில் கவனம் குவிக்க வேண்டும், ஒவ்வொரு கணத்திலும். அதுவும்கூட ஒரு தந்திரம்தான்.

நான் நினைவுகள் எனச்சொல்லும் சிந்தனைகள் கடந்த காலத்தில் நிகழவில்லை, இப்போது நிகழ்கின்றன. எதிர்காலம் பற்றிய சிந்தனைகளும் இப்போது நிகழ்கின்றன. இங்கே, இப்போது, இந்தக் கணத்தில். அதற்கு

இந்தக் கணம் நிகழவில்லை என்று அர்த்தமல்ல. அதன் அர்த்தம் எல்லாம் அந்தக் கணத்தைத் *தவிர்த்து* வேறொன்றுமில்லை என்பதுதான். என்னால் *இப்போதில்* மட்டுமே கவனம் குவிக்க முடியும். அந்த முதியவர் நான் நினைத்ததைவிட வேறுவிதத்தில் என்னை ஏமாற்றியிருக்கிறார். அவர் என்னை ஒரு பொறிக்குள் சிக்கவைத்திருக்கிறார், அங்கே நான் செய்ததெல்லாம் தன்னியல்பாக நிகழும் ஒன்றை எனக்குக் கிடைத்த எல்லாவற்றையும் பயன்படுத்தி நானே நிகழ்த்த முயன்றதுதான்!

நான் துள்ளியெழுந்தேன். உலகம் சுற்றியது. யோகானந்தரும் எழுந்தார். அவரது கண்கள் எதிர்பார்ப்பில் மின்னின.

"தன்முனைப்பு என்பது மாயை" என்றேன். "நான் அறிந்தவையே, நான் நினைப்பவையே, நான் உணர்பவையே, நான் புலனுணர்பவையே, நான் நம்புபவையே, நான் செய்பவையே நான். நான் சுயமாக நிகழ்கிறேன். தன்முனைப்பு வெறும் குறியீடு, எனக்கும் எனது சுற்றுப்புறத்துக்குமிடையிலான பரஸ்பர இயங்கொற்றுமையின் நிலைத்த குறியீடு."

அவரை என்னை நோக்கி இழுத்துச் சேர்த்துக்கொண்டு ஒத்திசை வில்லாத ஒரு நடனம் ஆடினேன். சட்டென்று வாசலில் புன்னகைக்கும் பிக்குகளின் முகங்கள் நிறைந்தன.

"கடைசி நடனம்!" நான் பைத்தியம்போலக் கத்தினேன், அவரை இழுத்துக்கொண்டு கூடத்தைச் சுற்றிவந்து நடனமாடினேன். "தேர்ந்து கொள்ள எதுவுமில்லாததால் நான் சுதந்திரமானவன். என்னிடமிருந்து இனியும் நான் தப்பி ஓடப்போவதில்லை. என்னை நெருங்கவும் முயலப்போவதில்லை. நான்தான் என்னிலிருந்து விலகிச்சென்றவன். நான்தான் என்னை நெருங்கி வருபவன். எப்போதும் நான்தான். என் வாயில் நானே முத்தமிட்டுக்கொள்ள முடியாது, நான் மற்றவர்களைத்தான் முத்தமிட முடியும், உங்களைத்தான் முத்தமிட முடியும்!"

அவரை அணைத்துக் கன்னங்களில் சத்தமாக முத்தமிட்டேன்.

"நன்றி" நான் கத்தினேன். "நன்றி. எனது உண்மையான சுயத்தைக் கண்டறிய இங்கு வந்தேன். என்னால் எனது உண்மையான சுயமாக இல்லாமல் இருக்க முடியாது என்பதை அறிந்துகொண்டேன். நான் செய்யும் அனைத்தும் செய்யாதனவும், நான் உணர்பவையும் உணராதவையும், நினைப்பவையும் நினைக்காதவையும் – எல்லாமே எனது உண்மையான சுயம்தான். இவையனைத்தும் நான், இவையனைத்துமே நான். எனது பாகங்களை நான் புறக்கணிக்கத் தேவையில்லை – நான் பாகங்களாகப் பிளவுண்டில்லை. நான் என்னை ஏற்றுக்கொள்ள வேண்டும் என்பதல்ல அந்த ரகசியம், நான் என்னைப் புறக்கணிக்க முடியாது என்பதே அந்த ரகசியம்–"

திடீரென யோகானந்தரின் முதல் அடியை என் வாய்மீது வலியுடன் உணர்ந்தேன். உதட்டைச் சுவைத்து ரத்தத்தை உணர்ந்தேன். அவரிடமிருந்து விலகி நடக்க முயன்றேன், ஆனால் அவர் என்னைப் பின்தொடர்ந்து வந்து இரண்டு கன்னங்களிலும் வலுவாக அறைந்தார்.

அறை முழுக்கப் பிக்குகளின் கேலிச் சிரிப்பு. அவர்கள் வட்டமாக எங்களைச் சுற்றி நின்றுகொண்டு எங்களுக்கு ஆதரவு கொடுத்தனர். பாதிப்பேர் எனக்கு மீதிப்பேர் என்னைத் தாக்குபவருக்கு. நான் பதிலுக்குத் தாக்கினேன், யோகானந்தர் லாவகமாக விலக, எனது முஷ்டி அவரது தலையைத் தாண்டிச்சென்றது, அவரது கை என் கழுத்தின் பின்புறமிருக்க அந்த வழியிலேயே என் உடலும் சென்றது. நான் தரையில் விழுந்தேன். சிரிப்பு, கூச்சல், பாராட்டு.

முதியவர் என்னை எற்றத் தொடங்கினார். நான் கைகளால் தலையை மூடிக்கொண்டேன். என்னை எழுப்பி நிற்கவைத்து முஷ்டியால் என் வயிற்றில் குத்தினார். மீண்டும் எனது தாடையில் ஒரு குத்துவிட்டார். நான் மயங்கி விழுந்தேன்.

ஒரு பிக்கு கொண்டுவந்து என் முகத்தில் ஊற்றிய ஒரு வாளி குளிர்ந்த நீரால் மறுபடி எனக்கு நினைவு திரும்பியது. என் ஆடைகளைக் கழற்றி அம்மணமாகச் சுவரோரம் என்னைச் சாய்த்து அமரவைத்திருப்பதை உணர்ந்தேன். கூடத்தின் எதிர்ப்புறம் பிக்குகள் குழுமியிருந்தனர். நடுவில் நின்றிருந்த யோகானந்தர் எனது அம்மணம், எனது குறி, நான் அவமானத்தில் குறுகுவது இவற்றைச் சுட்டிக்காட்டிக் கேலி செய்துகொண்டிருந்தார். பிக்குகள் கத்திக் கூச்சலிட்டபடி ஏளனமாகச் சிரித்தனர்.

பிறகு என்மீது அவர்கள் பொருட்களை எறியத் தொடங்கினர்: சுத்தம் செய்ய உதவும் ஈரத் துணிகள், செருப்புகள், உணவின் மிச்சங்கள், அழுகிய முட்டைகள். பிக்குகளில் ஒருவர் ஒரு வாளி நிறைய பன்றித் தீவனத்தை எடுத்துகொண்டு ஓடிவந்து என்தலைமீது கொட்டினார். நான் கண்களை மூடிக்கொண்டு முகத்தை முட்டிகளுக்கிடையே புதைத்துக்கொண்டேன்.

பள்ளி சென்ற முதல்நாள் நடந்த சம்பவம் ஒன்று நினைவுக்கு வந்தது. மூத்த மாணவர்கள் இடுப்புவார்களைக் கொண்டு என் கைகால்களைக் கட்டி "ஃப்ளிஸர் ஒரு மூத்திரச்சட்டி, ஃப்ளிஸர் ஒரு மூத்திரச்சட்டி!" எனக் கத்தியபடி நடைவழியில் மேலும் கீழும் இழுத்துச்சென்றனர்.

பாவம் குட்டி ஃப்ளிஸர், எப்படி துன்பப்பட்டிருப்பான்! பிறகு எப்போதெல்லாம் வாழ்க்கை அவனது கைகால்களைக் கட்டி மேலும் கீழுமாக இழுத்து அவனைக் கேலிசெய்து அவமானப்படுத்துகிறதோ – அப்போதெல்லாம் அவனது சுயபிம்பம் அவமானத்துக்குள்ளானது.

ஆனால் இப்போது எந்த எதிர்வினையும் இல்லை, அங்கே ஃப்ளிஸர் இல்லை என்பதுபோல இருந்தது.

நான் தலையை உயர்த்திச் சிரித்தேன். யோகானந்தர் கையை அசைக்க அந்த இரைச்சல்மிகு கொண்டாட்டம் அப்படியே நின்றது. பிக்குகள் அமைதியடைந்தனர், விளையாட்டைத் தவிர்த்துத் தீவிர மனநிலைக்குச் சென்றனர்.

அவர்கள் என்னைப் பார்த்தனர், தலை வணங்கி ஒரே குரலாய் உச்சரித்தனர், "*ஓம் மணி பத்மே ஹூம்!*"

37

எங்களது கடைசி நாள்

யோகானந்தர் என்னோடு லேவுக்கு வந்தார். நாங்கள் சேர்ந்து கழித்த நாட்களில் மிகவும் நினைவுகூரத்தக்கது அந்தக் கடைசி நாள்தான். மிக மகிழ்வாக இருந்த அதேநேரம் அது துயரம் நிறைந்த நாளும் ஆகும். வேறுவேறு உலகைச் சேர்ந்தவர்கள் என்று உணர்ந்திருந்தாலும் உண்மையான நட்பினால் அன்று ஆசீர்வதிக்கப்படிருந்தோம். அது மறக்கமுடியாதது, ஆனால் பாதி-கனவு போன்றதும்கூட. மெதுவாகக் கையோடு கை உரசிக்கொள்ளுதல், விபத்து என்பதுபோலக் கண்கள் மென்மையாகச் சந்தித்துக்கொள்ளுதல் என நான் கிளம்புவதற்குப் பத்துமணி நேரத்துக்கு முன்பே பிரியாவிடையளித்தல் தொடங்கியிருந்தது. சம்பந்தமில்லாத பேச்சுகள், அதில் இதற்குமுன் இல்லாத வகையில் நிறைய பரிமாறிக்கொண்டோம்.

"ஒருவேளை நான் மீண்டும் வரலாம்" என்றேன்.

"வேண்டாம்" அவர் புன்னகைத்தார். "இனி நான் இங்கிருக்கமாட்டேன். அப்படியே நீங்கள் இங்கு வந்தாலும் வருவது நீங்களாக இருக்காது."

"உங்களுடையதைப் போன்ற கண்களுடன் ஒருவரை எப்போதாவது சந்தித்தால், அந்த நபர் ஒரு பெண்ணாய் இருந்தால், அவளை நான் காதலிக்கத் தொடங்குவேன், என்றென்றைக்குமாக அவளைக் காதலிப்பேன்."

அவர் சிரித்தார். "நீங்கள் லீலையைச் சந்திப்பீர்கள். நீங்கள் கனவுகண்ட எல்லாம் உண்மையாகும். நீங்கள் அவளைச் சந்திப்பீர்கள். நீங்கள் ஏற்கெனவே அவளைச் சந்தித்துவிட்டிருக்கலாம் ஆனால் அது அவள்தானென்று தெரியாமலிருந்திருக்கும். அல்லது அவள் வேறு எங்காவது வளர்ந்துகொண்டிருக்கலாம், ஒன்றுமறியாதவளாக உங்களுக்காகக் காத்துக்கொண்டிருக்கலாம். அவள் உங்களுக்குச் சிறப்பானதொரு மகிழ்வைக் கொண்டுவருவாள்,

துன்பத்தையும்கூட. ஆனால் விடுதலையடைந்துவிட்டதால் துன்பத்திலும் நீங்கள் இன்பம் காண்பீர்கள்."

"வாய்ப்புக் குறைவுதான்" என்றேன் நான். "விடுதலையைப் பொருத்தவரை ஒருநாளைக்கு இரண்டு நிமிடம் அந்த உணர்வு எனக்கு இருக்கும். அது போதுமா?"

"வினாடி நேர உள்ளொளி பத்து வருட அறியாமைக்குச் சமம்" என்றார். "நீங்கள் வீடுதிரும்பியபின் முன்பு இருந்ததைவிட அது மிகவும் கடினமாக இருக்கும். அதனால் அச்சமடையாதீர்கள். இங்கே நீங்கள் கடைப்பிடித்த வழிமுறைகளை அங்கேயும் கடைப்பிடியுங்கள். சிறிது காலத்துக்கு முன்னெப்போதையும்விட உங்கள் தன்முனைப்பு வலுப்பெற்றிருப்பதுபோலத் தோன்றும். சில நாட்களுக்கு இங்கே இந்த மலைகளில் நீங்கள் அனுபவித்தவை எல்லாம் ஏதோ தேவதைக்கதைகள் போல, தினசரி வாழ்க்கைக்கு உதவாதவைபோலத் தோன்றும். அதைப்பற்றிக் கவலைப்படாதீர்கள். உடனடியாகவோ அல்லது காலம் கழித்தோ ஒரு நூல் தென்படும். உங்கள் வாழ்வில் அதிவெளிச்சம் அமைந்த பகுதிகளை நீங்கள் காண்பீர்கள். அது எங்கிருந்து வருகிறது என்பது உங்களுக்குத் தெரியாது. ஆனால் ஒருநாள் அது இந்த மலைகளில் எங்கோ இருந்துதான் வருகிறது என்பதை உணர்வீர்கள்."

"உண்மையைச் சொல்ல வேண்டுமென்றால், நேற்றுதான் அந்தப் பெரிய ரகசியத்தை நான் புரிந்துகொள்ள ஆரம்பித்தேன்" என்றேன். "நிர்வாணமாக வாழ்ந்தால் நீங்கள் சுதந்திரமாக இருக்கிறீர்கள், உங்களது சுயபிம்பத்தின் ஆடையின்றி இருக்கிறீர்கள். அப்புறம் அங்கே தற்காத்துக்கொள்ள, மறைக்க, அதுகுறித்துப் பொய் சொல்ல அல்லது மிகைப்படுத்திக்கூற என்று எதுவும் இல்லை. மணிக்கணக்கான திட்டமிடல், மனத்தாங்கல்கள், உளவியல் அழகுச்சாதனங்கள் இனியும் தேவையில்லை."

என் கையைப் பிடித்து அழுத்தி "நீங்கள் சொல்வது போலத்தான்" என்றார். "உங்களது சுயபிம்பத்துக்குள் பொதிந்துகிடக்காமல் வெளிப் படையாக வாழும்போது நீங்கள் சுதந்திரமாக இருக்கிறீர்கள். மற்றவை இயல்பாகவே அதைத் தொடர்ந்துவரும். விளையாட்டுகள் தேவையில்லை. மற்றவர்கள் உங்களைத் தங்களது விளையாட்டில் சேர்த்துக்கொள்ள, உங்களை அவர்களது சுய–உறுதிப்பாட்டுக்குப் பயன்படுத்திக்கொள்ள விரும்புவார்கள். நீங்கள் அதற்குத் தடைசொல்ல மாட்டீர்கள். ஏனென்றால் இனியும் உங்களது சொந்த விளையாட்டை நீங்கள் விளையாடுவதில்லை. அடுத்தவரது விளையாட்டை உங்களுடையதுபோல விளையாட உங்களால் முடியும். வெற்றிபெற வேண்டுமென்ற எண்ணம் அல்லது தோற்றுவிடுவோம் என்ற பயம் உங்களைச் செயலற்றுப்போகச் செய்யாது என்பதால் எப்போதுமே நீங்கள் வெல்வீர்கள். நீங்கள் தோற்றுவிட்டீர்கள் என மற்றவர்கள் நினைக்கும்போதும் நீங்கள் வெல்வீர்கள்."

இங்கே, இப்போது, இந்தக் கணம், எல்லாம் நன்றாக, தெளிவாக இருக்கின்றன என்றேன். சுதந்திரம் குறித்த கேள்வி இப்போது எனக்குக் கிளர்ச்சியூட்டுவதில்லை என்ற அளவில் நான் நிம்மதியாய் இருப்பதே சுதந்திரமாய் இருக்கிறது. எனக்குக் கவலைதருகிற ஒரே விஷயம் – எனது

முந்தைய நாட்களில் நான் எதிர்வினையாற்றிப் பழகிய சவால்களுடன் என்னை எதிர்கொள்ளவிருக்கும் அந்த உலகத்துக்குள் நான் நுழைந்த உடனே என்ன நடக்கும் என்பதுதான். உடன், மீண்டும் எனது சுயபிம்பத்தில் அடைக்கலம் தேடுவேனா? எப்போதும்போல, எதற்காகவோ அல்லது ஏதனுடனோ சண்டை செய்வதுபோலத் தாக்குதலைத் தடுக்கவும் எதிர்த்துத் தாக்கவும் செய்வேனா?

"நிச்சயம் அது நடக்கும்" என்றார். "இப்போதும், உண்மையான சண்டை உங்களுக்காகக் காத்திருக்கிறது. நிஜப் போர்க்களத்தில் எப்படிச் சண்டையிடுவீர்கள் என எனக்குத் தெரியாது. நல்ல சீடன் எப்போதும் நல்ல குருவாவதில்லை; அநேகமும் அவன் நல்ல சீடனாகவே இருந்து விடுகிறான். உண்மையில் தான் குரு இல்லையென்று உணர்ந்தவன் குருவாக நடிப்பதற்குப் பதில் சீடனாக இருந்துவிடுவது மேல். அப்படி நடிப்பது எப்போதும் ஆபத்தானது. அதை உங்களால் தவிர்க்க முடியுமா?"

எனக்குத் தெரியவில்லை என்றேன். எனது தன்முனைப்பு உண்மை என்பதுபோல எனது தினசரி வாழ்க்கையை நான் வாழ வேண்டும். நான் மற்றவர்களைப் போலத்தான் இருக்கிறேன் என்று நடிக்க வேண்டும், ஆனால் நான் அவர்களிடமிருந்து வேறுபட்டவன் என்ற அறிவை எனக்குள்ளேயே மறைத்துவைக்க வேண்டும். எனது சுயபிம்பம் தேவையில்லாத, ஆனால் கட்டாயம் ஒரு பிம்பத்தை நான் தேர்ந்துகொள்ள வேண்டிய உலகில் என்னால் வாழ முடியுமா எனத் தெரியவில்லை. அங்கே நான் சமூக விளையாட்டுகளை விளையாட வேண்டியதில்லை, ஆனால் எப்படியாவது விளையாடிவிட வேண்டும். விரைவிலோ அல்லது காலம் கழித்தோ மீண்டும் எனது சுயபிம்பத்தையும் சமூக விளையாட்டுகளையும் நான் தீவிரமாக மீள எடுத்துக்கொள்ள நேரிடலாம்.

"உங்களுக்கு உதவி தேவைப்படும்" என்றார் யோகானந்தர். "உங்களது காதலரான தாந்திரீகத்தின் உதவி; அது ஒருபோதும் உங்களுக்குத் துரோகமிழைக்காது. இந்த நாளை எப்படியாவது கடந்தேயாக வேண்டும், இந்த நாளில் வெற்றிகரமாக இருக்க வேண்டும், நல்ல அபிப்பிராயங்களை உருவாக்க வேண்டும், கெடுவாய்ப்புகள் நிகழாமலிருக்க வேண்டும், குறித்த நேரத்தில் ஒரு வேலையை முடிக்க வேண்டும், நான் நினைப்பது போன்ற ஒரு நபராக நான் இருக்க வேண்டும், கவர்ச்சிமிக்கவன் என்பதற்கு ஆதாரம் திரட்ட வேண்டும், மதிக்கப்படவும் நேசிக்கப்படவும் வேண்டும் என்ற தீவிர உறுதிப்பாட்டுடன் விழிக்கிறீர்கள். உங்களது விசுவாசமிக்க காதலரான தாந்திரீகம் உங்கள் காலைத் தட்டிவிடும், நீங்கள் முகம் குப்புற விழுந்து வசியப்பட்ட நிலையிலிருந்து மீள்கிறீர்கள். உங்களைத் தன்முனைப்பு மீண்டும் ஏமாற்றிவிட்டதை உணர்கிறீர்கள். நீங்களும் உங்களது பார்வைக் கோணமும் ஒன்றுதான், வேறுவேறல்ல என்று நீங்கள் நம்பத் தொடங்குகையில் தன்முனைப்பு உருவாகிறது. தான் உண்மை யிலேயே இருக்கிறேன் என்று நிரூபிக்க முயலும் பார்வைக்கோணமே தன்முனைப்பு. தாந்திரீகம் உங்களை ரயில்பாதையிலிருந்து கீழே தள்ளிவிடும். நீங்கள் வாழ்வின் போக்குவரத்தை மேற்கொள்ளும் கற்பனையான ரயில்பாதைப் பின்னலமைப்பிலிருந்து உங்களை வெளியே எறிந்துவிடும். ஆனால் தாந்திரீகத்தின் மாபெரும் புதிரீட்டை நீங்கள் மறந்துவிடக்கூடாது:

284 இவால்ட் ஃப்ளிஸர்

அதனை நீங்கள் மறந்தால்தான் அது வேலை செய்யும். ஒருபோதும் அதை நீங்கள் நினைத்துப் பார்க்கக்கூடாது. அதைப்பற்றி நீங்கள் பேசினாலோ எழுதினாலோ விவாதித்தாலோ நீங்கள் தாந்திரீகர் அல்லர். சைக்கிளை ஓட்டும்போது ஒருபோதும் நீங்கள் சமநிலைக் கோட்பாடுகளை நினைப்பதில்லை. நீங்கள் சைக்கிளை ஓட்டுகிறீர்கள். நடனமாடுவதுபோல சைக்கிளையும் ஓட்டுகிறீர்கள்."

நடனமாடுவதுபோல வாழ்க்கையை வாழ்வதே தாந்திரீகம், என்றேன். பலமுறை இதைக் கேட்டிருக்கிறேன், கேட்க அது நன்றாக இருந்தது; ஆனால் எனது வாழ்க்கையுடன் எப்படி நடனமாடுவது என்று இன்னும் தெரியவில்லை. தாந்திரீகம் ஒரு நடனம் என்கையில், அது லயத்துக்குட்பட்ட, இசையோடு சேர்ந்த ஒரு வாழ்க்கையாக எனக்குத் தோன்றுகிறது. சரியாக இசைக்கவேண்டுமெனக் கடினமாக முயலும் இசைக் கலைஞன் தொடர்ந்து இசைப்பதில்லை. நடனத்தின்போது கவனத்தைச் சிதறவிடுபவர் இசைகேடாக ஆடுகிறார். ஒழுங்கு இன்றித் தன்னியல்பு இல்லை, ஒழுக்கமின்றித் தாந்திரீகம் இல்லை. ஆனால் ஒழுங்கு ஒழுக்கம் இரண்டுமே ஒருவரை அடக்கி ஒடுக்குபவை அல்ல. இசைப்பவர் தனது இசையிலிருந்து விலகிவிட்டார் என்ற எண்ணத்தினால் இவை அடக்கி ஒடுக்குவனவாக மாறுகின்றன. நடனமாடுபவரும் அவரது நடனமும் இரண்டு வேறுபட்ட விஷயங்கள். (வாழ்க்கையை) வாழ்பவர் அவரது வாழ்க்கையிலிருந்து வேறுபட்டவர்.

"சரியாகச் சொன்னீர்கள்" என்னை அவர் பாராட்டினார். "வாழ்க்கை ஒரு நடனம். அதனிடம் சரணடைந்துவிடுங்கள், நீங்கள் அற்புதமாகவும் இயல்பாகவும் நடனம் ஆடுவீர்கள். அதை எதிர்த்து நின்றாலோ, உங்களது எண்ணத்துக்கேற்ப ஆட நினைத்தாலோ நீங்கள் கால்களை மிதிக்கிறீர்கள் – உங்களுடைய கால்களையும் சேர்த்து என்று அர்த்தம். நீங்கள் அதனோடு சேர்ந்து ஆடாதபோது அந்த லயம் உங்களைக் கீழே தள்ளிவிடும். தாந்திரீகம் என்பது ஒரு நாட்டியம் என்ற விதத்தில் அது குறிக்கோள்கள் இல்லாத வாழ்க்கை எனலாம். அதை வாழ்க்கையென்றும் சொல்லமுடியாது. நிகழ்காலத்தை நீங்கள் எதிர்காலத்துக்கு உட்படுத்தினீர்கள் என்றால் வாழ்க்கை ஒரு வார்த்தையாகிவிடுகிறது. அந்த வார்த்தை நடனத்தைப் போன்றதல்ல. வார்த்தைகள் உள்ளீடற்றவை. உங்களது எதிர்காலம் நிகழ்காலத்தை அடிமைப்படுத்த அனுமதித்தீர்களானால் உங்களது வாழ்க்கையும் உள்ளீடற்றதாகிவிடும்."

ஆமாம், என்றேன். வார்த்தைகள் கற்கள், அவற்றைக் கொண்டு உலகத்தின் சன்னலை உடைக்கிறோம், அதை நொறுங்கிய, ஊடுருவிப் பார்க்க முடியாத திரையாக ஆக்கிவிடுகிறோம். அதனால்தான் வீடு திரும்பியதும் வார்த்தைகளுக்கு என்ன கதாபாத்திரத்தை வழங்குவது என்று மிகுந்த கவலையாயிருக்கிறது. ஒரே நேரத்தில் அவற்றோடும் அவை இல்லாமலும் என்னால் வாழ முடியுமா?

தனது துணிப்பையைக் கையில் எடுத்தவாறே அவர் சொன்னார் "அதைப் பற்றிப் பேசுகையில், உங்களது இரண்டகநிலையை இன்னும் தீவிரமாக்க இதுவே உகந்த தருணம் என நினைக்கிறேன். நீங்கள் பாம்போஷில்

காலை உணவு அருந்திக்கொண்டிருக்கும்போது மிகச்சில பேரால் மட்டுமே தொடர்புகொள்ள முடிந்த சிலர்; அவர்களைத் தொடர்பு கொள்ள முடிந்தவர்களைத் தொடர்புகொள்ள முடிந்த ஒரு நண்பர்; அவரை நான் சந்திக்கச் சென்றேன்."

ஒரு மர்மப் புன்னகையுடன் என்னுடைய குறிப்பேடுகள் அனைத்தையும், கைப்பற்றப்பட்ட ஐந்து புகைப்படச் சுருள்களில் மூன்றையும் என் கைகளில் திணித்தார்.

"யோகானந்தரே!" எல்லையில்லா நன்றியில் நான் உணர்ச்சிபொங்கக் கத்தினேன்.

"உங்களது விடுதலையின் கதை" என்றார். "அவை உங்களைப் பிணைத்த சங்கிலிகள். இதைக்கொண்டு நீங்கள் செய்யவிருப்பது என்ன; இதைக்கொண்டு என்னமாதிரியான கூண்டை நீங்கள் செய்வீர்கள்?"

"எனக்குத் தெரியவில்லை" என்றேன். "நான் செய்யலாம், செய்யாமலும் போகலாம். எல்லாவற்றையும் விவாதிக்க வேண்டும், பகுத்தாய வேண்டும், மீண்டும் ஒருமுறை வாழ்ந்துபார்க்க வேண்டும்; அதை ஏன் காகிதத்தில் செய்யக்கூடாது? எழுதுவது என் வாழ்வின் தீவிர நோக்கமல்ல, அது நான்; எழுத்தும் நானும் ஒருவரே."

"பிறகு அதை மற்றவர்களும் விவாதிக்க வேண்டும் என்பதற்காக அதை நீங்கள் அச்சிட்டு விநியோகிப்பீர்கள், இல்லையா?"

"ஆமாம், நான் செய்வேன்" என்றேன்.

"அதில் எனது நிஜப்பெயரைக் குறிப்பிடாதீர்கள். உங்களின் இரட்டையர்கள் கூட்டமாக என்னைத் தேடிக்கொண்டு மலைக்கு வருவதை நான் விரும்பவில்லை. என் பெயர் யோகானந்தர் என்று இருக்கட்டும்."

அப்படியே செய்வதாக உறுதி கூறினேன்.

சட்டென்று அவர் என்னைத் தன் நெஞ்சோடு இறுக்கி அணைத்துக் கொண்டார். பிறகு விலகி ஓரடி பின்னே வைத்தார்.

"அழுங்கள்" என் கண்களில் நீரைக் கண்டபோது சொன்னார். "தன்னியல்பாக இருங்கள். இது ஒன்றும் தீவிரமான விளையாட்டு இல்லை. அப்படி நம்புபவர்களைவிட நீங்கள் சிறந்தவர் அல்லது மகிழ்வானவர் என்று அதற்கு அர்த்தமில்லை. அவர்களும் விளையாடுகிறார்கள், ஆனால் அதுபற்றிய பிரக்ஞையின்றி. அவர்களது ஆட்டம் மிக ஆபத்தானது. உங்களது சுதந்திரத்தின் உண்மையான நோக்கம் என்னவென்றால் அவர்கள் கீழே விழும்போது நீங்கள் உதவ வேண்டும், நீங்களே கால்நழுவி தரையில் விழுந்துகிடக்கையில் உங்களுக்கும் உதவிக்கொள்ள வேண்டும். எதிர்பாராத விதத்தில் நீங்கள் வழுக்கி விழலாம்; அந்தக் கணத்தை முன்கூற வழியே இல்லை. உலகம் மாயத்தோற்றங்களால் ஆன ஓர் இடம். கொள்ளைக்காரர்கள் காவல்துறையினரைப்போல வேடமிட்டுக் கொள்ளைக்காரர்களைப்போல வேடமிட்டிருக்கும் காவல்துறையினரோடு சண்டை செய்யும் இடம். மாயை எங்கு தொடங்குகிறது, யதார்த்தம்

286   இவால்ட் ஃப்ளிஸர்

எங்கு முடிகிறது? நீங்கள் தாந்திரீகராக விளங்கும் இடம் அப்படியொன்று இல்லை என்று சொல்லும் அளவுக்கு மிகச் சிறியது. ஆனால் அது இருக்கிறது, உங்களால் தாந்திரீகராக வாழமுடியும். தாந்திரீகராக வாழ வாழவேண்டுமென்று நீங்கள் நினைக்காதவரை நீங்கள் தாந்திரீகராக வாழமுடியும்."

இதைச் சொல்லிவிட்டு அவர் திரும்பிச் சாலையில் இறங்கி நடந்தார்.

ஒரு மின்னலைப்போல என் வாழ்வின்மீது விழுந்த ஞான ஆசானை, என் மனதில் உணரத்தக்க மந்திரம் போன்ற ஒரு சக்தியை எனக்குப் பரிசளித்துச் செல்பவரை இனி ஒருபோதும் நான் பார்க்க முடியாது என்பதை நன்றாக உணர்ந்தவனாகக் கண்களால் அவரைப் பின்தொடர்ந்தேன். அவரது சக்தியில் மர்மமோ இயற்கையை மீறிய விஷயமோ இல்லை. அது நான் விலகிநின்ற உலகிடம் மீண்டும் திரும்புவதற்கானதும் அந்த உலகை எனக்குள் அனுமதிப்பதற்குமான ஓர் அழைப்பு. தீர்க்கப்பட முடியாத சூழல் என்று எதுவுமே இல்லை என்ற அறிவே எனது பலம்; ஒவ்வொரு கணமும் விடைகாண முடிந்த புதிராக நானும் இருக்கிறேன் என்பதே அதன் அர்த்தம்.

முதுகுப்பையுடனும் இன்னும் சில பொருட்களுடனும் அந்தச் சிறிய விமான நிலையத்தை நோக்கி நடந்தேன்.

இனி?

ஒரு ஜென் பௌத்த குரு ஞானமடைந்தார். "பிறகு? பிறகு என்ன செய்தீர்கள்?" அவரது சீடர்கள் அவரைக் கேட்டனர். "நான் ஒருகோப்பை தேநீர் கொண்டுவரச் சொன்னேன்."

வேறென்ன அவர் செய்திருக்க முடியும்?

உலகைத் தலைகீழாக்கினால் மீண்டும் அது நேராக நிற்கிறது.

"ஒருகோப்பைத் தேநீர்" அங்கே தேநீரகத்தில் சொல்லிவிட்டு நான் கைக்கடிகாரத்தைப் பார்த்தேன். அது இன்னும் பத்துநிமிடங்களில் பயணிகள் விமானத்தில் ஏறுவது தொடங்கும் என்றது.

கடிகாரத்தை அவிழ்த்து வியப்புமேலிடப் பார்த்த தேநீர் விற்பனையாளரிடம் கொடுத்தேன். புதுப்பிக்கப்பட்ட ஆனால் இப்போது பகுதிநேரம் மட்டுமே தன்முனைப்பாளனாக இருக்கும் நான் வீடு திரும்பியதும் புதிய கைக்கடிகாரம் வாங்கவேண்டியிருக்கும் என்பது தெரிந்தே அதைச் செய்தேன்.

○○○